ಉತ್ತಮ್ ಕಾಂಬಳೆ

ಉತ್ತಮ್ ಕಾಂಬಳೆ ಒಬ್ಬ ಮರಾಠಿ ಪತ್ರಕರ್ತ ಮತ್ತು ಸಕಾಳ್ ಮೀಡಿಯಾ ಗ್ರೂಪ್ನ ಮುಖ್ಯ ಸಂಪಾದಕರಾಗಿದ್ದರು. ಅವರ ಸುಮಾರು 75ಕ್ಕೂ ಹೆಚ್ಚು ಕೃತಿಗಳು ಪ್ರಕಟಗೊಂಡಿವೆ. ಮೂರು ದಶಕಗಳ ಪತ್ರಿಕೋದ್ಯಮ ವೃತ್ತಿಜೀವನದ ಮೂಲಕ, ತುಳಿತಕ್ಕೊಳಗಾದ ಮತ್ತು ವಂಚಿತ ವರ್ಗದ ಮೇಲೆ ಕೇಂದ್ರೀಕರಿಸಿದ ಅವರ ಬರಹಗಳಿಗೆ ಅವರು ಹೆಚ್ಚು ಹೆಸರುವಾಸಿಯಾಗಿದ್ದಾರೆ. ಅವರು 84ನೇ ಅಖಿಲ ಭಾರತೀಯ ಮರಾಠಿ ಸಾಹಿತ್ಯ ಸಮ್ಮೇಳನದ ಅಧ್ಯಕ್ಷರಾಗಿದ್ದರು, ಮತ್ತು ಫೆಬ್ರವರಿ 2011ರಲ್ಲಿ ಮಹಾರಾಷ್ಟ್ರದ ಸತಾರಾ ಜಿಲ್ಲೆಯಲ್ಲಿ 16ನೇ ಕಾಮಗಾರಿ ಸಾಹಿತ್ಯ ಸಮ್ಮೇಳನವನ್ನು ರಾಮದಾಸ್ ಫುಟನೆ ಅವರ ಅಧ್ಯಕ್ಷತೆಯಲ್ಲಿ ಉದ್ಘಾಟಿಸಿದರು.

ಉತ್ತಮ್ ಕಾಂಬಳೆ ಅವರು 31 ಮೇ 1956ರಂದು ಕರ್ನಾಟಕದ ಬೆಳಗಾವಿ ಜಿಲ್ಲೆಯ ಚಿಕ್ಕೋಡಿ ತಾಲೂಕಿನ ಗ್ರಾಮಾಂತರ ಪ್ರದೇಶದಲ್ಲಿ ಬಡತನ ಕುಟುಂಬದಲ್ಲಿ ಜನಿಸಿದರು. ಅವರು ವಿನಮ್ರ ಹಿನ್ನೆಲೆಯಿಂದ ಬಂದವರು ಮತ್ತು ಅವರ ತಾಯಿ ಅಷ್ಟೊಂದು ವಿದ್ಯಾವಂತರಲ್ಲ ಮತ್ತು ಉತ್ತಮ್ ಕಾಂಬಳೆ ಅವರು ತಮ್ಮ ಬಾಲ್ಯದಲ್ಲಿ ಅವರ ಕೆಲಸಕ್ಕೆ ಸಹಾಯ ಮಾಡುತ್ತಿದ್ದರು. ಅವರ ಕುಟುಂಬದಲ್ಲಿ ಶಿಕ್ಷಣ ಪಡೆದ ಮೊದಲ ವ್ಯಕ್ತಿ ಅವರು. ಅವರ ಯೌವನದಲ್ಲಿ, ಅವರು ತಮ್ಮ ಶಿಕ್ಷಣವನ್ನು ಮುಂದುವರೆಸುವಾಗ ಮಾರಾಟ ಮತ್ತು ಪೇಪರ್-ಬಾಯ್ ಸೇರಿದಂತೆ ವಿವಿಧ ಉದ್ಯೋಗಗಳನ್ನು ಮಾಡಿದರು.

ಉತ್ತಮ್ ಕಾಂಬ್ಳೆ ಅವರು 1978ರಲ್ಲಿ ಮಹಾರಾಷ್ಟ್ರದ ಕೊಲ್ಲಾಪುರದ ಶಿವಾಜಿ ವಿಶ್ವವಿದ್ಯಾಲಯದಿಂದ ಕಲೆ (ರಾಜಕೀಯ ವಿಜ್ಞಾನ) ವಿಷಯದಲ್ಲಿ ಪದವಿ ಪಡೆದರು. 1979ರಲ್ಲಿ ಪದವಿ ಪಡೆದ ನಂತರ, ಅವರು ಸಮಾಜ್ (ಮರಾಠಿ: समाज) ಎಂಬ ಸಣ್ಣ ದಿನಪತ್ರಿಕೆಗೆ ಸೇರಿದರು. ಅವರು 1982ರಲ್ಲಿ ಸಕಾಳ ಗ್ರೂಪ್‌ಗೆ ಸೇರಿದರು ಮತ್ತು ಅವರ ಉಳಿದ ವೃತ್ತಿಜೀವನದವರೆಗೆ ಅಲ್ಲಿಯೇ ಇದ್ದರು.

ಪುಸ್ತಕಗಳು

ಕಾದಂಬರಿಗಳು

* ಶ್ರಾದ್ಧ (ಮರಾಠಿ: श्राद्ध): ಮರಣೋತ್ತರ ಆಚರಣೆಗಳು (ಮೂರು ಆವೃತ್ತಿಗಳು) (1ನೇ ಆವೃತ್ತಿ 24 ಮಾರ್ಚ್ 1986)
* ಅಸ್ವಸ್ಥ ನಾಯಕ್ (ಮರಾಠಿ: अस्वस्थ नायक): ದುಃಖಿತ ಹೀರೋ (1ನೇ ಆವೃತ್ತಿ 26 ಜನವರಿ 20(

* ಪನ್ನಾಸ್ ಟಕ್ಕ್ಯಾಂಚಿ ಠಸ್‌ಠಸ್ ಮರಾಠಿ ಕಾದಂಬರಿ (ಜುಲೈ 2014)
* ಕುಟುನ್ ಆಲಾ ಮಾನುಸ್ (2015)
* ಬುದ್ಧಾಚಾ ರಾತ್ (ಮೂರು ಆವೃತ್ತಿಗಳು) (2015)
* ಮಿರಾವ್ನುಕ್ (2016)
* ಕೊಯ್ತ್ಯಾವರ್ಚ್ಯಾ ಕೋಕ್ (ಎರಡು ಆವೃತ್ತಿಗಳು)
* ವಾಟ್ ತುಡವ್ತಾನಾ (6ನೇ ಆವೃತ್ತಿಗಳು: 25 ಜುಲೈ 2011)

ಸಣ್ಣ ಕಥೆಗಳ ಸಂಗ್ರಹಗಳು:

* ರಂಗ್ ಮಾನ್ಸಾಂಚೆ (ಮರಾಠಿ: रंग माणसांचे)
(ಮನುಷ್ಯರ ಬಣ್ಣಗಳು) (1995)
* ಕಥಾ ಮನ್ಸಂಚ್ಯಾ (ಮರಾಠಿ: कथा माणसांच्या)
(ಸ್ಟೋರೀಸ್ ಆಫ್ ಹ್ಯೂಮನ್ ಬೀಯಿಂಗ್ಸ್) (2001)
* ಕಾವಳೆ ಆಣಿ ಮಾಣಸೆ (ಮರಾಠಿ: कावळे आणि माणसे)
(ಕಾಗೆಗಳು ಮತ್ತು ಮಾನವರು) (1998)
* ನ ದಿಸಣಾರಿ ಲಡಾಯಿ (ಮರಾಠಿ: न दिसणारी लढाई)
(ದ ಅನ್ಸೀನ್ ಬ್ಯಾಟಲ್) (2008)
* ಪರತ್ಯಾ (ಮರಾಠಿ: परत्या)
(ದಿ ರಿಟರ್ನಿ) (2010)
* ಪಧ್ರ್ಯಾಚಿ ಗಾಯ್ (2018)

ಕನಸುಗಳ ಶ್ರಾದ್ಧ

ಮೂಲ ಮರಾಠಿ:

ಉತ್ತಮ್ ಕಾಂಬಳೆ

ಅನುವಾದ:

ಡಾ. ಗೀತಾ ಸುನಿಲ್ ಕಶ್ಯಪ್

ವೀರಲೋಕ

ವೀರಲೋಕ ಬುಕ್ಸ್ ಪ್ರೈ.ಲಿ.
207, 2ನೇ ಮಹಡಿ, 3ನೇ ಮೇನ್, ಚಾಮರಾಜಪೇಟೆ
ಬೆಂಗಳೂರು–560018. ಮೊಬೈಲ್: 70221 22121
ಇಮೇಲ್: veeralokabooks@gmail.com
ವೆಬ್‌ಸೈಟ್: www.veeralokabooks.com

KANASUGALA SHRADHA
A novel written by **Uttam Kamble**,
translated into Kannada by **Dr. Geetha Sunil Kashyap**

Published by:
VEERALOKA BOOKS PVT. LTD.
207, 2nd Floor, 3rd Main
Chamarajpet, Bengaluru-560018

Mobile : +91 7022122121
E-mail : veeralokabooks@gmail.com
Website: www.veeralokabooks.com

© **Publisher**

Price : Rs. 200/-
Pages : 172
First Impression : 2023

Paper used : 70 GSM NS Maplitho
Book size : 1/8th Demy

ISBN : 978-93-94942-52-3

Cover page illustration by : Madan C.P.
Inner pages design by : Vijaya Vikram

VEERALOKA FAMILY
Anand Rach - Anantha Kunigal - RajVishnu - Govind Vishnu
Vishwajith - Mamatha - Parvathi - Sai Raghav

ಅರ್ಪಣೆ:

ಜಾತಿ, ಮತ–ಪಂಥಗಳನ್ನು ಮೀರಿ
ಬದುಕಿನ ಪಯಣದಲ್ಲಿ
ಸಹಪ್ರಯಾಣಿಕರಾದ
ನನ್ನ ಪ್ರೀತಿ ಪಾತ್ರರಾದ
ಒಲವಿನ ಬದುಕಿನ ಸ್ನೇಹಿತ,
ಆತ್ಮೀಯ, ಆತ್ಮದ ಮಿತ್ರ
ಸುನಿಲ್ ಆರ್. ಕಶ್ಯಪ್
ಅವರಿಗೆ...

ಮೂಲ ಲೇಖಕರ ಮಾತು...

ದಲಿತ ಸಮಾಜದಲ್ಲಿಯ ಅಂತರ್ ವಿರೋಧ ಕಳೆದ ಕೆಲ ದಶಕಗಳಿಂದ ಸಂಪೂರ್ಣ ಸಮಾಜದ ಎದುರಿಗೆ ಬರುತ್ತಿದೆ. ಈ ಅಂತರ್‌ವಿರೋಧಕ್ಕೆ ಮುಖ್ಯವಾಗಿ ಅಲ್ಲಿಯ ಜಾತೀಯ ವ್ಯವಸ್ಥೆಯೂ ಮೂಲ ಕಾರಣ. ಅದು ಮನುಷ್ಯ–ಮನುಷ್ಯರ ಮಧ್ಯ ಅಂತರವನ್ನು ಸೃಷ್ಟಿ ಮಾಡುತ್ತದೆ. ಅಷ್ಟೇ ಅಲ್ಲದೆ ಜಾತಿಗಳಲ್ಲಿ ವಿಷಮತೆಯನ್ನು ನಿರ್ಮಾಣ ಮಾಡುತ್ತದೆ. ಜಾತಿ–ಜಾತಿಗಳಲ್ಲಿ ಸಂಘರ್ಷ ನಿರ್ಮಾಣ ಮಾಡುತ್ತದೆ. ಇದು ಎಲ್ಲೆಡೆ ಕಂಡು ಬರುವ ಸಾಮಾನ್ಯ ಚಿತ್ರ. ಈ ಸಂಘರ್ಷದ ಚಿತ್ರಣ ನನಗೆ ತುಂಬಾ ಹತ್ತಿರದಿಂದ ಕಾಣಿಸಿದೆ. ಎಷ್ಟೊಂದು ಹತ್ತಿರದಿಂದ ಎಂದರೆ ಅದರ ಒಳ್ಳೆಯ ಹಾಗೂ ಕೆಟ್ಟ ಪರಿಣಾಮಗಳು ನನ್ನ ಮೇಲೆಯೂ ಆಗಿವೆ. ಕಳೆದ ಎರಡು ದಶಕದಿಂದ ದಲಿತರಲ್ಲಿಯ ಅಂತರ್ಗತ ರಾಜಕೀಯವು ದೊಡ್ಡ ಪ್ರಮಾಣದ ವಿಷಯವಾಗಿ ಬೆಳಕಿಗೆ ಬಂದಿದೆ. ಒಂದುಗೂಡುವ ಮಾತು ನಡೆಯುತ್ತದೆ, ಹಾಗೇ ಅದು ಮುರಿದೂ ಹೋಗುತ್ತದೆ. ಈ ಎಲ್ಲ ಪಾರ್ಶ್ವ ಭೂಮಿಯ ಮೇಲೆ ಗ್ರಾಮೀಣ ಭಾಗದಲ್ಲಿ ಜೀವಿಸುವ ದಲಿತರ ಸಾಮಾಜಿಕ, ರಾಜಕೀಯ, ಆರ್ಥಿಕ ಜೀವನವನ್ನು ಚಿತ್ರಿಸುವ ಪ್ರಯತ್ನವನ್ನು ನಾನು ಈ ಕಾದಂಬರಿಯಲ್ಲಿ ಮಾಡಿರುವೆ. ಇದು ನಾನು ಬರೆದ ಚೊಚ್ಚಲ ಕಾದಂಬರಿ. ಆದರೆ ಜನ ಇದನ್ನು ಬಹುವಾಗಿ ಮೆಚ್ಚಿಕೊಂಡು, ಪ್ರೋತ್ಸಾಹ ನೀಡಿದರು. ಅದರ ಪರಿಣಾಮ ಸ್ವರೂಪವಾಗಿ ಹೊಸ ರೂಪದೊಂದಿಗೆ ಈ ಕಾದಂಬರಿ ಓದುಗರ ಮುಂದೆ ಬರುತ್ತಿದೆ. ಎಂತಹ ಪರಿಸ್ಥಿತಿಯಲ್ಲಿ ಬರುತ್ತಿದೆ ಎಂದರೆ ದಲಿತರ ನಡುವಿನ ರಾಜಕೀಯ ಸಂಘರ್ಷ ಮತ್ತೊಮ್ಮೆ ವಿರಾಟರೂಪ ತಳೆದಿದೆ. ಓದುಗರು ಇದನ್ನು ಸ್ವಾಗತಿಸಬಹುದೆಂದು ನಾನು ಆಶಿಸುತ್ತೇನೆ ಹಾಗೂ ಪ್ರಕಾಶಕರಿಗೆ ಧನ್ಯವಾದಗಳನ್ನು ಸೂಚಿಸುತ್ತೇನೆ.

–ಉತ್ತಮ್ ಕಾಂಬಳೆ

ಅನುವಾದಕರ ಮಾತುಗಳು...

ಮರಾಠಿ ದಲಿತ ಸಾಹಿತ್ಯದಲ್ಲಿ 'ಉತ್ತಮ್ ಕಾಂಬಳೆ' ಅವರದು ಬಹು ದೊಡ್ಡ ಹೆಸರು. ಮೂಲತಃ ಕನ್ನಡಿಗರಾದ ಇವರು ಮರಾಠಿ ಸಾಹಿತ್ಯರಂಗದಲ್ಲಿ ನೀಡಿದ ಕೊಡುಗೆ ಕನ್ನಡಿಗರಿಗೆ ಹೆಮ್ಮೆ ತರುವಂತಹದು. ಬದುಕಿನಲ್ಲಿ ಕಂಡ, ಅನುಭವಿಸಿದ ವಿಷಯಗಳನ್ನೇ ಅವರು ತಮ್ಮ ಸಾಹಿತ್ಯ ಕೃಷಿಯಲ್ಲಿ ಬಳಸುವುದರಿಂದ ಅದು ಓದುಗರ ಹೃದಯಕ್ಕೆ ತುಂಬಾನೆ ಹತ್ತಿರವಾಗುತ್ತದೆ.

ಸ್ವತಃ ದಲಿತ ಸಮಾಜದಲ್ಲಿ ಜನಿಸಿರುವ ಇವರು ತಮ್ಮ ಹುಟ್ಟೂರಾದ ಬೆಳಗಾವಿ ಜಿಲ್ಲೆಯ ಶಿರಗುಪ್ಪಿಯಲ್ಲಿ ಕಂಡ ದಲಿತ ಸಮಾಜದ ಸ್ಥಿತಿ-ಗತಿ, ಅಂದಿನ ಆಗು-ಹೋಗುಗಳನ್ನು 'ಕನಸುಗಳ ಶ್ರಾದ್ಧ' ಎಂಬ ಕಾದಂಬರಿ ಮೂಲಕ ಪ್ರಸ್ತುತಪಡಿಸಿದ್ದಾರೆ. ದಲಿತರ ಒಳ ಪಂಗಡಗಳ ಆಂತರಿಕ ಸಂಘರ್ಷಗಳನ್ನು ಆಧರಿಸಿ ಹೊರಬಂದ ಮೊದಲ ಕಾದಂಬರಿ ಇದು ಎಂದರೆ ತಪ್ಪಾಗಲಾರದು.

ಅನುವಾದ ಮಾಡುತ್ತ-ಮಾಡುತ್ತ ನಾನು ಇಲ್ಲಿಯ ಪಾತ್ರಗಳಿಗೆ ಹತ್ತಿರವಾದೆ. ಆ ಪಾತ್ರಗಳ ಮನಸ್ಥಿತಿಯನ್ನು ಅನುಭವಿಸಿದೆ. ನಿಜ ಹೇಳಬೇಕು ಅಂದರೆ ಇದು ಉತ್ತಮ ಕಾಂಬಳೆ ಅವರ ಬರವಣಿಗೆಯ ವೈಶಿಷ್ಟ್ಯವೇ ಸರಿ. ಒಂದೊಂದು ಪಾತ್ರ ನಮ್ಮ ಕಣ್ಮುಂದೆ ತನ್ನದೇ ಲೋಕವನ್ನು ಸೃಷ್ಟಿಸುತ್ತವೆ. ಅಲ್ಲದೆ ದಲಿತ ಸಮಾಜದ ಸ್ಥಿತಿಯನ್ನು ವಿವರಿಸುತ್ತ, ಮೇಲ್ವರ್ಗದವರ ಷಡ್ಯಂತ್ರಗಳನ್ನು ಬಿಚ್ಚಿಡುತ್ತ ಹೋಗುತ್ತದೆ. ಈ ಅನುವಾದ ಕಾರ್ಯ ನನಗೆ ತುಂಬಾನೆ ಆನಂದ ನೀಡಿದೆ. ಅಲ್ಲದೆ ನನಗೆ ದಲಿತರ ಬಗ್ಗೆ, ಸಮಾಜದ ಬಗ್ಗೆ ತಿಳಿದುಕೊಳ್ಳಲು ಒಳ್ಳೆ ಅವಕಾಶವನ್ನು ಕಲ್ಪಿಸಿದೆ. ಇಂತ ಒಂದು ಒಳ್ಳೆಯ ಕಾದಂಬರಿಯನ್ನು ಕನ್ನಡ ಓದುಗರಿಗೆ ತಲುಪಿಸಲು ನನಗೆ ಅನುವಾದದ ಅವಕಾಶ ಕಲ್ಪಿಸಿದ ಉತ್ತಮ್ ಕಾಂಬಳೆ ಸರ್ ಅವರಿಗೆ ನಾನು ಚಿರಋಣಿ.

ಕರಡು ಪ್ರತಿ ತಿದ್ದಿ ಕೊಟ್ಟ ಮಂಜುನಾಥ ಭಟ್ ಅವರಿಗು ಹಾಗೂ ಅವರ ಶ್ರೀಮತಿಯವರಿಗೂ ನಾನು ಋಣಿ.

ನನ್ನ ಎಲ್ಲ ಹುಚ್ಚುತನಗಳನ್ನು ನಗುತ್ತ ಸಹಿಸಿಕೊಳ್ಳುವ ನನ್ನ ಆತ್ಮದ ಸಂಗಾತಿ ಸುನಿಲ್‌ಆರ್‌ಕಶ್ಯಪ್‌ಅವರಿಗೆ ಒಲವಿನ ನೆನೆಕೆಗಳು...

ಈ ಪುಸ್ತಕವನ್ನು ಪ್ರಕಟಿಸಿದ ಪ್ರಕಾಶಕರಾದ ವೀರಕಪುತ್ರ ಶ್ರೀನಿವಾಸ ಅವರಿಗೂ, ಮುಖ ಪುಟ, ಒಳಪುಟ ವಿನ್ಯಾಸ ಮಾಡಿದ ಕಲಾವಿದರಿಗೂ ಧನ್ಯವಾದಗಳು. ವೀರಲೋಕ ಪ್ರಕಾಶನ ಪರಿವಾರದ ಎಲ್ಲ ಸದಸ್ಯರಿಗೂ ಧನ್ನವಾದಗಳು.

ಓದುಗರಿಗೆ ನಾನು ಋಣಿ.

ನನ್ನ ಕೈಯಿಂದ ಬರವಣಿಗೆ ಕಾರ್ಯ ಮಾಡಿಸುತ್ತಿರುವ ಆ ಕಾಣದ ಶಕ್ತಿಗೆ ನಾನು ಚಿರಋಣಿ. ನನ್ನ ಆರಾಧ್ಯ ಶ್ರೀ ಸಾಯಿ ಬಾಬಾ ಅವರ ಪಾದಗಳಿಗೆ ನನ್ನ ಅನಂತ ಕೋಟಿ ನಮಸ್ಕಾರಗಳು.

–ಡಾ. ಗೀತಾ ಸುನಿಲ್ ಕಶ್ಯಪ್

ಪ್ರಕಾಶಕರ ನುಡಿ

ಕೇವಲ ಓದುಗನಾಗಿದ್ದಾಗ 'ಸಾಹಿತ್ಯ ಲೋಕ ಎನ್ನುವುದು ಜೇನುಗೂಡು, ಓದುಗನಿಗೆ ಸಿಹಿ ನೀಡುವುದಕ್ಕಾಗಿಯೇ ಆ ಜೇನುಗಳು ಒಟ್ಟಾಗಿರುತ್ತವೆ' ಎಂದು ಭಾವಿಸಿದ್ದವನು. ಪ್ರಕಾಶಕನಾದ ನಂತರ ಒಂದೊಂದೇ ಒಳಮರ್ಮಗಳ ದರ್ಶನವಾಗುತ್ತಿದೆ. ಅವುಗಳು ದಿಗಿಲುಗೊಳಿಸುತ್ತಿವೆ. ಇತ್ತೀಚೆಗಷ್ಟೇ ಪ್ರೀತಿಯ ಆಹ್ವಾನದ ಮೇರೆಗೆ ಒಂದು ಪುಸ್ತಕ ಬಿಡುಗಡೆ ಸಮಾರಂಭದಲ್ಲಿ ಭಾಗಿಯಾಗಿದ್ದೆ. ಸಾಹಿತ್ಯ ಲೋಕದೊಂದಿಗೆ ಒಂದೂವರೆ ವರ್ಷದ ಒಡನಾಟ ಇರುವುದರಿಂದ ಯಾವುದೇ ಪುಸ್ತಕ ಬಿಡುಗಡೆ ಸಮಾರಂಭಕ್ಕೆ ಹೋಗಲಿ, ಅಲ್ಲೊಂದಷ್ಟು ಪರಿಚಿತರು ಇದ್ದೇ ಇರುತ್ತಾರೆ. ಇಲ್ಲೂ ಕೂಡ ಪರಿಚಿತರು ಸಿಗುವರೆಂಬ ನಂಬಿಕೆಯಿತ್ತು. ಅದು ಸುಳ್ಳಾಗಿತ್ತು.

ಅಚ್ಚರಿ ಎಂದರೆ 'ಕರೆದಾತ'ನೊಬ್ಬನ ಹೊರತಾಗಿ ಉಳಿದವರೆಲ್ಲರಿಗೂ ನಾನು ಅಪರಿಚಿತ. ಒಂದೂವರೆ ವರ್ಷದಲ್ಲಿ 65 ಕೃತಿಗಳನ್ನು ಪ್ರಕಟಿಸಿ, 45 ಸಾವಿರಕ್ಕೂ ಹೆಚ್ಚು ಕೃತಿಗಳನ್ನು ಮಾರಾಟ ಮಾಡಿ, ಹತ್ತಕ್ಕೂ ಹೆಚ್ಚು ಕಾರ್ಯಕ್ರಮಗಳನ್ನು ಆಯೋಜಿಸಿರುವೆ. ಸಾವಿರಾರು ಸಾಹಿತ್ಯಾಸಕ್ತರ ಜೊತೆ ಒಡನಾಡಿರುವೆ. ಆದರೆ, ಅಲ್ಲಿನ ಆ ಇನ್ನೂರು ಜನರನ್ನು ನನಗೆ ತಲುಪಲು ಆಗಿರಲೇ ಇಲ್ಲ. ಅವರೂ ನನ್ನ ಹತ್ತಿರ ಸುಳಿದಿರಲಿಲ್ಲ. ಯಾಕೆ ಹೀಗೆ? ಸಾಹಿತ್ಯ ಲೋಕ ಜೇನುಗೂಡಿನಂತಿಲ್ಲ ಎಂಬ ಸತ್ಯ ನನ್ನ ಅರಿವಿಗೆ ಈಗೀಗ ಬರುತ್ತಿದೆ. ಸಾಹಿತ್ಯ ಲೋಕ ವರ್ಗಗಳಾಗಿ ಹಂಚಿಹೋಗಿದೆ ಎನ್ನುವ ಕಟು ಸತ್ಯ ಬಾಧಿಸುತ್ತಿದೆ. ನನಗೇ ಗೊತ್ತಿಲ್ಲದಂತೆ ನನ್ನನ್ನೂ ಈ ಗ್ರೂಪಿಸಂ ವರ್ತುಲಕ್ಕೆ ಸೇರಿಸಿ ಬಿಟ್ಟಿದ್ದಾರಲ್ಲ ಎನ್ನುವ ವಿಷಾದ ಕಾಡುತ್ತಿದೆ. 'ಅವರ ಪುಸ್ತಕ ಇವರು ಓದಲ್ಲ, ಇವರ ಪುಸ್ತಕ ಅವರು ಮುಟ್ಟಲ್ಲ' ಎನ್ನುವ ವಾತಾವರಣ ಸೃಷ್ಟಿಯಾಗಿದೆ. ಹಾಗಾಗಿ ಅವರಿಗೆ ಇವರು, ಇವರಿಗೆ ಅವರು ಅಪರಿಚಿತರಾಗಿ ಉಳಿದು ಬಿಟ್ಟಿದ್ದಾರೆ ಅನಿಸುತ್ತಿದೆ.

ಪರಿಸ್ಥಿತಿ ಹೀಗಿರುವಾಗ ಪ್ರಕಾಶನ ಸಂಸ್ಥೆಯೊಂದು ಇನ್ನಷ್ಟು ಪಾರದರ್ಶಕವಾಗಿರಬೇಕಾದ, ಎಲ್ಲರನ್ನೂ ಒಳಗೊಳ್ಳಬೇಕಾದ ಅಗತ್ಯ ತುಸು ಹೆಚ್ಚೇ ಇದೆ ಎಂದು ಭಾವಿಸಿದ್ದೇನೆ. ಹೇಗೆಂದರೆ, ಪ್ರಕಾಶನ ಸಂಸ್ಥೆಯನ್ನು ಸಿನಿಮಾ ಥಿಯೇಟರಿನ ಹಾಗೆ ಇಟ್ಟುಕೊಳ್ಳಬೇಕಿದೆ. ಅಲ್ಲಿ ಯಾವ ಸಿನಿಮಾ ಬೇಕಾದರೂ

ಬರಬಹುದು, ಯಾವ ಪ್ರೇಕ್ಷಕನಾದರೂ ವೀಕ್ಷಿಸಬಹುದು. ನನ್ನದೇನಿದ್ದರೂ ಥಿಯೇಟರ್, ಪರದೆ, ಧ್ವನಿ ವ್ಯವಸ್ಥೆಯನ್ನು ಸರಿಯಾದ ಸ್ಥಿತಿಯಲ್ಲಿಡುವುದಷ್ಟೇ!

ಅದೇ ಕ್ರಮದಲ್ಲಿ ನವೆಂಬರ್ ತಿಂಗಳಲ್ಲಿ ವಿವಿಧ ಲೇಖಕರ ಹನ್ನೊಂದು ಕೃತಿಗಳು ವೀರಲೋಕದಿಂದ ಬಿಡುಗಡೆ ಆಗುತ್ತಿವೆ. ಹೊಸಬರ ಕೃತಿಗಳನ್ನು ಪ್ರೋತ್ಸಾಹಿಸುತ್ತಿದ್ದ ವೀರಲೋಕ ಇದೀಗ ಸಾಹಿತ್ಯ ಲೋಕದ ದಿಗ್ಗಜರ ಕೃತಿಗಳನ್ನು ಕನ್ನಡ ಸಾರಸ್ವತಲೋಕಕ್ಕೆ ನೀಡುತ್ತಿದೆ. ಅಬ್ದುಲ್ ರಶೀದ್, ಕೌಂಡಿನ್ಯ, ಡಾ. ಡಿ.ಎಸ್. ಚೌಗಲೆ, ಡಾ. ಲಕ್ಷ್ಮಣ ಕೌಂಟೆ, ವಿಕ್ರಮ ಹತ್ವಾರ, ಡಾ. ಡಿ.ಎಸ್. ಶ್ರೀನಿವಾಸ ಪ್ರಸಾದ್, ಪ್ರೇಮಾನಂದ ಕಾಮತ್, ಡಾ. ಗೀತಾ ಸುನೀಲ್ ಕಶ್ಯಪ್, ಸುಧಾ ಆಡುಕುಳ, ಸಂತೆಬೆನ್ನೂರು ಫೈಜ್ನಟ್ರಾಜ್, ಜಯರಾಮಾಚಾರಿ, ರವೀಂದ್ರ ವೆಂಶಿ ಅವುಗಳ ಲೇಖಕರು. ಈ ಎಲ್ಲಾ ಕೃತಿಗಳು ಇದುವರೆಗಿನ ವೀರಲೋಕದ ಕೃತಿಗಳಿಗಿಂತ ಭಿನ್ನವಾಗಿವೆ ಎಂಬ ಭರವಸೆ ಕೊಡುತ್ತಿದ್ದೇನೆ.

ಗೀತಾ ಕಶ್ಯಪ್ ಫೇಸ್‌ಬುಕ್ ಮೂಲಕ ಪರಿಚಯವಾದವರು. ಅವರ ಸಾಹಿತ್ಯ ಕೃಷಿ ನನ್ನ ಊಹೆಗೆ ನಿಲುಕದ್ದು. ಒಂದೇ ವರ್ಷದಲ್ಲಿ ನಲ್ವತ್ತಕ್ಕೂ ಹೆಚ್ಚು ಚೊಚ್ಚಲ ಕೃತಿಗಳನ್ನು ಬರೆದಿದ್ದೇನೆ ಎಂಬ ಅವರ ಮಾತುಗಳು ನನ್ನನ್ನು ಬೆರಗುಗೊಳಿಸಿದ್ದವು. ಗೀತಾ ಅವರ ಓದು ಸಹ ಅತ್ಯಂತ ವಿಶಿಷ್ಟವಾದುದು. ಪ್ರೀತಿಸಿದ ಹುಡುಗ ಸಾಯುವಾಗ ನೀನು ನಿರಂತರ ಬರೆಯಬೇಕು ಎಂಬ ವಾಗ್ದಾನ ಪಡೆದಿದ್ದನಂತೆ. ಆ ವಾಗ್ದಾನಕ್ಕೆ ಕಟ್ಟುಬಿದ್ದು ಸಾಹಿತ್ಯಕೃಷಿಯಲ್ಲಿ ತೊಡಗಿಸಿಕೊಂಡಿರುವ ಗೀತಾ ಕನ್ನಡದ ವಿಶಿಷ್ಟ ಲೇಖಕಿ. ಕಡಿಮೆ ಅವಧಿಯಲ್ಲಿ ಸಾಹಿತ್ಯದ ಎಲ್ಲಾ ಪ್ರಕಾರಗಳಲ್ಲಿ 200ಕ್ಕೂ ಹೆಚ್ಚು ಕೃತಿಗಳನ್ನು ಬರೆದಿದ್ದಾರೆ. ಮರಾಠಿಯ ಅತ್ಯಂತ ಪ್ರಸಿದ್ಧ ಪತ್ರಕರ್ತ ಹಾಗೂ ಸಾಹಿತಿ ಉತ್ತಮ್ ಕಾಂಬಳೆ ಅವರ ಮರಾಠಿ ಕಾದಂಬರಿ 'ಕನಸುಗಳ ಶ್ರಾದ್ಧ'ವನ್ನು ಕನ್ನಡಕ್ಕೆ ಅನುವಾದಿಸಿದ್ದಾರೆ. ಕಾದಂಬರಿಯು ನಮ್ಮ ಯೋಚನೆಗಳಿಗೆ ಹೊಸ ಆಯಾಮವನ್ನು ನೀಡುತ್ತದೆ ಎಂದು ಭಾವಿಸಿದ್ದೇನೆ.

ಓದಿನ ನಶೆ ನಿಮಗೇರಲಿ...
ವೀರಕಪುತ್ರ ಶ್ರೀನಿವಾಸ
ಪ್ರಕಾಶಕ, ವೀರಲೋಕ ಬುಕ್ಸ್

ಕನಸುಗಳ ಶ್ರಾದ್ಧ

ಒಂದು

ಶರಣಗುಪ್ಪಿ ಬಸ್ ನಿಲ್ದಾಣ ಬರುತ್ತಿದ್ದ ಹಾಗೆ ಕಂಡೆಕ್ಟರ್ ಸಿಂಗಲ್ ಬೆಲ್ ಹೊಡೆದ. ಚಾಲಕ ತಕ್ಷಣ ಬ್ರೇಕ್ ಹಾಕಿದ. ಅಳುವ ನಾಯಿಯೊಂದು ಕಿರಿಚಿಕೊಳ್ಳುವ ಹಾಗೆ ಅದರಿಂದ ಶಬ್ದ ಹೊರಬಂತು. ಬಾಬುವಿನ ಹೋಟೆಲ್ ಮುಂದೆ ಬಸ್ ನಿಂತುಕೊಂಡಿತು. ಬಸ್ಸಿನಿಂದ ನಾಲ್ಕೈದು ಪ್ರಯಾಣಿಕರು ಇಳಿದರು. ಕಂಡೆಕ್ಟರ್ ತಕ್ಷಣ ಬಾಗಿಲನ್ನು ಮುಚ್ಚಿಕೊಂಡ. ಡಬಲ್ ಬೆಲ್ ಹೊಡೆದ. ಗಾಡಿ 'ಜುಗಳ್ಯಾ' ಮಾರ್ಗವನ್ನು ಹಿಡಿಯಿತು... ಅಥಣಿಯಿಂದ ಬಂದ ಬಸ್ಸು ಯಥಾಪ್ರಕಾರ 'ಜುಗಳ್ಯಾ' ಗ್ರಾಮಕ್ಕೆ ವಸತಿಗೆ ಹೋಯಿತು. ಬಸ್ಸಿನಿಂದ ಇಳಿದ ಆಬಾ ಕಾಂಬಳೆ ಹೊಲಗೇರಿಯ ದಿಸೆಯಲ್ಲಿ ನಡೆಯಲು ಪ್ರಾರಂಭಿಸಿದ.

ಐವತ್ತು–ಐವತ್ತೈದು ವರ್ಷದ ಆಬಾ ಇವತ್ತಿಗೂ ಸದೃಢನಾಗಿಯೇ ಇದ್ದ. ತಲೆಯ ಮೇಲಿನ ಕೂದಲುಗಳು ಮಾತ್ರ ಬೆಳ್ಳಗಾಗಿದ್ದವು. ಗಡ್ಡ–ಮೀಸೆ ಇನ್ನೂ ಕಪ್ಪಾಗಿಯೇ ಇದ್ದವು. ಮೈ ಮೇಲೆ ಬಿಳಿ ಶರ್ಟ್, ಬಿಳಿ ಧೋತರ ಹಾಗೂ ತಲೆ ಕೂದಲನ್ನು ಪಂಜಾಬಿ ಶೈಲಿಯಲ್ಲಿ ಕಟಿಂಗ್ ಮಾಡಿಸಿದ್ದ. ಆಬಾನ ವ್ಯಕ್ತಿತ್ವ ತುಂಬಾನೆ ಆಕರ್ಷಕವಾಗಿತ್ತು. ಅವನ ಧ್ವನಿ ಗಡುಸಾಗಿತ್ತು. ಕಣ್ಣುಗಳಲ್ಲಿ ಒಂದು ರೀತಿಯ ತೇಜಸ್ಸು ತುಂಬಿ ತುಳುಕುತ್ತಿತ್ತು. ಈ ಎಲ್ಲ ವಿಷಯಗಳಿಂದಾಗಿ ಆಬಾ ಎದುರಿಗಿನ ಮನುಷ್ಯನ ಮೇಲೆ ತನ್ನದೇ ಛಾಪು ಮೂಡಿಸುತ್ತಿದ್ದ.

ಆಬಾ ಚಾವಡಿಯ ಹತ್ತಿರ ಬಂದ. ಚಾವಡಿಯ ಕಟ್ಟೆಯ ಮೇಲೆ ಅನೇಕ ಜನ ಕುಳಿತುಕೊಂಡಿದ್ದರು. ಕೆಲವು ಜನರು ಚಾವಡಿಯ ಕಟ್ಟೆಯ ಮೇಲೆ ಹಾಸಿಗೆ ಹಾಸಿ ಮಲಗಿದ್ದರು. ರಾತ್ರಿ ಎಂಟು ಗಂಟೆ ಆದ ಮೇಲೆ ಇದು ಇಲ್ಲಿ ಕಂಡು ಬರುವ ಸರ್ವೆ ಸಾಮಾನ್ಯ ದೃಶ್ಯ.. ಆಬಾನನ್ನು ನೋಡುತ್ತಿದ್ದ ಹಾಗೆ ಒಬ್ಬನು ಮುಂದೆ ಬಂದು ಕೇಳಿದ–

"ಏನ್ ಆಬಾ, ಸೊಸಾಯಿಟಿಗೆ ನಂಬರ್ ಸಿಕ್ತಲ್ಲ?"

ಆಬಾ ನಗುನಗುತ್ತಲೇ ಪ್ರಶ್ನೆ ಕೇಳುವವನೆಡೆ ನೋಡಿದ. ಪ್ರೀತಿಯಿಂದ ಅವನ ಭುಜದ ಮೇಲೆ ಕೈಯಿರಿಸಿದ. ಕಟ್ಟೆಯ ಮೇಲೆ ಕುಳಿತಿದ್ದ ಜನರೆಡೆ ನೋಡುತ್ತ ಆಬಾ ಜೋರಾಗಿ ಹೇಳಿದ–

"ಬಂಧುಗಳೇ, ನಮ್ಮ ಸಂಸ್ಥೆಗೆ ರಿಜಿಸ್ಟರ್ ನಂಬರ್ ಸಿಕ್ಕಿತು."

ಆಬಾನ ಮಾತು ಕೇಳಿ ಎಲ್ಲ ಜನ ಆನಂದಿತರಾದರು. ಆಬಾಗೆ ಪ್ರಶ್ನೆ ಕೇಳಿದ್ದ ಮನುಷ್ಯ ಕೂಗುತ್ತ ಚಾವಡಿಯ ಒಳಗೆ ಹೋದ. ಅವನು ಮಲಗಿದ್ದ ಜನರನ್ನು ಎಬ್ಬಿಸಿದ.

"ಏ ಯಾಕರೋ ಮಲ್ಕೊಂಡಿರಿ? ಏಳ್ರಿ, ಅಂಬೇಡ್ಕರ್ ಸೊಸಾಯಿಟಿಗೆ ನಂಬರ್ ಸಿಕ್ಕಿತು. ಅಲ್ಲಿ ನೋಡ್ರಿ, ಆಬಾ ತಾಲೂಕದಿಂದ ಬಂದಾರ ನೋಡ್ರಿ!"– ಎಂದು ಕೂಗಿ ಹೇಳಿದ.

ಮಲಗಿದ ಎಲ್ಲ ಜನರು ಎಚ್ಚೆತ್ತುಕೊಂಡರು. ಡಾ. ಅಂಬೇಡ್ಕರ್ ಸಹಕಾರಿ ಸೊಸಾಯಿಟಿಗೆ ನಂಬರ್ ಸಿಕ್ಕಿದೆ ಎಂದು ಕೇಳುತ್ತಿದ್ದ ಹಾಗೇ ಅವರ ಮುಖದಲ್ಲಿ ಆನಂದದ ಹೊಳೆಯೇ ಹರಿಯಿತು. ವಿಜಯದ ಗೆಲವು ಕಾಣಿಸಿಕೊಳ್ಳಲು ಪ್ರಾರಂಭವಾಯಿತು.

"ಸೊಸಾಯಿಟಿ ವಿಷಯಾ ನಾಳೆ ಮಾತಾಡೋಣು!" –ಎಂದು ಹೇಳಿ ಆಬಾ ಮನೆಯೆಡೆ ನಡೆದ.

ಚಾವಡಿಯಿಂದ ಮೂರು ಮನೆ ಬಿಟ್ಟರೆ ಆಬಾನ ಮನೆ. ಮೊದಲ ಮೂರು ಮನೆಗಳು ಆಬಾನ ಮೂರು ಜನ ದಾಯಾದಿಗಳದು. ಮೂರು ಜನ ಸಹೋದರರು ತಮ್ಮ–ತಮ್ಮ ಮನೆಯ ಮುಂದೆ ಹಾಸಿಗೆ ಹಾಸಿಕೊಂಡು ನಿಶ್ಚಿಂತೆಯಿಂದ ಮಲಗಿದ್ದರು. ಒಂದಿಬ್ಬರು ಮಾತ್ರ ಸೊಸಾಯಿಟಿ ಕುರಿತಾಗಿ ವಿಚಾರಿಸಿದರು. ಆಬಾ ಪ್ರತಿಯೊಬ್ಬರ ಪ್ರಶ್ನೆಗಳಿಗೆ ಉತ್ತರ ನೀಡುತ್ತ ತಮ್ಮ ಮನೆಯ ಮುಂದೆ ಬಂದ.

ಆಬಾನ ಧ್ವನಿ ಕೇಳುತ್ತಿದ್ದ ಹಾಗೆ ಪಡಸಾಲೆಯಲ್ಲಿ ಕುಳಿತಿದ್ದ ಅವನ ಕಿರಿಯ ಸೊಸೆ ಸುಮಾ ಒಳಗೆ ಓಡಿ ಹೋದಳು. ನೀರಿನ ಚಂಬು ತೆಗೆದುಕೊಂಡು ಬಂದು ಬಾಗಿಲಿನ ಮುಂದೆ ನಿಂತಳು. ಒಂದು ಕೈಯಿಂದ ಅವಳು ಬಾಗಿ ಚಂಬು ನೀಡಿದಳು. ಹಾಗೂ ಇನ್ನೊಂದು ಕೈಯಿಂದ ಆಬಾನ ಕೈಯಲ್ಲಿ ಇದ್ದ ಚೀಲವನ್ನು ತೆಗೆದುಕೊಂಡಳು. ಹಾಗೂ ಒಳಗೆ ಹೊರಟು ಹೋದಳು. ಆಬಾ ಬಂದ ವಿಷಯ ತಿಳಿಯುತ್ತಿದ್ದ ಹಾಗೆ ಪಡಸಾಲೆಯಲ್ಲಿ ಮಂಚದ ಮೇಲೆ ಮಲಗಿದ್ದ ಅವನ ಕಿರಿಯ ಮಗ ಎದ್ದು ಕುಳಿತುಕೊಂಡ. ಆಬಾ ಕೈ–ಕಾಲು ತೊಳೆದುಕೊಂಡು ಪಡಸಾಲೆಗೆ ಬಂದ. ಗೂಟದ ಮೇಲಿನ ಟವಲ್

ತೆಗೆದುಕೊಂಡು ಕೈಕಾಲು ಒರೆಯಿಸಿಕೊಂಡ. ಮಂಚದ ಮೇಲಿನ ಗೋಡೆಗೆ ಆತು ಕುಳಿತುಕೊಳ್ಳುತ್ತ ಪಕ್ಕದಲ್ಲಿಯೇ ಇದ್ದ ಮಗನನ್ನು ಕುರಿತು ನುಡಿದ–

"ಏನಪ್ಪ ಕಬೀರ್, ನಿಮ್ಮ ಅಣ್ಣ ಎಲ್ಲಿ ಹೋಗ್ಯಾನ?"

"ಅಣ್ಣ ಮತ್ತು ವೈನಿ ಇಬ್ರೂ ಸೇರಿ ಸೇವಂತಿಕಾಕುನ ಮನಿಗಿ ಹೋಗ್ಯಾರು. ಕಾಕುನ ಅಪ್ಪಾ ಬಂದಾರು ಇವತ್ತ"–ಎಂದು ಕಬೀರ್ ಉತ್ತರಿಸಿದ.

"ಸರಿ ಆತು ಬಿಡು. ನೀವೆಲ್ಲ ಊಂಡಿರೊ ಇಲ್ಲೊ?"

"ಎಲ್ಲಾರೂ ಊಂಡ ಕೂತಾರು. ನಿಮ್ಮ ಹಾದಿನ ಕಾಯಾತಿದ್ವಿ. ಒಂಬತ್ತ ಗಂಟೆ ಆಗಾಕ ಬಂದ್ಯೆತಿ. ನೀವು ಊಟಾ ಮಾಡ್ರಿ."

ಕಬೀರ್ ತನ್ನ ಸ್ಥಳದಿಂದ ಎದ್ದ. ಅವನು ತನ್ನ ಹೆಂಡತಿಯನ್ನು ಕೂಗಿ ಕರೆದ–

"ಸುಮನ್, ಆಬಾ ಅವರಿಗೆ ಊಟಕ್ಕ ನೀಡು. ನಾನು ಸ್ವಲ್ಪ ಹೀಂಗ ಚಾವಡಿ ಕಡೆ ಹೋಗಿ ಬರ್ತಿನಿ."

"ಸಾಕು ಈಗ ಮಲ್ಕೊ. ರಾತ್ರಿ ತಡಾ ಆಗೇತಿ. ಈಗ ಯಾಕ ಹೊಂಟಿ? ಮುಂಜಾನೆ ಲಘು ಏಳಾಕ ಆಮೇಲೆ ಕಿರಿಕಿರಿ ಮಾಡ್ಕೋತಿ ಅಪ್ಪ!"–ಎಂದು ಆಬಾ ಹೊರಗೆ ನಡೆದಿದ್ದ ಕಬೀರ್‌ಗೆ ಉಪದೇಶ ನೀಡಿದ.

"ಲಘುನ ಬರ್ತಿನಿ ಆಬಾ, ಊರಿನ ಒಬ್ಬ ಮನುಷ್ಯಾ ಭೇಟಿ ಮಾಡಾಕ ಬರ್ತಿನಿ ಅಂತ ಹೇಳಿದ್ದಾ. ಬಂದಾನೋ ಇಲ್ಲೋ ಅಂತಾದ್ರು ನೋಡಿ ಬರ್ತಿನಿ ಅಪ್ಪ"–ಎಂದು ಹೇಳಿ ಕಬೀರ್ ಮನೆಯಿಂದ ಹೊರ ನಡೆದ.

ಆಬಾ ಎದ್ದು ಅಡುಗೆ ಮನೆಗೆ ಹೋದ. ಮಣೆಯ ಮೇಲೆ ಕುಳಿತುಕೊಂಡ. ಸೊಸೆ ಊಟದ ತಟ್ಟೆ ಮುಂದಿರಿಸಿದಳು.

ಆಬಾ ಸೊಸೆಯೆಡೆ ನೋಡುತ್ತ ನುಡಿದ–

"ಏನವ್ವ, ಏನ್ ಅಂತಾನು ನಮ್ಮ ಹುಡ್ಗಾ?"

"ಅಂದ್ರ...ರೀ!"–ಸುಮನ್ ಸೀರೆಯ ಸೆರಗಿನ ಅಂಚನ್ನು ಹಲ್ಲಲ್ಲಿ ಕಚ್ಚಿ ಹಿಡಿದು ನಾಚಿದಳು.

"ಅಂದ್ರೇನು! ಚಿಕ್ಕ ಮಗಾ ಬಾಳ ಪ್ರೀತಿಯಾಗ ಬೆಳೆದು ಬಿಟ್ಟ. ಜಗಳಾಡಾಕ ಹಿಂದ–ಮುಂದ ನೋಡಾಂಗಿಲ್ಲ. ನಿನ್ನ ಜೋತಿ ಯಾವಾಗಾದ್ರೂ ಜಗಳಾ ಮಾಡಿದಾನೇನು? ಇಲ್ಲ, ಹಂಗೇನಾದ್ರೂ ಇದ್ರ ನಂಗ ಹೇಳವ್ವ."

"ಜಗಳಾ ಬಿಗಳಾ ಏನೂ ಆಗಿಲ್ಲ ನೋಡ್ರಿ. ಮತ್ತೆ ನೀವು ಇರುವಾಗ ಜಗಳಾ ಮಾಡಾಕ ಅವರಿಗೆ ಧೈರ್ಯ ಆದ್ರೂ ಆಗಿತ್ತೇನು ಹೇಳ್ರಿ?"–ಎಂದು ನುಡಿಯುತ್ತ ಸುಮನ್ ಈರುಳ್ಳಿ ಕತ್ತರಿಸಿ ಆಬಾನ ತಟ್ಟೆಯಲ್ಲಿ ಇಟ್ಟಳು. ನೀರಿನ ತಂಬಿಗೆಯನ್ನು ಮುಂದೆ ಸರಿಸಿದಳು.

ಆಬಾ ರೊಟ್ಟಿಯ ಒಂದು ತುಂಡನ್ನು ಸಾರಿನಲ್ಲಿ ಅದ್ದಿದ. ಇನ್ನೇನು ಅವನು ತುತ್ತು ಬಾಯಲ್ಲಿ ಹಾಕಿಕೊಳ್ಳಬೇಕು ಅಷ್ಟರಲ್ಲಿ ಅಳುವ ಧ್ವನಿಯೊಂದು ಅವನ ಕಿವಿಗೆ ಬಿತ್ತು. ಬಾಯಿವರೆಗೆ ತೆಗೆದುಕೊಂಡು ಹೋಗಿದ್ದ ತುತ್ತನ್ನು ಆಬಾ ಅಲ್ಲಿಯೇ ನಿಲ್ಲಿಸಿ ಬಿಟ್ಟ. ಅವನು ತನ್ನ ಕೈಯಲ್ಲಿರುವ ತುತ್ತನ್ನು ತಟ್ಟೆಯಲ್ಲಿ ಇಟ್ಟ ಹಾಗೂ ಸೊಸೆಗೆ ವಿಚಾರಿಸಿದ–

"ಯವ್ವ, ಯಾರು ಅಳಾಕತ್ತಾರು?"

"ಆದ್ರಿ... ಅದ ತಳೋಬಾ ಪೂಜಾರಿಯ ಹೆಂಡತಿ ಅಳತಾಳ. ಸಖಾ ಪೂಜಾರಿ ಸತ್ತ ಅಲ್ಲ."

"ಯಾವಾಗ? ನಿನ್ನೆ ಆದ್ರೂ ಚಲೋ ಇದ್ದ."

"ನೀವು ಕೂಡಲೆ ಹೇಳೋದು ಅಲ್ಲ ನಂಗ? ಮುಖಾ ಅಂತು ಸಿಗಲಿಲ್ಲ. ಕೊನೆಪಕ್ಷ ಅವನ ಮನಿ ಮಂದಿಗೆ ಧೈರ್ಯದ ಎರಡು ಮಾತಾದ್ರೂ ಮಾತಾಡಿ ಬರ್ತಿದ್ದೆಯಲ್ಲವ್ವ?"

"ಮಾವಾ...!"

"ಏನು?"

"ರೀ ಮಾವಾರ, ಆ ಪೂಜಾರಿ ಹೆಣಾನ ಕೇರಿ ಮಂದಿ ಇನ್ನೂ ಮಣ್ಣು ಮಾಡಿಲ್ಲರಿ."

ಅದನ್ನು ಕೇಳಿ ಆಬಾಗೆ ಆಘಾತವೇ ಆಯಿತು. ಪೂಜಾರಿ ಸತ್ತು ಹತ್ತಿರ-ಹತ್ತಿರ ಹನ್ನೆರಡು ಗಂಟೆಗಳೇ ಆಗಿತ್ತು. ಜನ ಇನ್ನೂ ಯಾಕೆ ಮಣ್ಣು ಮಾಡಿಲ್ಲ? ಆಬಾ ಮುಂದಿನ ಊಟದ ತಟ್ಟೆಯನ್ನು ಒಳಗೆ ತೆಗೆದುಕೊಂಡು ಹೋಗುವಂತೆ ಸೂಚಿಸಿದ. ನೀರಿನ ಒಂದು ಗುಟುಕು ಕುಡಿದು ಅವನು ಎದ್ದ.

"ಯವ್ವ, ನೀನು ಅಲ್ಲಿಗೆ ಹೋಗಿ ಬಂದೇನವ್ವ? ಯಾರ ಸಲುವಾಗಿ ಹೆಣಾ ಇಟ್ಟಾರ? ಏನಾದ್ರೂ ತಿಳಿತೇನು?"

ಬಡೆಸಿದ್ದ ತಟ್ಟೆಯ ಮೇಲೆ ಇನ್ನೊಂದು ತಟ್ಟೆಯನ್ನು ಮುಚ್ಚುತ್ತ ಸುಮನ್ ನುಡಿದಳು–"ಆದ್ರಿ, ನಾನು ಹೋಗಿ ಬರಬೇಕು ಅಂದುಕೊಂಡಿದ್ದೇರಿ, ಆದ್ರ ಇವ್ರು ಹೋಗಾಕ ಬಿಡಲಿಲ್ಲರಿ. ನಾ ಒಬ್ಬಾಕಿ ಮಾತ್ರ ಅಲ್ಲ, ಯಾರೂ ಹೋಗಲಿಲ್ಲ ನೋಡ್ರಿ."

ಆಬಾ ಪುನಃ ಅಸ್ವಸ್ಥನಾದ. ಅವನಿಗೆ ಏನೂ ತಿಳಿಯದಾಯಿತು. ಸಖಾ ಪೂಜಾರಿ ಸತ್ತ. ಅವನ ಹೆಣವನ್ನು ಈಗಿನವರೆಗೆ ಜನ ಇಟ್ಟಿದ್ದಾರೆ. ಮನೆಯಡೆಯೂ ಯಾರನ್ನು ಹೋಗಲು ಬಿಡುತ್ತಿಲ್ಲ. ಅವನಿಗೆ ಏನೂ ತಿಳಿಯದಾಯಿತು. ಹೊರಗೆ ಹೋಗಿದ್ದ ಕಬೀರ್ ಈಗ ಮನೆ ಒಳಗೆ ಬಂದಿದ್ದ.

"ಕಬೀರ್, ಆ ಪೂಜಾರಿ ಹೆಣಾ ಯಾಕಪ್ಪ ಇನ್ನೂ ಇಟ್ಟಾರು? ಮಣ್ಣು ಯಾಕ ಮಾಡಲಿಲ್ಲ? ಯಾರಾದ್ರೂ ಅವನ ಸಂಬಂಧಿಕರು ಬರೋರು ಇದ್ದಾರೇನು?"

ಆಬಾನ ಈ ಪ್ರಶ್ನೆಯಡೆ ಕಬೀರ್ ದುರ್ಲಕ್ಷ್ಯ ಮಾಡುತ್ತ ನುಡಿದ–“ಆಬಾ, ನೀವು ಊಟಾ ಮಾಡಿದ್ರೊ ಇಲ್ಲೋ?”

“ಕಬೀರ್, ಕೇರಿ ಮನುಷ್ಯಾ ಸತ್ತಾಗ ಊಟ ಚಲೋ ಆದ್ರು ಹೇಂಗ್ ಅನಿಸ್ತದ? ನೀನು ಕುಂಡ್ರು ಮನಿಯೊಳಗ, ನಾನು ಪೂಜಾರಿಯ ಮನಿಕಡೆ ಹೋಗಿ ಬರ್ತಿನಿ. ಏನ್ ಆಗೇದ ನೋಡಿ ಅದ್ರೂ ಬರ್ತಿನಿ!”

“ಹೋಗ್ರಿ, ಆದ್ರ...”–ಕಬೀರ್ ಮಧ್ಯದಲ್ಲಿಯೇ ಮಾತು ನಿಲ್ಲಿಸಿದ.

“ನಿಂಗ ಈವತ್ತು ಏನಾಗದ?”

“ಹಂಗೇನು ಇಲ್ಲ ಆಬಾ, ಆದ್ರ...”

ಕಬೀರನನ್ನು ತನ್ನ ಹತ್ತಿರ ಮಂಚದ ಮೇಲೆ ಕುಳಿಸಿಕೊಂಡ ಹಾಗೂ ವಿಚಾರಿಸಿದ–“ಕಬೀರ್, ಹೀಂಗ್ ಯಾಕ ಇವತ್ತು ನಡಕೋಳಾತಿ? ಸ್ಪಷ್ಟ ಆಗಿ ಯಾಕ ಮಾತಾಡವಲ್ಲಿ?”

“ಏನ್ ಮಾತಾಡಲಿ ಆಬಾ? ಸಖಾ ಪೂಜಾರಿ ಮಣ್ಣಿಗೆ ಯಾರೂ ಹೋಗಬಾರದು ಅಂತ ಸಮಾಜದ ಜನ ನಿರ್ಧಾರ ಮಾಡ್ಯಾರ.”

ಆಬಾಗೆ ಆಘಾತವಾಯಿತು.

“ಆಗೇದ ಆದ್ರೂ ಏನು?”

“ಏನಂದ್ರ? ಆ ಪೂಜಾರಿ ಹೆಂಡತಿ ಸೊಕ್ಕಿಂದು–ಹಿಂದಿನ ಸಲ ಮ್ಯಾಸೊಬಾನ ಜಾತ್ರಿಗೆ ಪಟ್ಟಿ ಕೊಟ್ಟಿರಲಿಲ್ಲ. ಪಟ್ಟಿ ಕೇಳಾಕ ಹೋದಾಗ ನಮಗ, ‘ಪಟ್ಟಿ–ಗಿಟ್ಟಿ ಏನೂ ಕೇಳಬ್ಯಾಡ್ರಿ, ಕುರಿ ನೀವು ಕತ್ತರಿಸ್ರಿ ಮತ್ತು ನೀವ ತಿನ್ನಿರಿ, ನಾ ಏನ್ ಬರಾಂಗಿಲ್ಲ ನಿಮ್ಮ ಜಾತ್ರಿಗೆ’–ಅಂದಳು. ಇದ ಕೇಳಿಸಿಕೊಂಡ ಮ್ಯಾಲೆ ಪಟ್ಟಿ ಕೇಳಾಕ್ ಹೋದವ್ರು ಅಂದ್ರು–‘ಹೌಸಾಬಾಯಿ, ಸಮಾಜದ ಕೆಲ್ಸ, ಪಟ್ಟಿ ಕೊಡಾಕ ಬೇಕು.’ ಇದರ ಮ್ಯಾಲೆ ಹೌಸಾ ತಕ್ಷಣ ಅಂದಳು,–‘ಸಮಾಜ–ಗಿಮಾಜ ನಂಗ ಗೊತ್ತಿಲ್ಲ. ನಾನು ನಿಮ್ಮ ಬಾಗಿಲಿಗಿ ಬಂದ್ರ ಸಮಾಜದ ಧಮಕಿ ಹಾಕ್ರಿ’. ಹೌಸಾನ ಈ ಮಾತ್ ಕೇಳಿ ಪಟ್ಟಿ ಕೇಳ್ಳಾಕ ಹೋದ ಹಿರಿಯಾರ ತಲಿ ಬಿಸಿ ಆತು. ನಮ್ಮಲ್ಲಿ ಒಬ್ಬ ಅಂದ,–‘ಏ ಮುದುಕಿ, ಸಮಾಜದ ಕೆಲ್ಸಕ್ಕ ಬರಾಂಗಿಲ್ಲ ಅಂತೀಯೇನು? ನಾಳೆ ನಿನ್ನ ಮುದುಕ ಸತ್ರ! ಹೆಣಾ ಸ್ಮಶಾನಕ್ಕೆ ಒಯ್ಯಾಕಾದ್ರು ಬೇಕೋ ಬ್ಯಾಡೋ ಸಮಾಜ?’ ಇದನ್ನು ಕೇಳಿದ ಮ್ಯಾಲೆ ಹೌಸಾ ಒಲಿ ಮ್ಯಾಲಿನ ಚಿಮಣಿ ಭಗ್ ಅಂತ ಹೊತ್ತಿಕೊಳ್ಳು ಹಂಗ ಒಮ್ಮೆ ಭಗ್ ಅಂದಳು.–‘ಏ ಬೋಳಿಮಕ್ಕಾ, ಯಾರಿಗೆ ಧಮಕಿ ಹಾಕಾತೀರಿ? ನನ್ನ ಗಂಡ ಸತ್ರ ಯಾರೂ ಬರಾಕ ಹೋಗಬ್ಯಾಡ್ರಿ. ಅಪ್ಪ ತಳೋಬಾ ಇದ್ದಾನ ನೋಡಿಕೊಳಾಕ.’ ಹೌಸಾ ಮುದುಕಿಯ ಸೊಕ್ಕಿನ ಮಾತು ಕೇಳಿ ಪಟ್ಟಿ ಕೇಳ್ಳಾಕ ಹೋಗಿದ್ದ ಜನಾ ಗರಂ ಆದ್ರು, ಅದ ದಿನ ಅವರು ನಿರ್ಧಾರ ಮಾಡಿದ್ರು, ಸಖಾ ಪೂಜಾರಿ ಸತ್ರ ಯಾರೂ ಅವನ ಮಣ್ಣಿಗೆ ಹೋಗು ಹಂಗ ಇಲ್ಲ ಅಂತ.”

ಕಬೀರ್‌ನ ಮಾತುಗಳನ್ನು ಕೇಳಿ ಆಬಾ ಆಘಾತಗೊಂಡ. ತುಂಬಾ ವಿಷಮ ಪರಿಸ್ಥಿತಿಯಿತ್ತು. ಸಮಾಜ ಕಠೋರ ಆದ್ರೆ ಏನಾಗುತ್ತೆ ಅದರ ಉದಾಹರಣೆ ಅಂದ್ರೆ ಸಮಾಜ ಸಖಾ ಪೂಜಾರಿಯ ಹೆಣದ ಮೇಲೆ ಹಾಕಿದ್ದ ಬಹಿಷ್ಕಾರ! ನಮ್ಮೊಂದಿಗೆ ಇದ್ದ ಒಬ್ಬ ಮನುಷ್ಯ ಹೋದ. ಆದರೆ ಅದರ ಯಾವುದೇ ಪರಿಣಾಮ ಸಮಾಜದ ಮೇಲೆ ಉಂಟಾಗಲಿಲ್ಲ. ಎಲ್ಲೂ ತಳಮಳ, ದುಃಖವಿಲ್ಲ. ಏನೂ ಘಟಿಸಿಯೇ ಇಲ್ಲ ಎನ್ನುವ ರೀತಿಯಲ್ಲಿ ವಾತಾವರಣವಿತ್ತು. ಜನ ಯಥಾಪ್ರಕಾರ ತಮ್ಮ ಮನೆಯಲ್ಲಿ ಹರಟೆ ಹೊಡೆಯುತ್ತಿದ್ದರು. ಚಾವಡಿಯಲ್ಲಿ ಜನ ಆರಾಮವಾಗಿ ಮಲಗಿದ್ದರು. ಎಲ್ಲವೂ ಶಿಸ್ತುಬದ್ಧವಾಗಿತ್ತು! ಎಲ್ಲೂ ಏನೂ ಘಟಿಸಿಯೇ ಇಲ್ಲ ಎನ್ನುವ ಹಾಗೆ! ನಿಜ, ಸಮಾಜ ಎಷ್ಟೊಂದು ಕಠೋರವಾಗಿರುತ್ತದೆ ಅಲ್ಲವೆ? ಆಬಾನ ಕಿವಿಗೆ ಪುನಃ ಮುದುಕಿಯ ಅಳುವ ಶಬ್ದ ಅಪ್ಪಳಿಸಿತು. ಹೌಸಾ ಮುದುಕಿ ಮಧ್ಯ ಲಬೋ-ಲಬೋ ಎಂದು ಬಾಯಿ ಬಡೆದುಕೊಳ್ಳುತ್ತಿದ್ದಳು ಹಾಗೂ ಅಳುತ್ತಲೇ ನುಡಿಯುತ್ತಿದ್ದಳು,-"ಎಲ್ಲಿ ಹುಡುಕಲೊ ರಾಜಾ ನಿನ್ನ, ಹಂತಾದೇನೋ ಮಾಡಿದ್ಯೋsss... ನಿನ್ನ ಹೆಣಕ್ಕ ಯಾರೂ ಕೈ ಹಚ್ಚವಾಲರೂsss... ರಾಜಾ ಎಲ್ಲಿ ಹೋಗಿ ಅಡಕೊಂಡೊ? ಬಾsssರೋ ನನ್ನ ರಾಜಾ!"

ಹೌಸಾ ಮುದುಕಿಯು ಆಕ್ರೋಶ ಕೇಳಿ ಆಬಾನ ಕರುಳು ಹಿಂಡಿದ ಹಾಗಾಯಿತು; ರಾತ್ರಿಯ ಗರ್ಭದಲ್ಲಿ ಆಕಳಿಸುತ್ತ ನಿದ್ರೆಗೆ ಜಾರಿದ ಹೊಲಗೇರಿಯ ಮೇಲೆ ಅದರ ಯಾವುದೇ ಪರಿಣಾಮವಾಗಲಿಲ್ಲ. ಆಬಾಗೆ ಈಗ ಅದು ಅಸಹ್ಯವಾಯಿತು. ಅವನು ಕಬೀರ್‌ನಿಗೆ ನುಡಿದ-"ಏ ಕಬೀರ್, ಲಘುನ ಏಳ ಮತ್ತು ಆ ಗೋಪಾ ಮಾಸ್ತರರಿಗೆ ಮತ್ತು ಅಂಗಡಿ ಸದಾಗ ಕರಿ ಮತ್ತ ಬರುವಾಗ ನಾಮಾಗು ಕರಿ. ಲಘುನ ಏಳು... ಏಳತಿ ಏನು? ಏಳ್ ಅನ್ನಾತೇನಿ ಅಲ್ಲ!"

ಕಬೀರ್ ಸುಮ್ಮನೆ ಎದ್ದ. ಸುಮನ್ ಹೊಸ್ತಿಲಲ್ಲಿ ನಿಂತು ಅಪ್ಪ-ಮಗನ ಸಂವಾದ ಕೇಳಿಸಿಕೊಳ್ಳುತ್ತಿದ್ದಳು. ಆಬಾ ಕೈ ಹಿಂದೆ ಕಟ್ಟಿಕೊಂಡು ಅಲ್ಲಿಂದ ಇಲ್ಲಿ, ಇಲ್ಲಿಂದ-ಅಲ್ಲಿ ಸುತ್ತಾಡಲು ಪ್ರಾರಂಭಿಸಿದ. ಗೋಡೆಯ ಮೇಲೆ ತೂಗುಬಿಟ್ಟಿದ್ದ ಡಾ. ಬಾಬಾ ಸಾಹೇಬ್ ಅಂಬೇಡ್ಕರ್ ಅವರ ಭಾವ ಚಿತ್ರವನ್ನು ನೋಡುತ್ತಿದ್ದ ಹಾಗೆ ಅವನ ಅಸ್ವಸ್ಥತೆ ಇನ್ನೂ ಹೆಚ್ಚುತ್ತಲಿತ್ತು... ಕೇವಲ ಪಟ್ಟಿಯ ಹಣ ನೀಡಲಿಲ್ಲ ಎಂಬ ಕಾರಣದಿಂದಾಗಿ ತಮ್ಮ ಕುಲಬಾಂಧವರು ತಮ್ಮದೆ ರಕ್ತದ ಮನುಷ್ಯನ ಮೇಲೆ ಹಾಕಿದ ಬಹಿಷ್ಕಾರ, ಗಂಡನ ಹೆಣದ ಮೇಲೆ ಉರುಳಾಡಿ ಎದೆ ಹೊಡೆದುಕೊಳ್ಳುತ್ತಿದ್ದ ಹೌಸಾ ಹಾಗೂ ತನ್ನ ತೆರೆದಗಣ್ಣಿನಿಂದ ಎಲ್ಲವನ್ನೂ ನೋಡುತ್ತಿದ್ದ ಸಮಾಜ... ಎಷ್ಟೊಂದು ನಿರ್ಜೀವತೆ ಬಂದು ಬಿಟ್ಟಿದೆ ಅಲ್ಲ ಮನುಷ್ಯನ ಜೀವನದಲ್ಲಿ! ಬಹಿಷ್ಕಾರ ಹಾಕುವುದೇ ಅದೂ ಒಂದು ಹೆಣದ ಮೇಲೆ? ಛೇ! ಛೇ! ಎಷ್ಟೊಂದು ಲಜ್ಜಾಸ್ಪದ ವಿಷಯ!ಇದಕ್ಕಾಗಿಯೇ ಏನು ಡಾ.

ಬಾಬಾಸಾಹೇಬ್ ಅಂಬೇಡ್ಕರ್ ಅವರು ನಮ್ಮನ್ನು ದೊಡ್ಡವರನ್ನಾಗಿ ಮಾಡಿದ್ದು? ಇದಕ್ಕಾಗಿಯೆ ಏನು ಅವರು ನಮ್ಮನ್ನು ಸಂಘಟಿಸಿದ್ದು? ಇದಕ್ಕಾಗಿಯೇ ಏನೂ ಅವರು ತಮ್ಮ ಸಂಪೂರ್ಣ ಬದುಕನ್ನು ವ್ಯಯ ಮಾಡಿದ್ದು? ಏನು ಕಲಿತೇವು ನಾವು ಇದರಿಂದಾಗಿ? ಹೆಣದ ಮೇಲೆ ಬಹಿಷ್ಕಾರ ಹಾಕುವುದೇ? ಆಬಾನ ಮನಸ್ಸಿನಲ್ಲಿ ಅನೇಕ ವಿಚಾರಗಳ ಮಂಥನ ನಡೆದಿತ್ತು.

ಆಬಾ ತನ್ನ ಬದುಕಿನಲ್ಲಿ ಅನೇಕ ಬಹಿಷ್ಕಾರಗಳನ್ನು ಕಂಡಿದ್ದ. ಅನುಭವಿಸಿಯೂ ಇದ್ದ. ಅಂಬೇಡ್ಕರ್ ಚಳುವಳಿಯಲ್ಲಿ ಯಾವಾಗ ಶರಣಗುಪ್ಪಿ ಗ್ರಾಮ ಎಚ್ಚೆತ್ತುಕೊಂಡಿತೊ ಆವಾಗ ಸತ್ತ ಪ್ರಾಣಿಗಳನ್ನು ಹೊತ್ತು ಒಯ್ಯುವ ಕೆಲಸವನ್ನು ನಿರಾಕರಿಸಿದ್ದರು. ಯಾರಾದರೂ ಸತ್ರೆ ಸುದ್ದಿ ಮುಟ್ಟಿಸುವ ಕೆಲಸವನ್ನು ನಿಲ್ಲಿಸಿದ್ದರು. ಅಂಗಳವನ್ನು ಗುಡಿಸುವುದನ್ನು ನಿಲ್ಲಿಸಿ ಬಿಟ್ರು. ಆವಾಗ ಅಹಂಕಾರಕ್ಕೆ ಏಟು ಬಿದ್ದ ಪ್ರತಿಗಾಮಿ ಸವರ್ಣೀಯರು ದಲಿತರ ಮೇಲೆ ಬಹಿಷ್ಕಾರ ಹಾಕಿದರು. ಹೊಲೆಯರಿಗೆ ಕೂಲಿ ಕೆಲ್ಸ ಸಿಗುವುದು ನಿಂತು ಹೋಯಿತು. ಆಕಳು ಕರುಗಳಿಗೆ ಮೇವು-ನೀರು ಬಂದ್ ಮಾಡಲಾಯಿತು. ಮೇವು ಕೇಳುವ ಹಾಗೆ ಇರಲಿಲ್ಲ. ಬಹಿಷ್ಕಾರದ ಈ ಬೆಂಕಿಯಲ್ಲಿ ಶರಣಗುಪ್ಪಿಯ ಹೊಲೆಯರು ಒದ್ದಾಡಿ ಹೋದರು. ಆಕಳು ಕರುಗಳು ಮೇವು ಇಲ್ಲದೆ ಒದ್ದಾಡಲು ಪ್ರಾರಂಭಿಸಿದವು. ಎರಡು-ಎರಡು ಮೈಲಿ ದೂರ ಹೋಗಿ ಕೃಷ್ಣಾ ನದಿಯಿಂದ ಜನ ನೀರು ತಂದರು; ಆದರೆ ಹೊಲೆಯರ ಒಬ್ಬನೇ ಒಬ್ಬ ಹುಡುಗ ಸಹ ಗೌಡರ ಬಾವಿಯೆಡೆ ಸುಳಿಯಲಿಲ್ಲ.

ಸತತ ಮೂರು ವಾರ ಸವರ್ಣಿಯರು ಹಾಕಿದ ಬಹಿಷ್ಕಾರದಿಂದ ದಲಿತರು ಸಂಕಷ್ಟಕ್ಕೆ ಈಡಾದರು. ಅಕ್ಕ-ಪಕ್ಕದ ದಲಿತರು ಶರಣಗುಪ್ಪಿಯ ದಲಿತರಿಗೆ ಸಹಾಯ ಮಾಡಿದರು. ಕೆಲವರು ಪ್ರಾಣಿಗಳಿಗೆ ಮೇವು ನೀಡಿದರು. ಕೆಲವರು ಹಿಟ್ಟು ನೀಡಿದರು. ಕೆಲವರು ರೊಟ್ಟಿ ನೀಡಿದರು. ದಲಿತ ನಾಯಕರು ಚಾವಡಿಯಲ್ಲಿ ಸಭೆ ಸೇರಿದರು. ಶರಣಗುಪ್ಪಿ ಗ್ರಾಮ ಎಲ್ಲೆಡೆ ಜನಪ್ರಿಯವಾಯಿತು. ಪತ್ರಿಕೆಯಲ್ಲಿ ಸುದ್ದಿಗಳು ಪ್ರಕಟಗೊಳ್ಳಲು ಪ್ರಾರಂಭವಾದವು. ನೋಡು-ನೋಡುತ್ತಿದ್ದ ಹಾಗೆ ಬಹಿಷ್ಕಾರದ ವಿಷಯ ತಾಲೂಕಿನಿಂದ ಜಿಲ್ಲೆಗೆ ವ್ಯಾಪಿಸಿತು.

ಆ ಕಡೆ ಬೆಂಗಳೂರಿನಲ್ಲಿ ವಿಧಾನ ಸಭೆಯಲ್ಲಿ ಬಹಿಷ್ಕಾರದ ವಿಷಯ ಕುರಿತು ಚರ್ಚೆ ಪ್ರಾರಂಭವಾಯಿತು. ಶಾಸಕೀಯ ಚಕ್ರ ತಿರುಗಲು ಪ್ರಾರಂಭವಾಯಿತು. ವಿವಿಧ ಪಕ್ಷದ ನಾಯಕರು ಶರಣಗುಪ್ಪಿ ಗ್ರಾಮಕ್ಕೆ ಭೇಟಿ ನೀಡಲು ಪ್ರಾರಂಭಿಸಿದರು. ಪ್ರತಿಯೊಬ್ಬರು ತಮ್ಮದೇ ರೀತಿಯಲ್ಲಿ ಬಹಿಷ್ಕಾರದ ಕುರಿತು ಮಾರ್ಗವನ್ನು ತೆಗೆಯಲು ಪ್ರಯತ್ನಿಸಿದರು. ಕೊನೆಗೆ ಈ ಸಂಘರ್ಷದ ಮೇಲೆ ತೆರೆಬಿದ್ದಿದ್ದು ದಲಿತರ ವಿಜಯದಿಂದಾಗಿಯೆ! ಈ ಸಂಘರ್ಷದಿಂದ ಶರಣಗುಪ್ಪಿ

ಗ್ರಾಮದಲ್ಲಿಯ ದಲಿತರಲ್ಲಿ ಒಂದು ಹೊಸ ತಿಳುವಳಿಕೆ, ಒಂದು ಹೊಸ ಚೈತನ್ಯ ನಿರ್ಮಾಣವಾಯಿತು. ಆಬಾ ಈ ಹೋರಾಟವನ್ನು ತುಂಬಾ ಹಠದಿಂದಾನೇ ಮಾಡಿದ್ದ. ಸ್ವತಃ ಆಬಾನ ಮೇಲೆ ಸವರ್ಣಿಯರಿಂದ ಅನೇಕ ಸಲ ಕೊಲೆಯ ಪ್ರಯತ್ನವೂ ನಡೆದವು. ಕೊಲೆಯ ಬೆದರಿಕೆಗಳೂ ಸಹ ಬಂದವು; ಆದರೆ ಆಬಾ ಹೆದರಲಿಲ್ಲ. ಆವಾಗಿನಿಂದ ಕೃಷ್ಣಾ ಕಾಂಬಳೆಯನ್ನು ಜನ 'ಆಬಾ ಕಾಂಬಳೆ' ಎಂಬ ಹೆಸರಿಂದ ಗುರುತಿಸಲು ಪ್ರಾರಂಭಿಸಿದರು.

ಶರಣಗುಪ್ಪಿ ಗ್ರಾಮದಲ್ಲಿ ದಲಿತರಿಗೆ ಸಿಕ್ಕ ವಿಜಯದಿಂದಾಗಿ ಅಕ್ಕ-ಪಕ್ಕದ ಗ್ರಾಮದ ದಲಿತರು ಎಚ್ಚೆತ್ತುಕೊಂಡರು. ಅವರು ಚಾಕರಿ ಮಾಡುವುದನ್ನು ನಿರಾಕರಿಸಿದರು. ತುಂಬಾ ಗ್ರಾಮದಲ್ಲಿ ಶರಣಗುಪ್ಪಿ ಗ್ರಾಮದ ಹಾಗೆ ಬಹಿಷ್ಕಾರ ಹಾಕಲಾಯಿತು; ಆದರೆ ಆಬಾನ ನೇತೃತ್ವದಿಂದಾಗಿ ಸವರ್ಣೀಯರ ಬಹಿಷ್ಕಾರ ನಿಷ್ಫಲವಾಯಿತು. ಈ ವಿಷಯದಿಂದಾಗಿ ಶರಣಗುಪ್ಪಿ ಗ್ರಾಮದಲ್ಲಿ ಆಬಾನ ಬೆಲೆ ಜಾಸ್ತಿ ಆಯಿತು. 'ದಲಿತರ ಮುಖಂಡ' ಎಂದು ಜನ ಆಬಾನನ್ನು ಗುರುತಿಸಲು ಪ್ರಾರಂಭಿಸಿದರು. ಆಬಾ ಹೇಳಿದ್ದೆ ಕೊನೆ. ಅವನ ಮಾತನ್ನು ಮೀರುವ ಧೈರ್ಯ ಯಾರಲ್ಲೂ ಇರಲಿಲ್ಲ.

ಹಳೆಯ ಇತಿಹಾಸ ನೆನಪಿಗೆ ಬರುತ್ತಿದ್ದ ಹಾಗೇ ಆಬಾನ ದೇಹದಲ್ಲಿ ಹಿಡಿ ಮಾಂಸ ಜಾಸ್ತಿ ಆಗುತ್ತಿತ್ತು. ಡಾ. ಅಂಬೇಡ್ಕರ್ ಅವರ ಚಳುವಳಿಯಲ್ಲಿ ಕೆಲಸ ಮಾಡಿ ಸಾರ್ಥಕತೆ ಪಡೆದ ಸಮಾಧಾನ ಅವನ ಮುಖದಲ್ಲಿ ಎದ್ದು ಕಾಣುತ್ತಿತ್ತು. ಆದರೆ ಈಗ ನಡೆದ ಘಟನೆಯಿಂದಾಗಿ ಅವನಿಗೆ ನೋವಾಗಿತ್ತು.

"ಯವ್ವ, ಬಾಗಿಲಿನ್ಯಾಗ ಗುಡಾರು ಹಾಸು, ಜನರು ಬರಬಹುದು!"-ಎಂದು ವಾಸ್ತವಕ್ಕೆ ಮರಳಿದ ಆಬಾ ಹೇಳಿದ.

ಸುಮನ್ ಬಾಗಿಲಿನಲ್ಲಿ ಗುಡಾರು ಹಾಕಿದಳು. ಆಬಾ ಅಂಗಳಕ್ಕೆ ಬಂದ. ಇಷ್ಟು ಹೊತ್ತು ತನ್ನ ಹೆಂಡತಿಯೊಂದಿಗೆ ಹೊರಗೆ ಹೋಗಿದ್ದ ಆಬಾನ ಹಿರಿಯ ಮಗ ಮನೆಗೆ ಮರಳಿದ. ಆಬಾನನ್ನು ನೋಡುತ್ತಿದ್ದ ಹಾಗೆ ಅವನು ಸಾವರಿಸಿಕೊಂಡ. ಅವನ ಹೆಂಡತಿ ತಲೆಯ ಮೇಲಿನ ಸೆರಗನ್ನು ಸರಿ ಮಾಡಿಕೊಂಡಳು.

"ಏನೊ ಭೀಮರಾವ್! ಎಲ್ಲಿ ಸುತ್ತೋಕೆ ಪ್ರಾರಂಭಿಸಿದಿ?"

"ಶೇವಂಗತಿಕಾಕುನ ಮನೆಗೆ ಹೋಗಿದ್ವಿ. ಅದು ಹೋಗಲಿ ಬಿಡ್ರಿ, ನೀವು ಯಾವಾಗ ಬಂದ್ರಿ ತಾಲೂಕನಿಂದ?"

"ಒಂದು ತಾಸಾತು. ಏನೊ ಭೀಮಾ, ಹೌಸಾಬಾಯಿಯ ಗಂಡ ಸತ್ತ ಅಂತ ನಿಂಗ ಗೊತ್ತಿತ್ತೋ ಇಲ್ಲೊ?"

"ಗೊತ್ತಿದ್ರ ಏನ್ ರೀ ಆಬಾ? ಸಮಾಜ ಬಹಿಷ್ಕಾರ ಹಾಕಾಕ ನಿರ್ಧಾರ ಮಾಡೇದ. ನನ್ನ ಮಾತು ಯಾರ್ ಕೇಳ್ತಾರ?"-ಭೀಮರಾವ್ ಸಹಜವಾಗಿ ಉತ್ತರಿಸಿದ.

ಭೀಮರಾವ್ ಉತ್ತರದಿಂದ ಆಬಾನಿಗೆ ಸಮಾಧಾನವಾಗಲಿಲ್ಲ. ಅವನಿಗೆ ತಪ್ಪು ಕಲ್ಪನೆ ಇತ್ತು ತನ್ನ ಮಕ್ಕಳು ತನ್ನ ಹೋರಾಟವನ್ನು ಮುಂದುವರೆಸಿಕೊಂಡು ಹೋಗುತ್ತಾರೆ ಎಂದು. ಆಬಾನಿಗೆ ನಿರಾಶೆ ಆಯಿತು. ಭೀಮರಾವ್ ಆಬಾನ ಮುಂದೆ ಏನೂ ಮಾತಾಡದೆ ಮನೆ ಒಳಗೆ ಹೊರಟು ಹೋದ.

ಅಂಗಡಿ ಸದಾ ಹಾಗೂ ನಾಮಾರನ್ನು ಕರೆದುಕೊಂಡು ಕಬೀರ್ ಬಂದ. ನಾಮಾ ಹಾಗೂ ಸದಾ ಆಬಾರಿಗೆ 'ಜಯಭೀಮ'ಎಂದರು. ಎಲ್ಲರೂ ಗುಡಾರದ ಮೇಲೆ ಕುಳಿತರು. ಆಬಾ ವಿಷಯ ಪ್ರಸ್ತಾಪ ಮಾಡಿದ.

"ಏನು ಸದಾ, ನೀವೆಲ್ಲ ಏನ್ ನಿರ್ಧಾರ ಮಾಡಿರಿ?

ಆಬಾನ ಪ್ರಶ್ನೆ ಕೇಳಿ ಸದಾ ಸ್ವಲ್ಪ ಗೊಂದಲಕ್ಕೆ ಒಳಗಾದ. ಆಬಾಗೆ ಈಗ ಏನು ಹೇಳಬೇಕು ಎಂದು ಅವನಿಗೆ ತಿಳಿಯದಾಯಿತು. ಯಥಾಪ್ರಕಾರ ಅವನು ಎಡಗೈಯನ್ನು ಕೂದಲ ಮೇಲೆ ಆಡಿಸಿದ.

"ನಾನೇನು ಹೇಳಲಿ ಆಬಾ? ಸಮಾಜ ಏನು ನಿರ್ಧರಿಸತ್ತದ ಅದ ನಿರ್ಧಾರ. ನಾವೇನು ಸಮಾಜವನ್ನು ಬಿಟ್ಟು ಹೋಗ್ತಿವಿ?"

ಆಬಾ ನಾಮಾ ಮಾನೆ ಕಡೆ ದೃಷ್ಟಿ ಹೊರಳಿಸಿದ. ಯಾವಾಗಲೂ ಆಬಾನ ಜೊತೆ ಬಿಚ್ಚು ಮನಸ್ಸಿನಿಂದ ಮಾತಾಡುತ್ತಿದ್ದ ನಾಮಾ ಸಹ ಸಂಕೋಚದಿಂದ ಇರುವ ಹಾಗೆ ಭಾಸವಾಯಿತು. ಆಬಾನ ವಯಸ್ಸಿನ ನಾಮಾ. ನಾಮಾ ಮಾನೆ ಕೇರಿಯ ಮುಖಂಡನಾಗಿದ್ದ. ಮಿಲ್ಟ್ರಿಯಿಂದ ನಿವೃತ್ತನಾದ ಮೇಲೆ ಅವನು ತನ್ನ ಹೆಂಡತಿ ಮಕ್ಕಳೊಂದಿಗೆ ಇಲ್ಲೆ ವಾಸವಾಗಿದ್ದ.

"ಏನೋ ನಾಮಾ, ನಿಮಗೇನು ಅನ್ನಿಸ್ತದ?"

ಆಬಾನ ನೇರ ಪ್ರಶ್ನೆ ನಾಮಾಗೆ.

"ಏನ್ ಹೇಳಬೇಕು ಆಬಾ? ಆ ಹೌಸಾಬಾಯಿ ಒಳ್ಳೆ ಗುಣದಾಕಿ ಅಲ್ಲ. ಯಾವಾಗಲೂ ತಂದ ನಡಿಸ್ತಾಳ. ಆಕಿ ಅಂತಾಳ ಆಕಿಗ ಸಮಾಜ ಬ್ಯಾಡ. ಯಾರ್ಯಾರೂ ಬ್ಯಾಡ. ಹಂಗಿದ್ದಾಗ ನಾನೇನು ಅಂತಿನಿ ಅಂದ್ರ ಆಬಾ, ಯಾವ ಹೆಂಗಸಿಗೆ ಸಮಾಜ ಬ್ಯಾಡ ಆಕಿಗ ಒಬ್ಬಾಕಿ ಇರಾಕ ಬಿಡ್ರಿ! ನಾವಿರದಿದ್ರ ಆಕಿದೇನು ನಿಲ್ಲಾಂಗಿಲ್ಲ ಅಲ್ಲ?"

ನಾಮಾನ ಕಡೆಯಿಂದ ಇಂತ ಒಂದು ಉತ್ತರ ಬರುತ್ತದೆ ಎಂದು ಆಬಾಗೆ ಅನ್ನಿಸಿರಲಿಲ್ಲ. ಆಬಾ ಶಾಂತ ರೀತಿಯಿಂದ ನುಡಿದ–"ಇದು ನೋಡು ನಾಮಾ... ಮತ್ತು ಸದಾ, ನೀನು ಸಹ ಕೇಳು–ಸಿಟ್ಟಿನ ಬರದಾಗ ಮನುಷ್ಯ ಏನೆಲ್ಲ ಮಾತಾಂಡಾಗಿಲ್ಲ? ಆಕಿ ಬಾಯಿತಪ್ಪಿ ಯಾಶಿ ಮಾತು ಆಡಿರಬಹುದು. ಅಷ್ಟಕ್ಕ ಅದನ್ನ ಮನಸ್ಸಿನ್ಯಾಗ ಇಟ್ಟುಕೊಳ್ಳೋದೇನು? ಹೌಸಾ ಮೊದಲಿನಿಂದನ ಸಿಟ್ಟಿನ್ಯಾಕಿ ನಿಂಗ್ ಗೊತ್ತಿಲೇನು? ಎಲ್ಲಾರೂ ನಮ್ಮ ಮಂದಿನ! ಒಬ್ಬರ ಮೇಲೆ ಹಿಂಗ್ ಬಹಿಷ್ಕಾರ ಹಾಕಿದ್ರ ಹೆಂಗ್? ಊರಿನ ಜನ ಏನ್ ಅಂದ್ಕೋತಾರ?"

"ನೀವು ಹೇಳೋದು ಎಲ್ಲಾ ಸರಿ. ಆದ್ರ ಹೌಸನ ತಪ್ಪು ಏನೂ ಇಲ್ಲಾ ಅಂತ ಹೇಳ್ರಿ? ರೀ, ಸಮಾಜ ಅಂದ್ರ ಕಾಲಿನಕಸಾ ಅಂತ ತಿಳಕೊಂಡಾಳೇನು ಆಕಿ?"–ನಾಮಾನ ಉತ್ತರ.

ಇಷ್ಟೋತ್ತು ಸುಮ್ಮನಿದ್ದ ಸದಾ ನುಡಿದ–"ಆಬಾ, ನಾನು ಸ್ವಲ್ಪ ಮಾತಾಡಲಿ ಏನು?"

"ಅರೇ, ಮಾತಾಡಲಿ ಅಂತ ಕೇಳತಿ? ಮಾತಾಡಲ್ಲ!"

"ಹೌಸಾ ಮುದುಕಿದು ತಪ್ಪು ಆಗೇದ. ಅವಳು ಸಮಾಜದ ಮುಂದ ಕ್ಷಮೆ ಕೇಳಬೇಕು ಹಾಗೂ ಐದನೂರು ರೂಪಾಯಿ ದಂಡ ಕಟ್ಟಬೇಕು. ಹೇಂಗ್ರಿ ನಾಮಾ ತಾತ್ಯಾ?"–ನಾಮಾ ಮಾನೆಯ ತೊಡೆಯ ಮೇಲೆ ಹೊಡೆಯುತ್ತ ಸದಾ ಕೇಳಿದ.

"ಸದಾ, ನೀನು ಹೇಳೋದು ಒಂದು ರೀತಿಯಿಂದ ಸರಿ ಅದ. ರೀ ಆಬಾ, ಸಮಾಜಕ್ಕೆ ಏನಾದ್ರೂ ಕಿಮ್ಮತ ಐತೊ ಇಲ್ಲೊ?"

ನಾಮಾನ ಮಾತಿನಿಂದಾಗಿ ಒಮ್ಮೆ ಸ್ತಬ್ದತೆ ನಿರ್ಮಾಣವಾಯಿತು. ಸದಾ ಮತ್ತೊಮ್ಮೆ ತನ್ನ ಕೂದಲಿನ ಮೇಲೆ ಕೈ ಆಡಿಸಿದ, ನಾಮಾ ಗುಡಾರದ ಎದ್ದಿದ್ದ ದಾರದೊಂದಿಗೆ ಆಡಲು ಪ್ರಾರಂಭಿಸಿದ. ಅಷ್ಟರಲ್ಲಿ ಚಾವಡಿ ಕಡೆಯಿಂದ ಒಂದು ಧ್ವನಿ ತೂರಿ ಬಂತು–

"ಜಯಭೀಮ ಆಬಾ."

ಆಬಾ ಕತ್ತು ಮೇಲೆ ಮಾಡಿ ನೋಡಿದ. ಗೋಪಾ ಮಾಸ್ತರ ಬರುತ್ತಿದ್ದ. ಆಬಾ ಸಹ 'ಜಯಭೀಮ' ಎಂದು ಗೋಪಾ ಮಾಸ್ತರನಿಗೆ ಕರೆದ. ಗೋಪಾ ಮಾಸ್ತರ ಎಲ್ಲೂ ಮಾಸ್ತರಕಿ ಮಾಡಿರಲಿಲ್ಲ. ಆದ್ರೂ ಜನ ಅವನಿಗೆ ಮಾಸ್ತರ ಎಂದು ಕರೆಯುತ್ತಿದ್ದರು. ಹೊಲಗೇರಿಯಲ್ಲಿ ಮೊದಲ ಸುಶಿಕ್ಷಿತನಾಗಿದ್ದ ಕಾರಣದಿಂದಾಗಿ ಗೋಪಾ ಮಾಸ್ತರ ಪ್ರಸಿದ್ಧನಾಗಿದ್ದ. ಜನರ ಪತ್ರ ಬರೆಯುವುದು, ಪಂಚಾಂಗ ನೋಡುವುದು, ಮದುವೆಯ ಮಂಗಲಾಷ್ಟಕ ಅನ್ನುವುದು, ಲಗ್ನಗಳನ್ನು ನಿರ್ಧರಿಸುವುದು, ಜಗಳ ಬಿಡಿಸುವುದರಲ್ಲಿ ಪಂಚನಾಗುವುದು, ಇವೆಲ್ಲವೂ ಗೋಪಾ ಮಾಸ್ತರನ ನಿರ್ಧರಿತ ಕೆಲ್ಸಗಳಾಗಿದ್ದವು. ಗುಡಾರಿನ ಮೇಲೆ ಹಾಗೊ–ಹೀಗೊ ಕುಳಿತುಕೊಳ್ಳುತ್ತ ಗೋಪಾ ಮಾಸ್ತರ ನುಡಿದ–

"ಯಾವಾಗ ಬಂದ್ರಿ ಆಬಾ ತಾಲೂಕಿನಿಂದ?"

"ಒಂದೆರಡು ತಾಸು ಆತು"–ಆಬಾ ಉತ್ತರಿಸಿದ.

'ಸೊಸಾಯಿಟಿ ಕೆಲ್ಸ ಎಲ್ಲಿವರೆಗು ಬಂತು?"

"ಆತು. ಹತ್ತಿರಹತ್ರ ನೊಂದಣಿ ನಂಬರ್ ಸಿಕ್ಕಿತು. ಒಂದೆರಡು ತಿಂಗಳನ್ಯಾಗ ಕೆಲಸಕ್ಕ ಗತಿ ಬರಬಹುದು."

"ಇದೊಂದು ನಿಮ್ಮ ದೊಡ್ಡ ಕೆಲ್ಸಾ ಆತು ಬಿಡ್ರಿ. ರೀ, ಮೊದಲು ಸಮಾಜದ ಆರ್ಥಿಕ ವಿಕಾಸ ಆಗಬೇಕು ನೋಡ್ರಿ. ಜನ ತಮ್ಮ ಕಾಲಿನ ಮ್ಯಾಲೆ ನಿಂತಕೋತಾರ. ಯಾರ ಹೋಗ್ತಾರ ಆಮೇಲೆ ಗೌಡ್ರ ಕಡೆ ಜೋಳಾ ಕೊಡ್ರಿ ಅಂತ? ಹೆಂಗ ಮಾತಾಡಿದೆ ಆಬಾ? ಖರೇನ ಸುಳ್ಳೋ ನೀವ ಹೇಳ್ರಿ."

ಮಾಸ್ತರ ಯಥಾಪ್ರಕಾರ ಮಾತಾಡ್ತಾಯಿದ್ದ. ಈ ಜನ ಯಾಕೆ ಸೇರಿದ್ದಾರೆ ಎಂಬ ಕಲ್ಪನೆ ಅವನಿಗೆ ಇರಲಿಲ್ಲ. ಅವನು ಚೀಲ ತೆಗೆದ. ಎಲೆ ತೆಗೆದು ಅದರ ದೇಟನ್ನು ಮುರಿದ. ತೊಡೆಯ ಮೇಲೆ ಅದನ್ನು ಒರೆಸಿಕೊಂಡು ಸ್ವಚ್ಛ ಮಾಡಿಕೊಂಡ. ಆನಂತರ ಅಡಿಕೆ ತೆಗೆದ. ಹಾಗೆ ಅಡಕತ್ತಿನಿಂದ ಅದನ್ನು ಪುಡಿ ಮಾಡಲು ಪ್ರಾರಂಭಿಸಿದ. ಅಡಕೆಯ ಒಂದು ತುಂಡನ್ನು ಕಚ್ಚುತ್ತ ಮಾಸ್ತರ ಪುನಃ ತನ್ನ ಮಾತು ಪ್ರಾರಂಭಿಸಿದ–

"ಮತ್ತೇನು ಆಬಾ, ನಾನೇನು ಅಂತಿನಿ ಅಂದ್ರ ಏನೇ ಆದ್ರೂ ಸೊಸಾಯಿಟಿ ಲಘುನ ಶುರು ಆಗಬೇಕು. ನಾಳೆ ಸೊಸಾಯಿಟಿಯಿಂದ ಜನರಿಗೆ ಸೌಯಿ ಆಗಬಹುದು. ಹಾಲು ಮಾರಿ ನಾಲ್ಕು ಪೈಸೆ ಆದ್ರೂ ಸಿಗಬಹುದು. ಕೂದಲು ಊದ್ದ ಬಿಟ್ಟುಹುಚ್ಚರಂಗ್ ಆಡುವ ಹುಡುಗರಿಗೂ ಒಂದು ಕೆಲ್ಸಾ ಸಿಗಬಹುದು..."

ಆಬಾ, ನಾಮಾ ಹಾಗೂ ಸದಾ ಕೇವಲ ಒಬ್ಬರ ಮುಖ ಒಬ್ಬರು ನೋಡಲು ಪ್ರಾರಂಭಿಸಿದರು. ಮಾಸ್ತರನ ಗಮನಕ್ಕೆ ಈ ವಿಷಯ ಬಂತು. ಅವನು ಅಡಿಕೆ ಅಗೆಯವುದನ್ನು ನಿಲ್ಲಿಸಿದ. ಎಲೆಗೆ ಸುಣ್ಣ ಹಚ್ಚಿದ. ಅದರ ಮೇಲೆ ತಂಬಾಕು ಹಾಕಿದ. ಎಲೆಯನ್ನು ಮಡಚಿದ. ಎಡದವಡೆಯ ಕೆಳಗೆ ಎಲೆ ಇರಿಸಿದ. ಅದನ್ನು ಕಚಾಕಚಾ ತಿಂದು ಪಿಚಕಾರಿ ಹೊಡೆದ. ಆನಂತರ ಮತ್ತೊಮ್ಮೆ ತಂಬಾಕನ್ನು ಚುಟುಕೆ ಗಾತ್ರದಲ್ಲಿ ತೆಗೆದುಕೊಂಡು ದವಡೆ ಕೆಳಗೆ ಇಟ್ಟುಕೊಂಡ. ಎಲೆ ಒಳಗೊಂಡತೆ ಎಲ್ಲ ವಸ್ತುಗಳನ್ನು ಚೀಲದಲ್ಲಿ ತುರಿಕಿದ. ಚೀಲವನ್ನು ಕಿಸೆಯಲ್ಲಿ ಇಟ್ಟುಕೊಳ್ಳುತ್ತ ಮಾಸ್ತರ ಮತ್ತೊಮ್ಮೆ ಮೆಲ್ಲೋಕೆ ಪ್ರಾರಂಭಿಸುತ್ತಿದ್ದ ಹಾಗೆ ಹೌಸಾ ಮುದುಕಿ ಗಂಟಲು ಹರಿದು ಬಾಯಿ ಬಡೆದುಕೊಳ್ಳಲು ಪ್ರಾರಂಭಿಸಿದ್ದು ಕಿವಿಗೆ ಬಿತ್ತು. ಹೌಸಾ ಮುದುಕಿ ಗಂಟಲು ಹರಿದು ಹೋಗುವ ಹಾಗೆ ಅಳಲು ಪ್ರಾರಂಭಿಸಿದಳು. ಅವಳ ಧ್ವನಿಯಿಂದ ವಾತಾವರಣ ಗಂಭೀರವಾಯಿತು. ಹಾಡಾಡಿ ಅಳುತ್ತ ಹೌಸಾ ಒಮ್ಮೆ ಬಾಯಿ ಬಡಿದುಕೊಳ್ಳಲು ಪ್ರಾರಂಭಿಸಿದಳು–"ಹೀಂಗ್ ಯಾಕೋ ಬಿಟ್ಟು ಹೋದಿ ರಾಜಾsss...ಸತ್ತ ಮ್ಯಾಲೆ ನೀ ಪರದೇಸಿಯಾದಿ ಅಲ್ಲೋ ರಾಜಾsss..."

ಹೌಸಾ ಮುದುಕಿಯ ಧ್ವನಿ ಕೇಳಿ ಬರುತ್ತಿದ್ದ ಹಾಗೆ ಮಾಸ್ತರನ ಹಣೆಯ ಮೇಲೆ ನಿರಿಗೆಗಳು ಬಿದ್ದವು. ಅವನು ತಿರಸ್ಕಾರದಿಂದ ಎಲೆಯ ಒಂದು ಪಿಚಕಾರಿ ಪಚಕ್ ಅಂತ ಊಗಳಿದ...

"ಅವನವ್ವನ, ಯಾಕ ಬಾಯಿ ಬಡಕೋತಾಳ ಈ ಮುದಿಕಿ? ಹೆಣಾ ತೊಡಿ ಮ್ಯಾಲೆ ತಗೊಂಡು ಸುಮ್ಮ ಕೂಂಡ್ರಾಕ ಏನ್ ಈಕಿಗೆ? ಪರದೇಸಿ ಆದ ಗಂಡ ಅಂತಾಳ. ಜೀವಂತ ಈದ್ದಾಗ ಆ ಮುದುಕ ಯಾರಿಗಾದ್ರೂ ಬೇಕ ಆಗಿದ್ದ ಏನು?"–ಮಾಸ್ತರನ ಮಾತು ಕೇಳಿ ಆಬಾಗೆ ಕೋಪ ಬಂತು.

"ಇದು ನೋಡ್ರಿ ಮಾಸ್ತರ, ಇನ್ನ ಎಲ್ಲಾ ಮರಿಬೇಕು ಮತ್ತು ಹೌಸಾನ ಗಂಡನ ಅಂತ್ಯಕ್ರಿಯೆ ಮಾಡಬೇಕು. ರೀ, ಸತ್ತ ಮನಷ್ಯಾಗ ಬೈಯ್ದು ಏನ್ ಉಪಯೋಗ? ಆಗಿದ್ದು ಬಾಳ ಆತು. ಹೌಸಾ ಇನ್ನು ಮುಂದ ಹಂಗ್ ನಡಕೋದಿಲ್ಲ. ಬಾಳ ಪಶ್ಚಾತ್ತಾಪ ಆಗಿರಬೇಕು ಅವಳಿಗ! ಏನ್ ಸದಾ, ನಡಿರಿ ಈಗ ಲಘುನ ರಾತ್ರಿ ಹತ್ತ ಗಂಟೆ ಆಗಾಕ್ ಬಂದ್ಯೈತಿ."

"ಎಲ್ಲಾ ಸರಿ, ಆದ್ರ ಆಬಾ, ನಾನೇನು ಅಂತಿನಿ ಅಂದ್ರ, ಸಮಾಜ ಏನ್ ಅಂತ್ಯೆತಿ ಅದನ್ನು ವಿಚಾರ ಮಾಡಬೇಕು ಅಲ್ಲೇನು?"–ನಾಮಾ ಪ್ರಶ್ನೆಯೊಂದು ಮುಂದಿಟ್ಟ.

ಮಾಸ್ತರ ಬಾಯಲ್ಲಿ ಬೆರಳು ಹಾಕಿ ದವಡೆ ಕೆಳಗಿನ ಎಲೆಯನ್ನು ತೆಗೆದು ಬಿಸಾಕಿದ ಹಾಗೂ ನಾಮಾಗೆ ಬೆಂಬಲ ನೀಡುತ್ತ ಅವನೆಂದ–"ಆಬಾ, ನಾಮಾ ಹೇಳುವುದರ ಬಗ್ಗೆ ವಿಚಾರ ಮಾಡಲೇಬೇಕು."

ಸದಾ ಸಹ ತಲೆ ಅಲುಗಾಡಿಸಿ ಅವರಿಬ್ಬರ ಮಾತಿಗೆ ತನ್ನ ಒಪ್ಪಿಗೆ ಸೂಚಿಸಿದ. ಹಾಗೂ ಪುನಃ ಅವನು ತನ್ನ ಹಳೆಯ ಪ್ರಶ್ನೆಯನ್ನು ಉಪಸ್ಥಿತ ಮಾಡಿ ನುಡಿದ–

"ಆಬಾ, ನೀವು ಹೇಳಿದ ಹಂಗ ಆಗೋದು; ಆದ್ರ ಹೌಸಾ ಸಮಾಜದ ಕಡೆ ಕ್ಷಮೆ ಕೇಳಬೇಕು ನೋಡ್ರಿ."

"ಮತ್ತೇನು ಹಂಗ್ ಮಾಡದ ಆಕಿ ಹಾದಿಗೆ ಬರಾಂಗಿಲ್ಲ! ನಾಳೆ ಇಲ್ಲದಿದ್ರ ಬೇರೆ ಯಾರಾದ್ರೂ ಸಮಾಜಕ್ಕೆ ಕೀಳಾಗಿ ಮಾತಾಡಬಹುದು. ಏನ್ರಿ ಮಾಸ್ತರ?"–ನಾಮಾ.

ನಾಮಾನ ಮಾತು ಕೇಳಿ ಆಬಾ ಗುಡುಗಿದ–"ನಾಮಾ, ಶತ್ರುತ್ವ ಯಾರ ಜೋತಿ ಮಾಡಬೇಕಾಗಿರ್ತದ? ಸತ್ತಾವರ ಜೋತಿನೋ ಅಥವಾ ಬದುಕಿದ್ದಾರ ಜೋತಿನೊ? ನೀನು ಮಿಲ್ಟ್ರಿಮನುಷ್ಯ, ನಿಂಗ್ ಗೊತ್ತಿಲ್ಲೇನು? ಯುದ್ಧದಾಗ ನೀನೇನು ಸತ್ತ ಮನುಷ್ಯನ ಮ್ಯಾಲೆ ಗುಂಡು ಹಾಕಿದ್ದಿಯೇನು? ಸಖಾ ಮುದುಕ ಸತ್ತು ಹೋದ. ಅವನೊಂದಿಗೇನ ನಿಮ್ಮ ಶತ್ರುತ್ವ ಮುಗೀತು. ಇನ್ನು ಉಳಿದಾಕಿ ಹೌಸಾ. ನಿಮ್ಮ ಬಹಿಷ್ಕಾರದಿಂದ ಅವಳು ಸಹ ಜೀವಂತ ಇದ್ರು ಸತ್ತಂಗ. ಎಷ್ಟು ಮಾಡಿದ್ರು ಹೌಸಾ ನಮ್ಮಂಗ ಎಲಬು ಮಾಂಸದಿಂದ ಆದಾಕಿ! ಆಕಿಗ ಯಾರ ಅದಾರ ಹಿಂದ–ಮುಂದ? ನಮ್ಮ ಮನುಷ್ಯಾನ ತಪ್ಪು ಮಾಡ್ಯಾನ,

ಹೊರಗಿನವರಲ್ಲ. ನೀವ ಹೇಳ್ರಿ ಮಾಸ್ತರ, ರೀ ಹಲ್ಲು ನಾಲಿಗಿಗಿ ಕಡಿತು ಅಂತ ಯಾರಾದ್ರೂ ಹಲ್ಲನ್ನು ಕಿತ್ತು ಒಗಿತಾರೇನು? ಮಕ್ಕಳು ತೊಡಿ ಮ್ಯಾಲೆ ಹೇತರು ಅಂತ ತೊಡಿಯೇನು ಕತ್ತರಿಸಿ ಹಾಕ್ತಿರಿ? ತಲಿ ಒಳಗ ಇಲ್ಲದ್ದನ್ನ ಹಾಕ್ಕೊಂಡ್ರ ಊರ ಜನ ಬಾಯಿಗೆ ಬಂದ ಹಂಗ್‌ಬೈಯಬಹುದು. ನಮ್ಮ ಮನಿ ಜಗಳ ರಸ್ತೆಗೆ ಬರೋದು ಸರಿ ಅಲ್ಲ. ಏನೋ ಸದಾ? ಏನಪ್ಪ ನಾಮಾ? ಮತ್ತು ಮಾಸ್ತರ, ನೀವು ಈ ಎಲ್ಲ ಪ್ರಕರಣದಾಗ ಶಾಮೀಲು ಆಗಬಾರದಿತ್ತು ನೋಡ್ರಿ. ನೀವು ಮರ್ಯಾದೆ ಇರುವ ಮಾಸ್ತರ. ನಿಮಗ ಎಲ್ಲಾರೂ ಒಂದ. ಹೌದೊ ಇಲ್ಲೊ ಹೇಳ್ರಿ?"

ಆಬಾನ ಮಾತು ಕೇಳಿ ಎಲ್ಲರ ಬಾಯಿ ಬಂದಾಯಿತು. ಅಂಗಡಿ ಸದಾ ಮಾಸ್ತರೆಡೆ ನೋಡುತ್ತ ನುಡಿದ–"ಮಾಸ್ತರ, ಆಬಾ ಹೇಳೋದು ಸರಿ. ನಡೀರಿ ಈಗ ಏಳ್ರಿ. ಇನ್ನ ಚರ್ಚೆ ಮಾಡಿ ಏನ್ ಉಪಯೋಗ?"

"ಸರಿಯಪ್ಪ, ನಂಗು ಅದು ಮಾನ್ಯ ಅದ. ನಾಮಾ, ನಿಂಗ್ ಏನ್ ಅನಿಸ್ತದ?"–ಮಾಸ್ತರ.

"ನನ್ನದೇನು? ನಿಮ್ಮನ್ನ ಬಿಟ್ಟು ನಾನೇನು ಹೋಗ್ತಿನಿ! ಆದ್ರ ಸಮಾಜದ್ದೇನು?"–ನಾಮಾನ ಪ್ರಶ್ನೆಯ ಮೇಲೆ ಅಳಬೇಕೋ ಅಥವಾ ನಗಬೇಕೊ ಆಬಾಗೆ ತಿಳಿಯದಾಯಿತು. ಆದ್ರೂ ಸಹ ಆಬಾ ತನ್ನ ಮುಖದ ಮೇಲೆ ಯಾವುದೇ ಭಾವ ತಂದುಕೊಳ್ಳದೆ ನುಡಿದ–

"ನಾಮಾ, ಸಮಾಜ ಅಂದ್ರೇನು ಹೇಳು ನೋಡೋಣ?"

"ಆಬಾ, ಈಗ ನಾನೇನು ಹೇಳ್ಲಿ, ನಿಮ್ಮ ಹಂತಾ ಕಲಿತ ಮನಷ್ಯರ ಮುಂದ?"

"ಆಬಾ, ಸಮಾಜ ಅಂದ್ರ ಇದ. ಸಮಾಜ ಅಂದ್ರ ಸಮಾಜ!"

ನಾಮಾನ ಮಾತು ಕೇಳಿ ಮಾಸ್ತರ ಮೀಸೆಯಲ್ಲಿಯೇ ನಕ್ಕ. ಆಬಾ ನಾಮಾನ ಬೆನ್ನಿನ ಮೇಲೆ ನಿಧಾನಕ್ಕೆ ಕೈಯಾಡಿಸುತ್ತ ನುಡಿದ–

"ಇದು ನೋಡು ನಾಮಾ ಸಮಾಜ ಅಂದ್ರ ಕಲ್ಲೊ ಅಥವಾ ಮಣ್ಣೊ? ನಾವೆಲ್ಲರೂ ಅಂದ್ರನ ಸಮಾಜ, ಹೌಸಾ ಮೇಲೆ ಬಹಿಷ್ಕಾರ ಹಾಕಬೇಕು ಅಂತ ನೀವ ಎಲ್ಲರೂ ನಿರ್ಧರಿಸಿದಿರಿ ಅಲ್ಲ? ಹಂಗ ಬಹಿಷ್ಕಾರ ಹಿಂದ್ ತಗೋಬೇಕು ಅಂತ ನಾವ ನಿರ್ಧಾರ ತೊಗೊಳೋಣು. ನೀವ ಜನರಿಗೆ ಬಹಿಷ್ಕಾರ ಹಾಕ್ರಿ ಅಂತ ಹೇಳಿದ್ರಿ. ಈಗ ಹೇಳೋಣು, ಬಹಿಷ್ಕಾರ ಹಿಂದ್ ತೊಗೋತ್ರಿ ಅಂತ."

"ನಾಮಾ, ನಿಜ ಹೇಳ್ಲಾ, ಸಮಾಜದಲ್ಲಿಯ ಜನ ಬಾಳ ಪ್ರಾಮಾಣಿಕ ಇರ್ತಾರ. ಅವರನ್ನು ಎಲ್ಲಾರನ್ನೂ ಸೇರಿಸಿಕೊಂಡು ನಡಿಬೇಕಾಗ್ತದ. ನೋಡಪ್ಪ, ಮನುಷ್ಯರು ಏನು ಒಂದೇ ಸ್ವಭಾವದಿಂದಿರುತ್ತಾರೇನು?

ಇದು ನೋಡು, ಈಗ ಚರ್ಚೆ ಬ್ಯಾಡ, ನಿನ್ನ ತಲಿಯೊಳಗಿನ 'ಸಮಾಜ' ಹೋತಲ್ಲ?"

"ಹೋಗದ್ರಿದ ಮತ್ತೇನ ಮಾಡ್ತದ? ಅದರವ್ವನ, ತಲಿ ಒಳಗ ಲಘುನ ಹೋಗಾಂಗಿಲ್ಲ ನೋಡ್ರಿ. ಏ ಗಂಡಸ್ರ, ಈಗ ಯಾಕ ಕುಂತಿರಿ? ನಡಿರಿ, ಏಳಿ, ಲಘು ತಯಾರಿ ಮಾಡ್ರಿ. ಏ ಸದಾ, ಎರಡು ಗುದಲಿ, ಪಿಕಾಸಿ ತೆಗೊಂಡು ಬಾ ನಿನ್ನ ಮನಿಯಿಂದ. ಮಾಸ್ತರ, ಏಳ್ರಿ, ನಡ್ರಿ ಲಘು. ಈಗ ಲೇಟ್ ಮಾಡೋದು ಬ್ಯಾಡ್ರಿ, ಹುಡುಗರನ್ನು ತೊಗೊಳ್ಳರಿ ನಾಲ್ಕು ಮತ್ತು ಚಟ್ಟದ ಕೆಲ್ಸಕ್ಕ ಹತ್ರಿ. ಆಬಾ, ನೀವು ಹೆಣಾ ಹೂಳು ವ್ಯವಸ್ಥೆ ಮಾಡಿ"–ಎಂದು ಹೇಳುತ್ತ ನಾಮಾ ಎದ್ದು ನಿಂತ. ಯಾರೂ ಏನೂ ಮಾತನಾಡ್ತಾ ಇರಲಿಲ್ಲ. ಅವನೇ ತಾನೆ–ತಾನಾಗಿ ವಹಿಸಿಕೊಂಡಿದ್ದ ಕೆಲಸವನ್ನು ಮಾಡಲು ಹೊರಟು ಹೋದ.

ಹೌಸಾ ಮುದುಕಿಯ ಮನೆಯ ಮುಂದೆ ಜನ ಸೇರಲು ಪ್ರಾರಂಭಿಸಿದರು. ಹೆಂಗಸರು ಸೇರಿದರು. ಹೌಸಾನ ಸ್ವರದಲ್ಲಿ ಸ್ವರ ಸೇರಿಸಿ ಅಳಲು ಪ್ರಾರಂಭಿಸಿದರು. ಈ ಕಡೆ ಗೋಪಾ ಮಾಸ್ತರು ಚಟ್ಟ ಸಿದ್ಧಗೊಳಿಸಿದ. ಸದಾ ಸಲಕಿ–ಗುದ್ದಲಿಗಳ ಜೊತೆ ನಾಲ್ಕು ಹುಡುಗರನ್ನು ಕರೆದುಕೊಂಡು ದಿಬ್ಬಕ್ಕೆ ಹೋದ. ದಿಬ್ಬದಲ್ಲಿ ಸ್ಮಶಾನ ಭೂಮಿ ಇತ್ತು. ಸತ್ತ ಮನುಷ್ಯರನ್ನು ಅಲ್ಲಿ ಹೂಳುತ್ತಿದ್ದರು. ನೋಡು–ನೋಡುತ್ತಿದ್ದ ಹಾಗೆ ಸಂಪೂರ್ಣ ಕೇರಿಯೇ ಎಚ್ಚೆತ್ತುಕೊಂಡಿತು. ಯಾರಿಗೆ ಎಷ್ಟು ಸಾಧ್ಯವೋ ಅಷ್ಟು ಕೆಲ್ಸ ಮಾಡಲು ಪ್ರಾರಂಭ ಮಾಡಿದರು. ಚಟ್ಟ ಸಿದ್ಧವಾಯಿತು. ಸಖಾ ಮುದುಕನ ಹೆಣವನ್ನು ಚಟ್ಟದ ಮೇಲೆ ಇರಿಸಲಾಯಿತು. ಹೌಸಾ ಬಾಯಿ ಬಡೆದುಕೊಂಡಳು–

"ರಾಜಾ, ನಿನ್ನ ಪುಣ್ಯ ಏನೂ ವ್ಯರ್ಥ ಆಗಲಿಲ್ಲ ರಾಜಾ... ಈಗ ಯಾರಿಗೆ ರಾಜಾ ಅನ್ನಲಿ... ಅಯ್ಯೋ ನನ್ನ ರಾಜಾsss"

ಹೆಂಗಸರು ಹೌಸಾನನ್ನು ದೂರ ಎಳೆದರು. ನಾಲ್ಕು ಜನ ಚಟ್ಟ ಎತ್ತಿದರು. ಗೋಪಾಮಾಸ್ತರ ಕೈಯಲ್ಲಿ ಮಡಿಕೆ ಹಿಡಿದ ಹಾಗೂ ಅದನ್ನು ತೆಗೆದುಕೊಂಡು ಮುಂದೆ ನಡೆದ. ಸಖಾ ಮುದುಕನಿಗೆ ಮಕ್ಕಳು ಮರಿ ಇರಲಿಲ್ಲ. ಅದರಿಂದ ಇವತ್ತು ಗೋಪಾ ಮಾಸ್ತರನೇ ಸಖಾರಾಮನ ಮಗನಾದ. ಕೆಲವು ಸಮಯದ ಹಿಂದೆ ಸಖಾ ಮುದುಕನ ಹೆಣದೊಂದಿಗೆ ದ್ವೇಷ ಸಾಧಿಸುತ್ತಿದ್ದ. ಗೋಪಾ ಮಾಸ್ತರನ ಕಣ್ಣುಗಳು ಈಗ ತುಂಬಿ ಬಂದಿದ್ದವು. ಕೈಯಲ್ಲಿರುವ ಕೊಳ್ಳಿಯ ಮೇಲೆ ಕಣ್ಣಿನಲ್ಲಿಯ ಕಣ್ಣೀರು ಬೀಳಲು ಪ್ರಾರಂಭವಾಗುತ್ತಿದ್ದ ಹಾಗೆ ಗೋಪಾ ಮಾಸ್ತರ ಬಿಕ್ಕಳಿಸಲು ಪ್ರಾರಂಭಿಸಿದ...

ಎರಡು

ಜೈನರ ಬಸದಿಯಲ್ಲಿಯ ಘಂಟೆ ಬಾರಿಸುತ್ತಿದ್ದ ಹಾಗೆ ಶರಣಗುಪ್ಪಿ ಗ್ರಾಮ ನಿದ್ರಾದೇವತೆಯ ಮಡಿಲಿನಿಂದ ಎಚ್ಚೆತ್ತುಕೊಳ್ಳಲು ಪ್ರಾರಂಭಿಸುತ್ತಿತ್ತು. ಬೆಳಗಿನ ಜಾವ ಐದು ಗಂಟೆ ಆಗುತ್ತಿದ್ದ ಹಾಗೆ ಬಸದಿಯಲ್ಲಿ ಪೂಜೆ ಪ್ರಾರಂಭವಾಗಿ ಬಿಡುತ್ತಿತ್ತು. ಗಂಟೆಯ ನಾದದೊಂದಿಗೆಯೇ ಗ್ರಾಮಕ್ಕೆ ಪ್ರತಿ ದಿನ ಎಚ್ಚರವಾಗುತ್ತಿತ್ತು. ಹುಂಜ ಈಗ ಕೂಗಲು ಪ್ರಾರಂಭ ಮಾಡಿತು. ದೊಡ್ಡವರು ಕೈಯಲ್ಲಿ ತಂಬಿಗೆ ಹಿಡಿದುಕೊಂಡು ಬಯಲಿನೆಡೆ ಹೊರಟರು. ಹೊಲಗೇರಿಯವರಿಗೆ ಮಾತ್ರವಲ್ಲದೆ, ಊರಿನ ಜನರು ಸಹ ಹೊಲಗೇರಿಯ ಪಕ್ಕದ ಮಾರ್ಗದಿಂದಲೇ ಇದೇ ಬಯಲಿಗೆ ಬರಬೇಕಾಗಿತ್ತು. ಯಾರೋ ಒಬ್ಬರು ಯಾವುದೋ ಒಂದು ಕಾಲದಲ್ಲಿ ಹೊಲೆಯರಿಗೆ ಈ ಭೂಮಿಯನ್ನು ಇನಾಮು ನೀಡಿದ್ದರಂತೆ. ಭೂಮಿ ಉಳಲು ಯೋಗ್ಯವಾಗಲು ಅದೆಷ್ಟೋ ವರ್ಷವೇ ಬೇಕಾಯಿತು. ಇವತ್ತು ಈ ಭೂಮಿಯ ನೂರಾರು ತುಂಡುಗಳಾಗಿ ಹರಿದು ಹಂಚಿ ಹೋಗಿವೆ. ಪ್ರತಿಯೊಂದು ತುಂಡಿನಲ್ಲಿ ಹತ್ತು ಹನ್ನೆರಡು ಶೆರಿಗಿಂತ ಹೆಚ್ಚು ಧಾನ್ಯ ಬೆಳೆಯಲಾರದು. ಇಷ್ಟು ಧಾನ್ಯದ ಸಲುವಾಗಿ ಭೂಮಿಯಲ್ಲಿ ಗಳೆ ಆದರೂ ಹೇಗೆ ಹೊಡೆಯುವುದು? ಗಳೆ ಹೊಡೆದು, ಉತ್ತಿ–ಬಿತ್ತಿ ಫಸಲು ತೆಗೆಯುವುದು ಹೊಲೆಯರಿಗೆ ಗೊತ್ತಿತ್ತು! ಬಾಕಿ ಏನೇ ಆಗಿರಲಿ, ಇದರಿಂದಾಗಿ ಊರಿನವರಿಗೆ ಸಂಡಾಸಿನ ಸಮಸ್ಯೆ ಮಾತ್ರ ಬಗೆ ಹರೆದಿತ್ತು. ಹೊಲೆಯರು, ಚಮ್ಮಾರರು, ಕುಂಬಾರರು, ಜೈನರು ಮುಂತಾದ ವಿವಿಧ ಜಾತಿಯಲ್ಲಿಯ ಜನ ಸಂಡಾಸಕ್ಕೆ ಈ ಬಯಲಿಗೆ ಬರುತ್ತಾರೆ. ಹೆಂಗಸರಿಗೆ ಮಾತ್ರ ಒಳ್ಳೆಯ ಪಂಚಾಯಿತಿ ಆಗಿತ್ತು. ಹೊಲಗೇರಿಯ ದಕ್ಷಿಣಕ್ಕೆ ಇದ್ದ ಕೆರೆಯ ದಂಡೆಯ ಮೇಲೆ ಹೋಗಬೇಕಾಗುತ್ತಿತ್ತು. ವರ್ಷದಲ್ಲಿ ಎರಡು–ಮೂರು ತಿಂಗಳು ಮಾತ್ರ ಈ ಕೆರೆಯಲ್ಲಿ ನೀರು

ತುಂಬಿರುತ್ತಿತ್ತು. ಅದನ್ನು ಹೊರತುಪಡಿಸಿ ಸಂಡಾಸಿಗೆ ಕುಳಿತುಕೊಳ್ಳಲು ಹಾಗೂ ಕುಂಬಾರರಿಗೆ ಇಟ್ಟಿಗೆ ಮಾಡಲು ಅದರ ಉಪಯೋಗವಾಗುತ್ತಿತ್ತು. ಊರಿನ ಜನ ಈ ಕೆರೆಗೆ 'ಹೇಲುಕೆರೆ' ಎಂಬ ಹೆಸರು ನೀಡಿದ್ದರು. ಗ್ರಾಮದ ಪೂರ್ವಕ್ಕೆ ಇನ್ನೊಂದು ಕೆರೆಯಿದೆ. ಅದಕ್ಕೆ ಜನ 'ಉಣ್ಣುಕರೆ' ಎಂದು ಕರೆಯುತ್ತಾರೆ. ಅಂದರೆ ಉಣ್ಣೋಕೆ ಬಳಸಲಾಗುವ ಕರೆ ಎಂದು. ಈ ಗ್ರಾಮದ ಹೊಲಗೇರಿಯ ಪಾಲಿಗೆ 'ಹೇಲುಕೆರೆ'ಹಾಗೂ ಸವರ್ಣೀಯರ ಪಾಲಿಗೆ 'ಉಣ್ಣು ಕೆರೆ' ಬಂದಿತ್ತು. ಹೊಲಗೇರಿಯಲ್ಲಿ ಸವರ್ಣಿಯರು ಬರುತ್ತಿದ್ದರು; ಆದರೆ ಸವರ್ಣೀಯರ ಕೆರೆಗೆ ಹೊಲೆಯರಿಗೆ ಹೋಗಲು ನಿರ್ಭಂಧವಿತ್ತು. ಹೊಲೆಯರ ಎಮ್ಮೆ ಸಹ ಆ ಕೆರೆಗೆ ಹೋಗಕೂಡದು ಎಂದು ಸವರ್ಣೀಯರ ನಿಯಮವಿತ್ತು. ತುಂಬ ಇತ್ತೀಚೆಗೆ ನಾಲೈದು ವರ್ಷದಲ್ಲಿ ಯಾವಾಗ ನೀರಿನ ಸೆಲೆ ಬತ್ತಿತೋ ಆವಾಗ ಮಾತ್ರ ಕೆರೆಯನ್ನು ಎಲ್ಲರಿಗೂ ಮುಕ್ತ ಮಾಡಲಾಯಿತು.

ಚಾವಡಿಯಲ್ಲಿ ಮಲಗಿದ ಜನ ಕಂಕುಳದಲ್ಲಿ ಹಾಸಿಗೆ ಮಡಚಿಕೊಂಡು ತೆಗೆದುಕೊಂಡು ಹೊರಟರು. ಬೆಳಿಗ್ಗೆ ಕೂಲಿ ಕೆಲಸಕ್ಕೆ ಹೋಗಬೇಕಾದವರಿಗೆ ಬೇಗನೆ ಏಳಲೇಬೇಕಾಗುತ್ತದೆ. ಮನೆ-ಮನೆಗಳಲ್ಲಿ ಕೋಳಿ-ನಾಯಿಗಳ ಧ್ವನಿ ಕೇಳಿ ಬರಲು ಪ್ರಾರಂಭವಾಯಿತು. ಹೆಂಗಸರು ರೊಟ್ಟಿ ಮಾಡಲು ಪ್ರಾರಂಭಿಸಿದರು. ಮುದುಕರು ಮನೆ ಮುಂದೆ ಬೆಂಕಿ ಹೊತ್ತಿಸಿ ಕಾಯಿಸಿಕೊಳ್ಳುತ್ತ ಕುಳಿತರು. ಚಿಕ್ಕ ಮಕ್ಕಳು ಅತ್ತಿಂದ ಇತ್ತ, ಇತ್ತಿಂದ ಅತ್ತ ಜಿಗಿದಾಡಲು ಪ್ರಾರಂಭಿಸಿದವು. ಕೆಲವು ಮಕ್ಕಳು ಕೈಯಲ್ಲಿ ರೊಟ್ಟಿ ಹಿಡಿದುಕೊಂಡು ಸಂಡಾಸ್ ಮಾಡಲು ಹೊರಟಿದ್ದವು. ಕಾಗವಾಡಿನ ಪಾವ್‌ದವನು ಈಗ ಹೊಲಗೇರಿಯಲ್ಲಿ ಬಂದು ಕೂಗಲು ಪ್ರಾರಂಭಿಸಿದ 'ತಾಜಾ ಗರಂ ಪಾವ್sss ಪಾವ್, ತಾಜಾ ಬಿಸಿ ಬಿಸಿ ಪಾವ್sss...' ಪಾವ್‌ತೆಗೆದುಕೊಳ್ಳಲು ಚಿಕ್ಕ ಮಕ್ಕಳ ಧಾವಂತ, ಪಾವ್‌ದವನೆಡೆ ಕೆಲವು ಜನ ಸಾಲದ ಮೇಲೂ ಪಾವ್ ತೆಗೆದುಕೊಳ್ಳುತ್ತಿದ್ದರು. ಕೆಲವರು ಧಾನ್ಯ ನೀಡಿ, ಇನ್ನೂ ಕೆಲವರು ಹಣ ನೀಡಿ ಪಾವ್ ತೆಗೆದುಕೊಳ್ಳುತ್ತಿದ್ದರು. ತನ್ನಲ್ಲಿ ಉಳಿದ ಮಾಲನ್ನು ಪಾವ್‌ದವನು ಒಂದು ಗಂಟೆಯಲ್ಲಿ ಮುಗಿಸಿ ಬಿಡುತ್ತಿದ್ದ. 'ಪಾವ್ ತಗೊಳ್ಳಿ ಪಾವ್, ತಾಜಾ ಪಾವ್sss' ಎಂದು ಕೂಗುತ್ತ ಪಾವ್‌ದವನು ಹೋಗುತ್ತಿದ್ದ ಹಾಗೇ ಮಕ್ಕಳು ಪಾವ್‌ದವನ ಧ್ವನಿಯಲ್ಲಿ ಧ್ವನಿ ಸೇರಿಸಿ ಕೂಗುತ್ತಿದ್ದರು.

'ಪಾವ್ ತಾಜಾ ಪಾವ್sss ಇವನ ಕುಂಡಿಗೆ ಕಚ್ಚಿsss...ಕಾಂವ್' ಮಕ್ಕಳ ಮಾತು ಕೇಳಿಸುತ್ತಿದ್ದ ಹಾಗೆ ಪಾವ್‌ದವನು ಮಕ್ಕಳೊಂದಿಗೆ ಜಗಳಾಡುತ್ತಿದ್ದ. ಇದು ಪ್ರತಿ ದಿನ ನಡೆಯುತ್ತಲೇ ಇರುತ್ತಿತ್ತು.

ಬೆಳಿಗ್ಗೆ ಕೆಲಸಕ್ಕೆ ಹೋಗುತ್ತಿದ್ದ ಜನ ಈಗ ಮನೆಯಿಂದ ಹೊರ ಬೀಳುತ್ತಿದ್ದರು. ಪುರುಷರು-ಹೆಂಗಸರು, ಹದಿನೈದರಿಂದ-ಹದಿನಾರು ವರ್ಷದ

ಹುಡುಗ-ಹುಡುಗಿಯರು ಎಲ್ಲರೂ ಕೆಲಸ ಮಾಡಲು ಹೋಗುತ್ತಿದ್ದರು. ಬೆಳಿಗ್ಗೆ ಏಳು ಗಂಟೆಗೆ ಕೆಲಸಕ್ಕೆ ಹೋಗುತ್ತಿದ್ದ ಜನ ಮಧ್ಯಾಹ್ನ ಎರಡು ಮೂರು ಗಂಟೆಗೆ ಮರಳಿ ಮನೆಗೆ ಬರುತ್ತಿದ್ದರು. ಬೆಳಿಗ್ಗೆ ಹನ್ನೊಂದು ಗಂಟೆಗೆ ಹೋಗುತ್ತಿದ್ದ ಜನ ಮಾತ್ರ ಸೂರ್ಯಾಸ್ತವಾದ ಮೇಲೆಯೇ ಮನೆಗೆ ಬರುತ್ತಿದ್ದರು. ಬೆಳಿಗ್ಗೆ ಕೆಲಸಕ್ಕೆ ಹೋಗುವ ಗಡಿಬಿಡಿ ಪ್ರಾರಂಭವಾಗುತ್ತಿದ್ದ ಹಾಗೆ ಚಿಕ್ಕ-ಮಕ್ಕಳು ಅಳುತ್ತ ಅವ್ವ-ಅಪ್ಪನ ಬೆನ್ನು ಹತ್ತುತಿದ್ದರು. ಕೆಲವೊಮ್ಮೆ ಕೋಪಿಸಿಕೊಂಡೊ ಇಲ್ಲವೊ ಕೆಲವೊಮ್ಮೆ ತಿಳಿ ಹೇಳಿಯೊ ಹೆಂಗಸರು ಕೆಲಸಕ್ಕೆ ಹೋಗುತ್ತಿದ್ದರು. ಕೆಲವು ಮಕ್ಕಳು ಮಾತ್ರ ಬೇಕು ಅಂತಾನೆ ಅಂಗಡಿಯವರೆಗೂ ಬೆನ್ನು ಹತ್ತುತ್ತಿದ್ದರು. ಅಲ್ಲಿಗೆ ಹೋದರೆ ಅಂಗಡಿಯಲ್ಲಿ ತಿಂಡಿ ತೆಗೆದುಕೊಳ್ಳಲು ಅಪ್ಪ-ಅಮ್ಮನಿಂದ ಐದೊ-ಹತ್ತೊ ಪೈಸೆ ಕೆತ್ತಬಹುದು ಎಂದು ಅವರಿಗೆಲ್ಲ ಚೆನ್ನಾಗಿಯೇ ತಿಳಿದಿತ್ತು. ಕೆಲವೊಮ್ಮೆ ಅಂಗಡಿಯಾತ ಸದಾ ಈ ಹುಡುಗರಿಗೆ ಅಡ್ಡಿ ಮಾಡುತ್ತಿದ್ದ. ಒಂದೆರಡು ಪೇಪರ್ ಮಿಠಾಯಿ ಅಥವಾ ಪುಠಾಣಿಯ ನಾಲ್ಕೈದು ಕಾಳು ನೀಡಿ ಆ ಹುಡುಗರನ್ನು ಮರಳಿ ಮನೆಗೆ ಕಳಿಸುತ್ತಿದ್ದ.

ಗಡಿಬಿಡಿಯಲ್ಲಿ ಕೆಲಸಕ್ಕೆ ಹೊರಟವರಿಗೆ ಇದರಿಂದ ಸಾಕಾಗಿ ಹೋಗುತ್ತಿತ್ತು. ತುಂಬಾ ದೂರ ಕೆಲಸಕ್ಕೆ ಹೋಗಬೇಕಾದವರು ಬೆಳಿಗ್ಗೆ ಆರು ಗಂಟೆಗೆ ಎದ್ದು ಹೋಗುತ್ತಿದ್ದರು. ಆ ಸಮಯದಲ್ಲಿ ಅವರ ಮಕ್ಕಳು ಮರಿಗಳು ಮಲಗಿರುತ್ತಿದ್ದವು. ಶರಣಗುಪ್ಪಿ ಗ್ರಾಮದ ಭೂಮಿ ಪೂರ್ವಕ್ಕೆ ಉಗಾರದ ಗಡಿಯವರೆಗೆ ಜುಗಳಾದವರೆಗೆ ಪಸರಿಸಿತ್ತು. ಅಲ್ಲಿಯವರೆಗೆ ನಡೆದೇ ಹೋಗಬೇಕಿತ್ತು. ಹೆಂಗಸರಿಗೆ ಮೂರು ರೂಪಾಯಿ ಹಾಗೂ ಗಂಡಸರಿಗೆ ಐದು ರೂಪಾಯಿ ಕೂಲಿ ಸಿಗುತ್ತಿತ್ತು...

ಉಗಾರದ ದಿಸೆಯಲ್ಲಿ ಈಗ ಸೂರ್ಯ ಕಾಣಿಸಿಕೊಳ್ಳಲು ಪ್ರಾರಂಭವಾಯಿತು. ಸೂರ್ಯನ ಎಳೆಯ ಕಿರಣಗಳು ಹೊಲಗೇರಿಯಲ್ಲಿ ಪ್ರವೇಶಿಸಿದವು. ಚಾವಡಿಯಲ್ಲಿ ಮಲಗಿದ ಎಲ್ಲರೂ ಎದ್ದು ತಮ್ಮ-ತಮ್ಮ ಮನೆಗೆ ಹೋಗಿದ್ದರು. ಕೃಷ್ಣಾ ಮಾನೆ ಮಾತ್ರ ಇನ್ನೂ ಮೆಟ್ಟಿಲುಗಳ ಕೆಳಗೆ ಮಲಗಿಯೇ ಇದ್ದ. ಕೃಷ್ಣಾ ಮಾನೆ ಅವನು ಎಂದೂ ಬೇಗ ಎದ್ದೇಳುತ್ತಿರಲಿಲ್ಲ. ಸದಾನ ಅಂಗಡಿಯಲ್ಲಿ ಚಹಾಪುಡಿ-ಸಕ್ಕರೆಯ ಸಲುವಾಗಿ ಜನಸಂಧಣಿ ಹೆಚ್ಚಾಗುತ್ತಲಿತ್ತು. ಇಪ್ಪತ್ತು ಪೈಸೆಯ ಬೆಲ್ಲ ಅಥವಾ ಸಕ್ಕರೆ ಮತ್ತು ಐದು ಪೈಸೆಯ ಚಹಾಪುಡಿ, ಇಷ್ಟು ಬೆಲೆಯ ವಸ್ತುಗಳನ್ನು ಕೊಂಡುಕೊಳ್ಳಲು ಅಂಗಡಿಯಲ್ಲಿ ಜನ ನೆರೆದಿದ್ದರು. ಚಿಕ್ಕಮಕ್ಕಳು ಸಹ ಕೈಯಲ್ಲಿ ಐದೊ-ಹತ್ತೊ ಪೈಸೆಯ ನಾಣ್ಯವನ್ನು ತೆಗೆದುಕೊಂಡು ಸುಮ್ಮನೆ ನಿಂತುಕೊಂಡಿರುತ್ತಿದ್ದರು. ಅಂಗಡಿಯಲ್ಲಿ ಪೆಪ್ಪರ್ ಮಿಠಾಯಿಯ ಡಬ್ಬದೆಡೆ ಸುಮ್ಮನೆ ಬೆರಳು ಮಾಡುತ್ತಿದ್ದರು. 'ಅದು ಬೇಡ, ರೀ ಅದು, ಆ ಪೆಪ್ಪರ್

ಮಿಠಾಯಿ' ಎಂದು ಸದಾನ ತಲೆ ತಿನ್ನುತ್ತಿದ್ದರು. ಸದಾನಿಗೆ ಚಿಕ್ಕ ಮಕ್ಕಳೆಂದರೆ ತುಂಬಾನೆ ಇಷ್ಟ. ಮಕ್ಕಳಿಗೆ ಕೆಟ್ಟ ಅಭ್ಯಾಸ ಪ್ರಾರಂಭವಾಗಬಾರದು ಎಂದು ಅವನು ತನ್ನ ಅಂಗಡಿಯಲ್ಲಿ ಇಸ್ಪೀಟ್ ಎಲೆ, ಐದು ಪೈಸೆ ಕೊಟ್ಟು ಖರೀದಿ ಮಾಡುವ ಲಾಟರಿ ಟಿಕೆಟ್‌ಗಳನ್ನು ಎಂದೂ ಇಡುತ್ತಿರಲಿಲ್ಲ. ಸದಾ ಅಂಗಡಿಯಲ್ಲಿ ಇದ್ದರೆ ಯಾವತ್ತು ಜನಸಂಧಣಿ ಇರುತ್ತಿತ್ತು. ಅವನ ಸಹೋದರ ಇದ್ದರೆ ಮಾತ್ರ ಜನ ಊರಿನ ಅಂಗಡಿಗೆ ಓಡುತ್ತಿದ್ದರು. ಸದಾ ನಾಲಿಗೆಯಿಂದ ಒಳ್ಳೆಯವನು ಹಾಗೂ ಕೈಯಿಂದ ಧಾರಾಳವಾಗಿ ನೀಡುವವನಾಗಿದ್ದ... ಸಾಮಾಜಿಕ ಕಾರ್ಯದಲ್ಲಿ ಯಾವತ್ತೂ ಮುಂದೆ ಇರುತ್ತಿದ್ದ. ಸಂದರ್ಭ ಬಂದಾಗ ಹಣ ಖರ್ಚು ಮಾಡಲು ಅವನು ಹಿಂದೆ–ಮುಂದೆ ನೋಡುತ್ತಿರಲಿಲ್ಲ.

ಆಬಾನ ಮನೆಯಲ್ಲಿ ಇಬ್ಬರು ಮಕ್ಕಳು ಹಾಗೂ ಸೊಸೆ ಹೊಲಕ್ಕೆ ಕೆಲಸಕ್ಕೆ ಹೋಗಿದ್ದರು. ಆಬಾಗೆ ಸ್ವಲ್ಪ ಹೊಲ ಇತ್ತು. ಹಾಗೊ–ಹೀಗೋ ಸಂಸಾರದ ರಥ ಸಾಗುತ್ತಿತ್ತು. ಮಕ್ಕಳಿಗೆ ಕೂಲಿ ಮಾಡಲು ಹೋಗಬೇಕಾಗಿರಲಿಲ್ಲ. ಅಷ್ಟರಲ್ಲಿಯೇ ಆಬಾ ಸಂತೋಷದಿಂದ ಇದ್ದ. ಆಬಾ ಸ್ನಾನ ಮಾಡಿ ಬಟ್ಟೆ ಬದಲಾಯಿಸಿ ಪಡಸಾಲೆಯಲ್ಲಿ ಬಂದು ಬಾಬಾ ಸಾಹೇಬ್ ಅಂಬೇಡ್ಕರ್ ಹಾಗೂ ಭಗವಾನ್ ಗೌತಮಬುದ್ಧರ ಫೋಟೋಗಳಿಗೆ ನಮಸ್ಕಾರ ಮಾಡಿದ. ಮಂಚದ ಮೇಲೆ ಕುಳಿತು ಸೊಸಾಯಿಟಿಯ ಕಾಗದ ಪತ್ರಗಳನ್ನು ನೋಡಲು ಪ್ರಾರಂಭಿಸಿದ. ಆಬಾ ಪ್ರತಿಯೊಂದು ದಿನವನ್ನು ಸಾಮಾಜಿಕ ಕಾರ್ಯದಲ್ಲಿ ತೊಡಗಿಸಿಕೊಳ್ಳುತ್ತಿದ್ದ. ಹೊಲೆಯರೂ ಸುಧಾರಿಸಬೇಕು. ಅವರೂ ಒಂದಾಗಬೇಕು. ಅವರು ತಮ್ಮ ಕಾಲಿನ ಮೇಲೆ ನಿಂತುಕೊಳ್ಳಬೇಕು. ಅವರಲ್ಲಿ ಜಾಗೃತಿ ನಿರ್ಮಾಣವಾಗಬೇಕು. ಅದಕ್ಕಾಗಿ ಆಬಾ ಹಗಲು ರಾತ್ರಿ ಶ್ರಮಿಸುತ್ತಿದ್ದ. ಕಾಗದ ಪತ್ರಗಳನ್ನು ಪರೀಕ್ಷಿಸುತ್ತಿರುವಾಗ ಬಾಗಿಲಲ್ಲಿ ಧ್ವನಿಯೊಂದು ಕೇಳಿ ಬಂತು–"ಅಕ್ಕುಂದ ಜೋಗವ್ವsss." ವಿಠಲ ಹೊಲೆಯರ ಮಗಳು ಕೈಯಲ್ಲಿ ಯಲ್ಲಮ್ಮನ ಪರಡಿ ಹಿಡಿದುಕೊಂಡು ಜೋಗು ಬೇಡಲು ನಿಂತಿದ್ದಳು.

"ಚಂದಾ ಒಳಗೆ ಬಾರವ್ವ"–ಎಂದು ಆಬಾ ಒಳಗೆ ಕರೆದ.

ಆಬಾನ ಧ್ವನಿ ಕೇಳಿ ಹನ್ನೆರಡು ವರ್ಷದ ಲಂಗಾ–ಧಾವಣಿ ಹಾಕಿಕೊಂಡಿದ್ದ ಚಂದಾ ಒಳಭಾಗದಲ್ಲಿ ಹೊಸ್ತಿಲಿಗೆ ಹತ್ತಿ ನಿಂತುಕೊಂಡಳು. ಬೆಳ್ಳಗೆ ತೆಳ್ಳಗೆಯಿದ್ದ ಚಂದಾ ಹೆಸರಿಗೆ ತಕ್ಕ ಹಾಗೆಯೇ ಇದ್ದಳು. ಹಣೆ ತುಂಬಾ ಭಂಡಾರ ಹಚ್ಚಿಕೊಂಡಿದ್ದಳು. ಕೈಯಲ್ಲಿ ಪರಡಿ, ಪರಡಿಯಲ್ಲಿ ಯಲ್ಲಮ್ಮ ದೇವಿಯ ಚಿಕ್ಕದೊಂದು ಹಿತ್ತಾಳೆಯ ಮೂರ್ತಿ. ಭಂಡಾರದ ಒಂದು ಚೀಲ, ಅಕ್ಕಿ, ಗೋಧಿ, ಜೋಳ ಹಾಗೂ ಚಿಲ್ಲರೆ ಹಣ ಅದರಲ್ಲಿ ಇತ್ತು. ಪ್ರತಿ ಮಂಗಳವಾರ, ಶುಕ್ರವಾರ ಹಾಗೂ ಹುಣ್ಣಿಮೆ ದಿನದಂದು ಚಂದಾ ಜೋಗಾಡಲು ಬರುತ್ತಿದ್ದಳು.

ಬಾಕಿ ದಿನ ಕೂಲಿ ಕೆಲಸಕ್ಕೆ ಹೋಗುತ್ತಿದ್ದಳು. ಮಂಗಳವಾರ ಹಾಗೂ ಶುಕ್ರವಾರ ಅವರ ಮನೆಯಲ್ಲಿ ಯಾರೂ ಕೂಲಿ ಕೆಲಸಕ್ಕೆ ಹೋಗುತ್ತಿರಲಿಲ್ಲ. ಚಂದಾ ಬೇಡಿ ತಂದ ಜೋಗದ ಮೇಲೆಯೇ ಎರಡು ಹೊತ್ತಿನ ಊಟ ಲಭಿಸುತಿತ್ತು.

"ಏನವ್ವ ಚಂದಾ, ಇವತ್ತು ಲಘುನ ಮನಿಯಿಂದ ಹೊಂಟಿ?"–ಕೈಯಲ್ಲಿ ಕಾಗದ ಪತ್ರಗಳನ್ನು ಪಕ್ಕಕ್ಕೆ ಇಡುತ್ತ ಆಬಾ ಪ್ರಶ್ನೆ ಕೇಳಿದ.

ಪರಡಿಯಲ್ಲಿಯ ಭಂಡಾರದಲ್ಲಿ ಬೆರಳು ಆಡಿಸುತ್ತ ಚಂದಾ ನುಡಿದಳು– "ಇವತ್ತಿನಿಂದ

ಜೋಗಾಡೋಕೆ ಹೋಗಬೇಕು. ಮಧ್ಯಾಹ್ನದವರೆಗೂ ಹಳ್ಳಿ ಮುಗಿಸಿ, ಆಮೇಲೆ ಪಕ್ಕದ

ಹಳ್ಳಿಗೆಹೋಗಲು ಅವ್ವ ಹೇಳ್ಯಾಳು."

"ಚಂದಾ ನಿಂಗ ಜೋಗಾಡಲು ಇಷ್ಟಾ ಆಗ್ತದೇನವ್ವ?"

"ರೀ ದೇವಿ ಕೆಲ್ಸಾರಿ, ಮಾಡಾಕ ಬೇಕು?"

"ಹಾಗಲವ್ವ, ನಿನ್ನ ವಾರಗಿ ಹುಡಿಗಿರ ಮದ್ವಿ ಆಗ್ತದ. ಅವರೆಲ್ಲ ಗಂಡನ ಮನಿಗೆ ಹೋಗ್ತಾರ. ಸಂಸಾರ ಮಾಡಬಹುದು. ನೀ ಮಾತ್ರ ಹೀಂಗ ಅಡ್ಡಾಡತಿಯೇನು?"

"ಆಬಾ ದೇವರ ಕೆಲ್ಸಾ ಇದು. ದೇವಿಗೆ ಕೋಪ ಬಂದ್ರ ಕೈ ಕಾಲು ಬಿದ್ದು ಹೋಗ್ತಾವಂತ ಅವ್ವ ಅಂದ್ಲು."

"ಅವ್ವ ಅದಾಳೇನು ಮನಿಯಾಗ?"

"ಇದಾಳಲ್ಲ!"

"ಕರಿ ಆಕೀನ. ನಾನು ಸ್ವಲ್ಪ ಮಾತಾಡೋದು ಐತಿ ಅಂತ ಹೇಳು."

ಬಾಗಿಲಿನಲ್ಲಿ ನಿಂತೆ ಕೂಗಿದಳು. ಆಬಾನ ಮನೆಯಿಂದ ಚಂದಾನ ಮನೆ ಏಳನೇಯದು. ಚಂದಾನ ಧ್ವನಿ ಕೇಳಿ ಅವಳ ಅವ್ವ–ಶಾಲುಬಾಯಿ ಹೊರಗೆ ಬಂದಳು.

"ಏನ್ ಚಂದಾ, ಯಾಕ ಕರದಿ?"

"ಏ ಯವ್ವ ಆಬಾ ಕರ್ಯಾಕತ್ತಾರ."

ಆಬಾನ ಸಂದೇಶ ಕೇಳುತ್ತಿದ್ದ ಹಾಗೆ ಶಾಲು ತರಾತುರಿಯಲ್ಲಿ ಬಾಗಿಲು ಮುಂದೆ ಮಾಡಿ ಬಂದಳು.

"ಯಾಕ ಕರದ್ರಿ ಆಬಾ?"–ಶಾಲು ಆಬಾನ ಮನೆಯ ಮುಂದೆ ಬಂದು ಕೇಳಿದಳು.

"ಸ್ವಲ್ಪ ಕೆಲ್ಸಾ ಇತ್ತು. ಕುಂಡ್ರು ಇಲ್ಲಿ. ಚಂದಾ ನೀನು ಸಹ ಕುಂಡ್ರವ್ವ."

ಇಬ್ಬರೂ ಅಮ್ಮ ಮಗಳು ಗೋಡೆಗೆ ಒರಗಿ ಕುಳಿತುಕೊಂಡರು.

"ಶಾಲು, ಈ ಚಂದಾನ ದೇವರಿಗೆ ಯಾಕವ್ವ ಬಿಟ್ಟಿ?"

ಆಬಾನ ಈ ಪ್ರಶ್ನೆ ಕೇಳಿ ಶಾಲು ಸ್ವಲ್ಪ ಗೊಂದಲಕ್ಕೆ ಈಡಾದಳು. ಬಲಗೈಯ ಮಧ್ಯದ ಬೆರಳಿನಿಂದ ನೆಲವನ್ನು ಕೆದರುತ್ತ ಅವಳು ನುಡಿದಳು–

"ರಿ, ಯಾಕ ಬಿಡ್ತಾರ? ದೇವಿಯ ಆಜ್ಞೆ ಆತು ನೋಡ್ರಿ. ಈಗ ನೀವ ಹೇಳ್ರಿ, ದೇವಿ ಆಜ್ಞೆಯನ್ನು ಯಾರಾದ್ರೂ ಧಿಕ್ಕರಿಸ್ತಾರೇನು?"

"ದೇವಿ ಆಜ್ಞಾ ಆಗೇತಿ ಅಂದ್ರ ಏನು? ದೇವಿ ಕನಸಿನ್ಯಾಗ ಬಂದಿದ್ದಳೇನು? ಅಥವಾ ಮೈಯಾಗ ಬಂದಿದ್ದಳೊ?"

"ಕನಸಿನ್ಯಾಗ ಯಾಕ ಬರ್ತಾಳ? ಹುಡುಗಿ ರೂಪನ್ಯಾಗ ಪ್ರಕಟ ಆಗ್ಯಾಳಲ್ಲ."

ಶಾಲುವಿನ ಉತ್ತರದಿಂದ ಆಬಾನ ತಲೆ ತಿರುಗಿತು. ಅವಳ ಮಾತಿನ ಅರ್ಥವೆ ಅವನಿಗಾಗಲಿಲ್ಲ.

"ನಂಗೆ ಏನು ತಿಳಿವಲ್ಲತು. ಸರಳ ಹೇಳು ಏನಾತು ಅಂತ?"

"ಈಗ ಹೇಂಗ್ ಹೇಳೊದ್ರಿ ನಿಮಗ? ರೀ, ದೇವಿ ಪ್ರಕಟ ಆದಳು ಅಂದ್ರ ಚಂದಾನ ಕೂದಲಿನ್ಯಾಗ ಜಡಿ ಕಾಣಿಸ್ತು!"–ಎಂದ ಶಾಲು ಚಂದಾನ ತಲೆಯಲ್ಲಿಯ ಎರಡು ಜಡೆಗಳನ್ನು ಎತ್ತಿ ತೋರಿಸಿದಳು. ಆಬಾನ ತಲೆಯಲ್ಲಿ ಈಗ ಹೊಳೆಯಿತು.

"ಶಾಲೂ, ನೀನು ಹೇಳೋದು ಸರಿಯವ್ವ; ಆದ್ರ ಜಟಾನೊ, ಜಡಿನೊ ಬಂದ್ರ ಮಗಳನ್ನ ದೇವಿಗೆ ಬಿಡಬೇಕು ಅಂತ ಯಾರ ಹೇಳ್ಯಾರು? ನೋಡವ್ವ, ಜಡಿ ಯಾರಿಗೆ ಬೇಕಾದ್ರೂ ಬರಬಹುದು. ಕತ್ತರಿಸಿ ತೆಗೆದ್ರ ಆತು. ಪುನಃ ಅವು ಬರಾಂಗಿಲ್ಲ."

"ಆಬಾ, ಏನಾದ್ರೂ ಒಂದು ಮಾತಾಡಬ್ಯಾಡ್ರಿ, ದೇವಿ ಬಾಳ ಕೆಟ್ಟ ಅದಾಳ. ಬಂಡೇದ್ದು ಗಂಡಸು ದೇವಿಗೆ ಕಾಡಿದ ಅಂತ ದೇವಿ ಅವನಿಗೆ ಸೀರಿ ಉಡಿಸಿ ತಲಿಮ್ಯಾಲೆ ಜಾಗಾ ಕೊಟ್ಲು."

"ಎಲ್ಲಾ ಸುಳ್ಳು ಐತಿ. ಶಾಲೂ, ನೀವೆಲ್ಲ ಅಶಿಕ್ಷಿತರು ಅಂತ ಹೀಂಗ್ ಆಗೆದ ಬ್ರಾಹ್ಮಣರ ಮನಿ ಹೆಂಗಸರನ್ನು ಎಂದಾದ್ರ ದೇವಿಗೆ ಬಿಟ್ಟಾರೇನು? ಯಾರಾದ್ರೂ ಇದ್ದಾರೇನು ಕುರವಾಡ್ಯಾದಲ್ಲಿ ತಲೆಮೇಲಿ ಜಗತ್ತನ್ನು ತಗೊಂಡು ಸುತ್ತಾವರು? ನೋಡು, ದೇವಿ ಅಂದ್ರ ಎಲ್ಲರಿಗೂ ಒಂದ ಅಲ್ಲ ವ್ವ ನೀನ ಹೇಳು? ನಮ್ಮ ಹೆಂಗಸ್ರು ಮಾತ್ರ ಯಾಕ ಜೋಗವ್ವ ಆಗ್ತಾರ? ಆಕಡೆ ನಿಪ್ಪಾಣಿಯಾಗ ಜೋಗವ್ವಗಳು ಈಗ ಜೋಗ್ಯಾಡೋದನ್ನು ಬಿಟ್ಟು ಕೆಲಸಾ ಶುರು ಮಾಡ್ಯಾರ."

ಕೊನೆಯ ವಾಕ್ಯ ಕೇಳಿ ಶಾಲೂಗೆ ಮಾತ್ರ ಆಘಾತವಾಯಿತು.

"ಏನ್ ಹೇಳಾತೀರಿ ಆಬಾ ನೀವು? ರೀ, ದೇವಿ ಜೊತಿ ಶತ್ರುತ್ವ ಕಟಕೊಂಡು ಆ ರಂಡಿಯಾರು ನರಕಕ್ಕೆ ಹೋಗ್ತಾರ ಅಷ್ಟ!"

"ಹಂಗಲ್ಲವ್ವ ಶಾಲೂ, ಅವರೆಲ್ಲ ಚಲೊ ಜೀವನ ನಡೆಸಾಕತ್ತಾರು. ತಲೆಯಲ್ಲಿ ಜಡೆ ಬಂದವು ಅಂತ ಅಥವಾ ದೇವಿಗೆ ಖುಷಿ ಪಡಸಾಕ ಹೊಟ್ಯಾಗ್ ಹುಟ್ಟಿದ ಮಕ್ಕಳನ್ನು ಹೀಂಗ್ ಮನಿ–ಮನಿ ಸುತ್ತಿಸೋದು ಬಾಳ ಕೆಟ್ಟವ್ವ!"

"ರೀ, ಕೆಟ್ಟ ಹೇಂಗ್? ದೇವಿನ ಇದ್ದಾಳಲ್ಲ ಆಕಿ ಬೆನ್ನ ಹಿಂದ."

"ಎಷ್ಟು ಅಶಿಕ್ಷಿತ, ಮೊಂಡ ಅದಿ ನೀನು! ಹುಡುಗಿ ಜೀವನಾ ಹೇಂಗ? ನಾಳೆ ಹುಡುಗಿ ವಯಸ್ಸಿಗೆ ಬಂದ್ರ, ಚಂದ ಕಾಣಿಸಾಕತ್ರ ಈ ಎಲ್ಲ ಊರು-ಹೊಲಗೇರಿ ಹಿಂದ್ ಬೀಳ್ತದ. ಮದ್ವಿ ಇಲ್ಲ, ಗಂಡಾ ಇಲ್ಲ. ಮನಿ-ಮನಿ ಭಿಕ್ಷಾ ಬ್ಯಾರೆ ಬೇಡಬೇಕು. ನೀವೆಲ್ಲ ಆರಾಮಾಗಿ ಕುಂತ ತಿನ್ನಿರಿ, ನೋಡವ್ವ ಎಷ್ಟೊ ಅದ್ರೂ ನಿನ್ನ ಸ್ವಂತ ಮಗಳು! ಸಾಲಿ ಕಲಿತು, ದೊಡ್ಡವಳಾಗಬಹುದು... ಅಂತ ಯಾಕ ವಿಚಾರ ಮಾಡಾಂಗಿಲ್ಲ? ಜೀವನ ಪೂರ್ತಿ ಆಕಿ ಜೋಗತಿ ಆಗೇನ ಅಲಿಬೇಕು ಅಂತಿಯೇನು?"

"ಹಂಗಲ್ಲ ಆಬಾ..."

ಆಬಾ ಶಾಲೂಗೆ ಮಾತನಾಡಲು ಬಿಡದೆ ತಾವೆ ಮುಂದೆ ಮಾತಾಡಿದರು-

"ಯಾರು ದೇವಿ? ಹೊಲಿಯರದು ಶೂದ್ರರ ದೇವಿ ಏನು ಅವಳು? ಕುರವಾಡಿಯಲ್ಲಿ ಏನಾದ್ರೂ ಭೀಷಣ ರೀತಿಯಾಗ ಮಾಡ್ಯಾಳೇನು? ಬಂಗಾರದಂತಾ ಕೂಸು. ಆಕಿ ಬದುಕು ಮಣ್ಣು ಮಾಡಾಕ ಹೋಗಬ್ಯಾಡಾ."

ಆಬಾನ ಮಾತು ಕೇಳಿ ಅವಳಿಗೆ ಜ್ಞಾನೋದಯವಾಯಿತು. ಏನು ಮಾತಾಡಬೇಕು ಎಂದು ಅವಳಿಗೆ ತಿಳಿಯದಾತು.

"ಹಂಗ್‌ಇದ್ರ ಏನ್ ಮಾಡಬೇಕು ಅಂತೀರಿ ಆಬಾ?"-ಸ್ವಲ್ಪ ಅಸ್ವಸ್ಥಳಾಗಿ ಶಾಲೂ ಕೇಳಿದಳು.

"ನೋಡವ್ವ ಶಾಲೂ, ನಿನ್ನ ಮಕ್ಕಳು ನನ್ನ ಮಕ್ಕಳು ಇದ್ದಹಂಗ್, ನಾನು ಫರಕ್ ಎಂದೂ ಮಾಡಿಲ್ಲ. ನಿನ್ನ ಗಂಡ ಹಾಗೂ ನಾನು ಸ್ವಂತ ಅಣ್ಣಾ ತಮ್ಮಂದಿರಂಗ. ತಮ್ಮನ್ನ ಮಗಳ ಬಗ್ಗೆ ನಾನು ಕೆಟ್ಟ ವಿಚಾರಾ ಮಾಡಾಂಗಿಲ್ಲವ್ವ. ಹುಡುಗಿ ದೊಡ್ಡಾಕಿ ಆಗಬೇಕು. ಒಳ್ಳೆ ಮನಿಗಿ ಕೊಡಬೇಕು. ಮಕ್ಕಳು ಮರಿಗಳನ್ನು ನೋಡಕೊಂಡ ಗಂಡನ ಜೊತೆ ಚಲೋ ತಂಗ ಇರಬೇಕು ಅಂತ ನನಗ ಅನ್ನಿಸ್ತದ. ನೋಡವ್ವ, ತಲ್ಯಾಗ ಜಡಿ ಬಂದಾವು ಅಂತ ಹುಡುಗಿ ಜೀವನ ಪೂರ್ತಿ ಕೈಯಾಗ ಪರಡಿ ಹಿಡಕೊಂಡ ಮನಿ-ಮನಿ ಅಲಿಬೇಕೇನು!"

ಇಬ್ಬರ ಮಾತನ್ನು ಚಂದಾ ನಿಂತು ಕೇಳಿಸಿಕೊಳ್ಳುತ್ತಿದ್ದಳು. ಆಬಾನ ಮಾತು ಅವಳಿಗೆ ಸರಿಯೆಂದು ಕಾಣುತ್ತಲಿತ್ತು.

"ಇದು ನೋಡವ್ವ ಶಾಲೂ, ಒಂದ ಕೆಲ್ಸಾ ಮಾಡತಿ ಏನು?"-ಆಬಾ ಕೇಳಿದ.

"ಏನು?"

"'ಚಂದಾನ ತಲಿ ಒಳಗಿನ ಜಡಿ ಕತ್ತರಿಸಿ ತೆಗೆದು ಬಿಡು."

"ಏನ್ ಅನ್ನಾತಿರಿ ನೀವು!"-ಶಾಲೂ ಕಿರಿಚಿದಳು.

"ನಿಜ ಹೇಳಾಕತೇನಿ ಶಾಲೂ, ಹೊಸ ಕೂದಲು ಬತ್ರಾವ. ನಮ್ಮ ದೇಹದಾಗ ಏನಾದ್ರೂ ದೋಷ ಇದ್ರ ಮಾತ್ರ ಜಡಿ ಬತ್ರಾವ, ಎಷ್ಟೋ ಹೆಂಗಸ್ರು ಬಂದ ಜಡಿನ ಕತ್ತರಿಸಿ ತಗದಿದ್ದನ್ನ ನಾನ ಇದ ಕಣ್ಣಿಂದ ನೋಡೇನಿ. ನಾವು ಆಕಿ ಮದ್ವಿ ಮಾಡೋಣು. ನಾನು ಚಲೋ ಹುಡುಗನ್ನ ನೋಡತಿನಿ. ಚಂದಾ ಸಂಸಾರ ಮಾಡತಾಳ. ಮಗಳ ಸುಖಾನ ನೀನು ನೋಡುವಂತಿ."

ಆಬಾನ ಮಾತು ಕೇಳಿ ಶಾಲೂ ತನ್ನನ್ನು ತಾನು ಮರೆತಳು... ಗೊತ್ತಿಲ್ಲದೆ ಅವಳಿಗೆ ಆಬಾನ ಹಾಗೆ ಅನ್ನಿಸಲು ಪ್ರಾರಂಭವಾಯಿತು. ಚಂದಾನ ಕೈಗೆ ಅರಿಶಿಣ ಹತ್ತಿದೆ. ಮಂಗಳವಾದ್ಯಗಳು ಮೊಳಗುತ್ತಿವೆ. ಚಂದಾ ಗಂಡನೊಂದಿಗೆ ಅವಳ ಆಶೀರ್ವಾದ ಪಡೆಯಲು ಬಾಗಿದ್ದಾಳೆ. ಮಗಳು ಹಾಗೂ ಅಳಿಯನ ಜೋಡಿ ನೋಡಿ ಶಾಲೂನ ಕಣ್ಮುಂದೆ ಒಂದು ಸುಖವಾದ ಚಿತ್ರ ನಿರ್ಮಾಣವಾಯಿತು. ವಾಸ್ತವಕ್ಕೆ ಮರಳಿ ಅವಳು ನುಡಿದಳು–

"ಚಂದಾ ನಮ್ಮ ಮನಿಗೆ ಹೋಗು. ಹೊರಗಿನ ಕ್ವಾಣ್ಯಾಗ ಇರೊ ಗೂಡಾಗ ಕತ್ರಿ ಐತಿ. ತಗೋಂಡ ಬಾ."

ಅವ್ವನ ಮಾತು ಮುಗಿಯುತ್ತಿದ್ದ ಹಾಗೆ ಅವಳು ಮನೆಹೊರಗೆ ಓಡಿದಳು ಹಾಗೂ ಬೇಗನೆ ಕತ್ತರಿಯನ್ನು ತೆಗೆದುಕೊಂಡು ಬಂದಳು. ಶಾಲೂ ತನ್ನ ಸ್ಥಳದಿಂದ ಎದ್ದಳು. ಅವಳು ಚಂದಾನ ಕೈಯಲ್ಲಿ ಇದ್ದ ಕತ್ತರಿಯನ್ನು ಆಬಾನ ಕೈಗೆ ನೀಡಿದಳು. ಚಂದಾನ ತಲೆಯಲ್ಲಿಯ ಜಡೆಯನ್ನು ಎತ್ತರಿಸಿ ಹಿಡಿದಳು. ಆಬಾನೆಡೆ ನೋಡುತ್ತಅವಳು ನುಡಿದಳು–

"ಆಬಾ, ಕತ್ತರಿಸ್ರಿ ಆಕಿ ಜಡಿ."

ಆಬಾ ಅವಳ ಜಡೆಯನ್ನ ಕತ್ತರಿಸಿ ಬಿಸಾಕಿದ. ಅವಳ ಹಣೆಯ ಮೇಲಿನ ಭಂಡಾರ ತಮ್ಮ ಕೈಯಿಂದ ಅಳಿಸಿದ. ಚಂದಾನನ್ನು ಶಾಲೂ ಅಪ್ಪಿಕೊಂಡಳು. ಶಾಲೂಯೆಡೆ ನೋಡುತ್ತ ಆಬಾ ನುಡಿದ–

"ಯವ್ವ ಶಾಲೂ, ಲಘುನ ಎಚ್ಚರಾದಿಯವ್ವ, ಇಲ್ಲದಿದ್ರ ಎಳಿ ಹುಡಿಗಿ ಜೀವನಾ ಸತ್ತಾನಾಶ ಆಗಿ ಹೋಗತಿತ್ತು. ನೋಡವ್ವ ಬಾಬಾನ ಹಾಗೂ ಬುದ್ಧನ ಫೋಟೋಗ ಸಮಸ್ಕಾರ ಮಾಡು. ಅವರ ಪಾಠನ ನೀನು ಇವತ್ತು ಪಾಲಿಸಿದಿ; ಆ ಯಲ್ಲಮ್ಮನ ಪರಡಿಗೆ ತಪ್ಪಿಯೂ ಮನಿಯೊಳಗ ಜಾಗ ಕೊಡಬ್ಯಾಡಾ."

ಶಾಲೂ ಚಂದಾಳನ್ನು ಅಪ್ಪಿಕೊಂಡಳು. ತನ್ನ ಸೀರೆಯ ಸೆರಗಿನಿಂದ ಅವಳ ಹಣೆಯನ್ನು ಒರೆಸಿದಳು. ಬಾಬಾನ ಫೋಟೋಗೆ ನಮಸ್ಕಾರ ಮಾಡಿ ಅಮ್ಮ-ಮಗಳು ತೃಪ್ತ ಮನಸ್ಸಿನಿಂದ ಹೊರಗೆ ನಡೆದರು.

ಮೂರು

ಆಬಾನ ದೃಷ್ಟಿ ಪುನಃ ಒಮ್ಮೆ ಬಾಬಾನ ಫೋಟೋಯೆಡೆ ಹೋಯಿತು. ಆಬಾ ಒಂದೇ ಸಮನೆ ಆ ಫೋಟೊಯೆಡೆ ನೋಡಲು ಪ್ರಾರಂಭಿಸಿದ. ಅವನಿಗೆ ಕಳೆದು ಹೋದ ಆ ದಿನಗಳು ನೆನಪಿಗೆ ಬರಲು ಪ್ರಾರಂಭವಾಯಿತು. ಡಾ. ಅಂಬೇಡ್ಕರ್, ಅವರ ಪ್ರೇರಣೆಯಿಂದ ಚೈತನ್ಯಮಯವಾದ ಸಂಪೂರ್ಣ ದಲಿತ ಸಮಾಜ, ಆ ಪ್ರಚಂಡ ಹೋರಾಟ, ಆ ಪ್ರಚಂಡ ಸಭೆ, ಸಂಘರ್ಷಗಳು, ಜೀವ ತೆಗೆದುಕೊಳ್ಳುವ ಸಂಘರ್ಷಗಳು ಸಹ! ಆಬಾ ಭೂತಕಾಲದಲ್ಲಿ ಕಳೆದು ಹೋದ.

ಹದಿನೈದನೆಯ ವಯಸ್ಸಿಗೆ ಆಬಾ ಶರಣಗುಪ್ಪಿಯಿಂದ ಓಡಿ ಮುಂಬಯಿಗೆ ಹೋಗಿ ಸೇರಿಕೊಂಡಿದ್ದ. ಅದಕ್ಕೆ ಕಾರಣವೂ ಪೂರಕವೇ ಆಗಿತ್ತು. ಆಬಾಗೆ ಬಾಲ್ಯದಲ್ಲಿ ಶಾಲೆಯ ಬಗ್ಗೆ ತುಂಬಾನೇ ಆಕರ್ಷಣೆಯಿತ್ತು; ಆದರೆ ಅವನ ಅಪ್ಪ ಹಳೆಯ ತಲೆಮಾರಿನವ. ಶಾಲೆಗೂ ಹಾಗೂ ಅವನಿಗೂ ಎಣ್ಣೆ ಸೀಗೆಕಾಯಿ ಸಂಬಂಧ. ಕೇರಿ ಹಿರಿತನವೆ ಅವನ ಕೈಯಲ್ಲಿ ಇತ್ತು. ಎಲ್ಲ ಕೆಲಸ ಮಾಡುತ್ತ ಮಾಡುತ್ತ ಅವನಿಗೆ ಸಾಕು ಸಾಕಾಗುತ್ತಿತ್ತು. ಆಬಾ ಅವನಿಗೆ ಒಬ್ಬನೇ ಮಗ. ಅವನ ಸಾವಿನ ನಂತರ ಕೇರಿ ಹಿರಿತನ ಆಬಾನ ಕೈಗೆ ಹೋಗಲಿತ್ತು. ಇದು ಅವನ ಧೋರಣೆಯಾಗಿತ್ತು! ಹೊಲೆಯರು ಕಲಿತರೆ ಕೇರಿ ಹಿರಿತನ ಯಾರು ಮಾಡುವರು? ಹೊಲೆಯರ ಹಣೆಬರಹದಲ್ಲಿ ಗ್ರಾಮಸೇವೆಯೇ ಬರೆದಿರುವುದು! ಹಣೆಬರಹವನ್ನು ಯಾರಾದ್ರೂ ಬದಲಾಯಿಸೋಕೆ ಸಾಧ್ಯಾನಾ? ಪ್ರತಿಯೊಬ್ಬರಿಗೆ ಇಂತಿಷ್ಟೇ ಎಂದು ನಿರ್ಧಾರ ಆಗಿದೆ. ಶಿಕ್ಷಣ ಸವರ್ಣಿಯ ಬ್ರಾಹ್ಮಣರ ಕೆಲಸ. ನಾವ್ಯಾಕೆ ಅದರ ಉಸಾಬರಿಗೆ ಹೋಗಬೇಕು. ಆಬಾ ಮಾತ್ರ ಸಂಪೂರ್ಣ ವಿರುದ್ಧ. ಅವನೇನು ಶಾಲೆಯ ಆಕರ್ಷಣೆಯನ್ನು ಬಿಡಲಿಲ್ಲ.

ಆಬಾನ ಗಮನ ಹಿರಿತನದೆಡೆ ಇಲ್ಲದೆ ಇರುವುದನ್ನು ಗಮನಿಸಿದ ಅವನ ತಂದೆ ಒಂದು ಮಾರ್ಗವನ್ನು ಶೋಧಿಸಿತೆಗೆದ. ಒಂದು ದಿನ ಆಬಾನ ರಟ್ಟೆಯನ್ನು ಹಿಡಿದುಕೊಂಡು ನೇರವಾಗಿ ಬಾಳಾಸಾಹೇಬ್ ಪಾಟೀಲರ ವಾಡೆಗೆ ಕರೆದುಕೊಂಡು ಹೋದ.

"ಹುಡುಗನಿಗೆ ಹಿರಿತನದಲ್ಲಿ ಆಸಕ್ತಿ ಇಲ್ಲ. ಸ್ವಲ್ಪ ನಿಮ್ಮಲ್ಲಿ ಚಾಕರಿಗೆ ಇಟ್ಟುಕೊಳ್ಳರಿ"–ಎಂದು ಹೇಳಿ ಆಬಾನನ್ನು ಪಾಟೀಲರಿಗೆ ಒಪ್ಪಿಸಿದ. ಆಬಾ ಆ ಸಮಯದಲ್ಲಿ ಐದನೇಯ ತರಗತಿಯಲ್ಲಿ ವ್ಯಾಸಂಗ ಮಾಡುತ್ತಿದ್ದ. ಅವನು ತುಂಬಾನೆ ಅತ್ತು ಕರೆದು ಮಾಡಿದ. ಅನ್ನ–ನೀರು ಬಿಟ್ಟ; ಆದರೆ ಪಾಟೀಲರ ಬಿಗಿ ಮುಷ್ಟಿಯಿಂದ ಅವನ ಬಿಡುಗಡೆ ಅಂತೇನೂ ಆಗಲಿಲ್ಲ.

ಆಬಾ ಒಂದೊಂದು ದಿನವನ್ನು ಕಷ್ಟದಿಂದ ತೆಗೆಯಲು ಪ್ರಾರಂಭಿಸಿದ. ಮುಂಜಾನೆ ಏಳುತ್ತಿದ್ದ ಹಾಗೆ ಸೆಗಣಿಯಲ್ಲಿ ಕೈ ಹಾಕಬೇಕಿತ್ತು. ಹತ್ತು ಇಪ್ಪತ್ತು ಎಮ್ಮೆಗಳ ಸೆಗಣಿಯನ್ನು ತೆಗೆಯುತ್ತಿದ್ದ. ಕೊಟ್ಟಿಗೆ ಸ್ವಚ್ಛ ಮಾಡುತ್ತಿದ್ದ. ಮೇವು ಕತ್ತರಿಸುತ್ತಿದ್ದ. ಕಟ್ಟಿಗೆ ಒಡೆಯುತ್ತಿದ್ದ. ಹೊಲಕ್ಕೆ ಹೋಗುತ್ತಿದ್ದ. ಕೊಟ್ಟ ಎಲ್ಲ ಕೆಲ್ಸ ಮಾಡುತ್ತಿದ್ದ. ಸಿಕ್ಕಿದ್ದನ್ನು ತಿನ್ನುತ್ತಿದ್ದ. ಅದರ ಮೇಲೆ ಪಾಟೀಲರ ಬೈಗಳು. ಶಾಲೆ ಬಿಟ್ಟ ಭಯಂಕರ ನೋವು. ಆಬಾ ಅಸ್ವಸ್ಥನಾದ. ದುಡಿದು ದುಡಿದು ತಂಗಳ ಅನ್ನ ತಿನ್ನುತ್ತಿದ್ದ, ಸತ್ತ ಪ್ರಾಣಿಗಳನ್ನು ಎಳೆದು ತೆಗೆದುಕೊಂಡು ಹೋಗುತ್ತಿದ್ದ. ಐವತ್ತು–ಐವತ್ತು ಮೈಲಿ ಹೋಗಿ ಸಂದೇಶ ನೀಡಿ ಬರುತ್ತಿದ್ದ. ಬದುಕಿನ ಅರಿವು ಅವನಿಗೆ ಆಗಲು ಪ್ರಾರಂಭವಾಯಿತು. ಹಾಗೂ ಒಂದು ದಿನ ಮುಂಜಾನೆ ಅವನು ಎದ್ದು ಮಿರಜಗೆ ಓಡಿ ಹೋದ. ಮಿರಜನಲ್ಲಿ ದಿನ ಪೂರ್ತಿ ಸುತ್ತಾಡಿದ ಮತ್ತು ರಾತ್ರಿ ರೈಲಿನಿಂದ ಮುಂಬಯಿಗೆ ಹೋದ.

ಮುಂಬಯಿ ನೋಡಿ ಆಬಾ ಸ್ತಬ್ಧಗೊಂಡ. ಎಲ್ಲೆಡೆ ಅಪರಿಚಿತ ಮುಖಗಳು. ಎಲ್ಲಿ ನೋಡಿದ್ರು ಜನಸಂಧಣಿ. ಯಾರು ಯಾರಿಗೂ ಮಾತನಾಡಿಸಲು–ಕೇಳಲೂ ಸಿದ್ಧರಿಲ್ಲ. ಆಬಾ ಹಾಗೋ ಹೀಗೋ ಮಾಡಿ ಹೋಟೆಲಿನಲ್ಲಿ ಒಂದು ನೌಕರಿ ಪಡೆದುಕೊಂಡ. ಸಂಬಳ ಸಿಗುತ್ತಿರಲಿಲ್ಲ. ಕೇವಲ ಊಟ ಹಾಗೂ ಬಟ್ಟೆ ಮಾತ್ರ ಲಭಿಸುತಿತ್ತು. ಹದಿನಾರು ಹದಿನಾರು ಗಂಟೆ ಬಚ್ಚಲು ಮನೆಯಲ್ಲಿ ನಿಂತು ಕಪ್ಪು ಬಶಿಯನ್ನು ತೊಳೆಯಬೇಕಿತ್ತು. ಆಬಾ ಆ ಹೋಟೆಲಿನಲ್ಲಿ ಐದು ವರ್ಷ ಕೆಲ್ಸ ಮಾಡಿದ. ಖಿದ್ರಾಪುರದ ಒಬ್ಬ ಮನುಷ್ಯ 'ಜಯಸಿಂಗ್ ಪವಾರ್' ಆತನ ಹೆಸರು. ಒಂದು ಮಿಲ್‌ನಲ್ಲಿ ಕೆಲಸಕ್ಕೆ ಇದ್ದ. ಹೋಟೆಲ್‌ದಲ್ಲಿ ಆಬಾ ಹಾಗೂ ಅವನ ಪರಿಚಯವಾಯಿತು. ಅವನ ಕೋಣೆಯಲ್ಲಿ ಆಬಾ ಉಳಿದುಕೊಳ್ಳಲು ಪ್ರಾರಂಭಿಸಿದ.

ಜಯಸಿಂಗ್ ಆಬಾಗೆ ತನ್ನ ಕಂಪನಿಯಲ್ಲಿ ನೌಕರಿ ಕೊಡಿಸಿದ. ಅವನಿಗೆ ಒಳ್ಳೆಯ ಸಂಬಳವೂ ಲಭಿಸಿತು. ಬಟ್ಟೆಯ ಗಂಟನ್ನು ಹೊಲೆಯುವ ಕೆಲಸ

ಅವನು ಮಾಡುತ್ತಿದ್ದ. ಓವರ್‌ಟಾಯಿಮ್ ಮಾಡಿ ನಾಲ್ಕು ಪೈಸೆ ಹೆಚ್ಚು ಗಳಿಸುವ ಪ್ರಯತ್ನವನ್ನು ಆಬಾ ಮಾಡುತ್ತಿದ್ದ. ಹತ್ತು ವರ್ಷಗಳ ನಂತರ ಅವನು ಗ್ರಾಮಕ್ಕೆ ಹೋದ. ಅವನ ತಾಯಿ ತೀರಿಕೊಂಡಿದ್ದಳು. ಅಪ್ಪ ಗ್ರಾಮದ ಸೇವೆ ಮಾಡಿ-ಮಾಡಿ ಅವನು ಸಾಯೊ ಸ್ಥಿತಿಯಲ್ಲಿ ಇದ್ದ. ಮಗನನ್ನು ಕಂಡು ಅವನು ಸಂತೋಷಗೊಂಡ. ನಾಲ್ಕೈದು ದಿನದಲ್ಲಿಯೇ ಅವನ ಮದುವೆ ಮಾಡಲು ನಿರ್ಧರಿಸಿದ. ಈಗ ಸೊಸೆ ಮನೆಗೆ ಬಂದಳು. ಮಗ ಮುಂಬಯಿಯಲ್ಲಿ ದುಡಿದು ಹಣ ಗಳಿಸುತ್ತಾನೆಂದು ನೋಡಿ ಮುದಕನಿಗೆ ಸ್ವಲ್ಪ ಆನಂದವೆನ್ನಿಸಿತು.

ಈ ಮಧ್ಯ ಡಾ. ಅಂಬೇಡ್ಕರ್ ಹೆಸರಿನ ಒಬ್ಬ ವಿಚಾರವಂತ ವ್ಯಕ್ತಿಯಿಂದ ಸಂಪೂರ್ಣ ದೇಶ ಎಚ್ಚೆತ್ತುಕೊಂಡಿತ್ತು. ಅವರ ಪ್ರೇರಣೆಯಿಂದ ದಲಿತ ಆಂದೋಲನ ತೀವ್ರ ಸ್ವರೂಪ ಪಡೆದುಕೊಳ್ಳುತ್ತಿತ್ತು. ಸಾವಿರಾರು ವರ್ಷಗಳಿಂದ ತುಳಿಯಲ್ಪಟ್ಟ ದಲಿತರ ಧ್ವನಿ ಅಂಬೇಡ್ಕರ್ ರೂಪದಲ್ಲಿ ಎಲ್ಲೆಡೆ ಪ್ರತಿಧ್ವನಿಸುತ್ತಿತ್ತು. ಆಬಾ ತನ್ನಿಂದ ತಾನೆ ಈ ಚಳುವಳಿಯಿಂದ ಆಕರ್ಷಿತನಾಗುತ್ತ ಹೋದ. ಮುಂಬಯಿಯಲ್ಲಿ ಎಲ್ಲೆಲ್ಲಿ ಅಂಬೇಡ್ಕರ್ ಅವರ ಸಭೆಗಳು ಇರುತ್ತಿದ್ದವೊ ಅಲ್ಲಲ್ಲಿ ಹೋಗಲು ಪ್ರಾರಂಭಿಸಿದ. ಮಂತ್ರಮುಗ್ಧನಾಗಿ ಸಭೆಯ ಭಾಷಣ ಕೇಳಲು ಪ್ರಾರಂಭಿಸಿದ. ನೀರಿಗಾಗಿ ಸತ್ಯಾಗ್ರಹ, ನಾಶಿಕದಲ್ಲಿ ಮಂದಿರ ಪ್ರವೇಶ ಸತ್ಯಾಗ್ರಹ ಮುಂತಾದ ದೊಡ್ಡ ದೊಡ್ಡ ಕಾರ್ಯಕ್ರಮದಲ್ಲಿ ಅವನು ಸಹಭಾಗಿ ಆಗಲು ಪ್ರಾರಂಭಿಸಿದ. ಜೈಲುವಾಸವನ್ನು ಸಹ ಅನುಭವಿಸುತ್ತಿದ್ದ. ಸಭೆ ಕೇಳಿ ಜೋಪಡಪಟ್ಟಿಗೆ ಬಂದರೆ ತಾಸಾನುಗಟ್ಟಲೆ ಜೋಪಡಿಪಟ್ಟಿಯ ಜನರಿಗೆ ಡಾ. ಅಂಬೇಡ್ಕರ್ ಕುರಿತು ಹೇಳುತ್ತಿದ್ದ. ಅಂಬೇಡ್ಕರ್ ಹೇಗೆ ಮಾತನಾಡುತ್ತಾರೆ. ಅವರ ವೇಷ ಹೇಗಿರುತ್ತದೆ. ಅವರು ಭಾಷಣ ಹೇಗೆ ಮಾಡುತ್ತಾರೆ. ಅವರ ಬಣ್ಣ, ಹಣೆ ಮುಂತಾದ ಸೂಕ್ಷ್ಮ ವಿಷಯಗಳನ್ನು ಕುರಿತು ಅವನು ಜನರಿಗೆ ಹೇಳುತ್ತಿದ್ದ. ತಾನೂ ಸಭೆಯಲ್ಲಿ ಭಾಷಣ ಮಾಡಬೇಕು ಎಂದು ಆಬಾಗೆ ತುಂಬಾನೆ ಅನ್ನಿಸುತಿತ್ತು; ಆದರೆ ಆಬಾಗೆ ಭಾಷಣ ಮಾಡಲು ಬರುತ್ತಿರಲಿಲ್ಲ. ಕರ್ನಾಟಕದಲ್ಲಿಯೆ ಅವನು ಚಿಕ್ಕವನಿಂದ ದೊಡ್ಡವನಾಗಿದ್ದ ಕಾರಣ ಅವನಿಗೆ ಮರಾಠಿಯೂ ಸರಿಯಾಗಿ ಬರುತ್ತಿರಲಿಲ್ಲ. ಅವನು ಅಂಬೇಡ್ಕರ್ ಅವರ ಚಳುವಳಿಯಲ್ಲಿ ಭಾಗವಹಿಸಿದ. ಅದು ಒಬ್ಬ ಕಾರ್ಯಕರ್ತನೆಂದು ಸಭೆ ಸಮ್ಮೇಳನದಲ್ಲಿ ಉಪಸ್ಥಿತನಾಗಿರುತ್ತಿದ್ದ ಹಾಗೂ ಆಂದೋಲನದಲ್ಲಿ ಭಾಗವಹಿಸುವುದು ಅಷ್ಟೇ ಅವನಿಂದ ಸಾಧ್ಯವಾಯಿತು.

ಡಾ. ಬಾಬಾಸಾಹೇಬ್ ಅವರ ನಿಧನರಾದಾಗ ಅವನಿಗೆ ತುಂಬಾನೆ ನೋವಾಯಿತು. ಆದಿನ ಅವನು ಊಟವೇ ಮಾಡಲಿಲ್ಲ. ರಾತ್ರಿ ಪೂರ್ತಿ ಅವನು ಅಳುತ್ತಲೆಯಿದ್ದ. ಸ್ವಂತ ತನ್ನ ಅಪ್ಪ ಸತ್ತಾಗ ಆಗುವಷ್ಟು ನೋವು ಅವನಿಗೆ ಆಯಿತು. ಡಾ. ಬಾಬಾಸಾಹೇಬ್ ಅಂಬೇಡ್ಕರ್ ಆನಂತರ ಅವರ ಅನುಯಾಯಿಗಳು ದಲಿತ

ಚಳುವಳಿಯನ್ನು ಮುಂದುವರೆಸಿಕೊಂಡು ಹೋಗಲು ಪ್ರಾರಂಭಿಸಿದರು. ಆಬಾ ಈ ಚಳುವಳಿಯಿಂದಲೂ ನಿರ್ಲಿಪ್ತನಾಗಿ ಉಳಿದುಕೊಳ್ಳಲು ಸಾಧ್ಯವಾಗಲಿಲ್ಲ. ಡಾ. ಅಂಬೇಡ್ಕರ್ ನಂತರವೂ ಕಾರ್ಯಕರ್ತರಲ್ಲಿ ಇದ್ದ ಹಟ ಕಂಡು ಅವನಿಗೆ ಸಮಾಧಾನವೆನ್ನಿಸುತ್ತಿತ್ತು.

ಮುಂದೆ ರಿಪಬ್ಲಿಕನ್ ಪಕ್ಷ ಇಬ್ಭಾಗವಾಯಿತು. ಆಬಾಗೆ ತುಂಬಾನೆ ದುಃಖವಾಯಿತು. ಆದರೆ ಆಬಾನ ಕೂಗು ಕೇಳುವವರು ಯಾರು? ಆತನಿಗೆ ಯಾರ ಪರಿಚಯ-ಗಿರಿಚಯ ಇರಲಿಲ್ಲ. ಎಲ್ಲ ನಾಯಕರನ್ನು ಅವನು ಗುರುತಿಸುತ್ತಿದ್ದ. ಆದರೆ ಅವನನ್ನು ಯಾರೂ ಗುರುತಿಸವವರು? ಆಬಾ ಒಬ್ಬ ಸಾಮಾನ್ಯ ಕಾರ್ಯಕರ್ತ. ಅವನ ಸಂಬಂಧ ಎಂದೂ ನಾಯಕರೊಂದಿಗೆ ಬರಲೇಯಿಲ್ಲ. ಅವನಿಗೆ ತುಂಬಾ ಸಲ ಅನ್ನಿಸುತ್ತಿತ್ತು ತಾನು ಹೋಗಬೇಕು ಹಾಗೂ ಮುಖಂಡರಿಗೆ ಹೇಳಿ ಬಿಡಬೇಕು-'ಸಾಹೇಬರ, ನಾವೆಲ್ಲರೂ ಒಂದಾಗೋಣ. ' ಆನಂತರ ಅವನು ಸ್ವತಃ ಹೇಳಿಕೊಳ್ಳುತ್ತಿದ್ದ, ಬಟ್ಟೆಯ ಗಂಟನ್ನು ಹೊಲೆಯುವ ಒಬ್ಬ ಅನಕ್ಷರಸ್ಥನ ಮಾತು ಕೇಳುವವರಾದರು ಯಾರು? ನಾಯಕರೆಲ್ಲರೂ ವಿದ್ವಾನರಾಗಿದ್ದರು. ಜಗತ್ತಿನ ಜ್ಞಾನ ಪಡೆದವರು. ಬಹುಶಃ ಅವರೆ ಸರಿಯಿರಬೇಕೆಂದು ತನಗೆ ತಾನೆ ತಿಳಿ ಹೇಳಿಕೊಳ್ಳುತ್ತಿದ್ದ.

ರಿಪಬ್ಲಿಕನ್ ಪಕ್ಷ ಮತ್ತೆ ಇಬ್ಭಾಗವಾಯಿತು. ಈ ಪಕ್ಷದಲ್ಲಿದ್ದ ವಿದ್ವಾನರಾದ ರಾ. ಸು. ಗವಯಿ, ಬಿ. ಸಿ. ಕಾಂಬಳೆ, ಖೋಬ್ರಾಗಡೆ ಮುಂತಾದವರು ತಮ್ಮ-ತಮ್ಮ ಪಕ್ಷಗಳನ್ನು ಸ್ಥಾಪನೆ ಮಾಡಿದರು. ಪ್ರತಿಯೊಬ್ಬರ ಹಿಂದೆ ಸ್ವಲ್ಪ ಸ್ವಲ್ಪ ಜನ ಹಿಂಬಾಲಿಸಿದರು. ಆಬಾ ತೆರೆದಗಣ್ಣಿನಿಂದ ಇದೆಲ್ಲವನ್ನೂ ನೋಡುತ್ತಿದ್ದ. ಹೀಗೇಕೆ ಘಟಿಸುತ್ತಿದೆ ಎಂಬ ಒಗಟಿನ ಉತ್ತರ ಮಾತ್ರ ಅವನಿಗೆ ಸಿಗುತ್ತಿರಲಿಲ್ಲ. ಅದು ಅವನ ಬುದ್ಧಿಮಟ್ಟ ಮೀರಿದ್ದಾಗಿತ್ತು! ಆಬಾಗೆ ಯಾರ ಕುರಿತು ಕೋಪ, ದ್ವೇಷ ಬರಲಿಲ್ಲ. ಮುಂಬಯಿಯಲ್ಲಿ ಖೋಬ್ರಾಗಡೆ ಅವರ ಸಭೆಯೆ ಇರಲಿ, ಅವನು ಹೋಗಿ ಅಲ್ಲಿ ಹಾಜರಾಗುತ್ತಿದ್ದ. ಅಂಬೇಡ್ಕರ್ ಬಗ್ಗೆ ಆಬಾನ ಮನಸ್ಸಿನಲ್ಲಿ ಎಷ್ಟೊಂದು ಅಪಾರವಾದ ಪ್ರೀತಿಯಿತ್ತು ಅಂದರೆ ಅವನು ಅಂಬೇಡ್ಕರ ಅವರ ಗುಣಗಾನ ಮಾಡಲು ಪ್ರಾರಂಭಿಸಿದ ಹಾಗೂ ಪುಸ್ತಕಗಳನ್ನು ಓದಲು ಪ್ರಾರಂಭಿಸಿದ. ಅದರಲ್ಲಿಯೇ ತಲ್ಲಿನನಾಗಿ ಇರುತ್ತಿದ್ದ.

ಮುಂದೆ ದಲಿತ ಸಂಘಟನೆ ಸ್ಥಾಪನೆ ಆಯಿತು. ಈ ಸಂಘಟನೆಯಿಂದಾಗಿ ಸಂಪೂರ್ಣ ಮಹಾರಾಷ್ಟ್ರದಲ್ಲಿಯ ದಲಿತ ಸಮಾಜವೇ ಜಾಗೃತಗೊಂಡಿತು. ಸ್ವಲ್ಪ ದಿನದಲ್ಲಿ ಮುಂಬಯಿ ದಲಿತ ಸಂಘಟನೆಯ ತನ್ನದೇ ಚಾಪೂ ನಿರ್ಮಾಣವಾಯಿತು. ಅದು ಎಷ್ಟು ಇತ್ತು ಅಂದರೆ ದಲಿತ ಸಂಘಟನೆ ಅಂದರೆ ಸಾಕು ಎದುರಿಗಿನ ಮನುಷ್ಯ ನಡಗಲು ಪ್ರಾರಂಭಿಸುತ್ತಿದ್ದ. ದಲಿತರ ಹೆಸರು ತೆಗೆದುಕೊಳ್ಳುವುದೆಂದರೆ ಒಂದಲ್ಲ ಹತ್ತು ಸಲ ವಿಚಾರ ಮಾಡಬೇಕಿತ್ತು. ಈ

ಸಂಘಟನೆಯ ವಿಶೇಷ ಅಂದರೆ ದಲಿತರ ಯುವ ಜನಾಂಗದಲ್ಲಿ ಒಂದು ಹೊಸ ಪ್ರಕಾರದ ಚೈತನ್ಯವನ್ನು ಪಸರಿಸಿತ್ತು. ಒಂದು ಬೇರೆ ಸ್ಫೂರ್ತಿಯೆ ಲಭಿಸಿತ್ತು. ಎಲ್ಲೆಲ್ಲಿ ದಲಿತರ ಮೇಲೆ ಅನ್ಯಾಯವಾಗುತ್ತಿತ್ತೋ ಅಲ್ಲಲ್ಲಿ ಈ ಸಂಘಟನೆಗಳು ಧಾವಿಸಲು ಪ್ರಾರಂಭಿಸಿದವು. ಅನ್ಯಾಯ ಪೋಲಿಸರಿಂದಲೇ ಆಗಿರಲಿ, ಸವರ್ಣಿಯರಿಂದಲೇ ಆಗಿರಲಿ, ಏಳು ಗುಂಡಿಗೆಯ ಸಂಘಟನೆಗಳು ಒಗ್ಗಟ್ಟಾಗಿ ಅನ್ಯಾಯದ ಮುಂದೆ ಹೋಗುತ್ತಿದ್ದವು.

ಬಾಬಾ ಸಾಹೇಬರ ವಿಚಾರದಿಂದ ಕೂಡಿದ ಯುವ ಜನರನ್ನು ಕಂಡು ಆಬಾನ ಮನಸ್ಸು ತುಂಬಿ ಬರುತಿತ್ತು. ನಾಮದೇವ ಟಿಸಾಳ, ರಾಜ ಟಾಲೆ, ಅರುಣ ಕಾಂಬಳೆ ಮತ್ತು ಸ್ವತಃ ಬಾಬಾ ಸಾಹೇಬರ ಮೊಮ್ಮಗ ಪ್ರಕಾಶ ಅಂಬೇಡ್ಕರ್ ಅವರ ಸಮಾಜಸೇವೆಯ ತಳಮಳವನ್ನು ಕಂಡು ಆಬಾ ಕೆಲವೊಮ್ಮೆ ಮನಸ್ಸಿಲ್ಲಿಯೆ ನುಡಿಯುತ್ತಿದ್ದರು–'ಈ ಹುಡುಗರು ಹೀಗೆ ಹಠದಿಂದ ಹೋರಾಡುತ್ತಲೇ ಇದ್ದರೆ ಬಾಬಾ ಸಾಹೇಬರ ಕನಸು ನನಸಾಗುವುದರಲ್ಲಿ ಎರಡು ಮಾತಿಲ್ಲ.' ಹೋಟೆಲ್‌ನಲ್ಲಿ ಪ್ರವೇಶ, ಸಾರ್ವಜನಿಕ ಕೆರೆಗೆ ಪ್ರವೇಶ, ಮಂದಿರದಲ್ಲಿ ಪ್ರವೇಶ ಮುಂತಾದ ಸಾಧನೆಗಳು ಅವನು ಎಂದೂ ಮರೆಯುವ ಹಾಗೆ ಇರಲಿಲ್ಲ. ಶಿರೋಳ ತಾಲೂಕಿನ ಅಬ್ದುಲ್ಲಾಟ ಗ್ರಾಮದಲ್ಲಿ ಬಸ್ ನಿಲ್ದಾಣದ ಹತ್ತಿರ ಇರುವ ಸಾರ್ವಜನಿಕ ಕೆರೆಯ ನೀರನ್ನು ತುಂಬಲು ರಾಜಾ ಟಾಲೆಯವರು ಆಯೋಜಿಸಿದ ಕಾರ್ಯಕ್ರಮವನ್ನು ಆಬಾ ಇಂದಿಗೂ ತನ್ನ ಮನಸ್ಸಿನಲ್ಲಿರಿಸಿಕೊಂಡಿದ್ದ. ಒಂದೇ ದಿನ ಸಾವಿರಾರು ದಲಿತರಿಗೆ ಸ್ಫೂರ್ತಿ ಲಭಿಸಿತ್ತು. ಆ ಸಮಯ ತಮ್ಮದೆ ಭಾಗದಲ್ಲಿ ಸತ್ಯಾಗ್ರಹವಾಗುತ್ತಿದೆ ಎಂದು ಆಬಾ ತಾನೇ ಸ್ವತಃ ಅದರಲ್ಲಿ ಭಾಗಿಯಾಗಿದ್ದ.

ಆಬಾನ ಕಣ್ಮುಂದೆ ಒಂದಲ್ಲ, ನೂರಾರು ನೆನಪುಗಳು ಬರುತ್ತಿದ್ದವು. ನೆನಪುಗಳ ಸುಖಕರ ಭೂತಕಾಲದಲ್ಲಿ ಆಬಾ ತನ್ನನ್ನು ತಾನು ಗಂಟೆ–ಗಂಟೆಗಳ ಕಾಲ ಮರೆತು ಬಿಡುತ್ತಿದ್ದ.

ನಾಲ್ಕು

ಮುಂಜಾನೆಯ ಹನ್ನೊಂದು ಗಂಟೆ ಆಗಿ ಹೋಗಿತ್ತು. ಆಬಾ ಮೈಮೇಲಿನ ಬಟ್ಟೆ ಸರಿಪಡಿಸಿಕೊಂಡು ಬಾಗಿಲಿಗೆ ಬೀಗ ಹಾಕಿದ. ಸ್ಟ್ಯಾಂಡ್ ಮೇಲೆ ಈಗ ಪತ್ರಿಕೆಗಳು ಬಂದಿರಬೇಕು. ಬೆಳಿಗ್ಗೆ ಹನ್ನೊಂದು ಗಂಟೆ ಆಗುತ್ತಿದ್ದ ಹಾಗೆ ಆಬಾ ಪ್ರತಿದಿನ ತಪ್ಪದೆ ಪತ್ರಿಕೆಗಳನ್ನು ಓದಲು ಬಸ್ ನಿಲ್ದಾಣಕ್ಕೆ ಹೋಗುತ್ತಿದ್ದ. ಶರಣಗುಪ್ಪಿ ಗ್ರಾಮದಲ್ಲಿ ಪತ್ರಿಕೆಗಳೆಂದೂ ಸರಿಯಾದ ಸಮಯಕ್ಕೆ ಬರುತ್ತಿರಲಿಲ್ಲ. ಒಂದು ಪತ್ರಿಕೆ ಬರುತಿತ್ತು ಬೆಳಿಗ್ಗೆ ಏಳು ಗಂಟೆಗೆ. ವಿಶೇಷವಾಗಿ ಮಟಕಾದ ಅಂಕಿ ಸಂಖ್ಯೆ ನೋಡಲು ಜನ ಆ ಪತ್ರಿಕೆಯನ್ನು ತರಿಸುತ್ತಿದ್ದರು. ಆ ಪತ್ರಿಕೆಯಲ್ಲಿ ಅದನ್ನು ಹೊರತುಪಡಿಸಿ ಬೇರೇನೂ ಓದುವ ಹಾಗೇ ಇರಲಿಲ್ಲ. ಮೊದಲ ಪುಟದಲ್ಲಿ ಸಂಪಾದಕನ ಚಿತ್ರ. ಒಳಗಿನ ಪುಟದಲ್ಲಿ ಅಗ್ರಲೇಖನದಲ್ಲಿ ಸಂಪಾದಕ ಸ್ವಂತ ಗುಣಗಾಣವನ್ನು ಸ್ವತಃ ಮಾಡಿರುತ್ತಿದ್ದ. ಪಕ್ಕಕ್ಕೆ ಅಗ್ರ ಲೇಖನ ಕುರಿತು ಜನರು ಬರೆದ ಒಂದೆರಡು ಪತ್ರಗಳು, ಮೂರನೆಯ ಪುಟದಲ್ಲಿ ಒಂದೆರಡು ಸುದ್ದಿಗಳು, ಜಾಹೀರ್‌ನಾಮಗಳು ಹಾಗೂ ನಾಲ್ಕನೇ ಪುಟದಲ್ಲಿ ಸಿನೆಮಾ ಜಾಹೀರಾತುಗಳು ಹಾಗೂ ಮಟಕಾದ ಅಂದಾಜಿನಿಂದ ತುಂಬಿರುತಿತ್ತು. ಬೇರೆ ಯಾವ ಪತ್ರಿಕೆ ಬಾರದೆಯಿದ್ದಾಗ ಇದೇ ಪತ್ರಿಕೆಯನ್ನು ಓದಿ ಆಬಾ ಸಮಾಧಾನ ಪಟ್ಟುಕೊಳ್ಳಬೇಕಿತ್ತು. ಕೇಸರಿ, ಸಕಾಳ ಹತ್ತುವರೆ ಗಂಟೆಯ ಮೇಲ್ಪಟ್ಟು, ಮಹಾರಾಷ್ಟ್ರ ಟಾಯಿಮ್ಸ್ ಸಂಜೆ ಬರುತಿತ್ತು. ಊರಿನ ಕೆಲವು ದೊಡ್ಡ ಜನ, ಡಾಕ್ಟರ್, ಅಂಗಡಿಕಾರರು ಈ ಪತ್ರಿಕೆಯನ್ನು ಕೊಂಡು ತೆಗೆದುಕೊಳ್ಳುತ್ತಿದ್ದರು. ಕನ್ನಡ ಪತ್ರಿಕೆಗಳು ಊರಿನಲ್ಲಿ ಅಧಿಕ ಮಾರಾಟವಾಗುತ್ತಿದ್ದವು. ಆಬಾಗೆ ಮಾತ್ರ ಕನ್ನಡ ಓದಲು ಬರುತ್ತಿರಲಿಲ್ಲ. ಅವನು ಮರಾಠಿ ಪತ್ರಿಕೆಯನ್ನು ಮಾತ್ರ ಗಂಟೆ ಗಂಟೆಲೆ ಓದುತ್ತಿದ್ದ. ಮೌಲಾಕಾಜಿಯ ಸಾಯಿಕಲ್ ರಿಪೇರಿ ಅಂಗಡಿಗೆ ಎಲ್ಲಾ

ಪತ್ರಿಕೆಗಳ ಕಟ್ಟು ಬರುತ್ತಿದ್ದವು. ಜನ ತಮ್ಮ ತಮ್ಮ ಪತ್ರಿಕೆಗಳನ್ನು ಇದೇ ಅಂಗಡಿಗೆ ಬಂದು ತೆಗೆದುಕೊಂಡು ಹೋಗುತ್ತಿದ್ದರು. ಅವರು ಬರುವವರೆಗೆ ಬಾಕಿ ಜನ ಇಲ್ಲಿ ಪತ್ರಿಕೆಗಳನ್ನು ಓದುತ್ತ ಕುಳಿತುಕೊಳ್ಳುತ್ತಿದ್ದರು.

ಆಬಾ ಕಾಜಿಗೆ 'ಜಯಭೀಮ'ಎಂದ. ಕಾಜಿ ಪಂಚರ್ ತೆಗೆಯುವುದರಲ್ಲಿ ಮಗ್ನನಾಗಿದ್ದ. ಆಬಾ ಪತ್ರಿಕೆ ಓದಲು ಪ್ರಾರಂಭಿಸಿದ. ಇನ್ನೂ ಮೂರ್ನಾಲ್ಕು ಜನ ಆಬಾನ ಪಕ್ಕದಲ್ಲಿ ಕುಳಿತಿದ್ದರು. ಒಬ್ಬ ಯುವಕ ಪತ್ರಿಕೆಯಲ್ಲಿ ಬಂದ ನೌಕರಿಯ ಜಾಹೀರಾತನ್ನು ಶೋಧಿಸುತ್ತಿದ್ದ ಹಾಗೂ ಆವಾಗಾವಾಗ ಪೇಪರ್‌ನಲ್ಲಿ ಬರೆದುಕೊಳ್ಳುತ್ತಿದ್ದ. ಆಬಾಗೆ ಭರಭರನೆ ಓದಲು ಬರುತ್ತಿರಲಿಲ್ಲ. ಒಂದೊಂದೆ ಶಬ್ದಗಳನ್ನು ಕೂಡಿಸಿ ಅವನು ಓದುತ್ತ ಕುಳಿತುಕೊಳ್ಳುತ್ತಿದ್ದ. ದಲಿತ ವಿಷಯಕ್ಕೆ ಸಂಬಂಧಿಸಿದ ಯಾವುದೇ ಸುದ್ದಿ ಇದ್ದರೂ ಆಬಾ ಒಂದೆರಡು ಸಲವಾದರೂ ಓದುತ್ತಿದ್ದ. ಅನಂತರ ತಮ್ಮ ಮನಸ್ಸಿನಲ್ಲಿ ಆ ಸುದ್ದಿಯ ಅರ್ಥವನ್ನು ಹುಡುಕುತ್ತಿದ್ದ.

"ಏ ಆಬಾ, ಪೇಪರ್ ಯಾರದು ನೋಡು"–ಎಂಬ ಮಾತಿನಿಂದ ಆಬಾ ಪತ್ರಿಕೆಯಿಂದ ತಲೆಯನ್ನು ಹೊರಗೆ ತೆಗೆದ. ಗೋರೆ ಡಾಕ್ಟರ್ ಅವರ ಕಾಂಪೌಂಡರ್ ಆಬಾನ ಪಕ್ಕದಲ್ಲಿ ನಿಂತುಕೊಂಡಿದ್ದ. ಆಬಾ ಪತ್ರಿಕೆಯ ಮೊದಲ ಪುಟದ ಮೇಲೆ ನೋಡಿದ. ನಿಜವಾಗಿಯೂ ಅದು ಗೋರೆ ಡಾಕ್ಟರ್ ಅವರ ಪತ್ರಿಕೆ ಆಗಿತ್ತು. ಆಬಾ ಡಾಕ್ಟರ್ ಅವರ ಪೇಪರನ್ನು ಅವನಿಗೆ ನೀಡಿದ ಹಾಗೂ ಬೇರೆ ಪತ್ರಿಕೆಯನ್ನು ಹುಡುಕಲು ಪ್ರಾರಂಭಿಸಿದ.

"ನಮಸ್ಕಾರ್ ಆಬಾ!"

ಆಬಾನ ಕಿವಿಯ ಮೇಲೆ ಇನ್ನೊಂದು ಧ್ವನಿ ತೂರಿ ಬಂತು. ಮಹಿಪತಿ ಕಾಂಬಳೆಯ ಅರುಣ ಅವನ ಪಕ್ಕ ನಿಂತುಕೊಂಡಿದ್ದ.

"ಅರೆ! ಅರುಣ, ಯಾವಾಗ ಬಂದಿಯೋ?"

"ರೀ ಹೊಂಟು ಆತು."–ಅರುಣ ಆಬಾನ ಪಕ್ಕದಲ್ಲಿ ಕುಳಿತುಕೊಳ್ಳುತ್ತ ನುಡಿದ.

"ಹಂಗಲ್ಲೊ! ನೀ ಇತ್ತೀಚೆಗೆ ಯಾವಾಗ ಬರ್ತೀಯೋ ಯಾವಾಗ ಹೋಗುತ್ತಿಯೊ ಒಂದು ಗೊತ್ತ ಆಗುದಿಲ್ಲ."

"ಏನ್ ಮಾಡೋದು ಆಬಾ! ಬರ್ತೀನಿ ಯಾವಾಗ ಯಾವಾಗಾದ್ರೂ. ಆದ್ರ ಖರೆ ಹೇಳಲಿ ಆಬಾ, ಇತ್ತೀಚೆಗೆ ಊರಿಗೆ ಬರಬೇಕು ಅನ್ನೋ ಆಸೆ ಸತ್ತು ಹೋಗೆದ. ಅನ್ನಿಸೋದು ಇಲ್ಲ ಹಳ್ಳಿಗೆ ಬರಬೇಕು ಅಂತ!"

ಅರುಣನ ಮಾತು ಕೇಳಿ ಆಬಾ ಅಸ್ವಸ್ಥನಾದ. ಆದರೆ ತನ್ನ ಅಸ್ವಸ್ಥತೆಯನ್ನು ಅವನು ತನ್ನ ಮುಖದ ಮೇಲೆ ತೋರಗೊಡಲಿಲ್ಲ. ತುಟಿಗಳ ಮೇಲೆ ಸುಳ್ಳು ನಗು ತಂದುಕೊಂಡು ಆಬಾ ನುಡಿದ–"ನೋಡಪ್ಪ, ಎಷ್ಟ ಮಾಡಿದ್ರೂ ಊರು

ನಮ್ಮದ. ಹಿಂಗ್ ಅಂದ್ರ ಹೇಂಗ್ ಆದೀತು? ಸಾಹೇಬ್ ಆದಿ ಅಂತ ಏನು ಊರು ಮರಿಯಾಕ್ ಆಗ್ತದ ಹೇಳು?"

"ಅದು ಸರಿ ಆಬಾ, ಆದ್ರ... ಆದ್ರ ಇದಕ್ಕಿಂತ ಪಟ್ಟಣಾನ ಚಂದ!ಎಲ್ಲಿಯಾದ್ರೂ ಹೋಗಬಹುದು. ಮನಸ್ಸಿಗೆ ಚಲೋ ಅನ್ನಿಸ್ತದ. ನಿಜ ಹೇಳಲಿ ಆಬಾ, ಈ ಊರಿನ್ಯಾಗ ಒಂದು ದಿನ ತೆಗಿಯುವುದು ಅಂದ್ರ ಒಂದು ವರ್ಷದಂಗ."

ಆಬಾ ಅರುಣನಿಗೆ ಎದ್ದೇಳಲು ಹೇಳಿದ. ಇಬ್ಬರೂ ಬಸ್ ನಿಲ್ದಾಣಕ್ಕೆ ಹೊರಟರು. ಅರುಣ ಬೆಳಗಾವಿಯ ಒಂದು ಖಾಸಗಿ ಕಂಪನಿಯಲ್ಲಿ ಒಂದು ದೊಡ್ಡ ಹುದ್ದೆಯಲ್ಲಿ ಇದ್ದ. ಸಂಬಳ, ಮಾನ ಮರ್ಯಾದೆ ಎಲ್ಲವೂ ಅವನಿಗೆ ಲಭಿಸುತ್ತಿತ್ತು. ಆಬಾ ಮತ್ತು ವಿಷಯ ಪ್ರಸ್ತಾಪಿಸಿದ.

"ಅರುಣ, ನೀನು ಹೇಳೋದು ಸರಿ ಐತಿ; ಆದ್ರ ಇದಕ್ಕ ಔಷಧಿಯೇನು ನೀನ ಹೇಳು. ಜನ ಅನಕ್ಷರಸ್ಥರಾಗೇ ಉಳಿದ್ರೂ ಅದರಲ್ಲಿ ಅವ್ರ ತಪ್ಪೇನು? ಪ್ರತಿಯೊಬ್ಬರಿಗೂ ಅವಕಾಶ ಸಿಗಬೇಕು. ನಿಂಗ್ ಅವಕಾಶ ಸಿಕ್ಕಿತು. ನೀನು ಸಾಹೇಬ್ ಆದಿ. ಈಗ ನೀನು ಬ್ಯಾರೇಯವರಿಗೂ ಅವಕಾಶ ಕೊಡಬೇಕು ಹೌದಲ್ಲೊ?"

ಆಬಾನ ಮಾತು ಕೇಳಿ ಅರುಣ ಗಹಗಹಿಸಿ ನಕ್ಕ ಹಾಗೂ ನುಡಿದ– "ಆಬಾ, ನೀವು ನಿಜವಾಗಿಯೂ ಮುಗ್ಧರಿದ್ದೀರಿ. ಅದಕ್ಕ ನಿಮ್ಮ ತಲಿ ಒಳಗ ಇಂತಾ ವಿಚಾರ ಬರ್ತಾವ. ಅವಕಾಶ ಬುದ್ಧಿವಂತರಿಗೆ ನೀಡುದಿರ್ತದ. ನಮ್ಮ ಮಂದಿ ಏನ್ ಅದಾರೊ ಅವರಿಗೆ ಒಂದ ಅಲ್ಲ, ಸಾವಿರ ಸಲ ಅವಕಾಶ ಕೊಟ್ರು ಅವರೇನು ಸುಧಾರಿಸಾಂಗಿಲ್ಲ. ಅವರ ಮೂಲ ಸ್ವಭಾವ ಸುಧಾರಿಸಾಂಗಿಲ್ಲ. ಹುಟ್ಟ ಗುಣಾ ಸುಟ್ಟುರೂ ಹೋಗಾಂಗಿಲ್ಲ ಅಂತಾರಲ್ಲ ಹಂಗ್. ಕಷ್ಟ ಪಡೋದು ಬ್ಯಾಡ. ಹಠಾ ಇಲ್ಲ. ಇದರ ಬದಲಾಗಿ ಬ್ರಾಹ್ಮಣರನ್ನ ನೋಡ್ರಿ... ಹೇಂಗ್ ದುಡಿತಾರ, ಹೆಸರು ಪಡಿತಾರ."

"ನಮ್ಮ ಸಮಾಜದ ಬಗ್ಗೆ ನಾವ ಟೀಕಾ ಮಾಡಿದ್ರ ಈ ಪ್ರಶ್ನೆ ಏನು ಬಗಿಹರಿಯುವುದಿಲ್ಲ. ನೀವು ಕಲಿತವರು ಮಾತ್ರ ಏನಾದ್ರೂ ಮಾಡಬಹುದು. ಸಮಾಜದ ಸಲುವಾಗಿ ಸ್ವಲ್ಪ ದುಡಿದ್ರ..."–ಆಬಾನ ಈ ಮಾತು ಕೇಳುತ್ತಿದ್ದ ಹಾಗೆ ಅರುಣ ಸಿಟ್ಟಿಗೆ ಎದ್ದ.

"ಆಬಾ, ಇದಕ್ಕಾಗಿ ನಾನು ಸಮಾಜದ ಸಲುವಾಗಿ ದುಡಿಬೇಕ? ಸಮಾಜ ಏನ್ ಮಾಡೇದ ನನ್ನ ಸಲುವಾಗಿ? ನನಗ ಯಾರೂ ಎಳ್ಳಷ್ಟು ಸಹಾಯ ಮಾಡಿಯಾರು? ಸುಳ್ಳಾದ್ರು ಯಾರಾದ್ರೂ ನಾಲ್ಕು ಸಹಾನುಭೂತಿ ಮಾತಾದ್ರ ಹೇಳ್ಯಾರು? ಎಲ್ಲಾರೂ ಅಂತಾ ಇದ್ರು, ಮಹಿಷ್ಯಾನ ಮಗ ಅಲ್ಲ? ಕಲಿತ ಏನ್ ಮಾಡುವ ಅದಾನ? ಆಬಾ, ಈ ಶಬ್ದಗಳು ನೆನಪಿಗೆ ಬಂದ್ರ ಇವತ್ತು ಮನಸ್ಸು ಅಸ್ವಸ್ಥ ಆಗ್ತದ. ನಾನೇನು ಯಾರ ಕಡೇನು ಭಿಕ್ಷೆ ಬೇಡಾಕ ಹೋಗಿರಲಿಲ್ಲ. ನನ್ನ

ಶಿಕ್ಷಣಕ್ಕಾಗಿ ಯಾರ ಮುಂದು ಕೈ ಚಾಚಿರಲಿಲ್ಲ. ಈ ಜನ ನನಗ, ನನ್ನ ಅವ್ವ–ಅಪ್ಪನಿಗೆ ಚುಡಾಯಿಸ್ತಿದ್ರು, ಬ್ರಾಹ್ಮಣರೆಡೆ ನೋಡಿ. ಒಬ್ಬ ಹುಡುಗ ಬುದ್ಧಿವಂತ ಅಂತ ಕಂಡ ಬಂದ್ರ ಸಾಕ ಎಲ್ಲ ಸಮಾಜ ಅವನ ಹಿಂದ ನಿಲ್ಲತ್ತದ; ಮತ್ತು ನಮ್ಮ ಸಮಾಜ ಹಿಂದ್ ನಿಲ್ಲುದ ಬಿಡ್ರಿ ಎಲ್ಲಾರೂ ಕಾಲ್ ಎಳಿಯುವವರ. ಆಬಾ ನೀವು ದೊಡ್ಡವ್ರು, ನೀವು ನನ್ನ ಮ್ಯಾಲೆ ಸಿಟ್ ಮಾಡ್ಕೋರಿ. ನಾ ಏನೂ ಮಾತಾಡಾಂಗಿಲ್ಲ. ಅದ್ರ ಸಮಾಜದ ಬಗ್ಗೆ ನಂಗ್ ಹೇಳಾಕ ಹೋಗಬ್ಯಾಡ್ರಿ. ಸಮಾಜದಿಂದ ನನಗೇನೂ ಆಗಿಲ್ಲ. ಮುಂದ ಆಗಬೇಕಾದದ್ದು ಏನಿಲ್ಲ. ನಂಗ್ ನೌಕರಿ ಸಿಗುವಾಗ ಸಮಾಜ ಬಂದಿರಲಿಲ್ಲ."

ಅರುಣನ ಮಾತನ್ನು ಕೇಳಿಸಿಕೊಂಡ ಆಬಾ ಶಾಂತರೀತಿಯಿಂದ ನುಡಿದರು–"ಅರುಣ, ನಿನ್ನ ಮನಸಿನ್ಯಾಗ ಬಾಳ ತಪ್ಪ ಕಲ್ಪನೆ ಐತಿ. ನಿಂಗ್ಇಷ್ಟ ಸಿಟ್ಟ ಯಾಕ ಅನ್ನಿಸಬೇಕು? ಸಮಾಜ ಅಶಿಕ್ಷಿತ ಇರುವುದರಿಂದ ಇಂತಾ ವಿಷಯ ಆಗೋದ. ಇವತ್ತು ನಮ್ಮ ಮಂದಿ ಕಲಿತಿದ್ರ–ಸುಧಾರಿಸಿದ್ರ ನಾನು ಸಹ ಅವರ ಸಲುವಾಗಿ ದುಡಿತಿರಲಿಲ್ಲ. ನಾನೇನು ನಿನ್ನ ಪಗಾರ ಸಮಾಜಕ್ಕ ಕೊಡು ಅಂತ ಹೇಳಾತಿಲ್ಲ. ನೌಕರಿ ಬಿಟ್ಟು ಇಲ್ಲೆ ಇರು ಅಂತೇನು ನಾ ಹೇಳಾತಿಲ್ಲ. ಈ ಜನರಿಗೆ ಬುದ್ಧಿ ನಾಲ್ಕು ಮಾತು ಹೇಳಿದ್ರು ಸಹ ಲಕ್ಷಾಂತರ ಬೆಲೆಯ ಕೆಲ್ಸಾ ಮಾಡಿದ ಹಂಗ. ಡಾ. ಬಾಬಾಸಾಹೇಬ್ ಅಂಬೇಡ್ಕರ್ ತಮ್ಮ ಸಲುವಾಗಿ ಮಾತ್ರ ವಿಚಾರ ಮಾಡಿರತಿದ್ರ!ನಮ್ಮ ಸಲುವಾಗಿ ಹೋರಾಡದ ಇದ್ದಿದ್ರ! ನೀನು ಸಾಹೇಬ್ಆಗಿರತ್ತಿದ್ದಿ ಏನು? ಸಮಾಜ ಅಂದ್ರ ಒಂದು ಕುಟುಂಬ ಇದ್ದಂಗ. ನಾವು ಒಬ್ಬರಿಗೊಬ್ಬರು ಆಶ್ರಯ ಆಗಬೇಕು. ಬುದ್ಧಿವಂತರನ್ನಾಗಿ ಮಾಡಬೇಕು. ಆನಂತರ ಎಲ್ಲಾರ ಕೆಲ್ಸಾ ಮುಗಿದಂಗ! ಸಮಾಜ ಬುದ್ಧಿವಂತ ಆಗಿದ್ರ ನೀನು ಹೀಂಗ್ ನಡಕೊತಾ ಇರಲಿಲ್ಲ. ಯಾವ ಮನುಷ್ಯರು ಜಗತ್ತನ್ನ ನೋಡಲಿಲ್ಲ, ಜೀವನ ಪೂರ್ತಿ ಶೆಗಣಿ ತೆಗೆಯೋದ್ರೊಳಗ ಸತ್ತರು, ಅವರ ನಿಂಗ್ ಏನ್ ಹೇಳ್ಯಾರು? ನಿಂಗ್ ಗೊತ್ತಿಲ್ಲಪ್ಪ ಅರುಣ, ನೀನು ಸಾಹೇಬ್ ಆಗಿದಿ ಅಂತ ತಿಳಿದ ತಕ್ಷಣ ಚಾವಡಿ ಮುಂದ ಹುಡುಗ್ರು ಕುಣಿದ್ರು."

"ನಾನು ಏನ್ ಮಾಡಬೇಕು ಅಂತ ನಿಮ್ಮಗ ಅನ್ನಿಸ್ತದ?"–ಅರುಣ ಬೇಜಾರದಿಂದ ಪ್ರಶ್ನೆ ಕೇಳಿದ.

"ಏನ್ ಮಾಡಬೇಕು ಅಂದ್ರ? ಇದೇನ್ ಕೇಳಿದಂಗ? ಅರುಣ, ನಿಂಗ ಸುಟ್ಟಿ ಸಿಕ್ಕಾಗೊಮ್ಮೆ ಊರಿಗೆ ಬರ್ತ ಬಾ. ಎಲ್ಲಾರ ಜೊತಿ ಹೊಂದಕೊಂಡ ಇರು. ಜನರಿಗೆ ಮಾರ್ಗದರ್ಶನ ಮಾಡಿದ್ರು ಸಾಕು. ಸಮಾಜವನ್ನು ನೀನು–ನಿಮ್ಮಂತ ಹುಡುಗರು ಮುಂದು ತಗೋಂಡ ಹೋಗ್ತಾರ. ನಮ್ಮದು ಏನು... ಹಣ್ಣಾದ ಎಲಿಗಳು..."–ಆಬಾ ಮಾತಾಡ್ತಾ ಇದ್ದಾಗಲೇ ಅರುಣಗೆ ತನ್ನ ಊರಿನ ಬಸ್ ಬರುವುದು ಕಾಣಿಸಿತು.

"ಆಬಾ, ಬಸ್ ಬಂತು. ನಾನು ಹೊಂಡತಿನಿ,"–ಅರುಣ ನುಡಿದ.

ಆಬಾನ ಉತ್ತರಕ್ಕೂ ಕಾಯದೆ ಅವನು ಬಸ್ ನಿಲ್ದಾಣದ ಜನಸಂಧಣಿಯಲ್ಲಿ ಶಾಮೀಲಾದ ಅರುಣಯೆಡೆ ಬೆನ್ನು ಮಾಡಿ ಆಬಾ ತಮ್ಮ ಮನೆಯೆಡೆ ಹೊರಟ.

ಅರುಣನ ನಡುವಳಿಕೆಯ ಹಿಂದಿನ ಕಾರಣ ಅವನಿಗೆ ತಿಳಿದಿರಲಿಲ್ಲ. ಈ ಹುಡುಗರು ಹಿಂಗ್ಯಾಕ್ ನಡಕೋತಾರ? ತಮ್ಮ ಸಮಾಜದೊಂದಿಗೆ ಯಾಕ ಶತ್ರುತ್ವ ಮಾಡಬೇಕು? ಯಾವುದೇ ಪ್ರಶ್ನೆಯ ಉತ್ತರ ಅವನಿಗೆ ಸಿಗುತ್ತಿರಲಿಲ್ಲ. ಈ ಸವರ್ಣೀಯರ ಕಲಿತ ಮಕ್ಕಳು ಪ್ರತಿ ರವಿವಾರ ತಮ್ಮ ಅಪ್ಪಾ ಅವ್ವನ ಕಡೆ ಬಾರ್ತಾರ ತಮ್ಮ ಸಮಾಜದೊಂದಿಗೆ ಹೊಂದಿಕೊಂಡು ಇದ್ದಾರ. ಸಲಗ್ಯಾಸಿ ಶಿರಪಾ ನೌಕರಿ ಮಾಡ್ತಾನ. ತನ್ನ ಕುರುಬ ಸಮಾಜದ ಸಲುವಾಗಿ ಡ್ರಿಪ್–ಇರಿಗೇಷನದ ಸ್ಥಾಪನೆ ಮಾಡಿದ. ಕುರುಬರ ಎಲ್ಲ ಭೂಮಿ ಕೃಷ್ಣಾನದಿ ನೀರಿನ ಕೆಳಗೆ ನೆನೆಯಾಕತ್ತಾವ. ನಮ್ಮ ಹುಡುಗರು ಏನಾದ್ರೂ ಮಾಡೋದು ಬಿಡ್ರಿ, ತಮ್ಮ ಸಮಾಜದ ಶತ್ರುಗಳು. ನಾವಂತೂ ಅನಕ್ಷರಸ್ಥರು, ಮೂರ್ಖರು! ಅವರೆಲ್ಲ ಬುದ್ಧಿವಂತರೆ! ನಮ್ಮಂತಾ ಮೂರ್ಖರ ನಿಮಗೆ ಶ್ಯಾಣೆ ಮಾಡೇರ. ಬಾಬಾ ಸಾಹೇಬ್ರು ಸಮಾಜವನ್ನು ಉದ್ಧಾರ ಮಾಡ್ತಾರ...!

"ರಾಮ... ರಾಮ ಆಬಾ."–ಎಂದು ಎದುರುಗಿಂದ ಬರುತ್ತಿದ್ದ ಭೂಪಾ ಆಬಾಗೆ ನಮಸ್ಕಾರ ಮಾಡಿದ.

"ರಾಮ ರಾಮ!"–ಎಂದು ಆಬಾ ಎಚ್ಚೆತ್ತುಕೊಂಡು ನುಡಿದ–"ಏನ್ ಭೂಪಾ? ಏನಂತಿ?"

"ರೀ, ನಾವೇನ್ ಅನ್ನುನ್ನು? ನೀವು ಸೊಸಾಯಿಟಿ ತೆಗಿತಿರಿ ಅಂತ! ಹಿಂಗ್ ಕಿವಿ ಮ್ಯಾಲೆ ಬಂತ್ರಿ!" ಎನ್ನುತ್ತ ಭೂಪಾ ಬಲಗೈಯಲ್ಲಿದ್ದ ಕುರೂಪಿಯನ್ನು ಎಡಗೈಯಲ್ಲಿ ತೆಗೆದುಕೊಂಡ. ಸೊಂಟದಲ್ಲಿದ್ದ ಚೀಲವನ್ನು ತೆಗೆದು ಅದರಲ್ಲಿಯ ತಂಬಾಕು ಹಾಗೂ ಸುಣ್ಣ ತಿಕ್ಕಲು ಪ್ರಾರಂಭಿಸಿದ.

"ಸೊಸಾಯಿಟಿ ಶುರು ಆದ್ರ ಚಲೋ ಆಗ್ತದ. ಎಮ್ಮಿಗಳು ಬರಬಹುದು, ಕಾಳು–ಕಡಿ ಬರಬಹುದು. ನಾಲ್ಕು ಪೈಸೆ ಕೈಗೆ ಬರಬಹುದು."–ಆಬಾ ತಮ್ಮ ಉದ್ದೇಶವನ್ನು ಸ್ಪಷ್ಟ ಪಡಿಸಿದರು. ಭೂಪಾ ತಂಬಾಕನ್ನು ಬೆರಳಿನಿಂದ ಒತ್ತಿ ಹಿಡಿದು ದವಡೆ ಕೆಳಗೆ ಇಟ್ಟುಕೊಂಡ.

"ಖರೆ ಐತ್ರಿ ಆಬಾ, ನಮ್ಮ ಪರಿಸ್ಥಿತಿ ನೋಡ್ರಿ! ನಮ್ಮ ನಸಿಬದಾಗ ಎಲ್ಲಿಂದ ಬರ್ತದ ಸೊಸಾಯಿಟಿ?"–ಭೂಪಾ ತನ್ನ ಅಸಮಾದಾನ ವ್ಯಕ್ತಪಡಿಸಿದ.

"ನಿನ್ನ ಕೊಟ್ಟಿಗೆಗೂ ಎಮ್ಮಿ ಬರ್ತದ ತಮ್ಮಾ. ನಿಂಗು ಕಾಳು ಸಿಗ್ತದ. ಇಷ್ಟ ಯಾಕ ಸಿಟ್ಟಾಗತಿ?"–ಆಬಾ ಭೂಪಾನಿಗೆ ತಿಳಿ ಹೇಳಿದ. ಆಬಾನ ಮಾತು ಕೇಳಿ ಭೂಪಾ ಮಾತ್ರ ನಕ್ಕ.

"ಆಬಾ, ನೀವು ಬಾಳ ಚಾಷ್ಟಿ ಮಾಡ್ತೀರಿ ನೋಡ್ರಿ. ರೀ, ಸೊಸಾಯಿಟಿ ಹೊಲೆಯರದ್ದು ಮತ್ತು ಎಮ್ಮಿ ನಮ್ಮ ಕೊಟಗಿಗೆ ಹೇಂಗ್ ಬರ್ತದ?"–ಭೂಪಾನ ನಗುವಿನ ಹಿಂದಿನ ಕಾರಣ ಈಗ ಆಬಾನ ಗಮನಕ್ಕೆ ಬಂತು.

"ಇದು ನೋಡು ಭೂಪಾ, ಸೊಸಾಯಿಟಿ ಬರಿ ಹೊಲೆಯರದ್ದಂತ ಯಾರಪ್ಪ ನಿಂಗ್ ಹೇಳಿದ್ದು? ಎಲ್ಲ ದಲಿತರದ್ದು ಅದು! ಹೊಲೆಯರು, ಸಮಗಾರರು, ಮಾದಿಗರು ಎಲ್ಲರ ಸಲುವಾಗಿ ಐತಿ ಈ ಸೊಸಾಯಿಟಿ! ನಿಂಗೂ ಸದಸ್ಯ ಆಗಾಕ್ ಬರ್ತದ!"–ಆಬಾ.

"ಯಾಕ್ರಿ ಬಡವನ ಚಾಷ್ಟಿ ಮಾಡ್ತೀರಿ? ರೀ ಹೊಲೆಯಾರು ಬರಾಕಾದ್ರೂ ಬಿಟ್ಟಾರೇನು?"–ಭೂಪಾ ಪುನಃ ಒಮ್ಮೆ ತಕರಾರು ಮಾಡಿದ.

"ಹೆಂಗ್ ಹೇಳಲಿ ಭೂಪಾ? ಈ ಸೊಸಾಯಿಟಿ ನಮ್ಮ ಎಲ್ಲಾರದೂ ಐತಿ. ಇದು ನೋಡು ಅಷ್ಟ ದೂರ ಯಾಕ? ನಾಡದ್ದು ಸದಸ್ಯರ ನೋಂಧಣಿ ಐತಿ. ನೀ ಬಾ ಅಲ್ಲಿ ಮತ್ತ ಆಗ ಸದಸ್ಯ. ಅರೇ ಏ ಭೂಪಾ, ನಾವೂ ಹಾಗೂ ನೀವೂ ಏನ್ ಬ್ಯಾರೆ ಬ್ಯಾರೆ ಏನು?"

ಆಬಾನ ಉತ್ತರದಿಂದ ಈಗ ಭೂಪಾನಿಗೆ ಸಮಾಧಾನವಾಗಿತ್ತು.

ಐದು

ಇವತ್ತು ಮಂಗಳವಾರ ಸಂಜೆ ಆರು ಗಂಟೆ ಆಗಿ ಹೋಗಿತ್ತು. ಯಾವಾಗಲೂ ಚಾವಡಿ ಮುಂದೆ ಕಂಡು ಬರುತ್ತಿದ್ದ ಜನಸಂಧಣಿ ಇಂದು ಆಬಾನ ಮನೆಯ ಮುಂದೆ ಕಂಡು ಬಂತು. ಗಂಡಸರು, ಹೆಂಗಸರು ಹಾಗೂ ಮಕ್ಕಳಿಂದ ಆಬಾನ ಮನೆ ಪೂರ್ತಿ ತುಂಬಿ ಹೋಗಿತ್ತು. ಸೊಸಾಯಿಟಿ ಸದಸ್ಯರ ನೋಂದಣಿ ಇಂದು ಪ್ರಾರಂಭವಾಗಿತ್ತು. ಗೋಪಾ ಮಾಸ್ತರ ಬಾಗಿಲಿನಲ್ಲಿ ಒಂದು ಸ್ಟೂಲ್ ಹಾಕಿಕೊಂಡು ಅರ್ಜಿ ಬರೆದು, ಸಹಿ ಹಾಕಿಸಿಕೊಂಡು ಮರಳಿ ಪಡೆದುಕೊಳ್ಳುತ್ತಿದ್ದ. ಅಂಗಡಿ ಸದಾ ತುಂಬಿದ ಅರ್ಜಿಯನ್ನು ನೋಂದಣಿ ಮಾಡಿ ಕೊಳ್ಳುತ್ತಲಿದ್ದ. ಆಬಾ ಸೊಸಾಯಿಟಿಯ ಮಹತ್ವವನ್ನು ವಿವರಿಸಿ, ತಿಳಿಸಿ ಹೇಳುತ್ತಿದ್ದ. ಪ್ರತಿಯೊಬ್ಬರ ಮುಖದ ಮೇಲೆ ಬೇರೆಯೇ ಆನಂದ-ಉತ್ಸಾಹ ಕಂಡು ಬರುತಿತ್ತು. ಸೊಸಾಯಿಟಿಯಿಂದ ಒಟ್ಟಾರೆ ತಮ್ಮ ಭಾಗ್ಯವೇ ಬದಲಾಗಲಿದೆ ಎಂದು ಪ್ರತಿಯೊಬ್ಬರಿಗೂ ಅನ್ನಿಸುತ್ತಿತ್ತು. ಈ ಕಡೆ ದತ್ತು ಕಾಂಬಳೆಯ ಬಾಗಿಲ ಮುಂದೆ ಹೆಂಗಸರು ಸೊಸಾಯಿಟಿ ಕುರಿತಂತೆ ಬೇರೆ-ಬೇರೆ ತರ್ಕ ಮಾಡುತ್ತಿದ್ದರು.

“ಹೌದು, ಸೊಸಾಯಿಟಿ ಎಮ್ಮಿ ಕೊಡ್ತದ ಅಂತ?”

“ಬಾಳ ಚಲೋ ಆತ ಯವ್ವ. ಮಕ್ಕಳು ಮರಿ ಬಾಯಿಗೆ ಹಾಲ ಅದ್ರೂ ಹಾಕಬಹುದು. ನಾಲ್ಕು ಪೈಸೆ ಕೈಯಾಗಾಡಬಹುದು.”

“ಈ ಊರಾಗ, ನೋಡವ್ವ, ಔಷಧ ಸಲುವಾಗಿ ಮಜ್ಜಿಗಿ ಒಂದ್ ಹನಿನೂ ಯಾರೂ ಕೊಡಾಂಗಿಲ್ಲ. ಭಯಂಕರ್ ಸೊಕ್ಕಿನ ಊರವ್ವ!”

“ನಾನು ಆ ಭೋಸಲೆ ಅವರ ಮನ್ಯಾಗ ದಿನಾ ಮೇವು ಹಾಕ್ತಿನೊ ಇಲ್ಲೊ!ಮನ್ನೆ ಸಾರು ಮಾಡಾಕ ಮಜಿಗಿ ಕೇಳಾಕ ಹೋದ್ರ ಆ ಮುದುಕಿ ಹೇಂಗ್

ಅಂತಾಳ–'ಬಂದೇನ್ ಮುಖಾ ತಗೊಂಡ. ನಿಮ್ಮನ್ನ ಸಾಕೋ ಕಾಂಟ್ರಾಕ್ಟ್ ತೊಗೊಂಡೇವೇನು? ಹೊಲಿಯಾರ ಜಾತಿ ಸುಧಾರಸಾಂಗಿಲ್ಲ. ಯಾವಾಗ ನೋಡಿದ್ರು ಬಾಗಿಲದಾಗ ಹಾಜರ್! ನಿಮ್ಮ ಅಪ್ಪಂದು ನಾವು ಏನಾದ್ರೂ ಕೊಡೋದಿತ್ತೇನು?' ಇದ್ನ್ ಕೇಳಿ ತಲಿ ಕೆಟ್ಟಿತು. ಆದ್ರ ಮಾಡೋದು ಏನು... ಮಜಿಗಿ ಹನಿ ತಗೊಂಡ ಮನಿಗೆ ಬಂದೆ."–ಮೂರನೇಯವಳು.

"ಗ ಸೊಸಾಯಿಟಿ ಆಗೋದು. ಹಟ್ಟಿಗೆ ಎಮ್ಮಿ ಬರೋದು. ಏ ಯವ್ವ! ಒಂದ್ ದಿನ ಮಜ್ಜಿಗಿದಾಗ ಜಳಕಾನ ಮಾಡು."–ಮೊದಲನೆಯವಳು.

ಈ ಮಾತು ಕೇಳಿ ಎಲ್ಲ ಹೆಂಗಸರು ಗಹಗಹಿಸಿ ನಕ್ಕರು. ಈ ಹೆಂಗಸರು ಎಷ್ಟೊಂದು ಕನಸುಗಳನ್ನು ಹೆಣೆಯುತ್ತಿದ್ದರು. ನಿಧಾನಕ್ಕೆ ಆಬಾನ ಮನೆಯ ಮುಂದಿನ ಜನಸಂಧಣಿ ಕಡಿಮೆ ಆಯಿತು. ಅಡಿಗೆ ಮಾಡಬೇಕೆಂಬ ಕಾರಣದಿಂದ ಹೆಂಗಸರು ತಮ್ಮ ತಮ್ಮ ಮನೆಗಳಿಗೆ ಹೋರಟರು–ಸದಸ್ಯರ ಫಾರ್ಮ್ ತುಂಬಿದ ಎಲ್ಲರೂ ಚಾವಡಿಯ ಮುಂದೆ ಬಂದರು. ಕೆಲವರು ಆಬಾನ ಮನೆಯ ಮುಂದೆ ಕುಳಿತೇ ಇದ್ದರು. ಆ ಕಡೆ ಈ ಕಡೆ ಬರಿ ಸೊಸಾಯಿಟಿ ವಿಷಯವೇ ಕೇಳಿ ಬರುತ್ತಿತ್ತು.

'ರಾಮ ರಾಮ!"–ಭೂಪಾ ಈಗ ಆಬಾನ ಬಾಗಿಲಿಗೆ ಬಂದ. ಬಾಗಿಲಿನಲ್ಲಿದ್ದ ಜನ ಬರಿ ಭೂಪಾನೆಡೆ ನೋಡಿದ್ರು. ಭೂಪಾ ಗೋಪಾ ಮಾಸ್ತರನ ಹತ್ತಿರ ಹೋಗಿ ನಿಂತ. ಅವನು ಅಲ್ಲಿಗೆ ಹೋಗುತ್ತಿದ್ದದ್ದನ್ನು ಕಂಡು ಮಾನ್ಯಾ ಹಣಮ ಪಕ್ಕದವನಿಗೆ ಹೇಳಿದ–

"ಏನೊ ಬಜ್ಯಾ. ಇವಾ ಯಾಕ ಇಲ್ಲಿ ಬಂದ?"

"ಸೊಸಾಯಿಟಿ ಪೆಂಬರ್ ಆಗಾಕ." ಬಜ್ಯಾ ಗೆ 'ಮೆಂಬರ್'ಅನ್ನಲು ಬರುತ್ತಿರಲಿಲ್ಲ.

"ಅದೂ ಸರಿ. ಆದ್ರ ಸೊಸಾಯಿಟಿ ಹೊಲೆಯರದೊ ಅಥವಾ ಮಾದಿಗರದೊ?"

ಹಣಮನ ಮಾತು ಕೇಳಿ ಬಜ್ಯಾ ಸಹ ಕೆಲ ಸಮಯ ಯೋಚನೆಗೊಳಗಾದ. ಆಮೇಲೆ ಏನೊ ನೆನಪು ಬಂದ ಹಾಗೆ ಆಗಿ ನುಡಿದ–

"ಹಾ ಆಬಾ ಅಂತಾ ಇದ್ರೂ–ಈ ಸೊಸಾಯಿಟಿ ಹೊಲೆಯರದ್ದು, ಮಾದಿಗರದ್ದು, ಚಮ್ಮಾರರದ್ದು. ನಾವೆಲ್ಲರೂ ಒಂದ ಇದ್ದಿವಿ."

"ಬಜ್ಯಾ, ಆಬಾನ ಸ್ವಭಾವ ಅಂತು ಹರಿಶ್ಚಂದ್ರ ರಾಜಾನ ಹಂಗ. ಆದ್ರ ಮಾದಿಗರು ಚಲೋ ನಡಕೊಬಹುದೇನು?"

"ನಿಮ್ಮವ್ವನ, ಸುಮ್ಮ ಬ್ಯಾಡಾದ ವಿಷಯ ತಗೊಂಡ ತಲಿ ಕೆಡಿಸಿಕೋತಾ ಇದಿ ನೋಡು. ಆಬಾಗ ತಲಿ ಇಲ್ಲ ಅಂತ ಅಂದ್ಕೊಂಡಿ?"

ಅವರಿಬ್ಬರ ಮಾತು ಪ್ರಾರಂಭವಿರುವಾಗಲೇ ಆಬಾ ಹೊರಗೆ ಬಂದರು. ಆಬಾನನ್ನು ನೋಡುತ್ತಿದ್ದ ಹಾಗೆ ಇಬ್ಬರೂ ಸುಮ್ಮನಾದರು. ಆಬಾ ಗೋಪಾ ಮಾಸ್ತರನ ಹತ್ತಿರ ಬಂದ್ರು. ಆಬಾನನ್ನು ನೋಡುತ್ತಿದ್ದ ಹಾಗೆ ಭೂಪಾ ಅವನಿಗೆ 'ರಾಮ ರಾಮ' ಮಾಡಿದ. ಭೂಪಾನ 'ರಾಮ–ರಾಮ'ಸ್ವೀಕರಿಸುತ್ತ ಆಬಾ ನುಡಿದರು–'ಚಲೋ ಆತು ನೋಡು, ನೀನು ಬಂದಿದ್ದು."

"ನೀವು ಹೇಳಿದ ಮ್ಯಾಲೆ ಮತ್ತೇನ್ ಮಾಡತಿನಿ? ನಮ್ಮ ಒಳ್ಳೆದಕ ಐತಿ ಅಂದ ಮ್ಯಾಲೆ ಯಾರ ಹಿಂದ್ ಇರತ್ತಾರ ನೀವ ಹೇಳ್ರಿ?"–ಭೂಪಾ ಅರ್ಜಿಯ ಮೇಲೆ ಎಡಗೈಯ ಹೆಬ್ಬೆರಳನ್ನು ಒತ್ತುತ್ತ ನುಡಿದ.

"ಭೂಪಾ, ಮುಂದಿನ ವಾರ ಎಮ್ಮಿಗಳು ಬರಬಹುದು. ಗುಡ್ಡದ ಮ್ಯಾಲ ಸೊಸಾಯಿಟಿ ಆಫೀಸ್ ಆಗೋದು ಐತಿ. ಅಲ್ಲಿ ಬರಬೇಕು ಏನು?"–ಗೋಪಾ ಮಾಸ್ತರ ಭೂಪಾನ ಫಾರ್ಮ್ ಫೈಲ್‌ನಲ್ಲಿ ಇಡುತ್ತ ನುಡಿದ.

"ಮುಂದಿನ ವಾರ ಯಾಕ? ಪ್ರತಿದಿನ ಚಕ್ಕರ್ ಹೊಡಿತೀನಿ! ನಡಿಲಿ ಏನು ಆಬಾ? ರೀ ಗೋಪಾ ಮಾಸ್ತರ, ಬರಿತಿನಿ ಅಂದೆ."–ಭೂಪಾ ಪುನಾ ಒಮ್ಮೆ 'ರಾಮ–ರಾಮ' ಮಾಡಿ ಹೊರಟು ಹೋದ.

"ಗುರೂಜಿ, ಚಂದು? ಆ ಸಮಗಾರ ಚಂದು ಏನು?"–ಗೋಪಾ ಮಾಸ್ತರ ಆಬಾಗೆ ಪ್ರಶ್ನೆ ಕೇಳಿದ.

"ಅವನ!"

"ನಿಲ್ಲಿ ಕರಿಕಳಸ್ತಿನಿ. ಏ ಜಜ್ಯಾ–" ಗೋಪಾ ಮಾಸ್ತರ ಬಜ್ಯಾ ಗೆ ಕೂಗಿ ಕರೆದ.

"ಏನ್ರಿ ಗುರೂಜಿ?"–ಬಜ್ಯಾ ಕುಳಿತ ಸ್ಥಳದಿಂದಲೇ ಕೂಗಿ ಕೇಳಿದ.

"ಆ ಸಮಗಾರ ಚಂದುಗ ಕರಕೊಂಡ ಬಾ, ಆಬಾ ಕರದಾರಂತ ಹೇಳ."–ಹಣಮನಿಗೆ ಅಲ್ಲಿಯೇ ಕುಳ್ಳರಿಸಿ ಬಜ್ಯಾ ಸಮಗಾರ ಕೇರಿಗೆ ನಡೆದ.

"ಏನ್ ಗುರೂಜಿ, ಎಷ್ಟು ಸದಸ್ಯರಾದರು.?"

"ಒಂದನೂರಾಹನ್ನೆರಡು."

'ಇನ್ನೂ ಎಷ್ಟ ಮಂದಿ ಆಗಬಹುದು?"

"ಆಗಬಹುದು ಐವತ್ತು"–ಗೋಪಾ ಮಾಸ್ತರ ಚಿಟುಕೆ ನಶೆಯ ಪುಡಿಯನ್ನು ಮೂಗಿನಲ್ಲಿ ತುರುಕುತ್ತ ಹೇಳಿದ.

"ಆಬಾ ಒಂದ್ ಇಶಿಯಾ ಕೇಳಲೇನು?"–ಗೋಪಾ ಮಾಸ್ತರ ಮೂಗು ತಿಕ್ಕುತ್ತ ಕೇಳಿದ.

"ಕೇಳ್ಲಾ."–ಆಬಾ ಸಭಾಸದರ ಹೆಸರನ್ನು ನೋಡುತ್ತ ಹೇಳಿದ.

"ಈ ಸೊಸಾಯಿಟಿಯಲ್ಲಿ ಮಾದಿಗರನ್ನು ಹಾಗೂ ಸಮಗಾರರನ್ನು ಯಾಕ ತಗೋಬೇಕು? ಏನಿಲ್ಲ, ಅಂದ್ರ ಇದು ನನ್ನ ಅಭಿಪ್ರಾಯ ಮಾತ್ರ. ಏನೂಬಿ

ಅನಕೊ ಬ್ಯಾಡ್ರಿ, ನಮ್ಮಲ್ಲಿಯ ಅನೇಕ ಜನ ಈ ವಿಷಯ ಕುರಿತು ಬಾಳ ಚರ್ಚೆ ಮಾಡಾಕತ್ತಾರ ಅದಕ್ಕ ಕೇಳಿದೆ."

"ಗುರೂಜಿ ನಿಮಗ ಹೇಂಗ್ ತಿಳಿಯಾಂಗಿಲ್ಲ? ರೀ, ಮಾದಿಗ-ಸಮಗಾರ ಇವರ್ಯಾರು ನಮ್ಮ ಶತ್ರುಗಳೇನು? ಅವರು ಸಹ ನಮ್ಮ ಬಂಧುಗಳ. ಬಾಬಾರ ಚಳುವಳಿಯಲ್ಲಿ ಬ್ರಾಹ್ಮಣರು ಸಹ ಇದ್ರು. ನಿಜ ಹೇಳಲಾ ಗುರೂಜಿ, ಈಗ ಮಾದಿಗರು, ಸಮಗಾರರು, ವಡ್ಡರು ಎಲ್ಲರೂ ಒಗ್ಗೂಡದ ಹೋದ್ರ ನಮದೇನು ಉದ್ಧಾರ ಆಗೋಲ್ಲ."

"ಈ ಮಾತ ಖರೆ ಐತಿ. ಆದ್ರ ಸಮಗಾರರು ತಮ್ಮನ್ನು ತಾವು ನಮಗಿಂತ ಮ್ಯಾಗೀನವರಂತ ತಿಳಕೊಂಡಾರ. ನಮ್ಮ ಮಂದಿದು ಹಳೆ ಚಪ್ಪಲಿ ಅವರು ಹೊಲ್ಯಾಂಗಿಲ್ಲ. ನೀರು ಕೇಳಿದ್ರ ಮ್ಯಾಗಿಂದ ಕೊಡತಾರ. ಈಗ ಮೈಲಿಗಿ-ಮೈಲಿಗಿ ಅಂತ ಓಡಾಡುವ ಈ ಜನ ನಮ್ಮಲ್ಲಿ ಒಂದಾಗತಾರೇನು?"-ಗೋಪಾ ಮಾಸ್ತರ ಪುನಃ ತನ್ನ ಸಂಶಯ ವ್ಯಕ್ತ ಪಡಿಸಿದ.

"ನಿಮ್ಮ ಮಾತು ಖರೆ ಐತಿ ಗುರೂಜಿ; ಈಗ ಎಲ್ಲಿಯಾದ್ರೂ ನಿಲ್ಲಾಕಬೇಕು. ಆ ಕಡೆ ಶಹರದಾಗ ನೋಡ್ರಿ. ಮಾದಿಗರು-ಹೊಲೆಯರು-ಸಮಗಾರರು ಒಂದಾಗ್ಯಾರು. ನಾವು ಒಂದಾಗೋಣು..."-ಇಬ್ಬರೂ ಮಾತನಾಡುತ್ತ ಇದ್ದಾಗಲೇ ಬಜ್ಯಾ ಕೂಗುತ್ತಲೇ ಬಂದ.

" ರೀ, ಆಬಾ..."

"ಏನಾತೋ?"

"ರೀ, ಆ ಚಂದು ಬರುಂಗಿಲ್ಲ ಅಂದ."

"ಯಾಕ? ಟಾಯಿಮ್ ಇಲ್ಲ ಏನೋ ಅವಂಗ?"

"ಟಾಯಿಮ್-ಗೀಯಿಮ್ ಅಲ್ಲ. ಅಂದಾರಿ, ಯಾಕ ಹೊಲಿಯಾರ ಸೊಸಾಯಿಟಿಗೆ ಬರಾಕ ನನ್ನ ತಲಿ ತಿರಗೇತಿ ಏನು?"

"ಖರೆ ಹೇಳಾತಿ ಏನೋ?"

"ಕೇಳಿಸಿ ಕೊಂಡಿರಿ ಆಬಾ ನಾನು ನಿಮಗ ಅದನ್ನ ಹೇಳಾಕತ್ತಿದ್ದೆ. ನೀವು ಬಾಳ ವರ್ಷ ಮುಂಬಯಿಯಲ್ಲಿ ಇದ್ದ ಕಾರಣ ಅವನದ್ದು ನಿಮ್ಮದು ಜಾಸ್ತಿ ಸಂಬಂಧ ಬಂದಿಲ್ಲ. ನಾನು ಸಣ್ಣಾವ ಇದ್ದಾಂಗಿದ ನೋಡಾತೇನಿ ಆ ಮಂದಿನ. ಅವ್ರು ನಮ್ಮನ್ ನೀಚರೂ ಅಂತ ತಿಳಿಕೊಂಡಾರ."-ಗೋಪಾ ಮಾಸ್ತರಗ ಈಗ ಮಾತೋಡೊ ಸಂಧಿ ಲಭಿಸಿತ್ತು.

"ಗುರೂಜಿ, ಅಷ್ಟಕ್-ಇಷ್ಟಕ್ ಸಿಟ್ಟಾದ್ರ ಹೇಂಗ್ ನಡಿತದ?ನಾವೂ ಅವರನ್ನು ಮತ್ತೊಮ್ಮೆ ಭೇಟಿ ಆಗೋಣು, ಹೇಳೋಣು, ವಿಚಾರ ಮಾಡೋಣು, ತಿಳಿಸಿಕೊಡುಣು; ಆದ್ರ ಎಷ್ಟೇ ಆದ್ರೂ ನಾವೆಲ್ಲ ಒಂದ ಆಗುವುದರಲ್ಲಿನ ನಮ್ಮ ಎಲ್ಲಾರದ್ದೂ ಹಿತ ಐತಿ ನಿಮಗೆ ಗೊತ್ತಿಲ್ಲ ಗುರೂಜಿ, ಮನ್ನೆ ಸರಪಂಚ್

ಅನಗೊಂಡು ಪಾಟೀಲ್ ಅಂದಾ–'ಆಬಾ, ಯಾಕ ಸುಮ್ಮ ಒದ್ದಾಡತಿರಿ? ನಿಮ್ಮಲ್ಲಿಯೇ ಒಗ್ಗಟಿಲ್ಲ ಮತ್ತ ನಮ್ಮ ಹೆಸರಿಂದ ಬಾಯಿ ಬಡಕ್ಕೋತಿರಿ! ಸಮಗಾರರು ಹೊಲೆಯರನ್ನು ಕಡಿಮಿ ಅಂತಾರು; ಹೊಲೆಯರು ಮಾದಿಗರನ್ನ ಕಡಿಮಿ ಅಂತಾರು. , ನಾವು ಮಾತ್ರ ನಿಮಗ ಕೆಳಗಿನವರು ಅಂದ್ರ ಸಾಕು ನೀವ್ಯಾಕ ಬಾಯಿ ಬಡ್ಕೋತೀರಿ?' ಸರಪಂಚರ ಮಾತು ಕೇಳಿ ನಾನು ಸುಮ್ಮನಾದೆ. ಒಂದು ರೀತಿಯಾಗ ಅವರ ಮಾತು ನನಗ ಖರೇ ಅನ್ನಿಸಿತು; ಆದ್ರ ಅದು ಖರೆ ಆಗಿರಲಿಲ್ಲ. ಈ ಎಲ್ಲದಕ್ಕೂ ನಾವಷ್ಟ ಜವಾಬ್ದಾರರೇನು? ರೀ, ಇಲ್ಲಿಯ ಧರ್ಮಾನ ಈ ಎಲ್ಲಾ ರಾಡಿ ಮಾಡೇತಿ, ಒಬ್ಬರು ಇನ್ನೊಬ್ಬರ ಗಂಗಾಳದಾಗ ಊಣ್ಣದಂಗ ಈ ಧರ್ಮಾನ ಬಂಧನ ಹಾಕೇತಿ, ಸಮಾಗಾರೇನು, ಹೊಲೆಯರೇನು, ಮಾದಿಗರೇನು, ನಾವೆಲ್ಲರೂ ಈ ಧರ್ಮಕ್ಕೆ ಬಲಿ ಆದವರ."

ಗೋಪಾ ಮಾಸ್ತರ ಆಬಾನ ಮಾತುಗಳನ್ನು ಗಮನವಿಟ್ಟು ಕೇಳುತ್ತಿದ್ದ. ಆಬಾನ ಮಾತಿನಲ್ಲಿ ಏನೋ ಒಂದು ತತ್ಯವಿದೆ ಎಂದು ಮಾತ್ರ ಅವನಿಗೆ ಅನ್ನಿಸಿತು. ಸದಾ ಸಹ ಮುಂದಿನ ಕೆಲಸವನ್ನು ಬಿಟ್ಟು ಆಬಾನ ಮಾತುಗಳನ್ನು ಕೇಳುತ್ತಿದ್ದ. ಆಬಾ ಹಾಗೂ ಗೋಪಾ ಮಾಸ್ತರನ ಮಾತುಗಳನ್ನು ಅವನು ಕೇಳಿದ್ದ. ಅವರಿಬ್ಬರ ಹತ್ತಿರ ಬಂದು ಅವನೆಂದ–"ಗುರೂಜಿ, ಆಬಾ ಹೇಳೋದು ಸರಿ ಅದ."

"ನಂಗು ಹಂಗ ಅನಸ್ತದ, ಆದ್ರ ತಿಳಿಯವಲ್ಲತು."–ಗೋಪಾ ಮಾಸ್ತರ ಪುನಃ ತನ್ನ ಅಸಮರ್ಥನೆ ವ್ಯಕ್ತ ಮಾಡಿದ; ಅದನ್ನು ಕುರಿತು ಆಬಾ ನುಡಿದ–

"ನೋಡ್ರಿ ಸದಾ–ಗೋಪಾ, ನಾನೇನು ಬಾಳ ಕಲಿತಿಲ್ಲ. ನಮ್ಮ ಜಗಳ ಯಾರ ಜೊತೆ ಐತಿ ಗೊತ್ತೇನು? ಗೊತ್ತಿಲ್ಲ ಅನ್ನೋದಾದ್ರೆ ನಾನ ಹೇಳತೀನಿ. ನಮ್ಮ ಜಗಳಾ ಇರೋದು ಜಾತೀವಾದದ ಜೊತಿಗೆ, ಜಾತಿಯ ಹೊಡೆತಾ ಹೇಂಗ್ ಹೊಲೆಯರ ಮ್ಯಾಲೆ ಬೀಳ್ತದ ಹಂಗ್ ಮಾದಿಗರು ಮತ್ತು ಸಮಗಾರರ ಮ್ಯಾಲೂ; ಆದ್ರ ಮ್ಯಾಲೀನ ಜಾತಿಯವರು ನಮ್ಮೆಲ್ಲಾರನ್ನೂ ದೂರ ಮಾಡ್ತಾರ. ನಾವೆಲ್ಲ ಒಂದಾದ್ರ ನಮ್ಮ ಶಕ್ತಿ ಒಂದಾದ್ರ ಹೋರಾಡಾಕ ಶಕ್ತಿ ಬರ್ತದ ಇಲ್ಲವೊ? ನಾವು ಎಲ್ಲ ಸಮಗಾರ ಸಮಾಜಕ್ಕ ತಿಳಿಸಿ ಹೇಳೋಣು, ಮಾದಿಗರಂತು ನಮ್ಮಲ್ಲಿ ಹೇಂಗಿದ್ರೂ ಬಂದಾರ. ಪ್ರಯತ್ನ ಮಾಡಿ ನಾವೆಲ್ಲಾರೂ ಒಂದಾಗೋಣ. ಏನು ನನ್ನ ಮಾತು ಎಲ್ಲರಿಗೂ ಭೇಶ್ ಅನ್ನಿಸಿತೊ ಇಲ್ಲೊ?"–ಆಬಾನ ಮಾತು ಕೇಳಿ ಸದಾ ಹಾಗೂ ಗೋಪಾ ಮಾಸ್ತರ ಸುಮ್ಮನಾದ್ರು. ಸ್ವಲ್ಪ ಸಮಯ ಯಾರು ಏನೂ ಮಾತನಾಡಲಿಲ್ಲ. ಆಬಾನೆ ಆಮೇಲೆ ವಿಷಯಾಂತರ ಮಾಡಿದ.

"ಗುರೂಜಿ, ಸೊಸಾಯಿಟಿಯ ಕಚೇರಿ ಒಂದೆರಡು ದಿನದಲ್ಲಿ ತಯಾರವಾಗಬಹುದಲ್ಲ?"

"ಹೌದು, ಸ್ವಲ್ಪ ಕೆಲ್ಸಾ ಬಾಕಿ ಐತಿ. ನಾಳೆ ಬೆಳಿಗ್ಗೆ ದೊಡ್ಡವರೆಲ್ಲಾ ಬರಬಹುದು"–ಗೋಪಾ ಮಾಸ್ತರ ಹೇಳಿದ.

"ನಾನು ಮುಂಜಾನೆ ಆ ಕಡೆ ಹೋಗತಿನಿ. ಬಾಕಿ ಉಳಿದ ಕೆಲ್ಸಾ ಮುಗಿಸಿ ಬಿಡೋಣ. ಸದಾ, ನಾಳೆ ಮುಂಜಾನೆ ನೀನು ಮೀರಜಗೆ ಹೋಗು. ಮುಂದಿನ ತಿಂಗಳು ಡೇರಿ ಶುರು ಆಗಬಹುದು. ಅಲ್ಲಿ ಆಫೀಸಿನ್ಯಾಗ ಹೇಳಿ ಬಾ–'ಸಾಲಾ ಮಾಡಿ ಎಮ್ಮೆಗಳನ್ನು ತೊಗೊಂಡಾರ. ಹಾಲು ಹಾಳು ಮಾಡಾಕ ಹೋಗಬ್ಯಾಡ್ರಿ'–ಅಂತ ಹೇಳು. ತಿಳಿಸಿ ಹೇಳು ಅವರಿಗೆ ಮತ್ತು ಗುರೂಜಿ, ನೀವು ನಾಳೆ ಬೆಟ್ಟದ ಮ್ಯಾಲೆ ಬರ್ರಿ. ಆಫೀಸ್ ಕೆಲ್ಸಾ ನೋಡ್ರಿ, ನನ್ನ ಹಿಂದ್ ಎಷ್ಟು ವ್ಯಾಪ ಐತಿ ನಿಮಗೂ ಗೊತ್ತ ಐತಿ."

ಗೋಪಾ ಮಾಸ್ತರ ಸುಮ್ಮನೆ ಮಾತು ಕೇಳಿಸಿಕೊಂಡ. ಕತ್ತು ಅಲುಗಾಡಿಸಿದ ಹಾಗೂ ಅವನು ಹೊರಟ.

"ಆಬಾ ನಾನು ಹೊಂಡಲೇನು? ಅಂಗಡಿಯಾಗ ಸ್ವಲ್ಪ ನಿಲ್ಲತಿನಿ."–ಸದಾ ಹೋಗುವ ತಯಾರಿಯಲ್ಲಿ ನುಡಿದ.

"ಹೋಗಪ್ಪ, ಅಂಗಡಿ ಕಡೆ ಲಕ್ಷ್ಯ ನೀಡು. ಏನ್ ಅಂತದ ನಿನ್ನ ಅಂಗಡಿ? ಊರಾಗಿನ

ಗಿರಾಕಿಗಳು ಬರ್ತಾರೇನು?"

'ಚಲೋ ನಡೆದದ. ಕುರುಬರು, ವಡ್ಡರ ಗಿರಾಕಿಗಳು ಬರ್ತಾರ. ಮನ್ನೆ ಜೈನ್ ಹೆಂಗಸ ಬೆಲ್ಲ ತಗೊಂಡ ಹೋಗಾಕ ಬಂದಿದ್ದಳು. ಒಂದು ಮಜಾ ಹೇಳ್ಲಿ ನಿಮಗ ಆಬಾ? ಆ ಹೆಂಗಸು ದೂರಿಂದನ ರೊಕ್ಕಾ ಒಗೆದಳು. ಬೆಲ್ಲಾ ನನ್ನ ಕೈಯಿಂದ ತೊಗಲಿಲ್ಲ! ನಾನು ಬೆಂಚ್ ಮೇಲೆ ಇಟ್ಟನಿ, ಆಮ್ಯಾಕ ಆಕಿ ತೊಗೊಂಡ್ಲು."

ಸದಾನ ಮಾತು ಕೇಳಿ ಆಬಾ ಗಹಗಹಿಸಿ ನಕ್ಕ. ಆನಂತರ ಅವನು ನುಡಿದ–

"ನೋಡಪ್ಪ ಸದಾ, ಒಂದ್ ಕಾಲ್ ಹಿಂಗೂ ಇತ್ತೆನಪ್ಪ, ಈ ಮಂದಿ ನಮ್ಮ ಮೈ ನೆರಳನ್ನು ತಮ್ಮ ಮ್ಯಾಗ್ ಬೀಳ್ಗೊಡತಿರಲಿಲ್ಲ. ಇವತ್ತು ಹೊಲ್ಯಾರ್ ಅಂಗಡಿಗೆ ಬರಾತಾರು, ಇದೇನು ಸಣ್ಣದು?"

ಅವರ ರಕ್ತನ್ಯಾಗ ಇರುವ ಈ ಜಾತಿಭೇದ ಇಷ್ಟ ಲಘುಣ ಹೋಗಾಂಗಿಲ್ಲ. ಆಗತಾರ ಅವರು ಬದಲು ನಿಧಾನಕ. ಸರಿ, ಈಗ ನೀನು ಮೀರಜಗ ಹೊಗತ್ತಿ ಅಲ್ಲನೊ?"

"ಮತ್ತ... ಹೋಗತಿನಿ, ನನ್ನ ಕೆಲ್ಸಾ ಸಹ ಐತಿ. ಅದರ ಜೊತಿ ಸೊಸಾಯಿಟಿ ಕೆಲ್ಸ ಸಹ ಮಾಡಕೊಂಡ ಬರತೇನಿ."

"ಸದಾ, ಎಲ್ಲಾ ನಿನ್ನ ನಾಲಿಗಿ ಮ್ಯಾಲೆ ನಿಂತೈತಿ ನೋಡಪ್ಪ."

"ಆಬಾ, ಕಾಳಜಿ ಮಾಡಕ ಹೋಗಬ್ಯಾಡ್ರಿ. ನಾವು ನಿಮ್ಮ ಬೆನ್ನಿಗೆ ಇದಿವಿ"– ಸದಾ ಆಬಾಗೆ ಬೆಂಬಲ ನೀಡಿದ.

"ರೀ ಮಾವಾರಿ, ಊಟಾ ಮಾಡತ್ತಿರೊ ಇಲ್ಲೊ ಇವತ್ತು? ಇವ್ರು ದಾರಿ ಕಾಯಾತಾರು ನೋಡ್ರಿ ನಿಮ್ಮದು."–ಆಬಾನ ಸೊಸೆ ಮನೆಯ ಹೊಸ್ತಿಲಿನಲ್ಲಿ ನಿಂತು ಕೂಗಿ ಕರೆದಳು.

"ಆಬಾ, ನಡಿತಿನಿ ನಾನು."–ಎಂದು ಸದಾ ಗಡಿಬಿಡಿಯಿಂದ ಅಂಗಡಿಯೆಡೆ ನಡೆದ.

"ಏನವ್ವ ಸೊಸಿ, ಇವತ್ಯಾಕ ಊಟಕ್ಕ ಇಷ್ಟ ಗಡಿಬಿಡಿ ಮಾಡಾತಿ?"

"ರೀ, ಟಾಯಿಮ್ ಏನ್ ಕಡಿಮಿ ಆಗೇದ? ಕೇರಿಯೊಳಗಿನ ಮಂದಿದು ಒಂದು ಜಂಪ್ ಆಗಿರಬೇಕು."–ಸೊಸೆ ಆಬಾನ ಪ್ರಶ್ನೆಗೆ ಉತ್ತರಿಸಿದಳು.

ಸೊಸೆ ನೀಡಿದ ನೀರಿನ ಚಂಬಿನಿಂದ ಮುಖ ತೊಳೆದುಕೊಂಡ. ಬಾಬಾ ಸಾಹೇಬ್ ಅಂಬೇಡ್ಕರ್ ಅವರ ಫೋಟೊಗೆ ನಮಸ್ಕಾರ ಮಾಡಿ ಅವನು ಊಟಕ್ಕೆ ಕುಳಿತುಕೊಂಡ. ಆಬಾನ ಎರಡು ಮಕ್ಕಳು ಭೀಮರಾವ್ ಹಾಗೂ ಕಬೀರ್, ಭೀಮರಾವ್‌ನ ಹೆಂಡತಿ–ಆಶಾ ಸಹ ಆಬಾನ ದಾರಿ ನೋಡುತ್ತ ಊಟದ ತಟ್ಟೆಯ ಮುಂದೆ ಕುಳಿತಿದ್ದರು. ಆಬಾ ಪಂಕ್ತಿಯಲ್ಲಿ ಕುಳಿತುಕೊಳ್ಳುತ್ತಿದ್ದ ಹಾಗೆ ಊಟ ಪ್ರಾರಂಭವಾಯಿತು.

"ಏನಪ್ಪ ಭೀಮರಾವ್, ದಿನಾಪೂರ್ತಿ ಏನ್ ಮಾಡಿದಿ?"–ಆಬಾ ಕೇಳಿದ.

ಸೋರುವ ಮೂಗನ್ನು ಟವಲ್‌ನಿಂದ ಒರೆಸಿಕೊಳ್ಳುತ್ತ ಭೀಮರಾವ್ ನುಡಿದ–"ರೆಂಟಿ ಹೊಡೆಸಿಕೊಂಡೆ ಪೂರ್ತಿ ದಿನಾ."

"ಮತ್ತೆ ನೀನಪ್ಪ ಕಬೀರ್?"

"ನಾನು ಒಡ್ಡು ಹಾಕಿಸಿಕೊಂಡೆ?"–ಕಬೀರ್ ತಟ್ಟೆಯಲ್ಲಿಯ ಈರುಳ್ಳಿಯನ್ನು ಭೂಮಿಯ ಮೇಲೆ ಜಜ್ಜುತ್ತ ಉತ್ತರ ನೀಡಿದ.

"ಆಬಾ, ನಿಮ್ಮ ಸೊಸಾಯಿಟಿಯ ಆಫೀಸ್ ಎಂದ್ ತಯಾರಾಗೋದು?"– ಭೀಮರಾವ್ ಕೇಳಿದ.

"ಯಾಕೊ! ಆಗಬಹುದು ಮೂರ್ನಾಲ್ಕು ದಿನದ ಒಳಗ, ನಿನಗ್ಯಾಕ ಅದರ ಚಿಂತಿ?"–ಆಬಾ ನುಡಿದ.

"ಆ ಸೊಸಾಯಿಟಿ ಕಾರಣದಿಂದ ಮನಿಗೆ ಚಾವಡಿ ರೂಪಾ ಬಂದೈತಿ. ಯಾವಾಗ ನೋಡ್ತಿದ್ರು ಮಂದಿ ಜಾತ್ರಿನ."

"ನೋಡಪ್ಪ, ಅದು ಸಮಾಜದ ಕೆಲ್ಸಾ. ಜನರ ಜಾತ್ರಿ ಆಗೋದ."

"ಆದ್ರ ನಾನೇನು ಅಂತೇನಿ ಅಂದ್ರ ಸಮಾಜದ ಕೆಲ್ಸಕ್ಕಾಗಿ ಚಾವಡಿ ಐತಿಯಲ್ಲ. ಸಂಪೂರ್ಣ ಅಂಗಡಿ ನಮ್ಮ ಮನಿಯೊಳಗ ಯಾಕ?"

ಭೀಮರಾವ್‌ನ ಮಾತನ್ನು ಕೇಳಿಸಿಕೊಂಡು ಆಶಾ ನುಡಿದಳು–

"ರೀ, ನಾನೇನು ಅಂತೇನಿ ಅಂದ್ರ, ಅದರಿಂದ ಮನಗಿಯೆನಾದ್ರೂ ತ್ರಾಸ ಆಗ್ತದ ಏನು?"

ಹೆಂಡತಿಯ ಬುದ್ಧಿವಂತಿಕೆಯ ಮಾತು ಕೇಳಿಸಿಕೊಂಡ ಭೀಮರಾವ್ ಗುಡುಗಿದ–"ಏ ಬೋಳಿ, ನಿನಗೇನು ಶಾಟಾ ತಿಳಿತೈತಿ? ಆವಾಗಾವಾಗ ನಡುವ ಬಾಯಿ ಹಾಕೊ ಕೆಟ್ಟ ಚಾಳಿ! ಯಾವಾಗೂ ಸುಧಾರಸಾಂಗಿಲ್ಲ."

ವಾತಾವರಣ ಬಿಸಿಯಾಗತೊಡಗಿತು. ಆಗ ಕಬೀರ್ ಮಧ್ಯ ಪ್ರವೇಶ ಮಾಡಿದ.

'ಏನೋ ಅಣ್ಣಾ, ಈ ಮಂದಿಯಿಂದ ನಿಂಗ್ ಏನ್ ತ್ರಾಸ್ ಆಗ್ತದ ಅಂತ ಹೇಳತಿ ಏನು? ಯಾವಾಗಲೂ ಮಂದಿ ಹೆಸರಿಂದ ಬಾಯಿ ಬಡಕೋತಿ ನೋಡು!"

"ತ್ರಾಸ್ ಅಲ್ಲೊ, ಮನಿನ ಧರ್ಮಸಾಲಿ ಮಾಡೋದು ಸರಿ ಏನು?"

"ಕಾಕಾ–ಅಪ್ಪ ಬಂದ್ರ ಧರ್ಮಸಾಲಿ ಆಗ್ತದ ಏನು?"–ಆಶಾ ಪುನಃ ಮಧ್ಯ ಬಾಯಿ ಹಾಕುತ್ತಿದ್ದ ಹಾಗೆ ಭೀಮರಾವ್ ಗುಡುಗಿದ–

"ಏ ನನ್ನ ಬೋಸಡಿ, ನಿಂಗ್ ನಡುವ ಬಾಯಿ ಬಾಕಬ್ಯಾಡ ಅಂತ ಹೇಳಿದ್ದೆ ಇಲ್ಲೊ? ನಿನ್ನವ್ವನ... ಬರೀ ಅಗಾವ್ ನಿಂದು!"

"ಏ ಭೀಮರಾವ್, ಹೆಂಡತಿಗೆ ಬೈದರ ನೀನೇನು ಗಂಡಸು ಆಗುದಿಲ್ಲ. ನಿನ್ನ ಸಿಟ್ಟು ನನ್ನ ಮ್ಯಾಲೆ ಐತಿಯಿಲ್ಲೊ! ಆಕಿ ಏನ್ ತಪ್ಪು ಮಾಡ್ಯಾಳು? ಮನಿಗಿ ಮಂದಿ ಬಂದ್ರ ಧರ್ಮಸಾಲಿ ಆಗ್ತದ ಏನೊ? ಯಾರ್ ಕಲಿಸಿದ್ರು ನಿಂಗ? ಆಬಾನ ಮಗ ಹೀಂಗ್ ಮಾತಾಡ್ತಾನ ಅಂತ ಹೊರಗಿನ ಮಂದಿ ಕೇಳಿದ್ರ ಇಬ್ಬರಿಗೂ ಮಂದಿ ಚಲೋನ ಅಂತಾರ? ನಿಂಗ್ ಇದೆಲ್ಲ ಸೇರಾಂಗಿಲ್ಲ ಅಂದ್ರ ಸುಮ್ಮನೆ ಇದ್ದು ಬಿಡು."

ಅಪ್ಪನ ಮಾತಿಗೆ ಬೆಂಬಲ ನೀಡುತ್ತ ಕಬೀರ್ ನುಡಿದ–

"ಹೌದಣ್ಣ, ಆಬಾ ಹೇಳೋದು ಖರೇಣದ. ನೀನ್ಯಾಕ ಜೀವಕ್ಕ ತ್ರಾಸ್ ಮಾಡ್ಕೊತಿ?"

"ಸರಿಯಪ್ಪ ನೀವ ಹೇಳಿದ್ದ ಖರೆ. ನಾವು ಹಾಳಾಗಿ ಹೋದ್ವಿ. ನಡಿರಿ ಈಗ ಊಣ್ಣೋನು." ಭೀಮರಾವ್ ಸರಿಯಾದ ಹಾದಿಗೆ ಬಂದ ಮೇಲೆ ಎಲ್ಲರೂ ಊಟ ಮಾಡಲು ಪ್ರಾರಂಭಿಸಿದರು. ಊಟ ಆಗುವವರೆಗೆ ಯಾರೊಬ್ಬರೂ ಮಾತನಾಡಲಿಲ್ಲ. ಊಟ ಮುಗಿಯಿತು. ಎಲ್ಲರೂ ಮಲಗಲು ಎದ್ದು ಹೋದರು. ಆಬಾ ಹೊರಗೆ ಬಂದ. ಅವನು ಮಲಗಿಕೊಂಡ. ತನ್ನ ಮಗ ಹೀಗೇಕೆ ನಡೆದುಕೊಂಡ ಎಂಬ ವಿಚಾರ ಮಾತ್ರ ಅವನ ತಲೆಯಿಂದ ಹೊರಗೆ ಹೋಗುತ್ತಿರಲಿಲ್ಲ.

ಆರು

ಸೊಸಾಯಿಟಿಯ ಕಟ್ಟಡ ಪೂರ್ಣಗೊಂಡಿತು. ಎಲ್ಲ ಕಾಗದಪತ್ರಗಳನ್ನು ಕಟ್ಟಡಕ್ಕೆ ಸ್ಥಳಾಂತರಿಸಲಾಯಿತು. ಗೌತಮ, ಬುದ್ಧ, ಡಾ. ಅಂಬೇಡ್ಕರ್, ರಾಜರ್ಷಿ ಶಾಹೂ ಮಹಾರಾಜ ಮತ್ತು ಮಹಾತ್ಮಾ ಫುಲೆ ಅವರ ಫೋಟೋಗಳನ್ನು ಹಾಕಲಾಯಿತು. ಕುರ್ಚಿಗಳು, ಟೇಬಲ್‌ಗಳು, ಕಪಾಟುಗಳು ತಂದು ಇರಿಸಲಾಯಿತು. ನೀಲಿ ಬಣ್ಣದಿಂದ ಆಫೀಸನ್ನು ಶೃಂಗರಿಸಲಾಯಿತು.

ಚೇರ್‌ಮನ್ ಎಂದು ಆಬಾನನ್ನು ಆರಿಸಲಾಯಿತು. ಉಪಚೇರ್‌ಮನ್ ಎಂದು ಗೋಪಾ ಮಾಸ್ತರನ್ನು ಹಾಗೂ ಸೆಕ್ರೆಟರಿ ಎಂದು ಸದಾ ಕಾಂಬಳೆಯ ಆಯ್ಕೆ ಆಯಿತು. ಕಾರ್ಯಕಾರಿ ಸಮಿತಿಯಲ್ಲಿ ಮಾದಿಗರ ಭೂಪಾ ಸಹಿತ ಹನ್ನೊಂದು ಜನರನ್ನು ಆರಿಸಲಾಯಿತು.

ಆಬಾ ಪೂರ್ತಿ ದಿನ ಆಫೀಸಿನಲ್ಲಿ ಕುಳಿತಿರುತ್ತಿದ್ದ. ಯಾರನ್ನಾದರು ಕಳಿಸಿ ಮನೆಯಿಂದ ಮಧ್ಯಾಹ್ನದ ಊಟ ತರಿಸಿಕೊಳ್ಳುತ್ತಿದ್ದ. ಸರಕಾರಿ ಅಧಿಕಾರಿಗಳ ಬರುವಿಕೆಯೂ ಜಾಸ್ತಿ ಆಯಿತು. ಸೊಸಾಯಿಟಿ ಕೆಲಸಕ್ಕೆ ಒಂದು ಗತಿ ಬಂತು. ಒಂದೆರಡು ದಿನದಲ್ಲಿಯೇ ಬೆಂಗಳೂರಿನಿಂದ ಜರ್ಸಿ ಆಕಳು ಮತ್ತು ಎಮ್ಮೆಗಳು ಬರಲಿದ್ದವು. ಆನಂತರ ನ್ಯಾಯಬೆಲೆ(ಸೊಸಾಯಿಟಿ) ಅಂಗಡಿ ಪ್ರಾರಂಭವಾಗಲಿತ್ತು. ಸೊಸಾಯಿಟಿಯಲ್ಲಿ ನಾಲ್ಕೈದು ಸುಶಿಕ್ಷಿತ ಹುಡುಗರಿಗೆ ನೌಕರಿ ಲಭಿಸಿತು. ಸೊಸಾಯಿಟಿಯ ಸ್ಥಾಪನೆಯಿಂದಾಗಿ ದಲಿತರಲ್ಲಿ ಒಂದು ಹೊಸ ಉತ್ಸಾಹ ನಿರ್ಮಾಣವಾಯಿತು. ಎಲ್ಲ ದಲಿತರು ಸೇರಿ ಆಬಾಗೆ ಬೆಂಬಲ ನೀಡಿದರು. ಆಬಾನ ಉತ್ಸಾಹಕ್ಕೆ ರೆಕ್ಕೆಗಳು ಬಂದಿದ್ದವು, ತರುಣರ ಬಲದಿಂದ ಅವನು ಹಗಲಿರುಳು ಶ್ರಮಿಸುತ್ತಿದ್ದ.

ಆಬಾ ಫಾಯಿಲ್‌ನಲ್ಲಿ ತಲೆ ತೂರಿಸಿ ಕುಳಿತಿದ್ದ. ಪಕ್ಕದಲ್ಲಿ ಗೋಪಾ ಮಾಸ್ತರ

ಯಾವುದೊ ಒಂದು ಲೆಕ್ಕ ಮಾಡುವಲ್ಲಿ ತಲ್ಲೀನನಾಗಿದ್ದ. ವಯಸ್ಸಾದ ಈ ಜನ ಹೊಸದೊಂದು ಆಸೆಯಿಂದ ಕೆಲಸ ಮಾಡುತ್ತಿದ್ದರು.

“ಆಬಾ, ಮುಂದೆ ಶೆಡ್ ತಯಾರಾದ ಕೂಡಲೆ ಅಂಗಡಿ ಹಾಕಬೇಕು,”–ಗೋಪಾ ಮಾಸ್ತರ ನುಡಿದ.

“ಗಡಿಬಿಡಿ ಮಾಡಾಕ್ ಹೋಗಬ್ಯಾಡ್ರಿ ಗುರೂಜಿ ಮೊದಲು ಎಮ್ಮಿಗಳು ಹಟ್ಟಿಗೆ ಬರಲಿ. ಅಂಗಡಿ ಮಂಜೂರಾಗೇತಿ. ಅದನ್ನು ಶುರು ಮಾಡಾಕ್ ಟೈಮ್ ಬೇಕಾಗುದಿಲ್ಲ. ಒಂದೊಂದ ಕೆಲ್ಸಾ ಮಾಡಕೋಂತ ಹೋಗೋಣು. ಒಮ್ಮೆ ಜಿಗಿಯೋದು ಬ್ಯಾಡ.”

“ನಿಮ್ಮ ಮಾತು ಸರಿ, ಆದ್ರ ನಮ್ಮ ಅಂಗಡಿಯಾಗ ಏನು ಇಡೋದು? ನಾನೇನು ಹೇಳತಿನಿ ಅಂದ್ರ ಕಾಳುಕಡಿ ಇಡೋಣ. , ಅದನ್ನು ಬಿಟ್ಟ ಅರಿವಿ, ಸಾಬಣ, ಪುಸ್ತಕ ಸಹ ಇಡೋಣ. ಹೊರಗಿನಗಿಂತ ಎರಡು ಪೈಸೆ ಕಡಿಮೆ ಇಟ್ಟು ಮಾರಿದ್ರ ಜನರಿಗೆ ಲಾಭಾ ಆಗ್ತದ.”

“ಗುರೂಜಿ ನೀವು ಹೇಳಿದ ಹಂಗ್ ಆಗ್ತದ. ನನ್ನ ತಲಿನ್ಯಾಗೂ ಹಂಗ ಅದ. ಒಮ್ಮೆ ಎಮ್ಮೆಗಳು ಹಟ್ಟಿಗೆ ಬಂದ್ರ ಬಾಳ ದೊಡ್ಡ ಕೆಲಸ ಆಗ್ತದ”–ಆಬಾ ನುಡಿದ.

“ಆಬಾ, ಡೈರಿಗೆ ಒಂದು ಸಲ ಹಾಲು ಹಾಕಿದ್ರೂ ಸಹ ಪ್ರತಿಯೊಬ್ಬ ಮೆಂಬರಿಗೂ ದಿನ ಎರಡು–ಮೂರು ರೂಪಾಯಿ ಹಾಲು ಹಂಗ್ ಉಳಿತದ ನೋಡ್ರಿ.”

“ಗುರೂಜಿ, ನಿಮ್ಮ ಸಲಹೆ ಭಾಳ ಯೋಗ್ಯ ಅದ. ಆದ್ರ ಇದೆಲ್ಲ ಹೇಂಗ್ ನಿಭಾಯಿಸಿಕೊಂಡು ಹೋಗೋದು ಆಕಡೆ ಗಮನಾ ನೀಡ್ರಿ, ಸಮಾಜದ ಕೆಲಸ ಅದ. ಲೆಕ್ಕಾ ಸರಿಯಾಗಿ ಇಡಬೇಕು. ವ್ಯವಹಾರದಾಗ ನಿರ್ಲಕ್ಷ್ಯ ನಡಿಯಾಂಗಿಲ್ಲ. ಯಾವುದೇ ಸದಸ್ಯ ಲೆಕ್ಕಾ ಕೇಳಿದ್ರೂ ಸಿಗಬೇಕು ನೋಡ್ರಿ. ಸಂಸ್ಥೆ ಬಗ್ಗೆ ಸದಸ್ಯರಿಗೆ ವಿಶ್ವಾಸ ಬರಬೇಕು. ನಮ್ಮ ಮ್ಯಾಲೆ ಜನಾ ವಿಶ್ವಾಸ ಇಟ್ಟಾರ. ಅವರ ವಿಶ್ವಾಸ ನಾವೂ ಉಳಿಸಿಕೊಂಡು ಹೋಗಬೇಕು ಅಲ್ಲೇನು?”

“ಆಗದಿ ಸರಿ ಅದ ಆಬಾ ಸಾವಿರಾರು ರೂಪಾಯಿ ವ್ಯವಹಾರ, ನಿರ್ಲಕ್ಷ್ಯತನದಿಂದ ಹೇಂಗ್ ನಡಿದ್ದಿತು?”

“ಆಬಾ, ಸೊಸಾಯಿಟಿ ಉದ್ಘಾಟನೆ ಬಾಳ ಜೋರಾಗಿ ಆಗಬೇಕು ನೋಡ್ರಿ... ದೊಡ್ಡ ಮಂದಿನ ಕರಿಸಿ ಉದ್ಘಾಟನೆ ಮಾಡಬೇಕು.”–ಗೋಪಾ ಮಾಸ್ತರ ಪುನಃ ಚರ್ಚೆ ಪ್ರಾರಂಭಿಸಿದ.

“ನಂಗೂ ಹಂಗ್ ಅನಿಸ್ತದ. ಸೊಸಾಯಿಟಿ ಅಧಿಕಾರಿ ಮನ್ನೆ ಬಂದಿದ್ದ. ಅವನು ಹೇಳಾತ್ತಿದ್ದ,–‘ನಿಮ್ಮ ಕೆಲ್ಸಾ ನಮ್ಮ ಸಾಹೇಬರು ಮಾಡಿಕೊಟ್ಟಾರ. ಅವರನ್ನೂ ಉದ್ಘಾಟನೆಗೆ ಕರಿಯಿರಿ’. ಜಿಲ್ಲಾಧಿಕಾರಿ ಅಥವಾ ರಿಜಿಸ್ಟ್ರಾರ್‌ಗೆ ಕರಿಬೇಕು ಅಂತ

ಅವನ ಅಭಿಪ್ರಾಯ ಇತ್ತು. ಆದ್ರ ನಂಗ್ ಅನಿಸ್ತು, ಕೊಲ್ಲಾಪುರನ್ಯಾಗ ನಮ್ಮ ಸಮಾಜದ ಒಬ್ಬ ವಿದ್ವಾನ್ ಮಾಸ್ತರ್ ಇದ್ದಾರ. ಪೇಪರ್‌ನ್ಯಾಗ ಅವರ ಹೆಸರು ಬರರ್ತಿತ್ರದ. ಬಾಬಾರ ಮ್ಯಾಲೆ ಪುಸ್ತಕ ಬರದಾರು. ನಮ್ಮ ಕಾರ್ಯಕ್ರಮಕ್ಕ ಅವರನ್ನ ಕರೆದ್ರ ನಮ್ಮ ಜನ ಅಂತ ನಾಲ್ಕು ಬುದ್ಧಿ ಮಾತು ಹೇಳಬಹುದು... ಮತ್ತ ನಾನೇನು ಅಂತೇನಿ ಅಂದ್ರ, ಅಷ್ಟೊಂದು ದೊಡ್ಡ ವಿದ್ವಾನ್ ಮನುಷ್ಯಾ; ಅಂತವರ ಭಾಷಣ ಆದ್ರೂ ನಾವೂ ಎಂದ್ ಕೇಳತಿವಿ?"

ಆಬಾನ ಮಾತಿಗೆ ಗೋಪಾ ಮಾಸ್ತರ ಸಮ್ಮತಿ ವ್ಯಕ್ತ ಪಡಿಸಿದ. ಆದರೆ ಅದರೊಂದಿಗೆ ಒಂದು ಸಂಶಯವನ್ನೂ ವ್ಯಕ್ತಪಡಿಸಿದ–

"ಆಬಾ ನೀವು ಹೇಳೋದು ಸರಿ. ಇದೆಲ್ಲ ಸರ್ಕಾರ ಮಾಡಿಕೊಟ್ಟೆತ. , ಸರ್ಕಾರಿ ಮನುಷ್ಯನ ಬರಲಿಲ್ಲ ಅಂದ್ರ ಮುಂದಿನ ಕೆಲ್ಸಕ್ಕ ಅಡತಡಿ ಆಗೋದು ಇಲ್ಲೇನು?"

"ಸರಿ ಅದ ಗುರೂಜಿ, ಹಂಗ್ ಇದ್ರ ಹಿಂಗ್ ಮಾಡೋಣ್ರಿ, ಅಧ್ಯಕ್ಷ ಅಂತ ಯಾರಾದ್ರೂ ಸರ್ಕಾರಿ ಅಧಿಕಾರಿ ನ ನೋಡೋಣು. ಮತ್ತು ಮುಖ್ಯ ಅತಿಥಿಗಳು ಅಂತ ಕಾಲೇಜಿನ ಮಾಸ್ತರಿಗೆ ಕರಿಯೋಣು. ಸರ್ಕಾರ ಸಹ ಖುಶ್ ಮತ್ತು ನಮ್ಮ ಮನುಷ್ಯನು ಬಂದ ಹಂಗ್ ಆಗ್ತದ. ಏನ್ ಗುರೂಜಿ ಹೇಂಗ್ ಅನಿಸ್ತು ನಮ್ಮ ಐಡಿಯಾ?"–ಎಂದು ಆಬಾ ಚಪ್ಪಾಳೆಗಾಗಿ ಕೈ ಮುಂದೆ ಮಾಡಿದ.

ಇಬ್ಬರ ಮಾತು ಪ್ರಾರಂಭಯಿದ್ದಾಗಲೇ ಹೊರಗೆ ಗಾಡಿಯ ಕರ್ಕಶ ಧ್ವನಿಯೊಂದು ಕೇಳಿ ಬಂತು. ದಿಣ್ಣೆಯೇರುತ್ತಿದ್ದಾಗ ವಾಹನಗಳಿಂದ ಇಂತಹದೇ ಕರ್ಕಶ ಶಬ್ದ ಕೇಳಿ ಬರುತ್ತಿತ್ತು. ಮೋಟಾರು ಸಾಯಿಕಲ್ ಆಫೀಸ್‌ಯೆಡೆ ಬರಲು ಪ್ರಾರಂಭವಾಯಿತು.

"ಆಬಾ, ಯಾರದು ಪಟಪಟಿ ಇರಬೇಕು?"

"ಯಾರಿಗೆ ಗೊತ್ತು? ಆದ್ರ ಈ ಕಡೆನ ಬರಾಕತ್ತದ ಅನ್ನಿಸ್ತದ."

"ಕಾಣ್ಯಾದ ಸಿದ್ದ ಇರಬೇಕು? ಮನ್ನೆ ಅವನು ಪಟಪಟಿ ತೊಗೋಂಡಾನು."–ಮಾಸ್ತರ ತನ್ನ ಶಂಕೆ ವ್ಯಕ್ತ ಪಡಿಸಿದ.

"ಯಾರಾದ್ರೂ ಇರಲಿ..."–ಆಬಾನ ಮಾತು ಪ್ರಾರಂಭವಿದ್ದಾಗಲೆ ಮೋಟಾರು ಸಾಯಿಕಲ್ ಬಂದು ಬಾಗಿಲು ಬಳಿ ನಿಂತಿತು. ಊರಿನ ಸರಪಂಚ್ ಅನಗೊಂಡಾ ಪಾಟೀಲ್ ಬಂದಿದ್ದ. ಮೂವತ್ತೈದು ನಲವತ್ತು ವರ್ಷದವ, ದೃಢಕಾಯ, ಕೆಂಪಗೆ ಮೈ ಬಣ್ಣದ ಸರಪಂಚ್ ಕೊಬ್ಬಿದ ಹಂದಿಯ ಹಾಗೆ ಕಾಣಿಸುತ್ತಿದ್ದ. ಅವನನ್ನು ನೋಡುತ್ತಿದ್ದ ಹಾಗೇ ಜನ ನಡಗುತ್ತಿದ್ದರು. ಗಡಸು ಧ್ವನಿಯಲ್ಲಿ, ಕಣ್ಣು ಅಗಲಿಸಿ ಸರಪಂಚ್ ಮಾತಾಡಲು ಪ್ರಾರಂಭಿಸಿದರೆ ಎದುರಿಗಿನ ಮನುಷ್ಯ ಥರಥರನೆ ಕಂಪಿಸುತ್ತಿದ್ದ. ಅನಗೊಂಡಾ ಪಾಟೀಲ್ ಗಾಡಿಯನ್ನು ತುಸು ಬಗ್ಗಿಸಿ ಸ್ಟ್ಯಾಂಡ್ ಹಚ್ಚಿದ. ಕೈಯಲ್ಲಿದ್ದ ಟವಲ್‌ನಿಂದ

ಮುಖ ಒರೆಸಿಕೊಂಡ. ನೆಹರು ಶರ್ಟ್‌ನ ಕಿಸೆಯಿಂದ ಚಾರ್‌ಮಿನಾರ್ ಸಿಗರೇಟ್ ಪಾಕೀಟ್ ತೆಗೆದ. ಶಾಂತರೀತಿಯಿಂದ ಸಿಗರೇಟ್ ಹೊತ್ತಿಸಿದ. ಬುಸ್‌sss ಅಂತ ಹೊಗೆ ಊಗುಳಿದ. ಉಬ್ಬಿದ ಗಲ್ಲದಿಂದ ಹೊಗೆ ಊಗುಳುತ್ತ ಅವನು ಕೂಗಿದ-

"ಏನೊ ಆಬಾ... ಹೇಂಗ್ ನಡೆದೈತಿ?"

ಆನಗೊಂಡಾ ಒಳಗೆ ಬರುತ್ತಿದ್ದ ಹಾಗೆ ಆಬಾ ಕುರ್ಚಿಯಿಂದ ಮೇಲೆ ಎದ್ದ. ಗೋಪಾ ಮಾಸ್ತರ್ ಸಹ ಎದ್ದು ನಿಂತ. ಆಬಾ ತನ್ನ ಕುರ್ಚಿ ಮುಂದೆ ಮಾಡಿದ. ಪಾಟೀಲ್ ತನ್ನ ತೀಕ್ಷ್ಣ ದೃಷ್ಟಿಯನ್ನು ಆಫೀಸ್‌ನ ಎಲ್ಲೆಡೆ ಹಾಯಿಸಿದ. ಆಬಾ ಮತ್ತು ಗೋಪಾ ಮಾಸ್ತರ ಕೈಕಟ್ಟಿಕೊಂಡು ನಿಂತೆಯಿದ್ದರು. ಅನಗೊಂಡು ತನ್ನ ತೀಕ್ಷ್ಣ ದೃಷ್ಟಿಯನ್ನು ಅವರಿಬ್ಬರ ಮೇಲೆ ನೆಟ್ಟ.

"ಚಲೊ ನಡೆದೈತಿ ಅಂತ ಹೇಳ್ರಿ!"-ಹೀಗೆ ಏನೇನೋ ಬಡಬಡಿಸುತ್ತ ಅನಗೊಂಡಾ ಕುರ್ಚಿಯಲ್ಲಿ ಕುಳಿತ. ಹೊಸದಾಗಿ ತಂದಿದ್ದ ಕಬ್ಬಿಣದ ಕುರ್ಚಿ ಕುಂವಿಗುಟ್ಟಿತು.

"ಏ ಕುಂದ್ರಲ್ಲ. ಎಂದೂ ನನ್ನ ನೋಡಿರಲಿಲ್ಲ ಏನು?"-ಅನಗೊಂಡಾ ನಿಂತಿದ್ದ ಆಬಾಗೆ ಹಾಗೂ ಮಾಸ್ತರಗೆ ನುಡಿದ. ಗೋಪಾ ಮಾಸ್ತರ ತಕ್ಷಣ ಕುರ್ಚಿಯಲ್ಲಿ ಕುಳಿತುಕೊಂಡ. ಆಬಾ ಒಂದು ಕುರ್ಚಿಯನ್ನು ಎಳೆದುಕೊಂಡ. ಸರಪಂಚ್‌ನ ಪಕ್ಕದ ಕುರ್ಚಿಯಲ್ಲಿ ಕುಳಿತುಕೊಳ್ಳಲು ಅವಕಾಶ ಈ ಇಬ್ಬರೂ ದಲಿತರಿಗೆ ಇದೇ ಮೊದಲ ಬಾರಿ ಲಭಿಸಿತ್ತು. ಚಾವಡಿಯ ಹೊರಗೆ ನಿಂತು ಕೂಲಿ ಮಾಡುವುದನ್ನು ಬಿಟ್ರೆ ಇವರ ಹಣೆಬರಹದಲ್ಲಿ ಬೇರೆನೂ ಬಂದಿರಲಿಲ್ಲ. ಇವತ್ತು ಅನಗೊಂಡಾ ಪಾಟೀಲ್‌ನ ತೊಡೆಗೆ ತೊಡೆ ಹಚ್ಚಿ ಕುಳಿತುಕೊಳ್ಳುವಾಗ ಅವರಿಗೆ ಏನೋ ಒಂದು ತರಹದ ಇರಿಸು-ಮುರಿಸಾಗುತ್ತಿತ್ತು. ಅದರಲ್ಲೂ ಸರಪಂಚ್ ಮಟ-ಮಟ ಮಧ್ಯಾಹ್ನ ಬಂದಿದ್ದ! ಏನು ಕೆಲ್ಸ ಇಟ್ಟುಕೊಂಡು ಬಂದಿದ್ದನೊ ಯಾರಿಗೆ ಗೊತ್ತು? ಆಬಾ ಹಾಗೂ ಗೋಪಾ ಮಾಸ್ತರ ಮನಸ್ಸಿನಲ್ಲಿಯೆ ಸರಪಂಚ್ ಬಂದಿದ್ದಕ್ಕೆ ನಾನಾ ತರ್ಕಗಳನ್ನು ಮಾಡುತ್ತಿದ್ದರು.

"ಹೇಂಗ ಬಂದ್ರಿ ಸರಪಂಚ್?"-ಏನಾದರೂ ಬೇರೆ ಮಾತಾಡೋಣವೆಂದು ಆಬಾ ನುಡಿದ. ಸರಪಂಚ ಕೈಯಲ್ಲಿರುವ ಸಿಗರೇಟಿನ ಕೊನೆ 'ಧಂ'ಹೊಡೆದು ಆ ಸಿಗರೇಟನ್ನು ಕೆಳಗೆ ಚಲ್ಲಿ ಕೊಲ್ಲಾಪುರಿ ಚಪ್ಪಲಿಯಿಂದ ಹೊಸಕಿದ. ಮುಖದಲ್ಲಿ ಸುಳ್ಳು ನಗು ತಂದುಕೊಂಡು ಅವನು ನುಡಿದ-"ನೀವು ನಮ್ಮ ಕಡೆ ಬರುವುದನ್ನು ನಿಲ್ಲಿಸಿದ್ರಿ ಅಂತಾನೆ ನಾವು ನಿಮ್ಮಲ್ಲಿ ಬರಬೇಕಲ್ಲ? ಊರಿನ ಗೌಡ! ಜನರಲ್ಲಿ ಒಂದಾಗಬೇಕಾಗುತ್ತದ. ಎಲ್ಲರ ಬಗ್ಗೆಯೂ ವಿಚಾರ ಮಾಡಬೇಕಾಗತ್ತದ."

"ಹಂಗೇನು ಸರಪಂಚ್? ನಾವು ಆವಾಗ-ಆವಾಗ ಬರ್ತಿವಲ್ಲ ನಿಮ್ಮ ಕಡೆ!ಏನ್ ಗುರೂಜಿ?"-ಆಬಾ ಈಗ ಗೋಪಾ ಮಾಸ್ತರರನ್ನು ಚರ್ಚೆಗೆ ಎಳೆದ. ಗೋಪಾ ಮಾಸ್ತರ ಆಬಾನ ಪ್ರಶ್ನೆ ಕೇಳಿ ಒಮ್ಮೆಯೆ ಅವಕ್ಕಾದ. ಬಾಯಿತುಂಬಿ

ನಗುತ್ತ ಸರಪಂಚನೆಡೆ ನೋಡುತ್ತ ನುಡಿದ–"ಮತ್ತೇನು! ಮನ್ನೆನೆ ಬಂದಿದ್ದೆ ಅಲ್ಲ? ಆಫೀಸಿನ ಕಟ್ಟಡ ನಿರ್ಮಾಣಕ್ಕೆ ಬೇಕಾದ ಎಲ್ಲ ವಸ್ತುಗಳನ್ನು ಪಿಡಬ್ಲ್ಯುಡಿ ಅವರು ಚಾವಡಿ ಮುಂದ ಒಗದಿರಲಿಲ್ಲೇನು?"

ಇಬ್ಬರ ಮಾತಿಗೂ ಸ್ಪಂಧಿಸುತ್ತ ಸರಪಂಚ್ ನುಡಿದ–"ಏನಾದ್ರೂ ಅನ್ರಿ, ದಿನಗಳು ಬಾಳ ಬದಲಾಗ್ಯಾವು. ಈ ಗೋಪಾ ಮಾಸ್ತರು ಯಾವಾಗ ನೋಡಿದ್ರೂ ನನ್ನ ವಾಡೆ ಮುಂದೆ ಬಿದ್ದುಕೊಂಡು ಇರ್ತಿದ್ದ, ಕುಂತಿರತಿದ್ದ, ಏಳತಿದ್ದ ಮತ್ತು ಊಟ ಸಹ ಆ ಹುಣಸಿ ಗಿಡದ ಕೆಳಗ ಮಾಡ್ತಿದ್ದ. ಗೋಪ್ಯಾ ಯಾಕ, ಅವನ ಅಪ್ಪ–ಭಾನು ಸಹ ನಮ್ಮ ವಾಡೆನ್ಯಾಗ ಬೆಳೆದಿದ್ದ. ಏನೊ ಗೋಪ್ಯಾ, ಖರೇನ ಹೇಳಾತೇನಿ ಅಲ್ಲ?"

ಗೋಪಾ ಮಾಸ್ತರ ಸುಮ್ಮನೆ ಕತ್ತು ಅಲುಗಾಡಿಸಿದ. ಈ ಎಲ್ಲ ಮಾತುಗಳನ್ನು ಕೇಳುವಾಗ ಗೋಪ್ಯಾನಿಗೆ ಅಸಹ್ಯವಾಗಿತ್ತು. ಹಳೆಯ ನೆನಪುಗಳು ಅವನ ಕರುಳು ಹಿಂಡುತ್ತಿದ್ದವು. ಆದರೆ ಏನು ಮಾಡಬಲ್ಲ ಗೋಪಾ ಮಾಸ್ತರ? ವಸ್ತುಸ್ಥಿತಿಯನ್ನು ತಿರಸ್ಕರಿಸಲು ಬರುತ್ತಿರಲಿಲ್ಲ. ಗೋಪಾ ಮಾಸ್ತರನ ಸಂಪೂರ್ಣ ವಂಶವೇ ಪಾಟೀಲರ ಜೀತ ಮಾಡುವುದರಲ್ಲಿ ಕಳೆದಿತ್ತು. ನಾಲ್ಕು ಅಕ್ಷರ ಕಲಿತ ಗೋಪಾ ಮಾಸ್ತರ ಚಾವಡಿಯಲ್ಲಿ ಕಲಿಸುವ ಕೆಲಸ ಮಾಡುತ್ತಿದ್ದ. ಸರ್ಕಾರಿ ಕೆಲಸವಿರಲಿಲ್ಲ. ಪಾಠ ಹೇಳಿಕೊಡುತ್ತಿದ್ದ, ಬದಲಾಗಿ ಕೆಲವರು ಧಾನ್ಯ, ಕೆಲವರು ಹಣ ನೀಡುತ್ತಿದ್ದರು. ಈ ರೀತಿಯಾಗಿ ಸಮಾಜ ಅವನನ್ನು ಮಾಸ್ತರನನ್ನಾಗಿ ಮಾಡಿ ಬಿಟ್ಟಿತು. 'ಗೋಪಾ ಹೊಲೆಯ' ಆಗಿದ್ದ ಮನುಷ್ಯ 'ಗೋಪಾ ಮಾಸ್ತರ'ಆದ. ಇದೆಲ್ಲವೂ ಸತ್ಯವಾದರೂ ಸಹ ಇವತ್ತು ಸರಪಂಚ್ ಮಾತನಾಡುತ್ತಿದ್ದ ಕೊಂಕಿನ ಮಾತಿನ ರೀತಿಯೇ ಬೇರೆ ಆಗಿತ್ತು. 'ಹೊಲೆಯರು ಸೊಸಾಯಿಟಿ ಸ್ಥಾಪನೆ ಮಾಡುತ್ತಾರೆ' ಎಂದು ಕೇಳಿದಾಗಿನಿಂದ ಸರಪಂಚ್ ಕೂಡಾ ಮಾತನಾಡುತ್ತಿದ್ದ. ಗೋಪಾ ಊಗುಳು ನುಂಗಿದ. ಸರಪಂಚ್ ಬಂದಿದ್ದಾದ್ರು ಯಾಕೆ? ಎಂದು ಕೇಳಬೇಕೆಂಬ ವಿಷಯಕ್ಕೆ ಕೈ ಹಾಕಿದ.

"ನೀವು ಹೇಳೋದು ಎಲ್ಲ ಸರಿ. ಆದ್ರ ಈ ಬಿಸಿಲಿನ್ಯಾಗ ಬಂದಿದ್ದಾದ್ರು ಯಾಕ?"

"ಬಂದಿದ್ದು ಏನು ನನ್ನ ಸಲುವಾಗಿ ಏನು? ನಿಮ್ಮ ಸೊಸಾಯಿಟಿ ಸಲುವಾಗಿ ಬಂದೇನಿ!"

"ಅಂದ್ರ? ನಮಗೇನು ತಿಳಿಲಿಲ್ಲ."–ಆಬಾ

ಇಬ್ಬರೂ ಕೇಳಿದ ಪ್ರಶ್ನೆಗಳಿಂದ ಸರಪಂಚ್ ಬೀಗಿದ. ಹಣೆಯ ಮೇಲೆ ನಿರಿಗೆಗಳ ಜಾಲವೇ ನಿರ್ಮಾಣವಾಯಿತು. ಅವನ ಮೂಗಿನ ಹೊರಳು ಉಬ್ಬಿತು. ಗುಡುಗು ಗುಡುಗುವಂತೆ ಗುಡುಗಿದ–

"ಏನೋ ಗೋಪಾ ಮತ್ತು ಆಬಾ, ನೀವೇನು ಊರಿನ ಸರಪಂಚರೊ ಅಥವಾ ಪಾಟೀಲರಂತ ಕಲೆಕ್ಟರ್ ನಿಮಗ ಹೇಳ್ತಾರ? ಸೊಸಾಯಿಟಿ ಮಾಡಿದ್ರಿ ಅಂತ ಏನು ದೊಡ್ಡ ಪರಾಕ್ರಮ ಮಾಡಿದಂಗ ಏನು? ನಿಮ್ಮವ್ವನ, ಸರಂಪಚ್ ಬದುಕಿದ್ದಾಗ ಸರ್ಕಾರ ನಿಮಗ ಹೇಳಬೇಕೇನು? ಮನುಷ್ಯ ಬದುಕಿದಾಗ ಸಾಯಿಸಬಾರ್ದು. ಕೇಳ್ರಿ, ಬರುವ ಹದಿನೈದು ತಾರೀಖಿಗೆ ಉದ್ಘಾಟನಾ ಕಾರ್ಯಕ್ರಮ ಮಾಡ್ರಿ ಅಂತ ಸಾಹೇಬರು ಸಂದೇಶ್ ನೀಡಿದಾರು. ಅವರ ಕೈಯಿಂದಲೇ ಉದ್ಘಾಟನೆ ಆಗಬೇಕು."

ಸರಪಂಚ್‌ನ ಮಾತು ಕೇಳಿ ಇಬ್ಬರೂ ವಿಚಾರಕ್ಕೆ ಒಳಗಾದರು. ಆವಾಗಲೆ ಗೋಪಾ ಮಾಸ್ತರ ವ್ಯಕ್ತ ಪಡಿಸಿದ್ದ ಸಂಶಯ ನಿಜವಾಗಿತ್ತು. ಸರಪಂಚ್ ಒಂದೇ ಸಮನೆ ಅವರ ಮುಖ ನೋಡುತ್ತಿದ್ದ.

"ಸರಪಂಚ್ ನೀವು ಹೇಳೋದು ಸರಿ; ಆದ್ರೂ ನಾವು ಒಂದು ಈಚಾರ ಮಾಡಿದ್ವಿ..."

"ನಿಮ್ಮದು ಏನಪ್ಪಾ ಈಚಾರಾ?"

"ಕಾರ್ಯಕ್ರಮ ಕಲೆಕ್ಟರ್ ಸಾಹೇಬರ ಕೈಯಿಂದ ಆದ್ರೂ ಸಹ, ಮುಖ್ಯ ಅತಿಥಿ ಅಂತ ಕೊಲ್ಲಾಪುರದ ಮಾಸ್ತರ ಒಬ್ಬರನ್ನು ಕರಿಸಬೇಕು ಅಂತ ಅಂದುಕೊಂಡಿದ್ವಿ."

ಆಬಾನ ಉತ್ತರ ಕೇಳಿ ಸರಪಂಚ್ ಸ್ತಂಭೀಭೂತನಾದ. ಮುಖದ ಮೇಲೆ ಕೋಪವನ್ನು ತಂದುಕೊಳ್ಳದೆ ಅವನು ಕೇಳಿದ–

"ಆ ಮಾಸ್ತರ ಯಾರು?"

"ನಮ್ಮ ಸಮಾಜದಲ್ಲಿನ ಒಬ್ಬ ವಿದ್ವಾನ ಇದ್ದಾರ. ಕಾಲೇಜಿನಲ್ಲಿ ಕಲಿಸ್ತಾರ. ಬಾಬಾನ ಮ್ಯಾಲೆ ಪುಸ್ತಕ ಬರದಾರು. ಚಲೊ ಮಾತಾಡ್ತಾರ. ಪೇಪರ್‌ನ್ಯಾಗ ಪೋಟೊ ಸಹ ಬರ್ತಾವ. ನಾಲ್ಕು ಬುದ್ಧಿಮಾತು ನಮಗೆಲ್ಲ ಹೇಳ್ಲಿ ಅಂತಿವಿ ಅವರಿಗೆ!"–ಆಬಾ ಹೇಳಿದ.

"ಏನ್ ಕೆಟ್ಟ ವಿಷಯ ಹೇಳಾತಿ? ಏಷ್ಟೇ ಆದ್ರೂ ನಾನು ಸರಪಂಚ್ ಇದಿನಿsss"

"ನಾವೇನು ಇಲ್ಲ ಅಂತ ಅಂದ್ವಿ ಏನೂ? ಅದ್ರ ಜನರ ಇಚ್ಛೆ ಹಂಗ್ ಅದ."–ಎಂದು ಆಬಾ ಹೇಳಿದ.

"ಸರಿ ಅಪ್ಪ!ಆದ್ರ ಕಾರ್ಯಕ್ರಮ ಮಾತ್ರ ಜೋರಾಗಿ ಆಗಬೇಕು. ಕಲೆಕ್ಟರ್ ಶಭಾಸ್‌ಗಿರಿ ಕೊಡಬೇಕು. ನಮಗ ಮ್ಯಾಗಿಂದ್ ಮ್ಯಾಗ್ ಜಿಲ್ಲೆಗೆ ಹೋಗಬೇಕ್ತಾದ!"–ಎಂದು ಸರಪಂಚ್‌ಹೇಳಿದ.

"ನೀವು ಅದರ ಬಗ್ಗೆ ಚಿಂತಿ ಮಾಡಾಕ ಹೋಗಬ್ಯಾಡ್ರಿ."–ಗೋಪಾ ಮಾಸ್ತರ ಆಶ್ವಾಸನೆ ನೀಡಿದ.

"ಸರಿ, ನಡಿಲೇನು? ಏ ಗೋಪ್ಯಾ, ಈ ಸಲ ಸುಗ್ಗಿ ತಗೋಂಡ ಹೋಗಾಕ ಬರಲಿಲ್ಲ?"

"ಏನಂದ್ರ ಸರಪಂಚ್, ಈಗ ಎಷ್ಟು ದಿನಾ ಅಂತ ನಿಮ್ಮ ಕಡೆ ಸುಗ್ಗಿ ಬೇಡಾಕ್ ಬರಬೇಕು?"

"ಅಂದ್ರ? ಈಗ ನಮ್ಮ ಆವಶ್ಯಕತೆ ಇಲ್ಲ ಅಂತ ಹೇಳಾತಿ! ಸರಿ ನಡೀತಿನಿ ಆಬಾ, ಕಾರ್ಯಕ್ರಮದಲ್ಲಿ ನೆನಪಿನೊಳಗ ಇಟ್ಟುಕೊ."

ಸರಪಂಚ್ ಭಾರವಾದ ಹೆಜ್ಜೆ ಹಾಕುತ್ತ ಮೋಟಾರು ಸಾಯಿಕಲ್ ಹತ್ತಿರ ಬಂದ. ಒಂದೇ ಕಿಕ್ಕಲ್ಲಿ ಮೋಟಾರು ಸಾಯಿಕಲ್ ಕೂಗಿಕೊಳ್ಳಲು ಪ್ರಾರಂಭಿಸಿತು. ಧೂಳು ಏಬ್ಬಿಸುತ್ತ ಸರಪಂಚ್ ಹೊರಟು ಹೋದ.

"ಏನ್ರಿ ಗುರೂಜಿ, ಹೆದರಿದ್ರಿ ಏನು ಸರಪಂಚ್‌ಗೆ?"–ಎಂದು ಆಬಾ ಸುಮ್ಮನೆ ತಮಾಷೆಯಲ್ಲಿ ಕೇಳಿದ.

"ಛೇ.. ಛೇ! ರೀ, ಹೆದರಾಕ ಅಂವಾ ಏನೂ ಹುಲಿನಾ–ಸಿಂಹನಾ? ಹಳೆ ಸವೆ ಐತಿ

ಅವನಿಗೆ ಮಾತಾಡೋದು."–ಗೋಪಾ ಮಾಸ್ತರ ನುಡಿದ.

"ಸರಿ ಗುರೂಜಿ, ಇರಲಿ ಬಿಡ್ರಿ, ಇವತ್ತು ತಾರೀಖು ಎಷ್ಟು?"

"ಹನ್ನೆರಡು."

"ಮತ್ತು ಕಾರ್ಯಕ್ರಮ ಎಷ್ಟ ತಾರೀಖಿಗೆ ಮಾಡಬೇಕು ಅಂದುಕೊಂಡಿದ್ರಿ?"

"ಹದಿನೈದು ತಾರೀಖಿಗೆ."

"ಆಮೇಲೆ? ಉಳಿದದ್ದು ಬರೀ ಮೂರು ದಿನ. ಕೊಲ್ಲಾಪುರಿಗೆ ಒಮ್ಮೆ ಹೋಗಿ ಬರಬೇಕು." "ಮತ್ತೇನು! ದೊಡ್ಡ ಮನುಷ್ಯಾ... ಜಾಗೆ ಮ್ಯಾಲೆ ಇದ್ದಾನ–ಇರಾಂಗಿಲ್ಲ. ಎರಡು ದಿವಸ ಮೊದಲ ಹೇಳಿದ್ರ ಸರಿ ಇರ್ತದ."

"ಹೌದು ನೋಡ್ರಿ, ನಾಳೇನ ನಾನು ಕೊಲ್ಲಾಪುರಕ್ಕೆ ಹೋಗಿ ಬರ್ತಿನಿ. ಬೆಳಿಗ್ಗೆ ಏಳು ಗಂಟೆಗೆ ಖಿದ್ರಾಪುರದಿಂದ ಕೊಲ್ಲಾಪುರಕ್ಕೆ ಡೈರೆಕ್ಟ್ ಗಾಡಿ ಐತಿ. ಕೊನೆ ಬಸ್ಸಿಗೆ ವಾಪಸ್ ಬಂದ್ರ ಆತು. ನಾಳೆ ಸಂಜಿಗ ಅಥವಾ ನಾಡದ್ದು ಮುಂಜಾನೆ ಎಮ್ಮಿಗಳು ಬರ್ತಾವ. ನೀವು ಆ ಕಡೆ ಲಕ್ಷ್ಯ ಕೊಡ್ರಿ. ಹುಡುಗರನ್ನು ತೊಗೊಂಡ ಹೋಗ್ರಿ. ಬಾಳ ಓಡಾಡಾಕ ಹೋಗಬ್ಯಾಡ್ರಿ"–ಆಬಾ ಉಪದೇಶ ಮಾಡಿದ.

ಇಬ್ಬರೂ ತುಂಬಾ ಹೊತ್ತಿನವರೆಗೆ ಆಫೀಸಿನಲ್ಲಿ ಮಾತಾನಾಡುತ್ತ ಕುಳಿತಿದ್ದರು.

ದಿನ ಮುಳುಗಲು ಪ್ರಾರಂಭವಾಯಿತು. ಶಹಾಪೂರದೆಡೆಯಿಂದ ಬಂಗಾರದ ಕಿರಣಗಳು ಬರಲು ಪ್ರಾರಂಭವಾದುವು. ಆಫೀಸಿನ ಬಾಗಿಲು ಪಶ್ಚಿಮದೆಡೆ ಇದ್ದರಿಂದ ಸೂರ್ಯಾಸ್ತದ ಕಿರಣಗಳು ಆಫೀಸಿನಲ್ಲಿ ತುಂಬಿಕೊಳ್ಳುತ್ತಿದ್ದವು.

ಗೋಪಾ ಹಾಗೂ ಆಬಾ ಇಬ್ಬರೂ ಎದ್ದರು. ಆಫೀಸಿಗೆ ಬೀಗ ಹಾಕಿದರು. ಇಬ್ಬರೂ ಮನೆಗೆ ಮರಳಲು ಪ್ರಾರಂಭಿಸಿದರು.

ರಸ್ತೆಯ ಆಕಡೆ ಮೈದಾನದಲ್ಲಿ ಇಪ್ಪತ್ತು ಅಂಶದ ಕಾರ್ಯಕ್ರಮದ ಅಂತರ್ಗತ ಕೆಲವು ಮನೆಗಳನ್ನು ಕಟ್ಟಿಸಲಾಗುತಿತ್ತು. ಹನ್ನೆರಡು ಬಾಯ್ ಹದಿನೈದು ಮನೆ ಉಚಿತವಾಗಿ ಹಂಚಲ್ಪಡುವುವಿದ್ದವು. ಅದೇ ಪ್ರಕಾರ ಆಬಾನಿಗೂ ಒಂದು ಮನೆ ಮಂಜೂರಾಗಿತ್ತು. ಒಂದೆರಡು ತಿಂಗಳಲ್ಲಿ ಮನೆಯ ನಿರ್ಮಾಣ ಪೂರ್ಣಗೊಳ್ಳಲಿತ್ತು; ಆದರೆ ಸಿಮೆಂಟ್ ಕಡಿಮೆ ಬಿದ್ದ ಕಾರಣ ಕೆಲಸ ಹಿಂದೆ ಬಿದ್ದಿತು.

ರಸ್ತೆಯ ಪಕ್ಕದಲ್ಲಿ ಬತ್ತಿದ ಕೆರೆಯನ್ನು ನೋಡುತ್ತ ಆಬಾ ನುಡಿದ– "ಗುರೂಜಿ, ಈ ಕೆರೆಯ ಹೂಳು ಎತ್ತಲು ಮೇಲಿನವರಿಗೆ ಅರ್ಜಿ ನೀಡಬೇಕು ನೋಡ್ರಿ."

"ಮತ್ತೇನು!"–ಗೋಪಾ ಸೊಂಟದಲ್ಲಿ ಇದ್ದ ಚೀಲವನ್ನು ಕೈಯಲ್ಲಿ ತೆಗೆದುಕೊಳ್ಳುತ್ತ ನುಡಿದ. ಚೀಲದಲ್ಲಿಯ ಒಂದು ಅಡಕೆ ತುಂಡನ್ನು ಆಬಾನಿಗೆ ನೀಡಿದ. ಆಬಾ ಅವಾಗಾವಾಗ ಅಡಕೆ ತಿನ್ನುತ್ತಿದ್ದ. ಎಲೆಯ ದೇಟನ್ನು ಬಾಯಿಂದ ಕತ್ತರಿಸುತ್ತ ಗೋಪಾ ಮಾಸ್ತರ ನುಡಿದ–

"ಅದು ಹೋಗ್ಲಿ, ಈಗ ಸ್ವಲ್ಪ ಮಲಕ್ಕೊಳ್ಳಿರಿ."

"ಮನಿ ಬಂತು ನಿಮ್ಮದು?"

"ಮನಿ ಬರದೇನು, ಹೋಗ್ತದ ಏನು? ಈಗ ಮನಿ ಆಕರ್ಷಣೆ ಮುದುಕರಿಗೆ ಹೇಂಗ್ ಇರ್ತದ? ಮಕ್ಕಳು ಇದ್ದಾರ. ಅವರ ಮ್ಯಾಗ ಕಾರುಬಾರು ಒಪ್ಪಿಸೇನಿ. ನಂದೇನು ಎರಡು ಟೈಂ ನುಂಗೋದು ಸುಮ್ಮ ಇರೋದು,"–ಗೋಪಾ ಮಾಸ್ತರು ಎಲಿಯನ್ನು ದವಡೆ ಕೆಳಗೆ ಇಟ್ಟುಕೊಳ್ಳುತ್ತ ನುಡಿದ.

'ನಡಿರಿ ಮತ್ತೆ ನಾನು ಕೊಲ್ಲಾಪುರಕ್ಕೆ ಹೋಗ್ತಿನಿ."

"ಹೋಗಿ ಬರ್‍ರಿ; ಎಚ್ಚರದಿಂದ ಹೋಗ್ರಿ."

"ಗುರೂಜಿ, ನಾನು ಬಾಳ ವರ್ಷ ಮುಂಬಯಿನ್ಯಾಗ ತೆಗದೇನಿ,"–ಆಬಾಗೆ ಹೀಗೆ ಆವಾಗಾವಾಗ ಮುಂಬಯಿ ನೆನಪಿಗೆ ಬರುತಾಯಿತ್ತು.

"ಹಂಗಲ್ಲ ಆಬಾ, ಈ ವಯಸ್ಸಿನಾಗ,"

"ಆತು ಗುರೂಜಿ, ಎಚ್ಚರದಿಂದ ಹೋಗಿ ಬರ್ತಿನಿ.."–ಎಂದ ಆಬಾ ಸಹ ತಮ್ಮ ಮನೆಕಡೆ ನಡೆದ.

ನಿಧಾನಕ್ಕೆ ಕತ್ತಲು ಆವರಿಸಿಕೊಳ್ಳಲು ಪ್ರಾರಂಭವಾಯಿತು. ವಿದ್ಯುತ್ ದೀಪಗಳು ಹೊತ್ತಿಕೊಂಡವು. ದೀಪದ ಕೆಳಗೆ ಚಿಕ್ಕ ಮಕ್ಕಳು ಗದ್ದಲ ಮಾಡಲು ಪ್ರಾರಂಭಿಸಿದವು. ಬೇವಿನ ಗಿಡದ ಕೆಳಗೆ ಕುಳಿತು ರಫ್ಯಾ ಮಟಕಾ

ತುಂಬಿಸಿಕೊಳ್ಳುತ್ತಿದ್ದ. ಗಿಡದ ಕಟ್ಟೆಯ ಮೇಲೆ ಕುಳಿತ ಅನೇಕರು 'ನಂಬರ್' ಬಗ್ಗೆ ಅಂದಾಜು ಮಾಡುತ್ತಿದ್ದರು. ಸಂಜೆ ಇಲ್ಲಿ ಮಟಕಾ ಆಡಲು ಜನ ಸೇರುತ್ತಿದ್ದರು. ರಘ್ಯಾ ಫಟಾಫಟ್ ಪಾವತಿಗಳನ್ನು ಹರಿದು ನೀಡುತ್ತಿದ್ದ. ಕೆಲವು ಜನ ಸಾಲದಲ್ಲಿ ಆಡಲು ಆಗ್ರಹಿಸುತ್ತಿದ್ದರು. ರಘ್ಯಾ ವ್ಯವಹಾರಸ್ಥ. ಸಾಲಕ್ಕೆ ಎಂದೂ ಅವನು ಅವಕಾಶ ನೀಡುತ್ತಿರಲಿಲ್ಲ. ಮೂರನೆಯ ನಾಲ್ಕನೆಯ ತರಗತಿಯವರೆಗೆ ಕಲಿತ ರಘ್ಯಾ ಪುಣಾದಲ್ಲಿ ಒಂದು ಹೋಟೆಲಿನಲ್ಲಿ ಕಪ್ಪು ಬಶಿ ತೊಳೆಯುತ್ತಿದ್ದ. ಈಗ ಪರ್ಸೆಂಟೇಜ್ ಮೇಲೆ ಮಟಕಾ ತೆಗೆದುಕೊಳ್ಳುತ್ತಾನೆ. ರಘ್ಯಾ ನ ಸುತ್ತ ಜನಸಂಧಣಿ ಹೆಚ್ಚುತ್ತಲೆ ಇತ್ತು. ಎಂಟು ಗಂಟೆಯವರೆಗೆ 'ಓಪನ್' ತುಂಬಿಕೊಳ್ಳಲಾಗುತಿತ್ತು. ಎಂಟು ಗಂಟೆಯ ನಂತರ ಮಾತ್ರ 'ಓಪನ್' ಬಂದ್ ಮಾಡಲಾಗುತಿತ್ತು. ಸಮಗಾರ ವಿಲ್ಯಾ ಜನಸಂಧಣಿಯಿಂದ ಮುಂದೆ ಬಂದ.

"ಏ ರಘ್ಯಾ, ಬೈಕ್ ಮ್ಯಾಲೆ ನೂರು ರೂಪಾಯಿ ಹೆಚ್ಚು".

"ಏನೊ ಪ್ಯಾರೆ, ಇವತ್ತು ರೊಕ್ಕಾ ಚಲೋ ಐತಿ ಅನಿಸ್ತದ?"– ರಘ್ಯಾ ನುಡಿದ.

'ನಿಮ್ಮವ್ವನ, ಊಸಾಬರಿ ಯಾಕ ಮಾಡಾತಿ?"

'ಹೋಗಲಿ ಬಿಡು. ಬೈಕ್ ಮ್ಯಾಗ್ ಹಾಕಬೇಕು ಅಲ್ಲ?"

"ಬ್ಯಾಡ, ನಿನ್ನ ಕುಂಡಿ ಮ್ಯಾಲೆ ಹಾಕು. ಹೇಳಾತಿಲ್ಲ, ಬೈಕ್ ಓಪನ್ ಮಾಡು ಅಂತ."

"ನಡಿ, ಇದು ತಗೋ ಪಾವತಿ."–ರಘ್ಯಾ 'ಟರ್' ಎಂದು ಪಾವತಿ ಹರೆದು ನೀಡಿದ.

"200–"

"ಒಂದ್ ಮಾತು ಕೇಳಲಿ?"

"ಮಾತಾಡು ಪ್ಯಾರೆ–"

"ಈಗ ಸೊಸಾಯಿಟಿ ಆದ ಮ್ಯಾಲೆ ಮಟಕಾ ಯಾರ್ ತೊಗೋತಾರ? ನಾನಾದ್ರೂ ತಗೋತಿನಿ, ಯಾಕ? ಸೊಸಾಯಿಟಿ ಆದ ಮ್ಯಾಲೆ ಎಮ್ಮಿ, ಆಕಳ ಬರ್ತಾವ, ಅಂಗಡಿ ಆಗ್ತದ. ಮಟಕಾ ಯಾರೂ ತಗೋತಾರು ಅಂತ ಕೇಳಿದೆ."

"ಸೊಸಾಯಿಟಿ ಹೋತು ಹಡಸಾಕ. ನನ್ನ ದಂಧಾ ಚಲೊ ನಡೆದೈತಿ, ನಾಲ್ಕು ಪೈಸೆ ಸಿಗ್ತದ."

"ನಾನು ಅಂದ ಅಂತೇನಿ. ಆದ್ರ ಈ ಹೊಲೆಯರ ಸೂಳೆಮಕ್ಕು."

"ಏ... ಏ... ಜಾತಿಗೆ ಬೈಯುಹಂಗ್ ಇಲ್ಲ!"

"ಹಂಗ್ ಅಲ್ಲೋ... ಈಗ ನೀನು ಬುದ್ಧ ಆದಿ ಇಲ್ಲೊ?"

"ಹೌದು."

"ಆದ್ರೂ ಗಿಡದ ಕೆಳಗಿನ ಬೇರು ಅವ ಅಲ್ಲವೇನೋ?"

"ಆದ್ರೂ, ಇದೆಲ್ಲ ನನ್ನ ಮುಂದ ಯಾಕ ಹೇಳಾತಿ? ಏ ಸಬ್ ಆಬಾಕೊ ಬೊಲನೇಕಾ."

"ನಂಗ್ ಅಷ್ಟ ಧೈರ್ಯ ಎಲ್ಲಿ ಐತಿ ಅವರನ್ನ ಕೇಳಾಕ!"–ಎಂದ ದಿಲ್ಯಾ.

ತನ್ನ ಕಿವಿ ಮೇಲಿನ ಬೀಡಿ ಹೊತ್ತಿಸಿ ತುಟಿಗಳ ಮೇಲೆ ಇಟ್ಟುಕೊಂಡು ಹೊರಟ. ಚಾವಡಿ ಮುಂದಿನ ಜನ ಈಗ ಊಟ ಮಾಡಲು ಮನೆಗೆ ಹೊರಟರು, ಮುದುಕರು ಹಾಸಿಗೆ–ಹೊದಿಕೆ ತೆಗೆದುಕೊಂಡು ಚಾವಡಿಯೆಡೆ ಬರಲು ಪ್ರಾರಂಭಿಸಿದರು. ಸಿದ್ಧಾ ಮಾದಿಗ ಮಾತ್ರ ಚಾವಡಿಯಲ್ಲಿ ಒಬ್ಬನೇ ತಬಲಾ ಬಾರಿಸುತ್ತ ಕುಳಿತಿದ್ದ. ಸಿದ್ದಾ ಎಲ್ಲರಕ್ಕಿಂತ ಮೊದಲು ಚಾವಡಿಯಲ್ಲಿ ಮಲಗಲು ಬರುತ್ತಿದ್ದ. ಆದರೆ ಎಲ್ಲಕ್ಕಿಂತ ವಿಳಂಬವಾಗಿ ಮರಳಿ ಹೋಗುತ್ತಿದ್ದ. ಜನ ಅವನನ್ನು ಹುಚ್ಚಾ ಎಂದು ಭಾವಿಸುತ್ತಿದ್ದರು.

ಇಂತ ಅನೇಕ ಜನರನ್ನು ತನ್ನ ಗರ್ಭದಲ್ಲಿ ಇರಿಸಿಕೊಂಡು ಹೊಲಗೇರಿ ಮಲಗಲು ಪ್ರಾರಂಭಿಸಿತು.

ಏಳು

ಮುಂಜಾನೇ ಹತ್ತು ಗಂಟೆ ಆಯಿತು. ಧೂಳಿನಿಂದ ರಂಗೇರಿದ 'ಖಿದ್ರಾಪುರ–ಕೊಲ್ಲಾಪುರ ಬಸ್' ಕೊಲ್ಲಾಪುರ ಬಸ್ ನಿಲ್ದಾಣಕ್ಕೆ ಬಂತು. ಕೆಳಗೆ ಒಂದು ಪ್ರವಾಸಿಗರ ದಂಡೇ ಇಳಿಯಿತು. ಪ್ರವಾಸಿಗರು ಇಳಿದ ಮೇಲೆ ಆಬಾ ಕೊನೆಗೆ ಆರಾಮವಾಗಿ ಕೆಳಗೆ ಇಳಿದ. ಮನುಷ್ಯರು ಬಸ್ಸಿನಿಂದ ಕೆಳಗೆ ಇಳಿಯಲು, ಹಾಗೂ ಹತ್ತಲು ಹವಣಿಸುತ್ತಿದ್ದರು! ಇಷ್ಟೊಂದು ಧಾವಿಸುವ ಜನ ಎಲ್ಲಿಗೆ ಹೋಗುತ್ತಾರೆ! ಎಂದು ಆಬಾಗೆ ತಿಳಿಯದಾಯಿತು. ಆಬಾಗೆ ಈಗ ಸರಸ್ವತಿ ನಗರಕ್ಕೆ 'ಪ್ರಾಧ್ಯಾಪಕ ಬುದ್ಧಿವಂತ' ಇವರಡೆ ಹೋಗಬೇಕಿತ್ತು. ಸ್ಟ್ಯಾಂಡ್‌ದಿಂದ ಸ್ವಲ್ಪ ಅಂತರದಲ್ಲಿಯೇ ಸರಸ್ವತಿ ನಗರವಿತ್ತು. ರಸ್ತೆಯ ಮೇಲೆ ಬರುವ–ಹೋಗುವ ಜನರಿಗೆ, ಆಟೋ ಡ್ರೈವರ್‌ಗಳಿಗೆ ಸರಸ್ವತಿ ನಗರದ ವಿಳಾಸ ಕೇಳುತ್ತ ಹದಿನೈದು ಇಪ್ಪತ್ತು ನಿಮಿಷ ನಡೆದ ಮೇಲೆ ರಸ್ತೆಯ ಬಲ ಬದಿಯಲ್ಲಿ 'ಸರಸ್ವತಿ ನಗರ'ಎಂಬ ಹೆಸರಿನ ದೊಡ್ಡದಾದ ಫಲಕ ಹಾಕಿದ್ದು ಅವನಿಗೆ ಗೋಚರಿಸಿತು. ಹತ್ತು–ಹದಿನೈದು ಹೆಜ್ಜೆ ಹಾಕಿ ಎದುರಿಗಿನ ಒಬ್ಬ ಮನುಷ್ಯನಿಗೆ ಕೇಳಿದ–

"ರೀ ಸಾಹೇಬರ, ಪ್ರಾಧ್ಯಾಪಕ ಬುದ್ಧಿವಂತ ಸಾಹೇಬರ ಮನೆ ಎಲ್ಲಿ ಐತಿ ಅಂತ ಹೇಳ್ತಿರಿಯೇನು?"

"ಇಲ್ಲಿಂದ ಎಂಟನೇ ನಂಬರ್ ಮನಿ. ಮನಿ ಮುಂದ್ ಮದರಂಗಿ ಗಿಡಾ ಐತಿ ನೋಡ್ರಿ."–ಅಪರಿಚಿತ ವ್ಯಕ್ತಿ ವಿಳಾಸ ಹೇಳಿದ. ಆಬಾ ಎಡ ಬದಿಯ ಮನೆಗಳನ್ನು ಎಣಿಸುತ್ತ ಐದಾರು ಮನೆಗಳನ್ನು ದಾಟಿದ. ತಾನು ಮನೆಗಳನ್ನು ಎಣಿಸುವುದನ್ನು ತಪ್ಪಿದೇನೆ ಎಂದು ಅವನಿಗೆ ಅನ್ನಿಸಲು ಪ್ರಾರಂಭವಾಯಿತು. ಪ್ರತಿಯೊಂದು ಮನೆಯ ಮುಂದೆ ಮದರಂಗಿ ಗಿಡವಿತ್ತು. ಎಲ್ಲ ಮನೆಗಳು ಒಂದೇ ತರಹದಾಗಿ ಕಾಣುತ್ತಿದ್ದವು. ಮನೆಗಳನ್ನು ಎಣಿಸುವ ವಿಫಲ ಪ್ರಯತ್ನವನ್ನು

ಬಿಟ್ಟುಬಿಟ್ಟ. ಹಾಗೂ ರಸ್ತೆಯ ಮೇಲೆ ಬಂದು ಮೈದಾನದಲ್ಲಿ ಆಡುತ್ತಿದ್ದ ಒಬ್ಬ ಹುಡುಗನಿಗೆ ಕೇಳಿದ–

"ಏ ಅಪ್ಪಿ, ಬುದ್ಧಿವಂತ ಸಾಹೇಬರ ಮನಿ ಎಲ್ಲಿ ಬರ್ತದ?"

"ಅದೇನು ಮುಂದ ಐತಿ."–ಆ ಹುಡುಗ ಭೂಮಿಯ ಮೇಲೆ ಚೆಂಡನ್ನು ಅಪ್ಪಳಿಸುತ್ತ ಹೇಳಿದ. ಆ ಹುಡುಗ ತೋರಿಸಿದ ಮನೆಯ ಮುಂದೆ ಆಬಾ ಬಂದ. ಮನೆಯ ಮುಂದ ಅವರ ಹೆಸರಿನ ಫಲಕ ಹಾಕಲಾಗಿತ್ತು; ಆದು ಆಂಗ್ಲ ಭಾಷೆಯಲ್ಲಿ ಇದ್ದ ಕಾರಣ ಆಬಾಗೆ ಓದಲು ಬರಲಿಲ್ಲ. ಎಡಗೈಯಿಂದ ಗೇಟ್ ತೆಗೆದು ಅವನು ಒಳ ನಡೆದ.

ಬಾಗಿಲಿನಲ್ಲಿ ನಿಂತು ಅವನು ಕೂಗಿದ–

"ಸಾಹೇಬರು ಮನೆಯೊಳಗೆ ಇದ್ದಾರೇನು?"

ಒಳಗಿಂದ ಯಾರೋಬ್ಬರು "ಯಾರದೂ" ಎಂದು ಉತ್ತರಿಸಿದರು.

ಆಬಾ ಪುನಃ ಒಮ್ಮೆ ಕೂಗಿದ. ಈಗ ಬಾಗಿಲು ತೆರೆದುಕೊಂಡಿತು. ಒಬ್ಬ ಮಧ್ಯಮ ವಯಸ್ಕ ಹೆಣ್ಣು ಮಗಳು ಹೊರಗೆ ಬಂದಳು. ಬಹುಶಃ ಅಡುಗೆ ಮಾಡುತ್ತಿದ್ದಳು ಎಂದೆನಿಸುತ್ತದೆ. ಮಧ್ಯದಲ್ಲಿಯೇ ಬಿಟ್ಟು ಬಂದ ಹಾಗೆ ಕಾಣುತ್ತಿತ್ತು. ಅವಳ ಕೈ ಹಿಟ್ಟಿನಿಂದ ಆವೃತ್ತವಾಗಿತ್ತು.

"ಯಾರು ಬೇಕಾಗಿದ್ದರು?"–ಬಲಗೈಯಿಂದ ತನ್ನ ಮುಖದ ಮೇಲೆ ಇಳಿಬಿದ್ದ ಮುಂಗುರುಳುಗಳನ್ನು ಹಿಂದಕ್ಕೆ ತಳ್ಳುತ್ತ ಕೇಳಿದಳು.

"ಸಾಹೇಬರ್‌ನ ನೋಡಬೇಕಿತ್ರಿ."–ಆಬಾ ನಮ್ರವಾಗಿ ಉತ್ತರಿಸಿದ.

"ಅವರು ಮನೆಯಲ್ಲಿ ಇಲ್ಲ,"–ಅವಳು ಉತ್ತರಿಸಿದಳು.

"ಎಲ್ಲಿ ಅದಾರಿ?"–ಆಬಾ,

"ರೀ, ಮನೆಯಲ್ಲಿ ಇರಲು ಅವರೇನು ನಿರೂದ್ಯೋಗಿನಾ? ಕಾಲೇಜಿಗೆ ಹೋಗಿದ್ದಾರೆ."

"ನೀವು ಯಾರೂ?"

"ನಾನು ಶರಣಗುಪ್ಪಿಯಿಂದ ಬಂದೇನ್ರಿ, ಸಾಹೇಬ್ರ ಹತ್ರ ಕೆಲ್ಸಾ ಇತ್ತು."

"ಹಾಗಿದ್ದರೆ ಒಂದು ಕೆಲ್ಸ ಮಾಡಿ. ಹನ್ನೆರಡು ಗಂಟೆಯ ನಂತರ ಬನ್ನಿ."

ಆಬಾಗೆ ಕೊಲ್ಲಾಪುರ ಹಾಗೆ ನೋಡಿದರೆ ಅಪರಿಚಿತವಾಗಿರಲಿಲ್ಲ. ವರ್ಷದಲ್ಲಿ ಒಂದೆರಡು ಬಾರಿ ಕೊಲ್ಲಾಪುರಕ್ಕೆ ಬರುತ್ತಿದ್ದ. ಅವನ ಅತ್ತಿಗೆಯ ಸ್ವಂತ ತಂಗಿಯನ್ನು ಕೊಲ್ಲಾಪುರಕ್ಕೆ ನೀಡಲಾಗಿತ್ತು. ಹಳೇ ಬುಧವಾರಪೇಟ್‌ದಲ್ಲಿ ಅವಳ ಮನೆಯಿತ್ತು. ಸಮಯ ದೊರೆತಾಗೊಮ್ಮೆ ಅವಳ ಮನೆಯಲ್ಲಿ ತಂಗುತ್ತಿದ್ದ. ಆದರೆ ಇವತ್ತು ಮಾತ್ರ ಆ ಕಡೆ ಹೋಗಲು ಆಬಾ ಮನಸ್ಸು ಮಾಡಲಿಲ್ಲ. ಮಹಾದ್ವಾರ ರೋಡ್‌ದಲ್ಲಿಯ ಮೆಹರಾ ಹಾಗೂ ಕಂಪನಿಯಲ್ಲಿ ಅವನು ಕೆಲವು ಕಾಗದ ಪತ್ರಗಳನ್ನು ಖರೀದಿ ಮಾಡಿದ. ಟೌನ್ ಹಾಲ್‌ನ ತೋಟದಲ್ಲಿ ಕುಳಿತು

ಮನೆಯಿಂದ ತಂದಿದ್ದ ರೊಟ್ಟಿ-ಪಲ್ಯ ತಿಂದ. ನೀರು ಕುಡಿದ ಹಾಗೂ ಪುನಃ ಸರಸ್ವತಿ ನಗರದೆಡೆ ನಡೆದ.

ಸೊಸಾಯಿಟಿಯ ಉದ್ಘಾಟನೆಯನ್ನು ಕಲೆಕ್ಟರ್ ಸ್ವತಃ ತಮ್ಮ ಕೈಯಿಂದ ಮಾಡಲು ಸಿದ್ಧರಿದ್ದರು. ಆದರೂ ಆಬಾ ಸರಪಂಚ್‌ನ ಮುಂದೆ ದೊಡ್ಡದಾಗಿ ಕೊಲ್ಲಾಪುರಿನಿಂದ ಭಾಷಣಕಾರರನ್ನು ತರುವುದಾಗಿ ಬಡಾಯಿ ಕೊಚ್ಚಿಕೊಂಡಿದ್ದ. ಆಬಾ ಗಲ್ಲಿಯಲ್ಲಿಯ ಪ್ರತಿಯೊಬ್ಬರಿಗೂ ಪ್ರೊಫೆಸರ್ ಬುದ್ಧಿವಂತರನ್ನು ಕುರಿತು ಹೇಳುತ್ತಿದ್ದ. ಜನರ ಮನಸ್ಸಿನಲ್ಲಿ ಈ ಕೀರ್ತಿವಾನ್ ಮನುಷ್ಯನ ಕುರಿತು ಉತ್ಸುಕತೆ ನಿರ್ಮಾಣ ಮಾಡಿದ್ದ.

ಬಿಸಿಲಿನ ಜಳ ಹೆಚ್ಚಾಗಿತ್ತು. ರಸ್ತೆಯ ಮೇಲಿನ ಜನಸಂಧಣಿ ಈಗ ಸ್ವಲ್ಪ ತಣ್ಣಗಾಗಿತ್ತು. ಆಬಾನ ಮುಖ ಬಿಸಿಲಿನಿಂದ ಕೆಂಪಾಗಿತ್ತು. ನಡೆದು-ನಡೆದು ಅವನ ಕಾಲುಗಳು ನೋವಾಗುತ್ತಿದ್ದವು. ಬಿಸಿಲಿನ ಜಳದಿಂದ ಕಣ್ಣುಗಳು ಉರಿಯುತ್ತಿದ್ದವು. ಊಟ ಸ್ವಲ್ಪ ಸಮಯದ ಮುಂಚೆ ಆಗಿದ್ದರಿಂದ ನಿದ್ದೆ ಎಳೆಯುತ್ತಿತ್ತು; ಆದರೆ ಏನೇ ಮಾಡಿಯಾದ್ರೂ ಪ್ರೊಫೆಸರ್ ಬುದ್ಧಿವಂತ ಅವರನ್ನು ಕಾರ್ಯಕ್ರಮಕ್ಕೆ ಕರೆದುಕೊಂಡು ಹೋಗಲೇ ಬೇಕಿತ್ತು. ಪ್ರೊಫೆಸರ್ ಬುದ್ಧಿವಂತ ಹೇಗೆ ಇರಬೇಕು? ತಮ್ಮ ಚಿಕ್ಕ ಆಮಂತ್ರಣವನ್ನು ಅವರು ಸ್ವೀಕರಿಸಬಹುದೆ? ಹೀಗೆ ಅನೇಕ ಪ್ರಶ್ನೆಗಳು ಆಬಾನ ಮನಸ್ಸಿನಲ್ಲಿ ಬಿರುಗಾಳಿ ಅಂತೆ ಎದ್ದವು. ಬಿರುಗಾಳಿಯ ಸುಳಿಯಲ್ಲಿ ಪ್ರೊಫೆಸರ್ ಬುದ್ಧಿವಂತರ ಮನೆ ಎಂದು ಬಂತು ಎಂಬುದೂ ಸಹ ತಿಳಿಯಲಿಲ್ಲ.

"ಸಾಹೇಬರು ಇದ್ದಾರೆಯೆ ಮನೆಯಲ್ಲಿ?"-ಆಬಾ ಬಾಗಿಲಿನಲ್ಲಿ ನಿಂತು ಕೂಗಿದ.

ಶ್ರೀಮತಿ ಬುದ್ಧಿವಂತ ನಿಧಾನಕ್ಕೆ ಬಾಗಿಲು ತೆರೆದಳು. ಅವರನ್ನು ನೋಡುತ್ತಿದ್ದ ಹಾಗೆ ಆಬಾ ಪುನಃ ನುಡಿದ-

"ಸಾಹೇಬರು ಬಂದ್ರೇನ್ರಿ?"

"ಹೌದು ಬಂದಿದ್ದಾರೆ."-ಒಂದೇ ಉಸಿರಿನಲ್ಲಿ ಉತ್ತರಿಸಿದಳು.

"ಏ!ಹೀಂಗ್ ಬಾಗಿಲಿನಲ್ಲಿ ನಿಂತು ಯಾಕೆ ಕೂಗುತ್ತೀರಿ? ಕಾಲಿಂಗ್ ಬೆಲ್ ಒತ್ತಿದರೆ ಬರುತ್ತೀವಿ ತಾನೆ?"

ಅವಳು ನೋಡು ನೋಡುತ್ತಿದ್ದ ಹಾಗೆ ಆಬಾನ ನೀರು ಇಳಿಸಿದಳು. ಆಬಾ ಹಾಗೂ ಕಾಲಿಂಗ್ ಬೆಲ್‌ನ ಸಂಬಂಧ ಎಂದೂ ಬಂದಿರಲಿಲ್ಲ. ತನ್ನಿಂದನೇ ಏನಾದರೂ ತಪ್ಪಾಗಿರಬೇಕೆಂದು ತಿಳಿದು ಅವನು ಸುಮ್ಮನಾದ ಹಾಗೂ ತನ್ನ ತಪ್ಪಿನ ಮೇಲೆ ನಾಚಿಕೆ ಪಡುತ್ತ ಅವನೆಂದ-"ತಪ್ಪಾಯಿತ್ರಿ ಅಮ್ಮಾರ, ಕ್ಷಮಿಸ್ರಿ."

"ಈಗ ಒಳಗೆ ಬನ್ನಿ, ಬಾಗಿಲಿನಲ್ಲಿ ಯಾಕೆ ನಿಂತುಕೊಂಡಿದ್ದೀರಿ?"-ಬಾಗಿಲಿನ ಎಡ ಕದವನ್ನು ಒಳಗೆ ಎಳೆದುಕೊಂಡು ನುಡಿದಳು.

ಆಬಾ ತೋಯ್ದು ಬೆಕ್ಕಿನಮರಿ ಹಾಗೆ ಒಳ ಹೋಗಿ ನಿಂತುಕೊಂಡ. ಅವಳು ಬಾಗಿಲನ್ನು ಬಂದ್ ಮಾಡಿದಳು. ಮೂಲೆಯಲ್ಲಿ ಇದ್ದ ಕುರ್ಚಿಯ ಮೇಲೆ ಕುಳಿತುಕೊಳ್ಳುವಂತೆ ಸನ್ನೆ ಮಾಡಿ ಅವಳು ನುಡಿದಳು–"ಕುಳಿತುಕೊಳ್ಳಿ, ಸಾಹೇಬರು ಊಟಕ್ಕೆ ಕುಳಿತಿದ್ದಾರೆ."

ಆಬಾ ಏನೊಂದು ಮಾತನಾಡುವ ಮುಂಚೆಯೇ ಅವಳು ಹೊರಟು ಹೋದಳು.

ಆಬಾ ಕುರ್ಚಿಯಲ್ಲಿ ಕುಳಿತುಕೊಂಡ. ಮುಂದಿನ ಟೇಬಲ್ ಮೇಲೆ ಅನೇಕ ದೊಡ್ಡ ದೊಡ್ಡ ಪುಸ್ತಕಗಳು ಬಿದ್ದಿದ್ದವು. ಗೋಡೆಯ ಮೇಲೆ ಅಂಬೇಡ್ಕರ್ ಅವರ ಚಿಕ್ಕದೊಂದು ಫೋಟೋ ಇತ್ತು. ಮನೆ ತುಂಬಾ ಸ್ವಚ್ಛವಾಗಿತ್ತು, ಇಷ್ಟೊಂದು ದೊಡ್ಡ ಕೋಣೆಯಿದ್ದರೂ ಸಹ ಅಲ್ಲಿ ಶಾಂತತೆ ನೆಲೆಸಿತ್ತು. ಚಿತ್ರದಲ್ಲಿ ತೆಗೆದ ಮನೆಯ ಹಾಗೆ! ಆಬಾ ಅದೆಷ್ಟೋ ಸಲ ಮನೆಯನ್ನು ನೋಡಿದ. ಏನೇ ಆಗಿಲಿ, ಬಾಬಾನ ಕೃಪೆಯಿಂದ ಹೊಲೆಯರ ಮಕ್ಕಳು ಕಲಿತರು, ದೊಡ್ಡವರಾದರು. ವ್ಯವಸ್ಥಿತವಾಗಿ ನಡೆದುಕೊಳ್ಳಲು ಪ್ರಾರಂಭಿಸಿದರು. ಈ ವಿಷಯದ ಕುರಿತು ಆಬಾಗೆ ಸಮಾಧಾನ ಅನ್ನಿಸಿತು. ತನಗೂ ಕಲಿಯಲು ಸಿಕ್ಕಿದ್ದರೆ ಎಷ್ಟೊಂದು ಒಳ್ಳೆಯದಾಗಿರುತಿತ್ತು. ಆಬಾಗೆ ಪುನಃ ತನ್ನ ಬದುಕಿನ ಕೊರತೆ ಕಾಣಿಸಲು ಪ್ರಾರಂಭವಾಯಿತು. ಆಬಾ ಆವಾಗಾವಾಗ ಹೀಗೆ ಅಸ್ವಸ್ಥನಾಗುತ್ತಿದ್ದ. ನೌಕರಿಯ ಕಾರಣದಿಂದ ತನ್ನ ಮಕ್ಕಳ ಶಿಕ್ಷಣದೆಡೆ ನಿರ್ಲಕ್ಷ್ಯನಾಗಿದ್ದ. ತನ್ನ ಕುಟುಂಬಕ್ಕೆ ಹತ್ತಿದ್ದ ಅನಕ್ಷರತೆಯ ಶಾಪ ಅವನಿಗೆ ಯಾವತ್ತೂ ಚುಚ್ಚುತ್ತಲೇ ಇರುತ್ತಿತ್ತು. ಅವನನ್ನು ಅಸ್ವಸ್ಥ ಮಾಡುತಿತ್ತು.

ಅಷ್ಟರಲ್ಲಿ ನಡುಮನೆಯ ಕೋಣೆಯ ಬಾಗಿಲು ತೆರೆದುಕೊಂಡಿತು. ಒಬ್ಬ ಮನುಷ್ಯ ಹೊರಗೆ ಬಂದ. ಸೊಂಟಕ್ಕೆ ಶುಭ್ರವಾದ ಲುಂಗಿ ಮತ್ತು ಮೈಯಲ್ಲಿ ನೀಲಿ ಹಾಕಿದ್ದ ಬಿಳಿ ಬನಿಯನ್, ಕಣ್ಣಿನ ಮೇಲೆ ಚಷ್ಮಾ ಹಾಕಿದ್ದ. ಹೊರಗೆ ಬರುತ್ತಿದ್ದ ಹಾಗೆ ಅವನು ಕೇಳಿದ–

"ಹೇಳ್ರಿ, ಯಾಕೆ ಬಂದಿದ್ದೀರಿ?"

"ಸಾಹೇಬ್ರನ್ ನೋಡಾಕ ಬಂದಿದ್ದೆ."

"ನಾನೇ ಪ್ರೊಫೆಸರ್ ಬುದ್ಧಿವಂತ!"

ಈ ವಾಕ್ಯ ಕಿವಿಗೆ ಬೀಳುತ್ತಿದ್ದ ಹಾಗೆ ಆಬಾ ತಕ್ಷಣ ಎದ್ದು ನಿಂತ ಹಾಗೂ ಅವನಿಗೆ ಅಭಿವಾದನ ಮಾಡಿದ.

ಪ್ರೊ. ಬುದ್ಧಿವಂತ ಆಬಾನ ಪಕ್ಕದ ಕುರ್ಚಿಯ ಮೇಲೆ ಕುಳಿತುಕೊಂಡ. ಅವನು ಆಬಾಗೆ ಕುಳಿತುಕೊಳ್ಳಲು ಸೂಚಿಸಿದ. ಕಣ್ಣಿನ ಮೇಲಿನ ಚಷ್ಮಾ ತೆಗೆದು ಕೈಯಲ್ಲಿ ಹಿಡಿದುಕೊಂಡನು. ಲುಂಗಿಯ ಅಂಚಿನಿಂದ ಕನ್ನಡಕದ ಗ್ಲಾಸ್ ಸ್ವಚ್ಛಗೊಳಿಸುತ್ತ ಅವನು ಮಡಿದನು–

"ಏನ್ರಿ 'ಜಯಭೀಮ' ಎಂದು ಹೇಳುವಾಗ ನಿಮ್ಮ ನಾಲಿಗೆ ಕತ್ತರಿಸಿ ಬೀಳುವುದಿಲ್ಲ ತಾನೆ?"

ಆಬಾಗೆ ಏನೂ ತೋಚದಾಯಿತ. ತನ್ನಿಂದ ಏನೋ ತಪ್ಪಾಗಿದೆ ಎಂಬುದರ ಅರಿವು ಅವನಿಗೆ ಆಯಿತು; ಆದರೆ ತನ್ನಿಂದ ಏನು ತಪ್ಪಾಗಿದೆ ಅನ್ನೋದು ಮಾತ್ರ ಅವನಿಗೆ ತಿಳಿಯದಾಯಿತು. ಅವನು ವಿನಂತಿಪೂರ್ವಕ ನುಡಿದ–

"ಸಾಹೇಬರೆ ನನ್ನಿಂದ ಏನಾದ್ರೂ ತಪ್ಪಾತು?"

"ಪುನಃ ಏನ್ ತಪ್ಪಾತು ಅಂತ ಕೇಳತಿರಿ ಅಲ್ಲರಿ? ಈಗ 'ರಾಮ್ ರಾಮ್' ಅನ್ನೋದು ನಿಲ್ಲಿಸುತ್ತಿರೋ ಇಲ್ಲವೋ? ಏನು ಜೀವನಪೂರ್ತಿ ಹೀಗೆ 'ರಾಮ್–ರಾಮ್' ಅನ್ನುತ್ತ ಸಾಯಿತಿರಿ? ಜಗತ್ತು ಇಷ್ಟೊಂದು ಮುಂದು ಹೋಗ್ತಾ ಇದೆ. ಅದರ ಯಾವುದೇ ಪರಿಣಾಮ ನಿಮ್ಮ ಮೇಲೆ ಆಗುತ್ತಿಲ್ಲ ಅಲ್ಲ! 'ಜಯಭೀಮ' ಅಂದರೆ ನಿಮ್ಮ ನಾಲಿಗೆ ಸೇದಿ ಹೋಗುತ್ತದೆ."

ಆಬಾಗೆ ಈಗ ಗಮನಕ್ಕೆ ಬಂತು; ತನ್ನ ತಪ್ಪನ್ನು ಅರಿತು ಅವನೆಂದ–, "ಸಾಹೇಬರೆ, ನೀವು ಏನ್ ಅನ್ನಾತ್ತೀರಿ ಈಗ ನಂಗ್ ತಿಳಿತ್ರಿ; ಆದ್ರ ನಿಮಗೆ ಸೇರುದಿಲ್ಲ ಏನೋ ಅಂತ ಜಯಭೀಮ್ ಅನ್ನಲಿಲ್ಲರಿ."

"ಸರಿ, ಇನ್ನು ಮುಂದೆ 'ಜಮ್‌ಭೀಮ್' ಅನ್ನಲು ಕಲೀರಿ, ಸರಿ ಬಂದ ಕಾರಣ?"–ಪ್ರಾಧ್ಯಾಪಕ ಕನ್ನಡಕ ಹಾಕಿಕೊಳ್ಳುತ್ತ ಕೇಳಿದ.

ಆಬಾಗೆ ಸ್ವಲ್ಪ ಧೈರ್ಯ ಬಂತು. ಅವನೆಂದ–

"ಸಾಹೇಬರೆ, ನಾವು ನಮ್ಮ ಊರಾಗ ಭೀಮವಿಜಯ ಸೊಸಾಯಿಟಿ ಸ್ಥಾಪನಾ ಮಾಡೇವಿ. ಈ ಸೊಸಾಯಿಟಿ ವತಿಯಿಂದ ಹೊಲೆಯರಿಗೆ–ಮಾದಿಗರಿಗೆ ಎಮ್ಮೆಗಳನ್ನು ಹಂಚಬೇಕ್ರಿ, ಸೊಸಾಯಿಟಿ ವತಿಯಿಂದ ಒಂದು ಅಂಗಡಿ ಸಹ ಶುರು ಮಾಡುವುದೈತ್ರಿ. ಬರುವ ಹದಿನೈದು ತಾರೀಖಿಗೆ ಉದ್ಘಾಟನೆ ಐತಿ. ನೀವು ಮುಖ್ಯ ಅತಿಥಿ ಅಂತ ಬರ್‍ರಿ ಅಂತ ವಿನಂತಿ ಮಾಡಿಕೋದಕ್ಕೆ ಬಂದೆ."

"ನಿಮ್ಮ ಊರು ಯಾವುದು?"

"ಶರಣಗುಪ್ಪಿ."

"ರೀ ಕ್ಷಮಿಸಿ! ಸರಿ ನಿಮ್ಮ ಹೆಸರೇನು? ಆವಾಗಲೆ ಮಾತಾಡುವುದಕ್ಕಿಂತ ಮುಂಚೆ ಹೆಸರು ಕೇಳುವುದು ಹಾಗೇ ಉಳಿದೆ ಹೋಯಿತು."

"ಆಬಾ."

"ಹಾ ಆಬಾ, ನಿಮ್ಮ ಕಾರ್ಯಕ್ರಮ ಇರುವುದು ಹದಿನೈದು ತಾರೀಖಿಗೆ ಹಾಗೂ ನೀವು ಎರಡು ದಿನ ಮುಂಚೆ ಬಂದಿದ್ದೀರಿ. ನಿಮಗೆ ಏನು ಅನ್ನಿಸಿತು! ನಿಮ್ಮ ದಾರಿ ಕಾಯುತ್ತ ಕುಳಿತಿರುತ್ತೇನೆ ಎಂದು?"

"ಹಂಗ ಹೇಂಗ್ ಸಾಹೇಬ್ರ?"

ಆಬಾನೆಡೆ ಗಮನವನ್ನೂ ನೀಡದೆ ಪ್ರಾಧ್ಯಾಪಕ ತನ್ನ ಡಾಯರಿ ತೆಗೆದ. ಬರಬರನೆ ಪುಟಗಳನ್ನು ತಿರುಗಿ ಹಾಕಿ ಗಂಭೀರನಾದ ಅವನೆಂದ–

"ರೀ ಆಬಾ, ಹದಿನೈದು ತಾರೀಖಿಗೆ ನಾನು ಫ್ರೀ ಇಲ್ಲ."

ಅದನ್ನು ಕೇಳುತ್ತಿದ್ದ ಹಾಗೆ ಆಬಾನ ಮುಖ ಕಳಾಹೀನವಾಯಿತು. ಎಷ್ಟೋಂದು ಆಸೆಯಿಂದ ನಾನು ಬಂದೆ. ಈಗ ಸಾಹೇಬರು ಇಲ್ಲವೆಂದರೆ ಸಂಪೂರ್ಣ ಊರೆ ತನ್ನ ಮುಖದ ಮೇಲೆ ಊಗುಳಬಹುದು. ಆಬಾ ಮನಸ್ಸಿನಲ್ಲಿ ಭಾವೀ ಪರಿಣಾಮಾವನ್ನು ಕುರಿತು ವಿಚಾರ ಮಾಡಲು ಪ್ರಾರಂಭಿಸಿದ.

"ಸಾಹೇಬ್!ಏನಾದ್ರೂ ಮಾಡ್ರಿ, ಆದ್ರೆ ಇಲ್ಲ ಅಂತ ಮಾತ್ರ ಹೇಳಬ್ಯಾಡ್ರಿ"– ಎಂದು ಅವನು

ವಿನಂತಿ ಮಾಡಿದ.

"ನಿಮ್ಮದು ಸರಿ; ಆದರೆ ನನಗೆ ಒಂದೇ ಕೆಲ್ಸ ಅಲ್ಲ! ನೌಕರಿಯಿದೆ. ಹಂಡತಿ ಮಕ್ಕಳು ಇದ್ದಾರೆ. ಅದರಲ್ಲಿ ನಿನ್ನೆ ಶಿಕ್ಷಣಮಂತ್ರಿಯ ಪತ್ರ ಬಂದಿದೆ. ಮುಂದಿನ ವಾರ ರಾಜಸ್ಥಾನಕ್ಕೆ ಹೋಗಬೇಕಿದೆ. ಅಲ್ಲಿಂದ ಬಂದ ಮೇಲೆ ಪುನಃ ಬೆಂಗಳೂರಿಗೆ ಹೋಗಬೇಕು. ಭಾಷಣ ಅಭ್ಯಾಸಕ್ಕೆ ಸಮಯ ದೊರೆಯುವುದಿಲ್ಲ."

"ಸಾಹೇಬರೆ, ತುಂಬಾ ಆಸೆಯಿಂದ ಬಂದೇನಿ. ಊರಿಗೆ ನೀವು ಬರ್ತಿರಿ ಅಂತ ಎಲ್ಲಾ ಕಡೆ ಹೇಳಿ ಆಗೇತ್ರಿ. ನಾವು ಹಳ್ಳಿ ಹುಂಬ ಮಂದಿ. ನಾಲ್ಕು ಬುದ್ಧಿಮಾತು ಕಿವಿ ಮ್ಯಾಲೆ ಬೀಳಬಹುದು. ನೀವು ಬಂದ್ರ ದೊಡ್ಡ ಉಪಕಾರ ಆಗತೆತಿ ನಮ್ಮ ಮ್ಯಾಲೆ."

"ರೀ, ಆದ್ರೆ ಅದು ಹೇಂಗ್ ಸಾಧ್ಯ?

"ಹೆಂಗ್ರಾದ್ರೂ ಮಾಡ್ರಿ, ಆದ್ರ ಇಲ್ಲ ಅಂತ ಹೇಳಾಕ ಹೋಗಬ್ಯಾಡ್ರಿ."

ಪ್ರಾಧ್ಯಾಪಕ ಮಹಾಶಯ ಪುನಃ ಒಮ್ಮೆ ಸ್ತಬ್ಧನಾದ. ಕಣ್ಣಿನ ಮೇಲಿನ ಕನ್ನಡಕವನ್ನು ತೆಗೆದು ಪುನಃ ಒರೆಸಿದ. ಆಬಾಕ್ಕಿಂತ ಹೆಚ್ಚಾಗಿ ಅವನ ಮುಖವೆ ತುಂಬಾ ನಿರಾಶವಾಗಿ ಕಾಣುತಿತ್ತು.

"ಇಲ್ಲಿಂದ ಎಷ್ಟು ಮೈಲಿ ದೂರ ನಿಮ್ಮ ಊರು?"

"ನಲವತ್ತೊಂದು ಮೈಲಿ ಆಗಬಹುದು."

"ಸರಿ, ವಾಹನದ ವ್ಯವಸ್ಥೆ ಏನು?"–ಪ್ರಾಧ್ಯಾಪಕನ ಈ ಪ್ರಶ್ನೆಯಿಂದ ಆಬಾಗೆ ಸ್ವಲ್ಪ ಧೈರ್ಯ ಬಂತು.

ಅವನೆಂದ–"ಬೆಳಿಗ್ಗೆ ಕೊಲ್ಲಾಪುರದಿಂದ ಖಿದ್ರಾಪುರದವರೆಗೆ ಬಸ್ಸು ಬರತ್ತದ. ಖಿದ್ರಾಪುರಕ್ಕೆ ಹೋದ್ರ ಅಲ್ಲಿಂದ ಒಂದುವರೆ–ಎರಡು ಮೈಲಿ ದೂರ ಶರಣಗುಪ್ಪಿ. ಕೃಷ್ಣಾನದಿ ದಾಟಿದ್ರ ಸಾಕು ಶರಣಗುಪ್ಪಿ ಗ್ರಾಮ ಬಂತು ಅಂತ ತಿಳಿಬೇಕು."

"ಆಬಾ, ನಾನು ಬಸ್ಸ್ ಬಗ್ಗೆ ಕೇಳುತ್ತಿಲ್ಲ. ಗಾಡಿ ಅಂದರೆ ಸ್ಪೇಷಲ್ ಮೋಟಾರು, ಅಂಬೆಸಿಡರ್, ಜೀಪ್, ಮೆಟೆಡೋರ್, ತಿಳಿತಾ?"

"ತಮಾಷೆ ಮಾಡ್ತಾಯಿದ್ದೀರಾ ಸಾಹೇಬ್ರ? ಸಂಪೂರ್ಣ ಹೊಲೆಗೇರಿಯಲ್ಲಿ ಯಾವ ಹೊಲೆಯನ ಹತ್ತಿರ ಒಂದು ಎತ್ತಿನಗಾಡಿ ಸಹ ಇಲ್ಲ. ಮತ್ತೆ ಮೋಟಾರ್ ಗಾಡಿ ಎಲ್ಲಿಂದ ಬರೋದು?"–ಆಬಾ ಸುಮ್ಮನೆ ನಕ್ಕು ನುಡಿದ.

"ರೀ, ನಾನೇನು ನಿಮ್ಮ ಸ್ವಂತ ಗಾಡಿ ಕೇಳುತ್ತಿಲ್ಲ. ಬಾಡಿಗೆಗೆ ಸಿಗುತ್ತದೆ ಇಲ್ಲವೊ? ಜಟ್‌ಪಟ್ ಹೋಗಿ ಬರಬಹುದಿತ್ತು ಅಲ್ಲ?"–ಪ್ರಾಧ್ಯಾಪಕ ಸರಳ ಭಾಷೆಯಲ್ಲಿ ವಿವರಿಸಿದ. ಆಬಾ ಪುನಃ ವಿಚಾರ ಮಾಡಲು ಪ್ರಾರಂಭಿಸಿದ.

"ಸಾಹೇಬ್ರ, ಗಾಡಿ ಬಾಡಿಗೆಗೆ ಏನಿಲ್ಲ ಅಂದ್ರು ಎರಡು ಮೂರು ನೂರು ರೂಪಾಯಿ ಆದ್ರೂ ಸಹಜ ಬೇಕು. ಗಾಡಿ ಮಾಡಬೇಕು ಅಂದ್ರ ಮೀರಜ್‌ಗೆ ಹೋಗಬೇಕು. ಈಗ ಮೀರಜ್–ಕಾಗವಾಡ ಅಂದ್ರೆ ಜಾಸ್ತಿ ದೂರಾತು. ಅಂದ್ರ ಬಾಡಿಗಿ ಏನಿಲ್ಲ ಅಂದ್ರು ನಾಲ್ಕುನೂರು ರೂಪಾಯಿ ಸುಮಾರಾತು."–ಆಬಾ ಅರ್ಧಂಬರ್ಧ ಭಾಷೆಯಲ್ಲಿ ಸಂಪೂರ್ಣ ಲೆಕ್ಕಚಾರವನ್ನೇ ಮಂಡಿಸಿದ.

"ರೀ, ಆದರೆ ನೀವೆಲ್ಲ ಚಂದಾಹಣ ಸಂಗ್ರಹಿಸಿರಬೇಕಲ್ಲ?" ಪ್ರಾಧ್ಯಾಪಕ ಈ ಪ್ರಶ್ನೆ ಮೂಲಕ ಮೂಲ ತನಿಖೆಗೆ ನಿಂತ ಹಾಗೇ ಅನ್ನಿಸುತ್ತಿತು.

"ಹಣ ಯಾಕ ಸಂಗ್ರಹ ಮಾಡ್ತಾರ? ಸೊಸಾಯಿಟಿ ಕೆಲಸ. ಕಲೆಕ್ಟರ್ ಉದ್ಘಾಟನೆಗೆ ಬರೋರು ಇದ್ದಾರೆ. ಇಷ್ಟು ದೊಡ್ಡ ಕಾರ್ಯಕ್ರಮದಾಗ ನಮ್ಮ ಕಡಿ ಒಬ್ಬ ಮನುಷ್ಯ ಇರಬೇಕು ಅಂತ ನಿಮ್ಮ ಕಡೆ ಬಂದೇನಿ ನೋಡ್ರಿ ಸಾಹೇಬ್ರ..."–ಆಬಾ ಈಗ ಭಾವಪರವಾಶನಾಗಿ ನುಡಿದ–

"ನಿಜಾ ಹೇಳತಿನಿ, ನನ್ನ ಸಂಪೂರ್ಣ ಜೀವನ ಶರಣಗುಪ್ಪಿಯಲ್ಲಿ ಹೋತು;ಆದ್ರ ನಮ್ಮ ಕಡೆ ಒಬ್ಬ ಮನುಷ್ಯನೂ ಊರಿಗೆ ಬರಲಿಲ್ಲ. ಕಾಂಗ್ರೆಸ್ ಲೀಡರ್ ಬರತ್ತಿದ್ದರು. ಭಾಷಣ ಮಾಡುತ್ತಿದ್ದರು ಮತ್ತು ನಾವು ಕಪ್ಪಿ ಹಂಗ್‌ತಲಿ ಅಲುಗಾಡಿಸುತಿದ್ವಿ. ಇಷ್ಟ ಇತ್ತು ಊರಾಗ. ಜಗತ್ತಿನ್ಯಾಗ ಏನ್ ನಡದೈತಿ, ಏನ್ ಇಲ್ಲ, ಯಾರು ಹೇಳೋರು ನಮಗ? ನಿಮಗೆ ಗೊತ್ತಿಲ್ಲ ಸಾಹೇಬ್ರ, ಹೋದ ವರ್ಷದವರೆಗೂ ನಮ್ಮ ಊರಿನ ಹೊಲೆಯರು–ಮಾದಿಗರಿಗೆ ಸವರ್ಣೀಯರು ಹೋಟೆಲ್ ಹೊರಗೆ ಕಪ್ಪು ಬಶಿ ಇಡತ್ತಿದ್ದರು. ಒಬ್ಬ ಧೈರ್ಯ ಮಾಡಿದ. ಕಾಗವಾಡ ಪೊಲೀಸ್ ಠಾಣೆಯಲ್ಲಿ ಪೊಲೀಸರ ಕಿವಿಗೆ ವಿಷಯ ಹಾಕಿದ. ಆನಂತರ ಹೊಲೆಯರು–ಮಾದಿಗರು ಹೋಟೆಲಿನಲ್ಲಿ ಹೋಗಿ ಚಹಾ ಕುಡಿಯಲು ಪ್ರಾರಂಭಿಸಿದ್ರು. ನಮ್ಮ ಜನ ಇನ್ನೂ ಹಿಂಜರಿತಾರ. ನಾನು ಕೆಲವು ದಿನ ಮುಂಬಯಿಯಲ್ಲಿ ಇದ್ದು ಚಳುವಳಿ ನೋಡೇಣಿ. ಊರಲ್ಲಿ ಹೀಂಗ್ ನಂದಿ ಕೋಲಿನ ಹಂಗ್ ಇರೋದು ಸೇರಿಕಿ ಬರಾಂಗಿಲ್ಲ. ನಾಲ್ಕು ಜನ, ನಾಲ್ಕು ಹುಡುಗರ ಬೆಂಬಲದಿಂದ ಧೈರ್ಯ ಮಾಡಿ ಊರಾಗ ಸೊಸಾಯಿಟಿ ಮಾಡಿದೆ. ಪೇಪರ್‌ದಾಗ ದಿನಾ ಓದತ್ತೇವಿ ಇವತ್ತು ಇಲ್ಲಿ ಚಳುವಳಿ ಆತು, ಅಲ್ಲಿ ಸತ್ಯಾಗ್ರಹ

ಆತು; ಆದ್ರ ನಮ್ಮ ಊರಾಗ ಏನ್ ಆತು? ಊರಾಗಿನ ನಾಲ್ಕು ಹುಡುಗರು ಕಲಿತರು. ಹೋಗಿ ಶಹರನ್ನಾಗ ಉಳಕೊಂಡ್ರು. ನಮ್ಮ ಅಂತ ಹುಂಬ ಮಂದಿ ಜೊತಿಗೆ ಸೇರೋದು ಅವರಿಗೆ ಸೇರಾಂಗಿಲ್ಲ. ವರ್ಷಕ್ಕೊಮ್ಮೆ ಅತಿಥಿಗಳ ಹಂಗ್ ಬರ್ತಾ ಹೋಗ್ತಾರ. ಹಂಗ್ ಇದ್ದಾಗ ಸಾಹೇಬ್ರ, ಹೆಂಗಾರಾ ಮಾಡಿ, ಒಟ್ಪಾರೆ ನಮ್ಮ ಊರಿಗೆ ಬರ್ರಿ. ಪೇಪರ್‌ನ್ಯಾಗ ನಿಮ್ಮ ಫ್ಲೇಟೋ ನೋಡಿದೆ, ಅದ ದಿನಾ ಠರಾವ್ ಮಾಡಿದೆ ಈ ಸಾಹೇಬರನ ನಮ್ಮ ಊರಿಗೆ ಕರಕೊಂಡು ಬರಲೇಬೇಕು ಅಂತ."

ಪ್ರಾಧ್ಯಾಪಕ ನಿರ್ವಿಕಾರ ಭಾವದಿಂದ ಆಬಾನ ಮಾತುಗಳನ್ನು ಕೇಳಿಸಿಕೊಳ್ಳುತ್ತಲಿದ್ದ. ಆಬಾನ ಮುಖದಲ್ಲಿ ಒಂದು ರೀತಿಯ ಹಠ ಹಾಗೂ ನಿಸ್ವಾರ್ಥತೆ ಕಂಡು ಬರುತ್ತಲಿತ್ತು.

"ಆಬಾ, ನಿಮ್ಮ ಮಾತು ಸರಿ, ಆದ್ರೆ ಏನ್ ಇದೆ ಅಂದ್ರೆ... ನಾವು ಎಲ್ಲಿ–ಎಲ್ಲಿಅಂತ ತಿರುಗಬೇಕು? ನೌಕರಿಯನ್ನು ಸಂಭಾಳಿಸುತ್ತ ಇದೆಲ್ಲವನ್ನೂ ಮಾಡಬೇಕಾಗುತ್ತದೆ. ನಿಮ್ಮ ಮಾತಿನ ಪ್ರಕಾರ ನಗರದಲ್ಲಿನ ದಲಿತರು ಹೆಚ್ಚು ಜಾಗೃತರಾಗಿದ್ದಾರೆ."

"ಸಾಹೇಬ್ರ, ಜಾಗರೂಕರೇನು? ಹುಲಿಗಳು ಅವರೆಲ್ಲ ಹುಲಿಗಳು ಸಾಹೇಬರೇ! ಖೋಬ್ರಾಗಡೆ, ಟಿ. ಸಿ. ಕಾಂಬಳೆ, ರಾಜಾ ಟಾಲ್, ಗವಯಿ, ದತ್ತಾ ಜಾದವ ಮತ್ತೆ ಆ ಮಾಳಗೆ ಅವರ ಹೆಸರೇನು? ಅವರನ್ನೂ ಕರಕೊಂಡು ಬರಬೇಕು ಅಂತಾ ಇದಿನಿ."–ಮನಬಿಚ್ಚಿ ಮಾತನಾಡುತ್ತಿದ್ದ ಆಬಾ.

"ನಿಲ್ಲಿ ಆಬಾ."

ಆಬಾನ ಮಾತನ್ನು ಪ್ರಾಧ್ಯಾಪಕ ಮಧ್ಯದಲ್ಲಿಯೇ ನಿಲ್ಲಿಸಿದ.

"ಇದು ನೋಡ್ರಿ, ಆ ಮಾಳಗೆ ಬರುತ್ತಿದ್ದರೆ ನಾನು ನಿಮ್ಮ ಕಾರ್ಯಕ್ರಮಕ್ಕೆ ಬರೋಲ್ಲ. ಅವನಿದ್ದ ಸ್ಥಳದಲ್ಲಿ ನಾನು ವ್ಯಾಖ್ಯಾನ ಮಾಡೋಲ್ಲ. ಗಮನದಲ್ಲಿರಿಸಿಕೊಳ್ಳಿ, ನಿಮ್ಮ ಮಾಹಿತಿಗಾಗಿ ಹೇಳುತ್ತಿರುವೆ."

ಆಬಾ ಪುನಃ ಒಮ್ಮೆ ಚಿಂತೆಗೊಳಗಾದ. ಮಾಳಗೆ ಸಾಹೇಬರು ಬಂದ್ರ ಸಾಹೇಬರು ಬರಾಂಗಿಲ್ಲ. ಏನ್ ಬಾನಗಡಿ ಆಬಾಗೆ ತಿಳಿಯದಾಯಿತು. ಕೇಳಿದ–

"ಸಾಹೇಬರೆ, ನೀವು ಒಬ್ಬರ ಆದ್ರೂ ಬರತಿರಿ ಅಲ್ಲ?"–ಆಬಾ ಪುನಃ ಮೂಲ ಪ್ರಶ್ನೆ ಕೇಳಿದ.

"ಹೌದು, ನಾನು ಬರ್ತೆನಿ. ಆದ್ರ..."

"ಆದ್ರ ಏನ್ ಸಾಹೇಬರೆ?"

"ಮಾನಧನದ್ದು ಏನು?"

"ಏನ್ ಹೇಳಾತಿರಿ?"

"ಮಾನಧನ, ಅಂದರೆ ನಾನು ಭಾಷಣ ಮಾಡಲು ಹೋದರೆ ಜನ ನನಗೆ ಹಣ ನೀಡುತ್ತಾರೆ. ಹಾಗೆ ನೀವು ಎಷ್ಟು ಕೊಡುತ್ತೀರಿ? ಆಬಾ, ನೀವು

ತುಂಬಾ ಒತ್ತಾಯ ಮಾಡ್ತಾ ಇದ್ದಿರಿ ಅಂತ ನಾನು 'ಆಯಿತು' ಎಂದೆ. ಬೇರೆ ಯಾರೆ ಆಗಿದ್ರೂ ನಾನು ಒಪ್ಪಿಕೊಳ್ಳುತ್ತಿರಲಿಲ್ಲ. ನಾನು ಸ್ವತಃ ಬಸ್ಸಿನಿಂದ ಬರುವೆ. ಎರಡೂವರೆ ನೂರು ರೂಪಾಯಿ ನೀಡುತ್ತೀರಾ?"–ಪ್ರಾಧ್ಯಾಪಕ ಚೌಕಾಶಿ ಮಾಡುತ್ತಿದ್ದ. ಈಗ ಅವನ ಶ್ರೀಮತಿ ಹೊಸ್ತಿಲಿನಲ್ಲಿ ಬಂದು ನಿಂತಿದ್ದಳು.

ಪ್ರಾಧ್ಯಾಪಕನ ಈ ಪ್ರಶ್ನೆಯಿಂದ ಆಬಾ ಗೊಂದಲಕ್ಕೆ ಈಡಾದ.

"ಏನ್ ಅಂದ್ರಿ ಸಾಹೇಬರೆ..."–ಆಬಾನನ್ನು ಮಧ್ಯದಲ್ಲಿ ನಿಲ್ಲಿಸಿ ಸೌಭಾಗ್ಯವತಿ ತನ್ನ ಗಂಡನಿಗೆ ನುಡಿದಳು–

"ರೀ, ಯಾಕ್ರಿ ಸುಮ್ಮನೆ ಚೌಕಾಶಿ ಮಾಡುತ್ತ ಕುಳಿತಿದ್ದೀರಿ? ಅವರು ಹಣ ನೀಡದಿದ್ದರೆ ನೀವು ಹೋಗಬೇಡಿ. ಇದ್ದ ಕಾರ್ಯಕ್ರಮಗಳನ್ನು ಮುಗಿಸುವುದರಲ್ಲಿಯ ನಿಮಗೆ ಸಾಕಾಗಿ ಹೋಗುತ್ತೆ!"

"ನಿಲ್ಲೆ ನೀನು! ಮಾತಾಡಬೇಡ."–ಪ್ರಾಧ್ಯಾಪಕ ಸೌಭಾಗ್ಯವತಿಗೆ ಸುಮ್ಮನಿಸಿರಿದ.

"ಮತ್ತೇನು ನಿರ್ಧರಿಸಿದಿರಿ ಆಬಾ? ರೀ, ಮಾನಧನವನ್ನು ನಾನೊಬ್ಬನೆ ಬೇಡುತ್ತೇನೆ ಅಂತ ಅಲ್ಲ. ಭಾಷಣ ಮಾಡುವ ಪ್ರತಿಯೊಬ್ಬರು ಕೇಳುತ್ತಾರೆ. ಕೆಲವೊಬ್ಬರು ಜಾಸ್ತಿ ಕೇಳ್ತಾರೆ. ಕೆಲವರು ಕಡಿಮೆ ಕೇಳುತ್ತಾರೆ ಅಷ್ಟೆ!"

"ಅಂದ್ರೆ ಭಾಷಣಾ ಮಾಡೋದು ಒಂದು ದಂಧಾನ ಆಗೇದ ಅನ್ರೀ."

ಪ್ರಾಧ್ಯಾಪಕ ಪ್ರಾಧ್ಯಾಪಕಿ ಭಾಷೆಯಲ್ಲಿ ತಿಳಿಸಲು ಪ್ರಾರಂಭಿಸಿದ.

"ಈಗ ಇಷ್ಟು ಆದರದಿಂದ ಹೇಳಾತಿರಿ ಅಂದ್ರ ನಾವೂ ಸಹ ನಮ್ಮ ಕಡೆಯಿಂದ ಹೂ ಇರದಿದ್ದರೂ ಹೂವಿನ ಪಕಳಿ ನೀಡೋಣು! ಕಾಲಿ ಕೈಯಿಂದ ಅಂತೂ ನಿಮಗ ಕಳಿಸುದಿಲ್ಲ!"

"ಸರಿ ಆಬಾ, ನಾನು ಕಾರ್ಯಕ್ರಮಕ್ಕೆ ಬರುತ್ತೇನೆ. ಕಾರ್ಯಕ್ರಮದ ದಿನ ನನ್ನನ್ನು ಕರೆದುಕೊಂಡು ಹೋಗಲು ಬಸ್‌ಸ್ಟ್ಯಾಂಡ್‌ಗೆ ಒಬ್ಬರನ್ನು ಕಳಿಸಿ. ಸರಿ. ಕಾರ್ಯಕ್ರಮ ಎಷ್ಟು ಗಂಟೆಗೆ ಇದೆ?"

"ಮಧ್ಯಾಹ್ನ ಹನ್ನೆರಡಕ್ಕ."

"ಹಾಗಿದ್ದರೆ ಖಂಡಿತಾ ಬರುವೆ."

ಆಬಾಗೆ ಈಗ ತುಂಬಾನೆ ಸಮಾಧಾನ ಅನ್ನಿಸಿತು. ಅವನು ಜೊತೆ ತಂದ ಚೀಲದಿಂದ ಇನ್ನೂ ಒಂದು ಚೀಲ ಹೊರಗೆ ತೆಗೆದು ಅದನ್ನು ಪ್ರಾಧ್ಯಾಪಕನ ಕೈಗೆ ನೀಡುತ್ತ ಅವನು ನುಡಿದ–

"ಸಾಹೇಬ್ರ, ಶೇಂಗಾ ತೆಗೊಳ್ರಿ, ಹುಡುಗರು ತಿನ್ನತಾವ ಅಂತ ತಂದೇರಿ."

"ರೀ, ಇದರ ಆವಶ್ಯಕತೆ ಏನ್ನಿತ್ತು?"–ಪ್ರಾಧ್ಯಾಪಕ ನೆಲಗಡಲೆ ಚೀಲವನ್ನು ತೆಗೆದುಕೊಂಡು ತನ್ನ ಹೆಂಡತಿಯ ಕೈಗೆ ನೀಡಿದ.

"ಸಾಹೇಬರ, ಪ್ರೀತಿಗೆ ಬೆಲೆ ಎಲ್ಲಿ? ಒಬ್ಬರು ಇನ್ನೊಬ್ಬರ ಮ್ಯಾಗಿನ ಪ್ರೀತಿಯಿಂದಲೇ ಇದನ್ನೆಲ್ಲ ಮಾಡಬೇಕಿರತದ. ಸರಿ, ನಡೀತಿನ್ರಿ."–ಕೈಯಲ್ಲಿ ಚೀಲವನ್ನು ತೆಗೆದುಕೊಂಡು ಆಬಾ ಎದ್ದ.

"ರೀ, ಚಹಾ ಕುಡಿದು ಹೋಗಿ."

"ಬ್ಯಾಡ್ರಿ ಬಿಸಿಲು ಜಾಸ್ತಿ ಆದ. ಚಹಾ ಯಾಕ? ಮತ್ತೊಮ್ಮೇ ಬರ್ತಿನಿ ಆವಾಗ ಕುಡಿತಿನ್ರಿ"

"ಸರಿ... ಸರಿ, ಹಾಗೆ ಇದ್ರೆ ನಡಿರಿ."

ಪ್ರಾಧ್ಯಾಪಕ ಆಬಾನನ್ನು ಕಳುಹಿಸಲು ಮನೆಯ ಹೊರಗೆ ಬಂದ. ಆಬಾ ಅವರಿಂದ ಬೀಳ್ಕೊಟ್ಟ, ಬಸ್ ನಿಲ್ದಾಣದ ದಿಸೆಯಲ್ಲಿ ಆಬಾ ಹೊರಟ.

ಆಬಾನ ಮನಸ್ಸಿನಲ್ಲಿಯ ಅನೇಕ ಕಲ್ಪನೆಗಳಿಗೆ ಧಕ್ಕೆಯಾಗಿತ್ತು. ಅನೇಕ ಹೊಸ ವಿಷಯಗಳನ್ನು ತಿಳಿದುಕೊಂಡಿದ್ದ. ಸಿಹಿ–ಕಹಿ ಅನುಭವಗಳನ್ನು ಅವನು ತೆಗೆದುಕೊಂಡು ಹೊರಟಿದ್ದ.

ಹೊಲೆಯರ ಸೊಸಾಯಿಟಿ ಕುರಿತು ಅನೇಕ ಚರ್ಚೆಗಳು ಪ್ರಾರಂಭವಾದವು. ಬೀದಿ–ಬೀದಿಯಲ್ಲಿ ಜನ ಹರಟೆ ಹೊಡೆಯುವಾಗ ಈ ಸೊಸಾಯಿಟಿ ಕುರಿತು ಅನೇಕ ತರ್ಕ ಮಾಡುತ್ತಿದ್ದರು. ಕೆಲವರು ನುಡಿಯುತ್ತಿದ್ದರು–

"ಸರ್ಕಾರ ಈ ಹೊಲೆಯರಿಗೆ ಸವಲತ್ತು ಕೊಟ್ಟು ತಲಿ ಮ್ಯಾಗ ಕುಂದ್ರಸೆತಿ. ಕಣ್ಣು ಮ್ಯಾಗ್ ಮಾಡಿ ನೋಡು ಧೈರ್ಯ ಇರಲಿಲ್ಲ. ಈಗ ಗುರಾಯಿಸ್ತಾರ,"

ಕೆಲವರು ಹೀಗೂ ನುಡಿಯುತ್ತಿದ್ದರು–"ಏನಾದ್ರೂ ಆಗಲಿ, ಹೊಟ್ಟೆ ತುಂಬಿಕೊತಾರ ಪಾಪ. ನಮ್ಮದೇನು ಹೋಗ್ತದ?"

ಹೊಲೆಯರು ಸಂತಿಗೆ ಎಂದು ಪೇಟೆಗೆ ಹೋದರೆ ಅಂಗಡಿಯವರು ಕೇಳುತ್ತಿದ್ದರು–

"ಏನೋ, ಸೊಸಾಯಿಟಿ ಜೊತಿ ಅಂಗಡಿನು ಹಾಕ್ತಾರಂತ ಹೊಲ್ಯಾಸೂಳೆಮಕ್ಕಳು...

ಹಾಕ್ರಿ ಮಕ್ಕಾ... ಅಂಗಡಿ ಹಾಕ್ರಿ, ಕಾರ್ಖಾನೆ ಹಾಕ್ರಿ. ಆದ್ರ ಹೇಳಿ ಇಡತೇವಿ, ಒಂಬತ್ತ ದಿನ ಆದ ಮ್ಯಾಲೆ ಇಲ್ಲೆ ಬರ್ತಿರಿ ಹಡಸಾಕ."

ಹೊಲೆಯರಿಗೆ ಇವರಿಗೆಲ್ಲ ಉತ್ತರಿಸಿ ಸಾಕಾಗಿ ಹೋಗಿತ್ತು. ಸವರ್ಣಿಯರು ಅವರಿಗೆ ಹೀನಾಯವಾಗಿ ಬೈಯುತ್ತಿದ್ದರು.–"ಏನ್ ಮಾಡ್ತಾರ ಸೂಳೆ ಮಕ್ಕಳು, ಇಷ್ಟೊಂದು ಬುದ್ಧಿವಂತರು ಆಗಿದ್ರ ಯಾಕ ಅಡ್ಡಾಡತಿದ್ರು ಸಗಣಿ ತಕ್ಕೊಂತ? ಮುಕಳಿ ಮುಚ್ಚಿಕೊಳ್ಳಾಕ ತುಂಡ ಚಿಂದಿ ಅರಿವಿ ಇಲ್ಲ ಇವರಕಡೆ, ಆದ್ರೂ ದೊಡ್ಡದಾಗಿ ಕಿಸಿತಾರ."

ಸೊಸಾಯಿಟಿ ಕೆಲ್ಸಕ್ಕೆ ಗತಿ ಬಂದ ಹಾಗೆ, ಜನರ ಚುಚ್ಚು ಮಾತುಗಳು ಹೆಚ್ಚುತ್ತಲೇ ನಡೆದಿದ್ದವು. ಒಮ್ಮೆ ಮಾಡಿಯೇ ತೋರಿಸೋಣ ಎಂಬ ಕಿಚ್ಚು ದಲಿತರಲ್ಲೂ ಹೊತ್ತಿಕೊಂಡಿತು.

ಎಂಟು

ಇವತ್ತು ಶನಿವಾರದ ಸಂತೆ. ಸಂಜೆ ಐದು ಗಂಟೆ ಆಗುತ್ತಿದ್ದ ಹಾಗೆ ಚಾವಡಿಯ ಮುಂದೆ ಜನರ ಜಮಾವಣೆ ಪ್ರಾರಂಭವಾಗಿ ಬಿಡುತ್ತದೆ. ಸಂತೆಯ ದಿನ ಎಂದು ಗಂಡಸರು ಸಂಬಳ ತೆಗೆದುಕೊಂಡು ಬೇಗನೆ ಮನೆಗೆ ಮರಳುತ್ತಾರೆ. ಮಕ್ಕಳು ಮರಿಗಳನ್ನು ತೆಗೆದುಕೊಂಡು ಹೆಂಗಸರು ಸಂತೆಗೆ ಹೋದರೆ, ಗಂಡಸರು ಬೀಡಿ ಸೇದುತ್ತ, ಎಲೆ ತಂಬಾಕು ಅಗಿಯುತ್ತ ಚಾವಡಿಯಲ್ಲಿ ಆರಾಮವಾಗಿ ಕುಳಿತಿದ್ದರು. ಒಳಗಡೆ ಕೆಲವರು ಎಲೆಯಾಡುತ್ತ ಕುಳಿತಿರುತ್ತಿದ್ದರು. ಹಿಂದೆ ಇಸ್ಪೀಟ್ ಆಟ ತುಂಬಾನೆ ರಂಗೇರುತ್ತಿತ್ತು. ವಿಶೇಷತಃ ಮಳೆಗಾಲದಲ್ಲಿ ಹಾಗೂ ರಾತ್ರಿಯಾದರೂ ಸಹ ಈ ಆಟವೇನು ಮುಕ್ತಾಯವಾಗುತ್ತಿರಲಿಲ್ಲ. ಸದಾ, ಆಬಾ, ಮಲ್ಲಪ್ಪಾ ಮುಂದಾಳತ್ವ ವಹಿಸಿ ಈ ಆಟವನ್ನು ಅನೇಕ ಸಲ ನಿಲ್ಲಿಸಿದ್ದರು. ಜೂಜಿನ ರುಚಿಕಂಡ ಜನ ಆನಂತರ ತಳೋಬಾನ ದೇವಸ್ಥಾನದಲ್ಲಿ ಆಡುತ್ತ ಕುಳಿತಿರುತ್ತಿದ್ದರು. ಇತ್ತೀಚೆಗೆ ಚಾವಡಿಯಲ್ಲಿ ಪುನಃ ಆಟ ಶುರುವಾಗಿತ್ತು. ಸದಾ, ಆಬಾ, ಮಲ್ಲಪ್ಪ ಇವರಲ್ಲಿ ಯಾರದೇ ಒಬ್ಬರ ಧ್ವನಿ ಕೇಳಿ ಬಂದರೂ ಸಹ ಆಟವನ್ನು ನಿಲ್ಲಿಸಿ ಬಿಡಲಾಗುತ್ತಿತ್ತು. ಅವರು ಹೊರಟು ಹೋದ ಮೇಲೆ ಆಟ ಪುನಃ ಪ್ರಾರಂಭವಾಗುತಿತ್ತು.

ಧ್ವಜದ ಕಟ್ಟೆಯ ಮೇಲೆ ನಪುಂಸಕ ಬೀರು ಹಾಗೂ ಡೋಲ್ಯಾ ಪಶ್ಯಾ ಯಾರದೊ ಒಬ್ಬರ ಕಿತಾಪತಿ ಮಾಡುತ್ತ ಕುಳಿತುಕೊಂಡಿದ್ದರು. ಈ ಇಬ್ಬರೂ ಸೇರಿದರೆ ಸಾಕು ನಗುವಿಗೆ ಏನು ಬರವಿರುತ್ತಿರಲಿಲ್ಲ. ಈ ಇಬ್ಬರೂ ಯಾವಾಗ, ಯಾರನ್ನುಪೇಚಿಗೆ ಸಿಲುಕಿಸುತ್ತಾರೆ ಎಂದು ಹೇಳಲು ಸಾಧ್ಯವಿರಲಿಲ್ಲ. ನಪುಂಸಕ ಬೀರುವಿನ ಹೆಂಡತಿ ಯಾರೊಂದಿಗೋ ಓಡಿ ಹೋಗಿದ್ದಳು. ಅವನಿಗೆ ತನ್ನ ನಪುಂಸಕತೆಯ ಬಗ್ಗೆ ಎಂದೂ ಬೇಜಾರವಾಗಿರಲಿಲ್ಲ. ಬೀದಿಯಲ್ಲಿಯ

ಎಲ್ಲರಿಗಿಂತ ಹೆಚ್ಚಾಗಿ ಅವನು ಡೋಲ್ಯಾ ಪಶ್ಯಾನೊಂದಿಗೆ ಆತ್ಮೀಯನಾಗಿದ್ದ! ಕೆಲ ಬುದ್ಧಿವಂತ ಜನ ಈ ಇಬ್ಬರ ಗೆಳೆತನಕ್ಕೆ ಬೇರೇನೆ ಅರ್ಥ ಕಲ್ಪಿಸಿದ್ದರು.

"ಬೀರು ನಿನ್ನ ಮುಂದಿನ ಜೀವನಾ ಹೇಂಗೋ?"–ಪಶ್ಯಾ ಬೇಕು ಅಂತಾನೆ ಬೀರುವಿಗೆ ಕಾಡಿಸಬೇಕೆಂದು ಈ ಪ್ರಶ್ನೆ ಕೇಳಿದ.

"ಡೋಲ್ಯಾ ನನ್ನ ಚಿಂತಿ ನಿನಗ್ಯಾಕೊ? ದೇವ್ರು ಹೇಂಗ್ ಹುಟ್ಟಿಸಿಯಾನೊ ಹಂಗ್ ಕರಕ್ಕೊಂಡು ಹೋಗ್ತಾನ ಬಿಡು."

"ಹಂಗಲ್ಲೊ ನಾ ಸಹಜಿಕ ಕೇಳಿದೆ. ಈಗ ಕೈ–ಕಾಲಿನ್ಯಾಗ ಶಕ್ತಿ ಐತಿ. ಆವಾಗ ಇರಾಂಗಿಲ್ಲ. ನಾಳೆ ವಯಸ್ಸಾದಾಗ ಬಾಯಿನ್ಯಾಗ ನೀರೂ ಹಾಕಾಕಾದ್ರೂ ಯಾರರ ಬೇಕೊ ಬ್ಯಾಡೊ!ನೀನ ಹೇಳು?"

"ನೀ ಯಾಕ ಅದಿ?"

"ಹಂಗ್ ಅಲ್ಲೊ ನೀ ಈ ರೂಪಾ ಯಾಕ ತೊಗೊಂಡಿ?"

"ಯಪ್ಪ, ನಾನೇನೂ ಕೇಳಿ ತಗೊಂಡೆ ಏನೊ? ಅವ್ವ ಎಲ್ಲಮ್ಮನ ಮನಸಿನ್ಯಾಗ ಬಂತು ಆಕೀನ ಕೊಟ್ಟಳು. ಅದಕ್ಕ ನಾನೇನು ಮಾಡಲಿ?"

"ನಿಮ್ಮವ್ವನ, ಎಲ್ಲಮ್ಮ ನಿನ್ನನ್ನ ಹುಟ್ಟಿಸಿದಾಳೇಣು?"

"ಏ ಬಾಡ್ಕೋ, ಬಾಳ ಹಾರಾಡಾಕ ಹೋಗಬ್ಯಾಡಾ. ದೇವಿ ಬಾಳ ಕಟ್ಟುನಿಟ್ಟು, ಅವಳು ತಲಿ ಮ್ಯಾಲೆ ಜಗತ್ತು ನೀಡ್ಯಾಳು. ನಾನು–ನಾನು ಅನ್ನುವವರಿಗೆ ಸೀರಿ ಉಡಿಸಿದಳು. ಈಗ ಬಾಳ ದೂರ ಯಾಕಪ್ಪ, ಆ ತವಣಪ್ಪ ಜೋಗ್ಯಾ ಗೊತ್ತಿಲ್ಲೋ?ಪಾಟೀಲರ ಬಾವಿ ಕೆಲ್ಸಕ್ಕ ಹೋಗ್ತಿದ್ದ. ಬಾವಿ ಎಷ್ಟ ಆಳಕ್ಕೆ ಹೋತು ಅಂದ್ರ ಮ್ಯಾಗ್ ನಿಂತು ನೋಡಿದ್ರ ತಲಿ ಸುತ್ತಾಕ ಶುರು ಆಗಿತ್ತು. ಸುರಂಗದ ಕೆಲ್ಸಾ ಶುರುಯಿತ್ತು. ತವಣ್ಯಾ ಬಂದ ದಿನ ತಮಾಷೆನೆ ಮಾಡಿದ. ತಲಿಗೆ ಕೈ ಹಚ್ಚಿದ ಅವನು ಕಲ್ಲಿನ ಪಟ್ಟಿಯನ್ನು ಮ್ಯಾಗ ತಂದ. ಎಲ್ಲಾರೂ ಆಶ್ಚರ್ಯ ಪಟ್ಟರು."

ಅವರು ತವಣ್ಯಾಗ ಹತ್ರ ಕರಿದು ಕೇಳಿದ್ರು–'ಏ ತವಣ್ಯಾ, ಕೈ ಬಿಟ್ಟು ಪಟ್ಟಿ ಹೇಂಗ್ ತಂದಿ?'

ಅದಕ್ಕೆ ತವಣ್ಯಾ ಹೇಳಿದ–"ಮೈಯೊಳಗ ಎಲ್ಲವ್ವ ಇದ್ದಾಳ. ಆಕಿನ ಮಾಡ್ತಾಳ."

ತವಣ್ಯಾನ ಮಾತು ಕೇಳಿ ಎಲ್ಲಾರೂ ಬಿದ್ದು–ಬಿದ್ದು ನಕ್ಕರು.

"ನೀ ಇಲ್ಲದನ್ನೆಲ್ಲ ಹೇಳಾಕ್ ಹೋಗಬ್ಯಾಡ, ನಿನ್ನ ಮಯ್ಯಾಗನು ಎಲ್ಲವ್ವ ಬರಬಹುದಾ?"

"ಇಲ್ಲಪ್ಪ, ನಾನು ಖರೇನ ಹೇಳಾತೆನಿ, ನನ್ನ ಮೈಯಾಗ ಎಲ್ಲವ್ವ ಸಂಚಾರ ಮಾಡ್ತಾಳ."–ಅವನು ಮನಸ್ಸಿಂದ ಹೇಳಿದ. ಆದ್ರ ಜನರಿಗೆ ಅದೇನು ಖರೆ ಅನ್ನಿಸಲಿಲ್ಲ. ಒಬ್ಬ ಕೇಳಿದ–

"ಏ ತವಣ್ಯಾ, ನೀ ಹೇಳಾತಿ ಅಲ್ಲ ನಿನ್ನ ಮೈಯಾಗ ಎಲ್ಲವ್ವ ಬರ್ತಾಳ ಅಂತ. ಹಂಗಿದ್ರ ಸಿದ್ಧ ಮಾಡಿ ತೋರಿಸು." ಅವನ ಮಾತಿಗೆ ಎಲ್ಲರೂ ಬೆಂಬಲ ನೀಡಿದರು.

"ಹ... ಹ... ಅವ್ವನ ಶಕ್ತಿ ತೋರಿಸು ತವಣ್ಯಾ!"–ಜನ ಒಂದೆ ಸವನೆ ಗದ್ದಲ ಶುರು ಮಾಡಿದ್ರು. ಅದನ್ನ ಕೇಳಿ ತವಣ್ಯಾ ಕೂಗಿ ಹೇಳಿದ–"ನಾನು ಏನ್ ಮಾಡಬೇಕು ಅದ್ದನ್ನಾದ್ರು ಹೇಳ್ರಿ?"

ಜನ ವಿಚಾರ ಮಾಡೋಕೆ ಶುರು ಮಾಡಿದ್ರು. ಶ್ರೀಕ್ಯಾಗ ಏನೋ ಹೋಳಿತು. ಓಡಕೊಂಡ ಹೋಗಿ ಬಾವಿ ಮ್ಯಾಲೆ ಇಟ್ಟಿದ್ದ ಕೊಡಾ ತೊಗೊಂಡು, ತಂದು ತವಣ್ಯಾ ನಕೈಗೆ ಕೊಟ್ಟು ಎಲ್ಲಾ ಗಂಡಸರಿಗು ಹೇಳಿದಾ,–"ನೋಡ್ರಪ್ಪ, ಇದು ಖಾಲಿ ಕೊಡಾ ತವಣ್ಯಾ ಮ್ಯಾಲೆ ಶಿಂಬಿ ತೊಗೊಬಾರದು. ಕೊಡಕ್ಕೆ ಕೈನೂ ಹಚ್ಚಬಾರದು. ಬಾವಿಯೊಳಗೆ ನೀರು ತುಂಬಬೇಕು. ತಲಿ ಮ್ಯಾಲೆ ಇಟಿಕೊಬೇಕು. ಸರಳ ಮ್ಯಾಗ ಬರಬೇಕು. ತಲಿ ಮ್ಯಾಗಿನ ಕೊಡಕ್ಕ ತವಣ್ಯಾ ಕೈ ಹಚ್ಚಿದ್ರ ಅಥವಾ ಕೊಡಾ ನೆಲಕ್ಕೆ ಬಿದ್ರ ತಿಳಕೊಬೇಕು, ಏನಂದ್ರ ಇವನ ಮೈಯಾಗ ದೇವ್ರು–ಗೀವ್ರು ಇಲ್ಲ ಅಂತ, ಮತ್ತು ತಿಳಿರಿ, ಅಂವಾ ನಾವು ಹೇಳಿದಂಗ ಒಂದು ವೇಳೆ ಕೊಡಾತಂದ್ರ ನಾವೆಲ್ಲಾ ಅವನ ಭಕ್ತರಾಗಬೇಕು."

"ಏನೋ ತವಣ್ಯಾ, ಮಂಜೂರ ಐತಿ ಏನು?"

"ಮಂಜೂರ... ಮಂಜೂರ!"–ಎಂದು ಜನ ನುಡಿದರು. '

ಬೀರು ಮೆಲ್ಲಗೆ ಪಶ್ಯಾನ ತೊಡಿ ಚೂಟಿದ ಹಾಗೂ ನುಡಿದ–

"ಹೇಳೋ ಪಶ್ಯಾ, ಏನ್ ಆಗಿರಬೇಕು?"

"ನೀನ ಹೇಳಪ್ಪಾ,"–ದಂಗಾಗಿ ಹೋಗಿದ್ದ. ನಪುಂಸಕ ಮತ್ತೆ ಮಾತಾಡಲು ಪ್ರಾರಂಭಿಸಿದ–

"ಮತ್ತ ತವಣ್ಯಾ ಕೊಡ ತಗೊಂಡಾ ಬಾವಿಯೊಳಗೆ ಇಳಿದ, ಕೊಡಾನ ನೀರಾಗ ಮುಳಿಗಿಸಿದ. ತಲಿಮ್ಯಾಗ ತಗೊಂಡ, ಎರಡು ಕೈ ಕೆಳಗ ಬಿಟ್ಟ ಮ್ಯಾಗ್ ಬಂದ. ಬಾವಿ ಮ್ಯಾಗಿನ ಮಂದಿಯೆಲ್ಲ ಒಮ್ಮೆ ಜೋರಾಗಿ ಅಂದ್ರು 'ಉಧೋ ಯವ್ವ ಯಲ್ಲವ್ವ ಉಧೋ sss' ಆ ಪಾಟೀಲ ಸಹ ತರುಣ್ಯಾನ ಕಾಲಿಗೆ ಬಿದ್ದ. ದೇವಿ ಬಾಳ ಕಡಕ ಇದ್ದಾಳ ಯಾರ ಮೈಯಾಗ ಬರ್ತಾಳ ಹೇಳಾಕ ಬರಾಂಗಿಲ್ಲ." ನಪುಂಸಕ ಕಥೆ ಹೇಳಿ ಮುಗಿಸಿದ.

"ಬಿರಾ ನೀನು ಹೇಳೋದು ಖರೆ. ಆದ್ರ ಒಂದ್ ಹೇಳು, ಈಗ ನಮ್ಮ ಚಂದಿ ಜಡಿ ಕತ್ತರಿಸಿದರೂ ಇಲ್ಲೊ?"–ಪಶ್ಯಾ ಸಂಶಯದಿಂದ ಕೇಳಿದ.

"ಹೌದು ಈಗ ಚಂದಿ ಮದ್ವಿ ಮಾಡಕೋತಾಳಂತ!"

"ಪಾಯಿಂಟ್ ಹೇಳ್ತಿನಿ ಕೇಳು, ಆಬಾ ಜಡಿ ಕತ್ತರಿಸಿದ್ರೂ ಅವರಿಗೆ ಏನಾದ್ರೂ ಆತೇನು ಹೇಳು?"

"ಅದು ಏಕಾಏಕಿ ಆಗೋದಿಲ್ಲ. ಯಲ್ಲವ್ವ ಏನು ಹುಚ್ಚಿಯೇನು? ಆಕಿ ಮನಸ್ಸಿನ್ಯಾಗ ಯಾವಾಗ ಬರ್ತದ ಹೇಳಾಕ ಬರಾಂಗಿಲ್ಲ."–ನಪುಂಸಕ ಹಾಗೂ ವಿಶ್ವಾನ ಮಾತುಕತೆ ಅದೆಷ್ಟು ಹೊತ್ತಿನವರೆಗೆ ನಡೆದೆಯಿತ್ತೊ ಯಾರಿಗೆ ಗೊತ್ತು. ನಪುಂಸಕ ಜೊತೆಗೆ ಇದ್ರೆ ವಿಷಯಗಳಿಗೇನು ಬರವಿರಲಿಲ್ಲ. ಯಾರ ಹೆಂಡತಿ ಓಡಿ ಹೋದಳು. ಯಾರ ಹೆಂಡತಿಗೆ ದಿನ ಕಳೆದವು ಎಂಬುದರ ಮಾಹಿತಿ ಇವನೆಡೆ ಇರುತಿತ್ತು.

"ಪಶ್ಯಾ ಏನ್ ವ್ಯವಸ್ಥೆ?"–ನಪುಂಸಕ ಚಹಾದ ವಿಷಯ ಪ್ರಸ್ತಾಪ ಮಾಡಿದ.

"ನಿಮ್ಮವ್ವನ, ಯಾವಾಗಲೂ ಹೀಂಗ್ ಅಳ, ನೀ ಎಂದಾದ್ರು ಗೆಳಯ್ಯಾಗ ಕುಡಿಸಿ"

"ಏನು ಮಾಡೋದಪ್ಪ, ನಾನು ಸಂಸಾರಸ್ಥ, ಪಗಾರಿನ್ನಾಗ ಸ್ವಲ್ಪ ಆಕಡೆ ಈಕಡೆ ಆದ್ರೆ ಹೆಂಡತಿ ಹರಿದು ತಿನ್ನತಾಳ."

ನಪುಂಸಕ ತನ್ನ ಜೇಬಿಗೆ ಕೈ ಹಾಕಿದ. ಚಿಲ್ಲರೆ ಹೊರಗೆ ತೆಗೆದ. ಅಂಗೈಯಲ್ಲಿಇಟ್ಟುಕೊಂಡು ಎಣಿಸಿದ ಹಾಗೂ ನುಡಿದ–

"ನಡಿಯೋ ಹೋಗಿ ಅರ್ಧಾ, ಅರ್ಧಾ ಚಹಾ ಕುಡಿದು ಬರೋಣು."

ಅಷ್ಟರಲ್ಲಿ ಪಶ್ಯಾನ ಹೆಂಡತಿ ಸಂತೆ ಮುಗಿಸಿಕೊಂಡು ಮರಳಿ ಬರುತ್ತಿರುವುದು ಕಂಡಿತು. ಗಂಡನ ಮೇಲೆ ಗದರಿದಳು–

"ರೀ, ದಿನಾ ಮುಳುಗಿತು. ಪ್ರಾಣಿಗಳಿಗೆ ಮೇವು ಹಾಕಿದರೂ ಇಲ್ಲೊ? ಉಪ್ಪು ಹಚ್ಚಿಕೊಂಡು ಅಡ್ಡ ಬೀಳಲಿ ಏನು? ಮನ್ಯಾಗ ಕುಡಿಯಾಕ ಹನಿ ನೀರ್ ಇಲ್ಲ. ಕಾಳು ಬೀಸಕೊಂಡು ಬರಬೇಕು, ನಡಿರಿ."

ಪಶ್ಯಾನ ಹೆಂಡತಿ ಅಂದ್ರೆ ಒಂದು ರೀತಿಯ ಗಯ್ಯಾಳಿ. ಎಲ್ಲಿಯಾದ್ರೂ ನಿಂತು ಗಂಡನಿಗೆ ಮಾತನಾಡಲು ಅವಳೇನು ಹೆದರುತ್ತಿರಲಿಲ್ಲ. ಅವಳ ಮಾತು ಕೇಳಿ ಚಾವಡಿಯ ಜನ ನಗಲು ಪ್ರಾರಂಭಿಸಿದರು. ಪಶ್ಯಾಗೆ ಸ್ವಲ್ಪ ಕೋಪ ಬಂದಿತು. ಅವನು ಕೋಪದಿಂದ ನುಡಿದ–

"ಬಂದೆ ನಡಿ, ಎಲ್ಲೊ ಸಾಯಾಕ ಹೋಗಾಂಗಿಲ್ಲ."

"ಮಸ್ತ್ ಸಾಯಿತಿರಿ. ನಿಮ್ಮದು ಏನ್ ಹೋಗ್ತದ? ಇವುಗಳನ್ನ ತಗದ ಇಟ್ಟಿರಿ. ಇವುಗಳನ್ನ ಯಾರ ಸಂಭಾಳಿಸಬೇಕು?"–ಪಾರು ದಿನ್ನೆ ಮೇಲಿನ ಮಗನನ್ನು ಮುಂದೆ ಮಾಡಿ ಕೇಳಿದಳು.

"ಏ ಹೋಗತ್ತಿನೊ ಇಲ್ಲೊ ಮನಿಗೆ? ನಾಲ್ಕು ಮಂದಿ ನೋಡ್ತಾರ ನಿಮ್ಮವ್ವನ. ಯಾವಾಗಲೂ ನಿಂಗ್ ಸಂಸಾರ ನೆನಪಾಗ್ತದ. ಬಾಯಿ ಮುಚ್ಚಿಕೊಂಡು ಹೋಗ ಇಲ್ಲದಿದ್ದರ ಬಾಯಿ ಮ್ಯಾಲೆ ಚಪ್ಪಲಿ ಹೊಡೆತಾ ಬಿದ್ದಾವು. ಇಕಿನವ್ವನ, ಮಂದಿನ ನೋಡಿದ್ರ ಸಾಕು ಈಕಿ ಮಯ್ಯಾಗ ದೆವ್ವ ಬರ್ತದ."

ಪಶ್ಯಾನ ಬೈಗುಳ ಕೇಳಿ ಪಾರು ಬಾಯಿ ಮುಚ್ಚಿಕೊಂಡು ಮನೆಯೆಡೆ ಹೊರಟಳು.

ಬೀರುನ ಹೆಗಲ ಮೇಲೆ ಕೈ ಹಾಕುತ್ತ ಪಶ್ಯಾ ನುಡಿದ–

"ನಿಂದ ಚಲೋ ಐತಿ ಮಗನೆ, ಹೆಂಡತಿ ಇಲ್ಲ. ಮಕ್ಕಳಿಲ್ಲ. ನಮಗಂತೂ ಯಾವಾಗ ನೋಡಿದ್ರು ಕಿರಿಕಿರಿ."

"ಆದ್ರೆ ಅದನ್ನ ಮಾಡಕೊಳಾಕ ಯಾರ್ ಹೇಳಿದ್ರು?"

"ನಡಿಯೊ ನಿಮ್ಮವ್ವನ... ನೀನಾದರೂ ಯಾರ್ ಒಳ್ಳೆ ಮಾತು ಕೇಳಿ?"

ಇಬ್ಬರೂ ಬಸ್‌ಸ್ಟ್ಯಾಂಡ್‌ಗೆ ಹೊರಟರು.

ತಾರಾ ಜೋಗತಿಯ ಮನೆ ಸ್ಟಾಂಡಿನ ದಾರಿಯಲ್ಲಿಯೇ ಇತ್ತು. ಸೊಪ್ಪು ಸ್ವಚ್ಛಮಾಡುತ್ತ ಅಂಗಳದಲ್ಲಿ ಕುಳಿತಿದ್ದಳು. ಹಣೆಯ ಮೇಲೆ ಕಾಸಗಲದ ಕುಂಕುಮ, ಮೈಮೇಲೆ ಕೆಂಪು ಸೀರೆ, ಹಾಲಿನಂತೆ ಶುಭ್ರ ಅವಳ ಮೈಬಣ್ಣ, ಅದರ ಮೇಲೆ ಸಂಜೆಯ ಕಿರಣಗಳು ಬೀಳುತ್ತಿದ್ದ ಹಾಗೆ ಅವಳು ಇನ್ನೂ ಸುಂದರವಾಗಿ ಕಾಣಿಸುತ್ತಿದ್ದಳು. ರಸ್ತೆಯ ಮೇಲೆ ಬರುವ–ಹೋಗುವ ಗಂಡಸರು ಸುಮ್ಮನೆ ಅವಳ ಮನೆಯ ಮುಂದೆ ಸುಳಿದಾಡುತ್ತಿದ್ದರು. ಆದರೆ ತಾರಾ ತುಂಬಾ ಕೆರೆಯ ನೀರು ಕುಡಿದಿದ್ದಳು. ಅವಳು ಯಾರ ಬಲೆಗೂ ಬಿದ್ದಿರಲಿಲ್ಲ. ಹೊಲೆಗೇರಿಯ 'ಅಪ್ಪಾ' ಅವಳನ್ನು ಇಟ್ಟುಕೊಂಡಿದ್ದ. ಅಪ್ಪಾ ಹಾಗೆ ನೋಡಿದ್ರೆ ಸಂಸಾರಸ್ಥ ಮನುಷ್ಯ. ಅವನಿಗೆ ಹೆಂಡತಿ–ಮಕ್ಕಳು ಇದ್ದರು. ಆದರೆ ತಾರಿಯ ಪ್ರೀತಿಯಲ್ಲಿ ಕುರುಡನಾಗಿ ಹೋಗಿದ್ದ. ದಿನ ರಾತ್ರಿ ತಾರಿಯೆಡೆ ಬಿದ್ದಿರುತ್ತಿದ್ದ. ಸಿಕ್ಕ ಹಣವನ್ನು ಅವಳ ಕೈಗೆ ಹೋಗಿ ನೀಡುತ್ತಿದ್ದ. ಅವನ ಹೆಂಡತಿ ಮಂಜುಳಾ ಪ್ರತಿದಿನ ಗಂಡ ಹಾಗೂ ತಾರಿಯ ಹೆಸರಿನಿಂದ ಬಾಯಿ ಬಡೆದುಕೊಳ್ಳುತ್ತಿದ್ದಳು. ಮನೆಯ ಖರ್ಚಿಗೆ ಒಂದೇ–ಒಂದು ರೂಪಾಯಿ ಸಹ ಅವನಿಂದ ಸಿಗದೇಯಿದ್ದ ಕಾರಣ ಉಪವಾಸವೇ ಗತಿಯಾಗಿತ್ತು. ಅವಳ ಒಬ್ಬಳ ದುಡಿಮೆಯಲ್ಲಿ ಅವಳ ಹಾಗೂ ಎರಡು ಮಕ್ಕಳ ಹಾಗೊ–ಹೀಗೊ ಹೊಟ್ಟೆ ತುಂಬಿ ಕೊಳ್ಳಬೇಕಿತ್ತು...

"ಏನ್ ತಾರಾ, ಏನ್ ಮಾಡಾತಿ?"–ನಪುಂಸಕ ತಾರಾಗೆ ಕೆದಕಿದ.

"ಪಲ್ಯೆ ಸ್ವಚ್ಛ ಮಾಡಾತೇನಿ."

"ಏನ್ ಅಂತಾಳು ಎಲ್ಲವ್ವ."

"ಬಿರ್ಯಾಗ ನಪುಂಸಕ ಮಾಡಿ ಬಿಟ್ಟೆನಿ"–ಅಂದಳು. ಚೇಷ್ಟೆ, ಅವನ ಮೈಮೇಲೆಯೇ ಬಂತು.

"ಏನಂದಿ..."

"ಏ ಬಾಡಕೊ, 'ಏಕವಚನ'ದಾಗ ಮಾತಾಡಾಕ್ ನಾ ನಿನ್ನ ಹೆಂಡತಿ ಏನು?"

"ಮಸ್ತ ಬಿಡು, ಆದ್ರೆ ಯಾರ ಮದ್ವಿ ಆಗ್ತಾರ ಜೋಗವ್ವನ ಜೊತಿಗೆ?"

"ನಡಿ ನಡಿ, ಬಂದ್ ಮದ್ವಿ ಮಾಡಕೊಳ್ಳಾಕ! ನಿನ್ನ ಸ್ವಂತ ಹೆಂಡತಿ ಓಡಿ ಹೋದ್ರು ನಿನ್ನ ನಪುಂಸಕತೆ ಮ್ಯಾಲೆ ಇನ್ನೂ ನಿನ್ನ ಸೊಕ್ಕ ಇಳಿದಿಲ್ಲ? ಹೇಳಿ ಕೇಳಿ ಷಂಡಾ ಆದ್ರೂ ಗಂಡಸನಂಗ ಧೀಮಾಕ ಬ್ಯಾರೆ."–ತಾರಾ ಒಂದೇ ಮಾತಿನಲ್ಲಿ ಅವನಿಗೆ ನೀರು ಇಳಿಸಿದಳು.

ಸುಮ್ಮನೆ ಇದ್ದ ಪಶ್ಯಾ ಈಗ ವಾದವನ್ನು ಬಗೆಹರಿಸಲು ಇಬ್ಬರ ಮಧ್ಯೆ ಮಾತಾಡಲು ಪ್ರಾರಂಭಿಸಿದ–

"ಏ ತಾರಾ, ಯಾಕವ್ವ ಮಣ್ಣು ಎರಚತಿ? ತಿನ್ನಾಕ ಸ್ವಲ್ಪ ಎಲಿ ಕೊಡು ನೋಡುಣು." ಪಶ್ಯಾ ತಾರಾನ ಮುಂದ ಕುಳಿತುಕೊಳ್ಳುತ ನುಡಿದ.

ತಾರಾನ ಸಿಟ್ಟು ಇನ್ನೂ ಇಳಿದಿರಲಿಲ್ಲ. ಅವಳು ಪುನಃ ತನ್ನ ಮೂಗಿನ ಹೊರಳುಗಳನ್ನು ಅಗಲಿಸುತ್ತ ನುಡಿದಳು–

"ಯಾಕ್ರೀ ಪಶುಮಾಮಾ, ನನ್ನ ಮನಿ ಏನು ನಿಮಗೆ ಪಾನಪಟ್ಟಿ ಅಂಗಡಿ ಅನ್ನಿಸಿತು ಏನು? ಬರುವಾಗ ಎಲಿ. ಹೋಗುವಾಗ ಎಲಿ. ನನ್ನ ಯಜಮಾನಾ ಎಲಿ ತೋಟ ಇಟ್ಟುಕೊಂಡಿಲ್ಲ."

"ಬರಿಗೈದಾಸ ಯಾಕ ಬೇಕು? ಇಟ್ಟುಕೊಬೇಕು ಒಬ್ಬ ಎಲಿ ತೋಟದಾಂವನ... ಏನೋ ಪಶ್ಯಾ?"–ನಪುಂಸಕ ಪುನಃ ತಾರಾನ ಕಾಲು ಎಳೆದ. ಆದರೆ ತಾರಾ ಏನೂ ಕಡಿಮೆ ಇರಲಿಲ್ಲ. ಅವಳೆಂದಳು–

"ಏ ನೋಡೋ ಷಂಡಾ, ನೀ ಹೇಳಿ–ಕೇಳಿ ಷಂಡ ಅಲ್ಲೇನು? ಹಂಗ್ ಇದ್ದ ಮ್ಯಾಗ ನೀನು ಸೀರಿ ಉಡು, ಹೋಗು ಎಲಿ ತೋಟದವನ ಕಡೆ ಮತ್ತು ನೋಡು ಮತ್ತ ಸಂಜಿ ಆದ ಮ್ಯಾಗ ಹೋಗು."

"ಯಾಕ?"–ಬೀರು ಅಜ್ಞಾನದಿಂದ ಕೇಳಿದ.

"ಯಾಕಂದ್ರ ಮೀಸಿ ಚಿಗುರಿದ ಹುಡುಗರು ನಿನ್ನ ನೋಡಿ ಸೀಟಿ ಹಾಕಬಹುದು ಅದಕ್ಕ!" ಬೀರುವಿನ ಅಜ್ಞಾನಕ್ಕೆ ಅವಳ ತೀಕ್ಷ್ಣ ಉತ್ತರ.

ಬೀರು ಹಾಗೂ ತಾರಾನ ಜಗಳ ಹೊಸದೇನು ಇರಲಿಲ್ಲ. ಬೀರು ತಾರಾಳ ಬಾಗಿಲಿನ ಮುಂದೆ ಹೋಗುವಾಗೊಮ್ಮೆ ಜಗಳ ಪ್ರಾರಂಭವಾಗುತ್ತಿತ್ತು.

ಹೊರಗೆ ಜಗಳ ಪ್ರಾರಂಭವಾಗಿದ್ದಾಗಲೇ ಮನೆಯ ಒಳಗಿಂದ ಧ್ವನಿಯೊಂದು ಕೇಳಿ ಬಂತು–"ಅಕ್ಕಾ ಇದೆಲ್ಲ ಈಗ ಬಂದು ಮಾಡು ನೋಡೋಣ."

ಆ ಧ್ವನಿ ಕೇಳಿ ಬರುತ್ತಿದ್ದ ಹಾಗೆ ಪಶ್ಯಾ ಮೆಲ್ಲಗೆ ತಾರಾಗೆ ಕೇಳಿದ–"ಒಳಗ ಯಾರೂ ಅದಾರು?"

"ನನ್ನ ತಮ್ಮ–ಸುಧೀರ್–ನಿನ್ನೆ ರಜೆ ಮ್ಯಾಗ್ ಬಂದಾನು." ತಾರಾನ ಮಾತು ಕೇಳಿ ಪಶ್ಯಾ ನಿಧಾನಕ್ಕೆ ಎದ್ದು ನಿಂತ. ಅವನು ಬೀರುವಿಗೆ ನಿಧಾನಕ್ಕೆ ಕಿವಿಯಲ್ಲಿ ಹೇಳಿದ–

"ಏ ರಂಡಿಮಗನೇ, ತಾರಾನ ತಮ್ಮಾ ಬಂದಾನು. ಮನಿ ಒಳಗೆ ಅದಾನು. ಸುಮ್ಮ ನಡೀ ಇಲ್ಲದಿದ್ರ ಪೊಲೀಸ್ ಸ್ಟೇಷನ್‌ಗೆ ಕರಕೊಂಡ್ ಹೋಗಿ ನಮ್ಮ ಕುಂಡಿ ಮ್ಯಾಗಿನ್ ಚರ್ಮಾ ಸುಲಿಸಿಯಾನು!"

"ಇವನವ್ವನ, ಇದು ಯಾವಾಗಿಂದ ಶುರು ಆತು?"–ನಪುಂಸಕನ ಮರು ಪ್ರಶ್ನೆ.

"ಯಾವಾಗಾದರು ಶುರು ಆಗಲಿ. ನಡಿ ಮೊದಲು ಇಲ್ಲಿಂದ ಪೊಲೀಸ್ ಆದಾಗಿಂದ ಅಕ್ಕನ ಸರಿಯಾಗ ನಡಸಾಕತ್ತಾನ್..."

"ಅವನ ಅಕ್ಕಾ ಅವರ–ಇವರ ಕೆಳಗೆ ಬಿದ್ದು ರೊಕ್ಕ ಮಾಡಿದಾಗ ಇಂವಾ ಸಾಹೇಬ್ ಆಗಿದ್ದು. ಈಗ ಈ ರೂವಾಬ್. ಮನುಷ್ಯನ ನಿಯತ್ ಬದಲಾಗದ ನೋಡು."–ನಪುಂಸಕ ಮತ್ತೆ ಶುರು ಮಾಡಿದ.

"ನಡಿತಿಯೋ, ಅಥವಾ ಬಾಯಿಗೆ ಹರಿದ ಚಪ್ಪಲಿ ಹಾಕಲೊ? ಇವನವ್ವನ ಸುಧಾರಿಸಾಂಗಿಲ್ಲ ನೋಡು!"–ಎನ್ನುತ್ತಲೇ ಪಶ್ಯಾ ನಪುಂಸಕನನ್ನು ಎಳೆಯುತ್ತಲೇ ಬಸ್ ನಿಲ್ದಾಣಕ್ಕೆ ಕರೆದುಕೊಂಡು ಹೋದ.

ಬಾಗಿಲಿನ ಮುಂದಿನ ಗದ್ದಲ ನಿಲ್ಲುತ್ತಿದ್ದ ಹಾಗೆ ತಾರಾನ ತಮ್ಮ ಸುಧೀರ ತಾರಾನ ಮುಂದೆ ಬಂದು ಕುಳಿತುಕೊಂಡ.

"ಅಕ್ಕಾ, ಇದೆಲ್ಲ ಈಗ ಸರಿ ಕಾಣುದಿಲ್ಲ."

"ಏನ್ ಮಾಡಲಿ?"

"ಈ ನಾಲಾಯಕ್ ಜನ ಮನಿ ಮುಂದೆ ಬಂದು ಮಾತಾಡತ್ತಾರಲ್ಲ."

"ನಾ ಎಷ್ಟ ಮಾಡಿದ್ರು ಜೋಗುತಿ, ನಾನು ನಾಚಿಕಿ, ಮರಿಯಾದಿ ಅಂತ ಇದ್ದಿದ್ರ ನೀ ಪೊಲೀಸ್ ಆಗ್ತಿದ್ದಿ ಏನು?"

"ಅದೆಲ್ಲ ಸರಿ. ಆದ್ರೆ ಇದೆಲ್ಲ ಬಂದ್ ಆಗೋದು ಯಾವಾಗ?"

"ಯಾಕ?ನಿಂಗ್ ಕಟಾಂಳ ಬಂದೈತಿ ಏನು?"

"ಇಲ್ಲದಿದ್ರ ಏನು?"

"ಹಂಗ್ ಇದ್ರ ಕರಕೊಂಡ್ ಹೋಗು ನನ್ನ ನಿನ್ನ ಜೊತಿ. ಕುಂಡ್ರಿಸಿ ತಿನ್ನಾಕ ಹಾಕು ನನಗೇನು ಹೀಂಗ್ ಬದಕಾಗ ಸೇರತ್ತದ ಅಂದ್ಕೊಂಡಿ ಏನು? ಹೇಳಪ್ಪಾ, ನಾಳೆ ಕರೊಂಡ್ ಹೋಗ್ತಿ ಏನು?"

"ಅಕ್ಕಾ, ಇಲ್ಲದನ್ನ ಮಾತಾಡಕ್ಕ ಹೋಗಬ್ಯಾಡಾ, ಹಂಗ್ ಇದಿದ್ರ ನಾನು ನಿನ್ನ ನನ್ನ ಮದುವಿಗೆ ಕರಕೊಂಡ ಹೋಗತ್ತಿದ್ದೆ ಇಲ್ಲೊ?ನನ್ನ ಅತ್ತಿ ಮನೆಯವರು ತಮ್ಮನ್ನ ತಾವು ಪ್ರತಿಷ್ಠಿತ ಅಂತ ಭಾವಿಸ್ತಾರ. ದೇವದಾಸಿ ಎಂದೂ ಅವರಿಗೆ ಇಷ್ಟಾ ಆಗುದಿಲ್ಲ. ಇಲ್ಲದಿದ್ರ ನೀನೇನು ನಂಗ್ ಭಾರಾ ಆಗಿದಿ ಏನು? ನಿಂಗ ಮೊದಲ ಪಗಾರನ್ಯಾಗ ರೊಕ್ಕಾ ಕಳಿಸಿದ್ದಕ್ಕ ನನ್ನ ಹೆಂಡತಿ ಎರಡು ದಿನ ಊಣ್ಣದ

ಕುಂತಿದ್ದಳು. ಅವಳ ಮ್ಯಾಲೆ ಆಣಿ ಮಾಡಿ ಹೇಳಿದೆ, 'ತಪ್ಪಾತು ನಂದು, ಪುನಃ ಅಕ್ಕಾಗೆ ರೊಕ್ಕಾ ಕಳಿಸುದಿಲ್ಲ'. ಆ ಮೇಲೆನೆ ಆಕಿ ಊಟ ಮಾಡಿದ್ದು."

ಸುಧೀರ ಮಾತನಾಡುತ್ತಲೇ ಇದ್ದ; ಆದರೆ ಅವನ ಮಾತುಗಳು ಅವಳಿಗೆ ಈಟಿಯ ಹಾಗೆ ಇರಿಯುತ್ತಿದ್ದವು. ತಾನು ಜೋಗಾಡಿ, ತನ್ನನ್ನು ತಾನು ಮಾರಿಕೊಂಡು ತಮ್ಮನಿಗೆ ಕಲಿಸಿದೆ. ದೊಡ್ಡವನನ್ನಾಗಿ ಮಾಡಿದೆ. ಅದೇ ತಮ್ಮ ಇವತ್ತು ಅಕ್ಕನನ್ನು ಸಾಕುವ ಸ್ಥಿತಿಯಲ್ಲಿ ಇಲ್ಲ. ಈ ವಿಷಯ ಕುರಿತು ಅವಳಿಗೆ ತುಂಬಾ ನೋವು ಎನ್ನಿಸುತ್ತಿತ್ತು. ಆದರೆ ಅವಳು ಅದನ್ನು ಮಾತಾಡಿ ತೋರಿಸಲಿಲ್ಲ. ಅವಳೆಂದಳು–

"ಇದು ನೋಡು ಸುಧೀರ್, ನಾನು ಎಷ್ಟೇ ಮಾಡಿದ್ರೂ ಜೋಗವ್ವ, ನಿಂಗ ನೌಕರಿ ಐತಿ. ನಿನ್ನ ಹೊಟ್ಟಿ ಹೆಂಗಾದ್ರು ತುಂಬತೈತಿ. ಆದ್ರ ನನ್ನ ಹೊಟ್ಟಿದು ಏನಪ್ಪ? ಅದರಲ್ಲಿ ನನ್ನ ಊಡಿಯ್ಯಾಗ ಒಂದು ಹುಡುಗ ಐತಿ. ನನ್ನಿಂದ ನಿಂಗ್ ಏನ್ ತರಾಸು ಆಗ್ತದ ನಂಗ್ ತಿಳಿವಲತ್ತು. ನಾನು ಮಾಡಲಿ ಆದ್ರೂ ಏನು? ಆ ಹುಡುಗನ್ ತೊಗೊಂಡ್ ಕೃಷ್ಣಾ ನದಿಗೆ ಹಾರಲಿ ಏನು?"

"ಏನ್ ನಡದೈತಿ ತಾರಾ?"–ಬಾಗಿಲ ಮುಂದೆ ಬಂದ್ ಅಪ್ಪಾ ತಾರಾಗೆ ಕೂಗಿ ಕೇಳಿದ.

ಸುಧೀರ ತನ್ನ ಕೈಯಲ್ಲಿಯ ವಾಚ್‌ನಲ್ಲಿ ಸಮಯ ನೋಡಿದ. ಆರು ಗಂಟೆ ಆಗಲು ಬಂದಿತ್ತು. ಪ್ರತಿ ದಿನ ಇದೇ ಸಮಯಕ್ಕೆ ಅಪ್ಪಾ ತನ್ನ ಅಕ್ಕನೆಡೆ ಬರುತ್ತಾನೆಂದು ಅವನಿಗೆ ತಿಳಿದಿತ್ತು. ಏನೊಂದು ಮಾತನಾಡದೆ ಅವನು ಎದ್ದ. ಬಸ್‌ಸ್ಟ್ಯಾಂಡ್‌ಗೆ ಹೊರಟ. ಹೋಗುತ್ತ–ಹೋಗುತ್ತ ಹೊರಳಿ ತನ್ನ ಅಕ್ಕನಿಗೆ ನುಡಿದ–

"ಅಕ್ಕಾ, ರಾತ್ರಿ ಬರಾಕ ತಡಾ ಆಗ್ತದ, ನನ್ನ ಹಾಸಿಗಿ ಹೊರಗ ತೆಗಿದುಯಿಡು. ಚಾವಡಿನ್ಯಾಗ ಮಲಗಾಕ ಹೊಗತಿನಿ." ಮತ್ತು ಪುನಃ ಹಿಂದೆ ನೋಡದೆ ಹೊರಟು ಹೋದ.

"ಏನಾಯಿತು ತಾರಾ? ಸಪ್ಪಗಿದ್ದಿ?"–ಅಪ್ಪ ಪಕ್ಕದಲ್ಲಿ ಕುಳಿತುಕೊಳ್ಳುತ್ತ ಕೇಳಿದ.

"ಏನೂ ಇಲ್ಲ, ಸುಧೀರ್‌ನ ಸಂಸಾರದ ಬಗ್ಗೆ ಮಾತಾಡುತಿದ್ದೆ."–ತಾರಾನ ವಿವರಣೆ.

"ನಿಮ್ಮವ್ವನ! ನಡಿ, ಚಹಾ ಇಡನಡಿ. ದಣಿದ ಬಂದೇನ ಇವತ್ತು."–ಅಪ್ಪಾ ತಾರಾನ ಸೊಂಟಕ್ಕೆ ಗಿಲ್ಲುತ್ ಹೇಳಿದ. ಅವನ ಕೈ ದೂರು ಮಾಡುತ್ತ ಅವಳು ನುಡಿದಳು–

"ರೀ ಬಿಡ್ರಿ, ಟಾಯಿಮ್ ಗಿಯಿಮ್ ಐತೊ ಇಲ್ಲೊ ನಿಮಗೆ? ರಸ್ತೆ ಮ್ಯಾಗ್ ಹೋಗೋರು ಬರೋರು ನೋಡಿದ್ರ ಏನ್ ಅಂದಾರು?"

"ನೋಡಿದ್ರ! ಅವರಿಗೆಲ್ಲ ಗೊತ್ತಿಲ್ಲೇನು!"

"ಏನು?"

"ಅದ ನಾನು ನಿನ್ನ ಕಡೆ ದಿನಾ ಇರಾಕ ಬರ್ತಿನಿ. ನಿನ್ನ ಇಡ್ಕೊಂಡೆನಿ ಅಂತ..."

"ನಡಿರಿ, ಇಲ್ಲದಿದ್ದ ನಿಮ್ಮದು!" ತಾರಾ ನಾಚಿ ನೀರಾದಳು.

"ಯಪ್ಪಾsss ಯಪ್ಪಾsss" ತಾರಾನ ಚಿಕ್ಕ ಮಗ ಓಡುತ್ತ ಬಂದ. ಏಳೆಂಟು ವರ್ಷದ ಹುಡುಗ ಅಪ್ಪ ಬಂದ ತಕ್ಷಣ ಓಡುತ್ತ ಬರುತ್ತಿದ್ದ. ಅವನು ತನ್ನ ಅಪ್ಪನ ಕತ್ತಿನಲ್ಲಿ ತನ್ನ ಕೋಮಲ ಕೈಗಳನ್ನು ಹಾಕಿದ.

"ಯಪ್ಪಾ ಯಾವಾಗ ಬಂದಿ?"

ಅವನು ತನ್ನ ಕತ್ತಿನಲ್ಲಿ ಇದ್ದ ಮಗನ ಕೈಯನ್ನು ಪಕ್ಕಕ್ಕೆ ಸರಿಸಿದ ಹಾಗೂ ತಾರಾಗ ನುಡಿದ–

"ತಾರಾ ಇವಂಗ್ ಯಾಕ್ ಹೇಳಾಂಗಿಲ್ಲ ನೀನು?"

"ಏನು?"

"ಯಪ್ಪ ಅನ್ನಬ್ಯಾಡಾ ಅಂತ."

"ಎಳಿ ಮಗಾ ಏನಾತು ಅಪ್ಪಾ ಅಂದ್ರ? ಬೈಗಳ ಆದ್ರು ಬೈದಿಲ್ಲ ಅಲ್ಲ?"

"ಇವನವ್ವನ, ಹೇಂಗ್ ಹೇಳಬೇಕು ನಿಂಗ? ನೋಡು ನಾನೇನು ಇವನ ಅಪ್ಪಾ ಏನು ಧಿಮಾಕಿನಿಂದ ಅಪ್ಪಾ ಅಂತ ಕರಸಿಕೊಳ್ಳಾಕ?"

"ಆದ್ರೂ ಏನಾತು?"

"ನಿನ್ನವ್ವನ, ನಿನ್ನ ತಲಿ ಒಳಗ ಹೇಂಗ್ ಹೋಗಾಂಗಿಲ್ಲ? ನೋಡು ಈ ಹುಡುಗ ಐದು ವರ್ಷದವನಿದ್ದಾಗ ನಾನು ನಿನ್ನ ಇಡ್ಕೊಂಡೆ. ಈಗ ನೀನ ಹೇಳು, ಈ ಹುಡುಗನ ಅಪ್ಪ ಹೇಂಗ್ ನಾ ಆಗತೇನಿ? ನಾನು ಹುಟ್ಟಿಸಿದ್ರ ಆನಂದದಿಂದ ಯಪ್ಪಾ ಅಂತ ಅನಿಸಿಕೊತ್ತಿದ್ದೆ..."

ತಾರಾ ಹಾಗೂ ಅಪ್ಪಾನ ಮಾತು ಕೇಳಿ ಹುಡುಗನಿಗೆ ಏನು ಅನ್ನಿಸಿತು ಯಾರಿಗೆ ಗೊತ್ತು? ಅವನು ಹೊಸ್ತಿಲಿನ ಪಕ್ಕ ನಿಂತು ತದೇಕ ಚಿತ್ತದಿಂದ ಅವರಿಬ್ಬರೆಡೆ ನೋಡುತ್ತಿದ್ದ... ಅವನ ಕಣ್ಣಿನಿಂದ ಉದುರುತ್ತಿದ್ದ ಪ್ರತಿಯೊಂದು ಹನಿ ಕಣ್ಣೀರು ಅವನ ಕೆನ್ನೆಯನ್ನು ಚುಂಬಿಸುತ್ತಿದ್ದವು.

ಒಂಭತ್ತು

ಸೊಸಾಯಿಟಿಯ ಉದ್ಘಾಟನೆಯ ತಯಾರಿ ಜೋರಾಗಿ ನಡೆದಿತ್ತು, ಹೊಲೆಯರ ಹುಡುಗರು ಆಫೀಸನ್ನು ಬಣ್ಣಬಣ್ಣದ ಪರಪರಿಯಿಂದ ಶೃಂಗಾರ ಮಾಡಿದ್ದರು. ಬಾಗಿಲಿನಲ್ಲಿ ಭವ್ಯ ಮಂಟಪ ಹಾಕಿದ್ದರು. ಕೆಲ ಯುವಕರು ಖಿದ್ರಾಪುರಕ್ಕೆ ಹೋಗಿ ಮಾವಿನ ಟೊಂಗೆಗಳನ್ನು ತಂದರೆ, ಇನ್ನೂ ಕೆಲವರು ತೆಂಗಿನ ಗರಿಗಳನ್ನು ತಂದರು. ಮಂಟಪದ ಪಶ್ಚಿಮಕ್ಕೆ ಕಮಾನು ಮಾಡಲಾಗಿತ್ತು. ಕಮಾನ್ ಮೇಲೆ 'ಸುಸ್ವಾಗತ' ಎಂದು ಬರೆಯಲಾಗಿತ್ತು. ಸೊಸಾಯಿಟಿಯ ಆವರಣದಲ್ಲಿ ಕುರ್ಚಿಗಳನ್ನು ಇಡಲಾಯಿತು. ಹಾಯ್ ಸ್ಕೂಲ್‌ಲ್ಲಿನ ಕುರ್ಚಿಗಳು, ಟೇಬಲ್ ಮುಂತಾದ ಸಾಮಾನುಗಳನ್ನು ಅಪ್ಪರ ಮಟ್ಟಿಗೆ ಇಸಿದು ಕೊಂಡಿದ್ದರು. ಸದಾ, ಗೋಪಾಮಾಸ್ತರ, ನಾಮಾ ಕಾಂಬಳೆ, ಆಬಾನ ಚಿಕ್ಕ ಮಗ ಕಬೀರ್, ಮಾದಿಗರ ಭುಪಾ ಈ ಕಾರ್ಯಕರ್ತರು ಹುಡುಗರಿಂದ ಕೆಲಸ ತೆಗೆದುಕೊಳ್ಳುತ್ತಲಿದ್ದು, ಜುಗಳ್ಳಾದ ಆತ್ತಾರದ ಸ್ಪೀಕರ್ ಹೇಳಲು ರಫ್ಯಾ ಹೋಗಿದ್ದ. ಕೊಟ್ಟಿಗೆಯಲ್ಲಿ ಕಟ್ಟಿದ್ದ ಐವತ್ತು ಎಮ್ಮೆಗಳ ಹಾಗೂ ನೂರು ಆಕಳುಗಳ ವ್ಯವಸ್ಥೆಯನ್ನು ಮಾತ್ರ ಹೆಂಗಸರಿಗೆ ಒಪ್ಪಿಸಲಾಗಿತ್ತು. ಅವರು ತಮ್ಮ ಕೆಲಸವನ್ನು ಜವಾಬ್ದಾರಿಯಿಂದ ನಿರ್ವಹಿಸುತ್ತಿದ್ದರು. ಚಿಕ್ಕ ಮಕ್ಕಳು ಕೊಟ್ಟಿಗೆ ಮುಂದೆ ಬಹು ಸಂಖ್ಯೆಯಲ್ಲಿ ನೆರೆದಿದ್ದರು. ನಿನ್ನೆ ರಾತ್ರಿ ಬೆಂಗಳೂರಿನಿಂದ ಜಾನುವಾರುಗಳನ್ನು ತರಲಾಗಿತ್ತು. ಚಾಕಲೇಟ್ ಬಣ್ಣದ ಮುದ್ದು ಆಕಳು ಹಾಗೂ ಕುರಿ–ಎಮ್ಮೆಗಳು ಆರಾಮವಾಗಿ ಮೇಯುತ್ತಿದ್ದವು.

ನಾಳೆ ಈ ಜಾನುವಾರುಗಳನ್ನುಹಂಚುವವರಿದ್ದರು. ಒಬ್ಬ ಮುದುಕ ಜಾನುವಾರುಗಳಿಗೆ ಮೇವು ಹಾಕುತ್ತಿದ್ದ. ಹೆಂಗಸರು ಮಾತ್ರ ತಮ್ಮ ಕೊಟಗಿಗೆ ಯಾವ ಜಾನುವಾರು ಬರುವುದು ಎಂಬುದನ್ನು ಕುರಿತು ವಿಚಾರ ಮಾಡುತ್ತಿದ್ದರು.

ಆ ಕಡೆ ಗ್ರಾಮಸ್ಥರು ಕಲೆಕ್ಟರ್ ಬರುತ್ತಿದ್ದಾರೆಂದು ತುಂಬಾ ಭರಾಟೆಯಿಂದ ತಯಾರಿ ನಡೆಸಿದ್ದರು. ಚಾವಡಿಯನ್ನು ಗುಡಿಸಿ ಸ್ವಚ್ಛಗೊಳಿಸಿದ್ದರು. ಕಮಿಟಿ ತನ್ನ ಕಚೇರಿಯನ್ನು ವ್ಯವಸ್ಥಿತವಾಗಿ ಇರಿಸಿತ್ತು. ಎಲೆ ತಿಂದು ಉಗುಳಿದ ಕಾರಣದಿಂದ ಕೆಂಪಾಗಿದ್ದ ಕಿಡಕಿಯ ಗಾಜುಗಳನ್ನು ಇಂದು ಚಕಚಕ ಹೊಳೆಯುವ ಹಾಗೆ ಮಾಡಲಾಗಿತ್ತು. ಸರಪಂಚ್ ಅನಗೊಂಡಾ ಪಾಟೀಲ್ ತನ್ನ ವಾಡೆಯನ್ನು ವ್ಯವಸ್ಥಿತ ಮಾಡಿದ. ಕುಳಿತುಕೊಳ್ಳಬೇಕಾದ ಕೋಣೆಯನ್ನು ಶೃಂಗರಿಸಲಾಯಿತು. ಸಾಹೇಬರು ಅವರ ಮನೆಯಲ್ಲಿಯೇ ಊಟ ಮಾಡುವವರಿದ್ದರು. ಅವನು ನಿನ್ನೆಯ ಮಿರಜ್ ದಿಂದ ಇಂಗ್ಲೀಷ್ ಸಾರಾಯಿ ತರೆಸಿಕೊಂಡಿದ್ದ, ಆಚಾರ್ಯನಿಗೆ ಕರೆಸಿಕೊಂಡಿದ್ದ. ಬಂದ ಅಧಿಕಾರಿಗಳಿಗೆ ಅವನು ಇದೆ ರೀತಿ ವ್ಯವಸ್ಥಿತ ವ್ಯವಸ್ಥೆ ಮಾಡುತ್ತಿದ್ದ. ಆದ್ದರಿಂದಲೇ ಮೇಲಿನವರ ಮೇಲೆ ಅವನ ಪ್ರಭಾವವಿತ್ತು, ಸರಪಂಚ್‌ನಿಂದ ಅಧಿಕಾರಿಗಳು ಆನಂದಿತರಾಗುತ್ತಿದ್ದರು.

ಆಬಾ ಮುಂಜಾನೆಯಿಂದ ಆಮಂತ್ರಣ ಪತ್ರಿಕೆಗಳನ್ನು ಹಂಚುವದರಲ್ಲಿ ಮಗ್ನನಾಗಿದ್ದ. ಊರಿನ ದೊಡ್ಡ ದೊಡ್ಡ ವ್ಯಕ್ತಿಗಳಿಗೆ ಖುದ್ದಾಗಿ ಭೇಟಿಯಾಗಿ ಅವರು ಪತ್ರಿಕೆಗಳನ್ನು ನೀಡುತ್ತಿದ್ದ. ಬೆಳಿಗ್ಗೆ ಎಂಟು ಗಂಟೆಗೆ ಅವನು ಮನೆಯಿಂದ ಹೊರಗೆ ಬಂದಿದ್ದ. ನಾಗು ಖೋತಾರ ತೋಟಕ್ಕೆ, ತಿಪಾಣ್ಣಾ ಜಾದವ ಅವರ ತೋಟಕ್ಕೆ, ಭೂಪಾ ಸರಾಟೆಯವರ ತೋಟಕ್ಕೆ ಹಾಗೂ ಇಂಗಳೆ ಹತ್ತಿರ ಇದ್ದ ದಾದಾ ವಾರನ್ಯಾ ಅವರ ತೋಟಕ್ಕೆ ಹೋಗಿ ಆಮಂತ್ರಣ ಪತ್ರಿಕೆ ನೀಡಿದ. ಮುಂಜಾನೆಯಿಂದ ಒಂದೇ ಸಮನೆ ನಡೆಯುತ್ತಲೇ ಇದ್ದ ಕಾರಣ ಅವನ ಕಾಲುಗಳು ಊದಿಕೊಂಡಿದ್ದವು. ಚಹಾ ಕುಡಿದು ಹೊರಟ ಆಬಾನ ಹೊಟ್ಟೆಯಲ್ಲಿ ಅನ್ನದ ಒಂದು ಅಗಳವೂ ಇರಲಿಲ್ಲ. ಬಿಸಿಲಿನ ಜಳ ಏರುತ್ತಲಿತ್ತು. ಕಾಲ ಕೆಳಗಿನ ಭೂಮಿ ಸುಡಲು ಪ್ರಾರಂಭವಾಯಿತು. ಗಾಳಿ ಎಲ್ಲಿ ಅವಿತು ಕೂತುಕೊಂಡಿತ್ತೋ ಯಾರಿಗೆ ಗೊತ್ತು? ಮೈಯಿಂದ ಬೆವರು ಸುರಿಯುತ್ತಿತ್ತು. ಬೆವರಿನಿಂದ ತೊಯ್ದು ಹೋಗಿದ್ದ ಆಬಾ ಈಗ ಸಮಗಾರನ ಮನೆಗೆ ಹೊರಟ, 'ಹೇಲುಕೇರಿ'ಯ ದಂಡೆಯ ಮೇಲೆ ಸಮಗಾರನ ಮನೆಯಿತ್ತು. ಅವನ ಒಬ್ಬ ಮಗ ಮಾಸ್ತರನಾಗಿದ್ದರೆ, ಇನ್ನೊಬ್ಬ ಮಗ ಅಪ್ಪನ ವ್ಯವಹಾರವನ್ನು ನೋಡಿಕೊಳ್ಳುತ್ತಿದ್ದ. ಮೂರನೆಯವ ಕಾಗವಾಡದ ಕಾಲೇಜಿನಲ್ಲಿ ವ್ಯಾಸಂಗ ಮಾಡುತ್ತಿದ್ದ. ಮಾಸ್ತರ ಆಗಿದ್ದ ಮಗ ಜುಗಳಾದಲ್ಲಿ ಮಾಸ್ತರಕಿ ಮಾಡುತ್ತಿದ್ದ. ಮೂರು ಮಕ್ಕಳು ಬೆಳ್ಳಗೆ ಹಾಗೂ ದೈಹಿಕವಾಗಿ ಸದೃಢರಾಗಿದ್ದರು. ಸಂಪೂರ್ಣ ಶರಣಗುಪ್ಪಿಯಲ್ಲಿ ಸಮಗಾರರ ಮೂರೇ ಮೂರು ಮನೆಗಳು, ಮಾದಿಗರಂತೂ ಇರಲೇ ಇಲ್ಲ. ಸಮಗಾರರ ಮೂರು ಮನೆಗಳಲ್ಲಿ ಒಂದು ಮನೆ ಬಸ್ ನಿಲ್ದಾಣದ ಹತ್ತಿರ, ಎರಡನೆಯದು ಅನಗೊಂಡು ಪಾಟೀಲರ ಹೊಲದ ಪಕ್ಕ ಹಾಗೂ ಮೂರನೆಯದು ಚಂದುವಿನದು 'ಹೇಲುಕೇರಿ' ಮೇಲೆ.

ಚಂದುವಿನ ಮನೆಯೆಡೆ ಹೋಗುವಾಗ ಆಬಾನ ಮನಸ್ಸಿನಲ್ಲಿ ಏನೇನೋ ವಿಚಾರಗಳು ಬರುತ್ತಿದ್ದವು. ಒಂದು ಸೊಸಾಯಿಟಿಯ ಸದಸ್ಯನಾಗಲು ಒಪ್ಪಿಕೊಂಡಿರಲಿಲ್ಲ. ಅವನೆಂದೂ ಹೊಲೆಯ–ಮಾದಿಗರೊಂದಿಗೆ ಸೇರುತ್ತಿರಲಿಲ್ಲ. 'ತನ್ನ ಕೆಲ್ಸವಾಯಿತು–ತಾನಾಯಿತು' ಇಷ್ಟೇ ಚಂದುಗೆ ಗೊತ್ತಿದ್ದುದು. ಚಂದು ಕುರಿತು ಹೊಲೆಯರು ಹಾಗೂ ಮಾದಿಗರು ಮಾತನಾಡುತ್ತಿದ್ದರು. ಆದರೆ ಚಂದು ಯಾರೆಡೆಯೂ ಗಮನ ನೀಡುತ್ತಿರಲಿಲ್ಲ. ಹಾಗೆ ನೋಡಿದರೆ ಆಬಾ ಹಾಗೂ ಚಂದು ಬಾಲ್ಯದ ಲಂಗೋಟಿ ಗೆಳೆಯರು. ಆಬಾ ಮುಂಬಯಿಗೆ ಹೋದ ಮೇಲೆ ಅವರ ಗೆಳೆತನ ದೂರಾಗಿ ಹೋಯಿತು. ತುಂಬಾ ವರ್ಷಗಳವರೆಗೆ ಮುಂಬಯಿಯಲ್ಲಿ ಇದ್ದು ಆಬಾ ಊರಿಗೆ ಮರಳಿದಾಗ ಚಂದು ಅವನನ್ನು ಗುರುತು ಸಹ ಹಿಡಿಯಲಿಲ್ಲ. ಅದೇ ಪರಿಸ್ಥಿತಿ ಆಬಾನದು ಸಹ.

ಆಮಂತ್ರಣ ಪತ್ರಿಕೆ ನೀಡುವಾಗ ಚಂದು ಏನು ಅಂದಾನು ಎಂಬ ಒಂದೇ ವಿಚಾರ ಆಬಾನ ಮನಸ್ಸಿನಲ್ಲಿ ಹೊರಳಾಡುತ್ತಿತ್ತು. ಆ ಚಂದುನ ಮನೆಯ ಮುಂದೆ ಬರುತ್ತಿದ್ದ ಹಾಗೆ ಚಂದುವಿನ ನಾಯಿ ಬೊಗಳುತ್ತಾ ಹೊರಬಂದಿತು. ಅವನು ನಾಯಿಯನ್ನು ಹತ್ತಿರ ಕರೆದ ಅದರ ಬೆನ್ನಿನ ಮೇಲೆ ಕೈಯಾಡಿಸಿದ. ಆದ್ರೂ ಸಹ ಆ ನಾಯಿಯೇನು ಜೊಗಳುವುದನ್ನು ನಿಲ್ಲಿಸಲಿಲ್ಲ.

"ಸುಮ್ಮನಿರೊ ರಂಡಿಮಗನೆ! ಯಾಕ ಒದರಾತಿ ಬ್ಯಾಡದ ಟೈಂನ್ಯಾಗ?"–ಚಂದು ತನ್ನ ನಾಯಿಗೆ ಬಾಯಿಗೆ ಬಂದ ಹಾಗೆ ಬೈಯಲು ಪ್ರಾರಂಭಿಸಿದ. ಬಾಗಿಲಿನಲ್ಲಿ ಆಬಾನನ್ನು ನೋಡುತ್ತಿದ್ದ ಹಾಗೆ ಚಂದುವಿನ ಹಣೆ ಗಂಟಿಕ್ಕಿಕೊಂಡಿತು.

"ಏನ್ ಚಂದು, ಹೇಂಗ್ ನಡೆದದ?"–ಆಬಾ ಹತ್ತಿರ ಬಂದು ಕೇಳಿದ.

"ಏನ್ ಮಾಡಬೇಕು ಆಬಾ ನಾವು? ಚಪ್ಪಲಿ ಹೊಲೆಯೊದು ಬಿಟ್ಟು, ನಾವು ಏನ್ ಮಾಡಬಹುದು ಬ್ಯಾರೇದು? ಒಳಗೆ ಬಾ ಬಿಸಿಲಿನಾಗ್ ಬಂದಿ. ಒಂದ್ ನಿಮಿಷ ಕುಂಡ್ರು."–ಚಂದು ಆಬಾನ್ನು ಒಳಗೆ ಕರೆದ. ಪಡಸಾಲೆಯ ಬಲಭಾಗದಲ್ಲಿ ಚಂದುವಿನ ಅಂಗಡಿ, ಮೂಲೆಯಲ್ಲಿ ಉಪಕರಣಗಳು, ಹರಿದ ಚಪ್ಪಲಿಗಳು ಹಾಗೂ ಕೆಲ ಹೊಸ ಚಪ್ಪಲಿಗಳು ಬಿದ್ದುಕೊಂಡಿದ್ದವು. ಹರಿದ ಚಾಪೆಯನ್ನು ಮುಂದೆ ಮಾಡುತ್ತ ಚಂದು ನುಡಿದ–

"ಕುಂಡ್ರಪ್ಪ, ಹೆಂಗ್ ಬಂದಿ?"–ಎಂದು ಮಾತನಾಡುತ್ತ–ಮಾತನಾಡುತ್ತ ಬನಿಯನ್ ಒಳಗೆ ಇದ್ದ ಕಿಸೆಯಿಂದ ಒಂದು ದೊಡ್ಡ ಚೀಲವನ್ನು ಹೊರಗೆ ತೆಗೆದ.

"ಎಲಿ ತಿನ್ನತ್ತಿ?"

"ಬ್ಯಾಡ, ಏಲಿ ಎಲ್ಲಿ ತಿನ್ನತೇನಿ ನಾನು?"

"ಸರಿ... ಯಾಕ ದಾರಿ ತಪ್ಪಿ ಬಂದಿ ಇವತ್ತ?"

"ನಾಳೆ ಭೀಮವಿಜಯ ಸೊಸಾಯಿಟಿಯ ಉದ್ಘಾಟನೆ ಇದೆ. ನಿನಗೆ ಆಮಂತ್ರಣ ಪತ್ರಿಕೆ ಕೊಡಾಕ್ ಬಂದೇನಿ."–ಆಬಾ ಆಮಂತ್ರಣ ಪತ್ರಿಕೆ ತೆಗೆಯುವ ಚೀಲದಲ್ಲಿ ಕೈ ಹಾಕಿದ. ಅಷ್ಟರಲ್ಲಿ, ಚಂದು ನುಡಿದ–"ಹೋಗಲಿ ಬಿಡಪ್ಪ, ಆ ಕಾರ್ಡ್–ಬಿರ್ಡ ಏನೂ ಬ್ಯಾಡ. ನಾನೇನು ತೊಗೊಳಾಂಗಿಲ್ಲ ಮತ್ತ ಆ ಕಡೆ ಬರಾಂಗೂ ಇಲ್ಲ."

"ಹೀಂಗ್ ಯಾಕ ಮಾತಾಡಿ ಚಂದು?"–ಆಬಾ ಆಮಂತ್ರಣ ಪತ್ರಿಕೆ ಹೊರಗೆ ತೆಗೆದೇಬಿಟ್ಟ. "ನೋಡು ಚಂದು, ಡಾ. ಬಾಬಾ ಸಾಹೇಬ್ ಅಂಬೇಡ್ಕರ್ ಅವರ ಹೆಸರಲ್ಲಿ ಸೊಸಾಯಿಟಿ ತೆಗದೇವಿ, ಹೊಲೆಯರು–ಮಾದಿಗರು ಹಾಗೂ ನಿಮಗೂ ಜಾನುವಾರುಗಳು ಸಿಗಬಹುದು. ಮನೆಯಲ್ಲಿ ಹಾಲಿನ ಹೊಳಿ ಹರೀಬಹುದು. ನಾಲ್ಕು ದುಡ್ಡು ಕೈಯ್ಯಾಗ ಬರಬಹುದು. ಮಹತ್ವದ ಕಾರ್ಯಕ್ರಮ ಅಂತ ನಾನ ಸ್ವತಾ ಬಂದೈನಿ ನಿನ್ನ ಹತ್ರ."

ಚಂದು ನಿರ್ವಿಕಾರ ಮುಖದಿಂದ ಕೇಳಿಸಿಕೊಳ್ಳುತ್ತಿದ್ದ. ಅವನು ಎಲೆಯನ್ನು ಬಾಯಿಗೆ ಹಾಕಿಕೊಂಡ. ಅದರ ಮೇಲೆ ಸ್ವಲ್ಪ ತಂಬಾಕು ಹಾಕಿಕೊಂಡ. ಎಲೆಯನ್ನು ಕಚಾಕಚ್ ಎಂದು ಅಗೆದ. ಎಡ ಭಾಗಕ್ಕೆ ಬಗ್ಗಿ ಬಾಗಿಲಲ್ಲಿ ಪಿಚಕಾರಿ ತರ ಉಗುಳಿದ, ತುಟಿಗಳ ಮೇಲೆ ಬಂದ ಕೆಂಪು ಉಗುಳನ್ನು ತನ್ನ ಬಲಗೈಯಿಂದ ಒರೆಸಿಕೊಂಡ ಹಾಗೂ ಅವನು ನುಡಿದ–"ಆಬಾ, ಆ ಅಂಬೇಡ್ಕರ್ ಯಾರವ?"

"ಆ?" ಆಬಾನ ತಲೆಯಲ್ಲಿ ಚಂದುನ ಪ್ರಶ್ನೆ ಹೋಗಲಿಲ್ಲ.

ಚಂದು ವಿವರಿಸಿದ–"ನಾನು ಏನ್ ಹೇಳಾತಿನಿ ಅಂದ್ರ ಅಂಬೇಡ್ಕರ್ ಹೊಲ್ಯೆರಾಂವ್ ಅಲ್ಲೇನು? ಅಂದ್ರ ನಿಮ್ಮ ಜಾತ್ಯಾಗ ಹುಟ್ಟಿದ್ದೊ ಇಲ್ಲೊ?"

"ಹೌದು, ಆಮೇಲೆ?"

"ಆಮೇಲೆ ಏನ್ ಕೇಳತಿ? ನಿಮ್ಮ ಮನುಷ್ಯನ ಹೊಗಳಾಕ ನಮ್ಮನ್ನ ಯಾಕ ಕರಿತಿರಿ?"–ಚಂದುನ ಮಾತು ಕೇಳಿ ಆಬಾ ಬೆರಗಾದ. ಅವನಿಗೆ ಏನ್ ಮಾತಾಡಬೇಕು ಎಂದು ತಿಳಿಯದಾಯಿತು. ಚಂದು ಈ ರೀತಿ ಹೇಗೆ ಮಾತಾಡಬಲ್ಲ ಎಂಬುದೇ ಅವನಿಗೆ ಅರಿವಾಗದಾಯಿತು.

"ಚಂದು, ನಿಂಗ್ ಹೀಂಗ ಮಾತಾಡಕಾ ಹೊಳಿತದ ಆದ್ರೂ ಹೇಂಗ್? ಅಂಬೇಡ್ಕರ್ ಸಂಪೂರ್ಣ ಜಗತ್ತಿನವರು. ಜೀವನ ಪೂರ್ತಿ ಆ ಮನುಷ್ಯ ನಿಮ್ಮ ಸಲುವಾಗಿ ನಮ್ಮ ಸಲುವಾಗಿ ಜಗಳಾಡಿದ."

"ಆಬಾ, ಏನೂ ಮಾತಾಡಕ ಹೋಗಬ್ಯಾಡಾ. ಇದೆಲ್ಲ ಕೇಳಿ ನಮ್ಮ ಕಿವಿ ತೂತು ಬಿದ್ದಾವ."

"ಆದ್ರೂ, ಏನಾಗೇತಿ ಅಂತಾದ್ರೂ ಹೇಳು ನೋಡೋಣು?"

"ಏನಾಗ್ತದ? ನೀವು ದೊಡ್ಡವರಾಗಿಪ್ಪಾ. ನಮ್ಮ ಹೊಟ್ಟ್ಯಾಗ ಏನ್ ಊರ್ಯಾಂಗಿಲ್ಲ." "ನಾನು ಸೊಸಾಯಿಟಿ ಉದ್ಘಾಟನೆ ಬಗ್ಗೆ ಹೇಳಿದೆ, ನೀನು ಬ್ಯಾರೇನೊ ಹೇಳತಿ ಅಪ್ಪ!"

"ಆಬಾ, ನನ್ನಿಂದಾಗಿ ಏನಾದ್ರೂ ನಿಲ್ಲೋದು ಐತಿ ಏನು?"

"ಚಂದು, ಸೊಸಾಯಿಟಿ ವಿಷಯ ಬಾಜು ಇರಲಿ. ಈಗ ದಿನಾ ಕೆಟ್ಟಾವು. ನಾವು-ನೀವು ಒಂದಾಗದ ನಡಿಯುದಿಲ್ಲ. ಮನ್ನೆ ಕೊಲ್ಲಾಪುರಕ್ಕೆ ಹೋಗಿ ಬಂದೆ. ಅಲ್ಲಂತೂ ಜಾತಿ-ಜಾತಿಗಳ ಸಂಘಟನೆಗಳು. ಮರಾಠಾ ಮಂಡಳೇನು, ಹಿಂದು ಏಕತೆ ಏನು, ನಾನಾ ಪ್ರಕಾರ. ಈಗ ಮಾತ್ರ ನಾವಲ್ಲಾರೂ ಒಂದಾಗಾಕ ಬೇಕು. ನಾವು-ನೀವು ಬ್ಯಾರೆ ಅಲ್ಲ."-ಆಬಾ ಜೀವ ತುಂಬಿ ಮಾತನಾಡುತ್ತಿದ್ದ.

"ನಾನೂ ಅದಾ ಹೇಳಾತೀನಿ. ನಿಮ್ಮ ಮಂದಿ ವಿದ್ವಾನರಪ್ಪಾ! ಅವರು ನಮ್ಮನ್ನ ಎಲ್ಲಿ ಹತ್ರಕ್ಕ ಸೇರಿಸ್ತಾರ? ಕಷ್ಟದ ಕಾಲದಾಗ ಅವರು ನಮ್ಮವರು ಅಂತ ಧಾವಿಸಿದ್ರ ಏನೂ ಲಾಭಾ ಆಗಾಂಗಿಲ್ಲಾ ನೋಡು."-ಚಂದು ಸ್ವಲ್ಪ ಗಂಭೀರವಾಗಿ ನುಡಿದ.

"ಏ ಹುಚ್ಚ ಚಂದು, ಒಗಟ ಒಗಟಾಗಿ ಮಾತಾಡಾಕ್ ಹೋಗಬ್ಯಾಡಾ. ಎಷ್ಟ ಮಾಡಿದ್ರೂ ನಾ ನಿನ್ನ ಬಾಲ್ಯದ ಗೆಳೆಯ. ಏನ್ ಹೇಳೋದು ಐತಿ ಮನಸ್ಸು ಬಿಚ್ಚಿ ಹೇಳು."

ಚಂದು ಈಗ ತುಂಬಾನೆ ಗಂಭೀರನಾದ. ಬಲಗೈಯಿಂದ ದವಡೆ ಕೆಳಗೆ ಇದ್ದ ಎಲೆಯನ್ನು ತೆಗೆದು ಹೊರಗೆ ಚೆಲ್ಲಿದ ಹಾಗೂ ನುಡಿದ-

"ಆಬಾ, ಖರೆ ಹೇಳಲಿ ನಿಂಗ? ನಿನ್ನ ಜಾತಿಯವರ ಮುಖಾನ ನೋಡಬಾರ್ದು ಅಂತ ನಂಗ ಅನ್ನಿಸಿ ಬಿಟ್ಟೆದ. ಈಗ ಬಾಳ ಹೇಳಾತಿ ಅಂತ ಇಷ್ಟ ದಿನ ಹೊಟ್ಟ್ಯಾಗ ಇಟ್ಟಕೊಂಡಿದ್ದ ವಿಷ್ಯಾ ನಿಂಗ ಹೇಳತಿನಿ, ಆಬಾ ನೀ ಮುಂಬಯಿಗಿ ಹೋದ ಮ್ಯಾಗ್ ಹತ್ತು ವರ್ಷ ಆದ ಮ್ಯಾಗಿಂದ್ ವಿಷ್ಯಾ, ಹೊಲೆಯರು ನಾವು ಚಲೋನ ಇದ್ವಿ, ನಾನು ಆವಾಗಾವಾಗ ಹೊಲಗೇರಿಗೆ ಹೋಗಿತ್ತಿದ್ದೆ. ಕುಂದ್ರತಿದ್ದೆ, ಏಳತಿದ್ದೆ, ಊಟಾನೂ ಮಾಡತ್ತಿದ್ದೆ. ಯಾವತ್ತೂ ನನ್ನ ಮನಸ್ಸಿನ್ಯಾಗ ನಿಮ್ಮ ಜಾತಿ ಮಂದಿ ಬಗ್ಗೆ ಕೀಳರಿಮೆ ಇರಲಿಲ್ಲ. ಹೊಲ್ಯಾರು ಬಂದು ನಮ್ಮ ಮನ್ಯಾಗ್ ಬಂದು ಕುಂದ್ರತಿದ್ರು, ಚಪ್ಪಲಿ ಹೊಲಸ್ಕೊತಿದ್ರು. ಮನಸ್ಸು ಬಿಚ್ಚಿ ಮಾತಾಡ್ತಾ ಇದ್ರು. ಮುಂದೊಂದು ದಿನ ವಿಪರೀತ ಘಟಿಸಿತು. ನನ್ನ ಚಿಕ್ಕಮಗಳು ಇಮಾಗ..."-ಹೇಳುತ್ತಾ ಹೇಳುತ್ತಾ ಚಂದುನ ಕಣ್ಣಲ್ಲಿ ನೀರು ತುಂಬಿ ಬಂತು.. ಧೋತರದ ಅಂಚಿನಿಂದ ಕಣ್ಣೀರು ಒರೆಸಿಕೊಂಡ. ಏಕಾಏಕಿ ಅವನು ಮಾತನಾಡುವುದನ್ನು ನಿಲ್ಲಿಸಿದ. ಹಾಗೇ ಆಭಾ ನುಡಿದ-

"ಚಂದು ನಿಲ್ಲಿಸಬೇಡ. ನಿನ್ನ ಮನಸ್ಸಿನಲ್ಲಿರೋದು ಹೇಳಿ ಬಿಡು. ನಾವು ಪರಸ್ಪರ ದು:ಖ ಹಂಚಿಕೊಳ್ಳದಿದ್ದರ ಹೇಂಗ್?"

ಚಂದು ಎದ್ದ. ಹೊಚ್ಚಲಿನ ಹತ್ರ ನಿಂತು ಹೆಂಡತಿಗೆ ಕೂಗಿ ಹೇಳಿದ–

"ಏನ, ಎರಡು ಕಪ್‌ಚಹಾ ಮಾಡು."–ಚಂದು ಪುನ: ಮಣೆಯ ಮೇಲೆ ಬಂದು ಕುಳಿತುಕೊಂಡ.

"...ನಿನಗೇನು ಹೇಳಬೇಕು ಆಬಾ? ಇಮಲಿ ಬಂಗಾರದಂತ ಮಗಳು. ಒಂದೆರಡು ವರ್ಷದಲ್ಲಿ ಮದುವೆ ಆಗುವುದಿತ್ತು, ಸಂಬಂಧಿಕರಲ್ಲೇ ಕೊಡಬೇಕಿತ್ತು. ದೃಷ್ಟಿ ಆಗುವ ಹಾಗೆ ದೇವರು ಅವಳಿಗೆ ರೂಪ ನೀಡಿದ್ದ. ಒಂದ ದಿನ ಸಂಜಿ ಗುಡ್ಡದ ಮ್ಯಾಗ್‌ಮರಗುಬಾಯಿಗೆ ತೆಂಗಿನಕಾಯಿ ಕೊಡಾಕ ಹೊದ್ಲು. ಮತ್ತ ಆಬಾ, ಇಮಲಿನ ಗೂಂಡಾ ಹುಡುಗರು ಹಾಳು ಮಾಡಿದ್ರು. ನಾನು ಓಡುತ್ತ ಹೊಲಗೇರಿಗೆ ಹೋದೆ. ಪಂಚರನ್ನು ಕೂಡಿಸಿದೆ. ಆದ್ರ ಯಾರೂ ನನ್ನ ಮಾತಿಗೆ, ನನ್ನ ಕಣ್ಣೀರಿಗೆ ಕಿವಿ ಕೊಡಲಿಲ್ಲ. ಹೊಲೆಯರ ಪಂಚ ನರಸ್ಯಾ ಅಂತಾನು– 'ಚಂದು, ಒಂದ ಕೈಯಿಂದ ಚಪ್ಪಾಳಿ ಬಾರಿಸಾಕ ಆಗುದಿಲ್ಲ. ನಿನ್ನ ಮಗಳಿನ್ಯಾಗ ಇರಬೇಕು ಏನಾದ್ರೂ ದೋಷ. ದೊಡ್ಡ ಮನಿ ಹುಡುಗ. ಹಿಂಗ್‌ಯಾರದಾದ್ರೂ ಮೇಲೆ ಅಪವಾದ ಹಾಕಿದ್ರ ಹೆಂಗ್!'

ನಾನೆಂದೆ–'ನರಸ್ಯಾ, ನನ್ನ ಮಗಳು ತೋಳೆದ ಅಕ್ಕಿ ಹಂಗ್. ನಾವು ಹೊಲೆಯರು, ಮಾದಿಗರು, ಚಮ್ಮಾರರು ಸೇರಿಕೊಂಡು ಹೋಗೋಣು. ಪಂಚಾಯತಿಯಲ್ಲಿ ನ್ಯಾಯಾ ಕೇಳೋಣು.'

ನನ್ನ ಮಾತು ಯಾರೂ ಕಿವಿಗೆ ಹಾಕಿಕೊಳ್ಳಲಿಲ್ಲ.

ನರಸ್ಯಾ ಹೇಳಿದ–'ನೋಡು ಚಂದ್ಯಾ, ನಮಗ ನಿನ್ನ ಇಲ್ಲದ ಬಾನಂಗಡಿನ್ಯಾಗ ಬೀಳಸಾಕ ಹೋಗಬ್ಯಾಡ. ಏಷ್ಟ ಆದ್ರೂ ಅವರು ದೊಡ್ಡ ಮಂದಿ. ಮೇಲಿನವರೆಗೂ ಅವರಿಗೆ ಗೊತ್ತ ಇರ್ತದ. ಅವರ ಮುಂದ ನಮದೇನೂ ನಡಿತದ?'

ಆಬಾ ಅಷ್ಟ ಅಲ್ಲ ನಾನು ಪ್ರತಿಯೊಂದು ಮನಿ ಮುಂದ ಹೋಗಿ ಎದಿ ಬಡಕೊಂಡ ಸಹಾಯ ಕೇಳ್ದೆ. ಇವತ್ತು ನನ್ನ ಮಗಳ ಶೀಲಾ ಹಾಳು ಮಾಡ್ಯಾರು... ನಾಳೆ ನಿಮ್ಮ ಮಕ್ಕಳದು ಮಾಡ್ತಾರ. ಇವತ್ತು ಆ ರಾಕ್ಷಸರ ಕಾಮಕ್ಕ ನನ್ನ ಮಗಳು ಬಲಿ ಆದಳು. ನಾಳೇ ನಿಮ್ಮ ಮಗಳು ಆಗಬಹುದು. ಆದ್ರ ಆಬಾ ನನ್ನ ಬೆನ್ನಿಗೆ ಒಬ್ಬನೇ ಒಬ್ಬ ನಿಲ್ಲಲಿಲ್ಲ. ಕೊನೆಗೆ ಧೈರ್ಯಮಾಡಿ ಮಗಳನ್ನು ಕರಕೊಂಡು ನಾನೇ ಹೋದೆ ಚಾವಡಿಗೆ. ಆದ್ರ ಆಜನ ನನ್ನನ್ನು ಓಡಿಸಿ ಬಿಟ್ರು. ಕ್ಷಮೆ ಕೇಳು ಹಂಗ್‌ಮಾಡಿದ್ರು. ಮಗಳನ್ನು ಕರಕೊಂಡು ಸುಮ್ಮನ ಮನಿಗೆ ಬಂದೆ ಮತ್ತ ಆಬಾ, ಮಾರನೆ ದಿನ ನಕ್ಷತ್ರದಂತ ಮಗಳು ನೇಣು ಹಾಕಿಕೊಂಡಳು. ನನ್ನ ರಕ್ತ ಸಂಬಂಧಿಗಳು ಅಂತಾರು ಹೊಲ್ಯಾರ್‌ಕಡೆ ಹೋದಿ. ಆದ್ರ ಒಬ್ಬನ ಒಬ್ಬ ಅಪ್ಪಂಗ ಹುಟ್ಟದಾಂವ್‌ಬರಲಿಲ್ಲ ಸಹಾಯ ಮಾಡಾಕ. ಆದಿನ ನಾನು ನಿರ್ಧಾರ ಮಾಡಿದೆ, ಹೊಲೆಯರದು ನನ್ನ ಸಂಬಂಧ ಅಲ್ಲಿಗೆ ಮುಗಿತು. ಕಷ್ಟಕ

ಬರದವರು ಇದ್ರ ಏಷ್ಟು, ಬಿಟ್ಟರೇಷ್ಟು?"–ಚಂದು ತನ್ನ ಹೊಟ್ಟೆಯಲ್ಲಿಯ ಬೆಂಕಿ ಊಗುಳುತ್ತಿದ್ದ.

ಆಬಾ ಶಾಂತ ರೀತಿಯಿಂದ ನುಡಿದ–"ನೀನು ಹೇಳೋದು ಎಲ್ಲ ಅರ್ಥ ಆಗ್ತದ. ಆ ದಿನಗಳು ಬ್ಯಾರೆ ಇದ್ವು, ನಮ್ಮಲ್ಲಿ ಪಂಚರು ಇದ್ರೂ ಸಹ ಯಾರು ಅವರ ಮಾತು ಕೇಳ್ತಾಯಿದ್ರಪ್ಪ? ಹೊಟ್ಟಿಪಾಡಿಗೆ ನಮ್ಮ ಪಂಚರು ವಾಡೆನ್ಯಾಗ ಕಟ್ಟಿಗಿ ಒಡಕೊಂತ ಕುಂಡ್ರತಿದ್ರು. ಈ ಕಡೆ ಗ್ರಾಮ ಪಂಚಾಯತ್‌ನಡಿತಿತ್ತು. ಪಂಚಾಯತ್‌ನಿರ್ಧಾರ ಮಾಡಿದಕ್ಕ ನಮ್ಮ ಪಂಚ ಒಪ್ಪಿಗಿ ಕೊಡ್ತಿದ್ದ. ಕಾಗದದ ಮ್ಯಾಗ ಹೆಬ್ಬಟ್ಟು ಒತತ್ತಿದ್ದ. ಸಭೆ ಶರು ಆಗ್ತಾಯಿದ್ದ ಹಂಗ್‌ನಮ್ಮ ಪಂಚ್‌ಹೊಸ್ತಿಲಿನ ಮ್ಯಾಗ್‌ಕುಂಡ್ರತಿದ್ದ. ಬೀಡಿ–ಕಡ್ಡಿಪೊಟ್ಟಣ ತಂದು ಕೊಡ್ತಿದ್ದ. ಹೇಳಿದ್ದು ಮಾಡತ್ತಿದ್ದ. ಅವನಿಗಾಗಿ ಚಾವಡಿನ್ಯಾಗ ಕುರ್ಚಿ ಇರ್ತದ ಅಂತ ಅವನಿಗೆ ಗೊತ್ತಾದ್ರು ಇತ್ತೇನು? ಅರೆ, ತಲಿ ಎತ್ತಿ ನಡಿಯುವಷ್ಟೂ ಧೈರ್ಯ ಆದ್ರೂ ಯಾರಿಗೆ ಇತ್ತು? ಅಂತಾದ್ರಾಗ ನಿನ್ನ ಮಗಳ ಸಲುವಾಗಿ ಅವ್ರು ನ್ಯಾಯಾ ಕೇಳಬಹುದು ಅಂತ ನಿನಗ ಅನ್ನಿಸ್ತದ? ಆಗಿ ಹೋಗಿದ್ದರ ಬಗ್ಗೆ ಮಾತಾಡಿ ಉಪಯೋಗಯಿಲ್ಲ. ಆದ್ರ ಮುಂದ ಹಿಂಗ್ ಆಗದಂಗ್ ನೋಡ್ಕೊಬೇಕು. ಅದಕ್ಕ ನಾವೆಲ್ಲ ಒಂದಾಗಬೇಕು. ಹೊಲ್ಯಾರ್‌ಮೇಲೆ ಆಪತ್ತು ಬಂದ್ರ ಚಮ್ಮಾರ್‌ಸುಮ್ಮ, ಚಮ್ಮಾರ್ ಮ್ಯಾಗ್‌ಆಪತ್ತು ಬಂದ್ರ ಮಾದಿಗರು ಸುಮ್ಮ, ಹೀಂಗ್ ಇದುವರೆಗೂ ನಡ್ಕೊಂತ ಬಂದೈತಿ. ಅದಕ್ಕ ಈ ಊರು ಹಿಂಗ್‌ಐತಿ. ನಾವೆಲ್ಲರೂ ಒಂದಾದ್ರ ಆವಾಗ ಯಾವಂಗ ಧೈರ್ಯ ಆಗ್ತದ ನಮ್ಮ ಅಕ್ಕ–ತಂಗಿ, ಮಕ್ಕಳನ್ನ ಮುಟ್ಟಾಕ? ನಾವೆಲ್ಲರೂ ಒಂದಾಗೋಣ. ಚಳುವಳಿ ಮಾಡೋಣ."–ಭಾವಾವೇಶದಿಂದ ಆಬಾ ನುಡಿಯುತ್ತಿದ್ದ.

ಆಬಾನ ಮಾತು ಕೇಳಿ ಚಂದು ಸುಮ್ಮನೆ ನಕ್ಕ. ಅವನೆಂದ–"ಆಬಾ, ಚಳುವಳಿ ಅಂತ ನೀನೇನು ಅಂತಿಯೊ ಅದನ್ನ ಯಾರ ಸಲುವಾಗಿ ಮಾಡೋದು? ಚಳುವಳಿ–ಗಿಳುವಳಿ ಅನ್ನುವ ಮನುಷ್ಯರು ತಮ್ಮ ಮನಿ ಮಾತ್ರ ತುಂಬಕೊತಾರು. ನಮಗೇನು ಸಿಗ್ತದ ಹೇಳ್ತಿಯೇನು? ನೋಡು, ಚಾವಡಿಗೆ ಪಂಚ ಅಂತ ಹೋಗುವವ ಹೊಲ್ಯಾನ. ನಾನು ಒಮ್ಮೆ ಕೇಳ್ದೆ ಅದಕ್ಕ ಹೊಲ್ಯಾರು ಏನ್‌ಅಂದ್ರು, ಏಣಿಸಿದ್ರ ಊರಾಗ ಮೂರು ಮನಿಯಿಲ್ಲ ನಿಮ್ದು. ನಿಮ್ಮನ್ನ ಪಂಚರು ಮಾಡಬೇಕೇನು? ಅದನ್ನ ಪಕ್ಕಕ ಇಡೋಣು. ಪಂಚರಲ್ಲಿ ಒಬ್ಬ ಹೊಲೆಯ, ಮಾದಿಗ ಏಂದಾದ್ರೂ ನಮ್ಮ ಕೇರಿವರೆಗೂ ಬಂದಾರೇನು? ನೀವು ವಸತಿ ಮಾಡಿಕೊಂಡ್ರಿ. ಧ್ವಜದ ಕಟ್ಟಿ ಕಟ್ಟಿದ್ರಿ. ನಿಮ್ಮಲ್ಲಿ ಬಾಲವಾಡಿ ಬಂತು. ನಿಮ್ಮಲ್ಲಿ ನೀರಿನ ನಳಾ ಬಂತು. ನೀವು ಪಂಚಾಯತಿನ್ಯಾಗ ಹೋದ್ರಿ. ಗುಡ್ಡದ ಮ್ಯಾಗ್‌ಆಶ್ರೇಯ ಮನಿ ಕಟ್ಟಿಕೊಂಡ್ರಿ. ನಮಗೇನಾದ್ರೂ ಇಂಚ್‌ಜಾಗಾ ಕೊಟ್ರಿ? ಝುಂಡಾ ತೊಗೊಂಡ ಮೆರ್ಯಾಕ ನೀವೂ. ಹಂಗ್‌ಇದ್ರ ನಾವ್ಯಾಕ ನಿಮ್ಮ

ಹಿಂದ್‌ಸೂತ್ತುಣು?ನಮಗೇನು ಕೆಲ್ಸಾ ಭಕ್ಷಿಯಿಲ್ಲ ಅಂತ ತಿಳ್ಕೊಂಡಿರಿ? ಹಂಗ್ ಇದ್ದ ಮ್ಯಾಗ ನಾವ್ಯಾಕ ನಿಮ್ಮ ಹಿಂದ್ ಬರೋಣು ಬಕಟೆ ಹಿಡಿಯೋರಂಗ?"– ಚಂದುವಿನ ನೇರ ಪ್ರಶ್ನೆ.

"ನೀನು ಹೇಳೋದು ಎಲ್ಲಾ ಸರಿ. ಆದ್ರ ನಾನೇನು ಹೇಳಾತಿನಿ ಅಂದ್ರ, ನಾವು ಶತ್ರುಗಳಾದ್ರ ನಮ್ಮ ಸಮಸ್ಯೆಗಳೇನು ಬಗಿ ಹರಿತಾವು? ಕುರವಾಡಿ ನಾಳೆ ಬಾಯಿ ಬಡಕೊಬಹುದು. ಅನ್ನಬಹುದು ಈ ದಲಿತ ಸೂಳೆಮಕ್ಕಳು ಎಂದೂ ಸುಧಾರಿಸಾಂಗಿಲ್ಲ. ಅವರಲ್ಲಿ ಒಗ್ಗಟ್ಟಿಲ್ಲ ಮತ್ತು ಸೂಳೆ ಮಕ್ಕಳು ನಮಗೆ ಬುದ್ಧಿಮಾತು ಹೇಳ್ತಾರ! ಚಂದು, ಈಗಲಾದ್ರೂ ನಾವು ಕಲಿಯೋಣು. ಒಮ್ಮೆ ನಡೆದ ತಪ್ಪು ಇನ್ನೊಮ್ಮೆನೂ ನಡ್ತಿದ ಅಂತ ಹೇಂಗ್ ಹೇಳ್ತಿ? ನಿನ್ನ ಹಂತಾ ವಿಚಾರವಂತ ಮನುಷ್ಯ ಚಳುವಳಿನ್ಯಾಗ್ ಬಂದ್ರ ಚಳುವಳಿಗೆ ಒಂದ್ ರೀತಿ ಶಕ್ತಿ ಬರ್ತದ. ಆಗಿದ್ದು ಹೋಗಿದ್ದು ಎಲ್ಲಾನೂ ಮರೆತು ಬಿಡೋಣು. ಇವತ್ತಿನಿಂದ ಭುಜಕ್ಕ–ಭುಜಾ ಹಚ್ಚಿ ನಡಿಯೋಣು. ನಡಿ, ಕೈ ಕೊಡು ನೋಡೋಣು."– ಎಂದ ಆಬಾ ತನ್ನ ಕೈ ಮುಂದೆ ಮಾಡಿದ.

"ಆಬಾ, ನೀ ಬಂದಿ ಅಂತ ವಿಶ್ವಾಸಾ ಮಾಡತೇನಿ. ನಾ ಬಾಳ ನೋಂದೆನಿಯಪ್ಪ. ಕತ್ತು ಕತ್ತರಸ ಬ್ಯಾಡ್ರಿ ಅಷ್ಟ. ನಿನ್ನ ಮ್ಯಾಗ್ ವಿಶ್ವಾಸ ಇಡತೇನಿ."–ಚಂದು ಆಬಾನ ಕೈಯಲ್ಲಿ ಕೈ ಕೊಟ್ಟ. ಎರಡು ಜಾತಿಗಳ ಮಧ್ಯ ಇದ್ದ ಕಂದಕ ಈಗ ಮುಗಿದು ಹೋಗಿತ್ತು. ಇಬ್ಬರ ಮುಖದಲ್ಲಿ ಆನಂದ ಉಕ್ಕಿ ಹರಿಯುತ್ತಿತ್ತು. ಅಷ್ಟರಲ್ಲಿ ಚಂದುವಿನ ಹೆಂಡತಿ ಚಹಾ ತೆಗೆದುಕೊಂಡು ಬಂದಳು. ಇಬ್ಬರು ಸೇರಿ ಚಹಾ ಕುಡಿದ್ರು. ಚಂದು ಪುನಃ ಒಮ್ಮೆ ಚೀಲ ತೆಗೆದ.

"ಆಬಾ, ಇದ ಖುಷಿಗ ಎಲಿ ಹಾಕೊ ನೋಡುಣು."

"ಇಲ್ಲೊ ಚಂದು, ನಾನು ಎಲಿ ಎಂದೂ ತಿನ್ನಾಂಗಿಲ್ಲ. ಅಡಕಿ ಒಂದು ತುಂಡು ಕೊಡು ನೋಡುಣು."

ಚಂದು ಅಡಕತ್ತಿನಲ್ಲಿ ಅಡಕೆ ಹಾಕಿದ. ಅಡಕೆಯ ಒಂದು ತುಂಡು ಆಬಾನ ಕೈಯಲ್ಲಿ ನೀಡಿದ. ಬಾಯಲ್ಲಿ ಅಡಕೆ ಹಾಕಿಕೊಳ್ಳುತ್ತ ಆಬಾ ನುಡಿದ–

"ಏನೊ, ಮಕ್ಕಳು ಎಲ್ಲಿ ಕಾಣವು?"

"ದೊಡ್ಡಾಂವಾ ಸಾಲ್ಯಾಗ ಕಲಿಸಾಕ ಹೋಗ್ಯಾಣು. ನಡುವಿನಾಂವ ಅಂಕಲಿ ಸಂತಿಗೆ ಹೋಗ್ಯಾನು, ಸಣ್ಣಾಂವಾ ಕಾಗವಾಡ ಕಾಲೇಜಿನ್ಯಾಗ ಇದಾನು."

"ಎಲ್ಲ ಮಕ್ಕಳು ದಡಕ ಹತ್ತಿರು ಬಿಡು."

"ಮತ್ತೇನು! ಅಂಬೇಡ್ಕರ್ ಅಷ್ಟ ವ್ಯವಸ್ಥೆ ಚಲೊ ಮಾಡಿದ್ರು. ಕಾಲರ್‌ಶಿಪ್ ಸಿಗ್ತದ. ಕಲಿತ್ರು ಹುಡ್ಗುರು. ನಮಗೆಲ್ಲಿಪ್ಪ ಅಷ್ಟ ಶಕ್ತಿ ಹುಡಗರನ್ನು ಓದುಸುವಷ್ಟು?"

"ಖರೆ ಹೇಳಾತಿ ನೋಡು. ಬಾಬಾ ಹಾಕಿಕೊಟ್ಟ ದಾರಿನ್ಯಾಗ ಎಲ್ಲಾರೂ ನಡಿಯೋಣು. ಅವರ ದಾರಿನ ಈಗ ಎಲ್ಲರಿಗೂ ದಾರಿದೀಪಾ. ಸರಿ, ಬಂದ

ಕೆಲ್ಸಾ ಹಂಗ್ ಉಳಿತು ನೋಡು. ಇದು ತಗೊ ಆಮಂತ್ರಣ ಪತ್ರಿಕಾ, ಮತ್ತ ನಾಳೆ ಮರಿದಾಂಗ ಕಾರ್ಯಕ್ರಮಕ್ಕೆ ಬರಬೇಕು. ಸೊಸಾಯಿಟಿ ಸಭಾಸದ ಆಗಬೇಕೇನು?"

"ಬಂದ್ ಬರ್ತೆನಿ ಕಾರ್ಯಕ್ರಮಕ್ಕ."-ಚಂದುವಿನ ಮುಖದ ಮೇಲೆ ಈಗ ಆನಂದ ತುಳುಕುತಿತ್ತು.

ಆಬಾ ಚಂದುವಿನ ಮನೆಯಿಂದ ಹೊರಗೆ ಬಂದ. ರಸ್ತೆಯ ಮೇಲಿಂದ ಹೋಗುವಾಗ ಬೆಟ್ಟದ ಮೇಲೆ ದೃಷ್ಟಿ ಹಾಯಿಸಿದ. ಸೊಸಾಯಿಟಿ ಆಫೀಸು ಸ್ಪಷ್ಟವಾಗಿ ಕಾಣಿಸುತ್ತಿತ್ತು. ಮಂಟಪವನ್ನು ಹಾಕುವುದರಲ್ಲಿ ಜನ ಮಗ್ನರಾಗಿದ್ದರು. ಆಬಾಗೆ ಎಂದೂ ಆಗದಷ್ಟು ಆನಂದವಾಯಿತು. ಈ ಊರಲ್ಲಿ ಹೊಲೆಯರು-ಮಾದಿಗರು-ಸಮಗಾರರು ಸೇರಿ ಸೊಸಾಯಿಟಿ ಸ್ಥಾಪನೆ ಮಾಡಬೇಕು ಅನ್ನೋ ಒಂದೇ ಒಂದು ಕನಸು, ಇವತ್ತು ನನಸಾಗುವಲ್ಲಿ ಇತ್ತು.

ಹತ್ತು

ಇಂದು ಹದಿನೈದು ತಾರೀಖು, ಮುಂಜಾನೆಯ ಎಂಟು ಗಂಟೆ. ಊರಲ್ಲಿ ಎಲ್ಲೆಡೆ ಓಡಾಟ ಪ್ರಾರಂಭವಾಗಿತ್ತು. ಬಸ್‌ನಿಲ್ದಾಣದಿಂದ ಚಾವಡಿಯ ವರೆಗೆ ಎರಡು ಕಡೆ ಕಂಬಗಳನ್ನು ಹೂಳಿ ಧ್ವಜಗಳನ್ನು, ಪರಪರಿಗಳನ್ನು ಹಚ್ಚಲಾಗಿತ್ತು. ರಸ್ತೆಯನ್ನು ಸ್ವಚ್ಛ ಮಾಡಲಾಗಿತ್ತು. ಸೊಸಾಯಿಟಿಯ ಆಫೀಸಿನಲ್ಲಿ ಹಚ್ಚಿದ ಸ್ಪೀಕರ್ ಅದು ಎಷ್ಟೋ ಹೊತ್ತಿನಿಂದ ಪ್ರಾರಂಭವೇ ಇತ್ತು. ಸರಪಂಚ್ ಖಡಕ್‌ಬಟ್ಟೆ ಹಾಕಿಕೊಂಡು ಮೋಟಾರು ಸಾಯಿಕಲ್ ಮೇಲಿಂದ ಊರಲ್ಲಿ ಸುತ್ತು ಹಾಕುತ್ತಲೇ ಇದ್ದ. ಸ್ಟ್ಯಾಂಡ್ ಮೇಲೆ ಪ್ರತಿ ಸಲದಕ್ಕಿಂತ ತುಸು ಹೆಚ್ಚಿಗೆ ಪೊಲೀಸರು ಕಾಣಸಿಗುತ್ತಿದ್ದರು.

ಆಬಾ ಮುಂಜಾನೆಯೆ ಸದಾಗೆ ಸ್ಟಾಂಡ್ ಮೇಲೆ ಕುಳ್ಳಿರಿಸಿದ್ದರು. ಪ್ರೊ. ಬುದ್ಧಿವಂತ ಬಸ್ಸಿನಿಂದ ಇಳಿಯುತ್ತಿದ್ದ ಹಾಗೆ ಅವರನ್ನು ಸ್ವಾಗತಿಸುವ ಹಾಗೂ ಅವರ ತಿಂಡಿ ತೀರ್ಥದ ಜವಾಬ್ದಾರಿಯನ್ನು ಸದಾಗೆ ಒಪ್ಪಿಸಲಾಗಿತ್ತು. ಗೋಪಾ ಮಾಸ್ತರ ಮಂಟಪವನ್ನು ಶೃಂಗರಿಸುವಲ್ಲಿ ಮಗ್ನನಾಗಿದ್ದ. ನಾಮಾ ಮಂಟಪದ ಪಕ್ಕದಲ್ಲಿ ಆಕಳು-ಎಮ್ಮೆಗಳನ್ನು ಸಾಲಾಗಿ ಕಟ್ಟುತ್ತಿದ್ದ. ಆಫೀಸಿನ ಹೊರಗೆ ದೊಡ್ಡದೊಂದು ಫಲಕ ಹಾಕಲಾಗಿತ್ತು. ಆದರ ಮೇಲೆ ಬರೆಯಲಾಗಿತ್ತು. 'ಭೀಮವಿಜಯ ಸಹಕಾರಿ ಹಾಲಿನ ಸೊಸಾಯಿಟಿ ಹಾಗೂ ಸರ್ಕಾರಿ ಮಾನ್ಯದ ನ್ಯಾಯ ಬೆಲೆ ಅಂಗಡಿ, ಮುಕ್ಕಾಂ ಪೋಸ್ಟ್ ಶರಣಗುಪ್ಪಿ, ಜಿಲ್ಲಾ ಬೆಳಗಾವಿ, 'ಇದನ್ನು ಹೊರತು ಪಡಿಸಿ ನೋಂದಣಿ ಕ್ರಮಾಂಕ, ಸ್ಥಾಪನೆ ಮುಂತಾದ ವಿಷಯಗಳನ್ನು ತುಂಬಾ ಸಣ್ಣ ಅಕ್ಷರಗಳಲ್ಲಿ ಬರೆಯಲಾಗಿತ್ತು.

ನೋಡುತ್ತ-ನೋಡುತ್ತ ಹತ್ತು ಗಂಟೆ ಆಗಿ ಹೋಗಿತ್ತು. ಚಾವಡಿಯ ಮುಂದೆ ಈಗ ಲೇಜಿಂ ತಂಡ ಬಂದಿತು. ಹಂಗೆ ಸದ್ದು ಮಾಡಲು ಪ್ರಾರಂಭಿಸಿತು.

ಕೊರವರ ಅಪ್ಪಾ ಉಸಿರು ಒಗ್ಗೂಡಿಸಿ ಸೈನಾಯಿ ಬಾರಿಸುತಲಿದ್ದ. ದಲಿತರ ಹೆಂಡತಿ–ಮಕ್ಕಳು ಸ್ವಚ್ಛವಾದ ಬಟ್ಟೆಗಳನ್ನು ಧರಿಸಿ ಚಾವಡಿಯ ಮುಂದೆ ಜಮೆ ಆದರು. ಕೆಲವು ಮಕ್ಕಳು ಗಿಡದ ಮೇಲೆ ಏರಿ ಲೇಜಿಂ ನೋಡುತ್ತಿದ್ದರು. ದಲಿತರು ಇಂದಿನ ದಿನವನ್ನು ಹಬ್ಬವೆಂದು ಆಚರಿಸಿದ್ದರು.

ಆಬಾ ಮೈಯಲ್ಲಿ ಶುಭ್ರವಾದ ಬಟ್ಟೆ ಹಾಕಿಕೊಂಡಿದ್ದ. ಧೋತರದ ಚುಂಗನ್ನು ಹಿಡಿದು ಆಬಾ ಕಾರ್ಯಕ್ರಮದ ಸೂಚನೆ ನೀಡುತ್ತ ಸುತ್ತಾಡುತ್ತಿದ್ದ. ಚಾವಡಿಯ ಮುಂದೆ ಬಂದು ಎಲ್ಲರಿಗೂ ಬಸ್‌ಸ್ಟ್ಯಾಂಡ್‌ಗೆ ಹೋಗಲು ಸೂಚಿಸಿದ. ಎಲ್ಲರೂ ಸ್ಟ್ಯಾಂಡ್‌ಗೆ ಹೊರಟರು.

ಸ್ಟ್ಯಾಂಡ್ ಜನರಿಂದ ತುಂಬಿ ಹೋಗಿತ್ತು. ಸರಪಂಚ್, ಪೊಲೀಸ್ ಪಾಟೀಲ, ಉಪಸರಪಂಚ್, ತಾಲೂಕಾ ಪಂಚಾಯತ್ ಸಮಿತಿ ಸದಸ್ಯರು, ಆಬಾ ಹಾಗೂ ಕೆಲ ದೊಡ್ಡ ಜನ ಕೈಯಲ್ಲಿ ಮಾಲೆಗಳನ್ನು ತೆಗೆದುಕೊಂಡು ರಸ್ತೆಯ ಮೇಲೆ ನಿಂತಿದ್ದರು. ಆಬಾನ ಗಮನ ಜಿಲ್ಲಾಧಿಕಾರಿಗಳಿಗಿಂತ ಹೆಚ್ಚಾಗಿ ಪ್ರೊಫೆಸರ್ ಬುದ್ಧಿವಂತನೆಡೆ ಇತ್ತು. ಪ್ರಾಧ್ಯಾಪಕ ಖಿದ್ರಾಪುರದ ಗಾಡಿಯಲ್ಲಿ ಬರುತ್ತಾರೋ ಅಥವಾ ಕಾಗವಾಡ ಮಾರ್ಗವಾಗಿ ಮಿರಜ್ ಮೇಲಿಂದ ಬರುತ್ತಾರೆ ಇದು ತಿಳಿಯುತ್ತಿರಲಿಲ್ಲ. ಕಾಗವಾಡ ಕಡೆಯಿಂದ ಟ್ರಕ್ ಅಥವಾ ಬಸ್ ಬಂದರೆ ಆಬಾ ಆ ಕಡೆ ಧಾವಿಸುತ್ತ ಹೋಗುತ್ತಿದ್ದ. ಸದಾ ಬಸ್ ನಿಲ್ದಾಣದಲ್ಲಿ ಕುಳಿತಿದ್ದ. ಗೋಪಾ ಮಾಸ್ತರ ಖಿದ್ರಾಪುರ ಸ್ಟ್ಯಾಂಡ್ ಮೇಲೆ ಹೋಗಿದ್ದ.

ಆ ಕಡೆ ಸರಪಂಚ್ ಹಾಗೂ ಊರಿನ ಪಾಟೀಲ ತಮ್ಮ ತಮ್ಮ ಜನರಿಗೆ ಸೂಚನೆ ನೀಡುತ್ತಿದ್ದರು. ಆದರೆ ಅವರೆಲ್ಲ ಗಮನ ಮಾತ್ರ ಜಿಲ್ಲಾಧಿಕಾರಿಯಡೆ ಮಾತ್ರ ಇತ್ತು. ಸೊಸಾಯಿಟಿ ಹೊಲೆಯರದೆ ಆಗಿದ್ದರೂ ಸಹ ಅತಿಥಿಗಳಿಗೆ ತಮ್ಮಿಂದ ಯಾವುದೇ ರೀತಿಯ ಕೊರತೆ ಆಗದಂತೆ ಅವರು ಎಚ್ಚರವಹಿಸಿದ್ದರು.

ಆಬಾನ ದೃಷ್ಟಿ, ಒಮ್ಮೆ ಕಾಗವಾಡದ ಬಸ್ ಮೇಲೆ, ಇನ್ನೊಮ್ಮೆ ಜುಗುಳಾದ ಬಸ್‌ಯೆಡೆ ಹೋಗುತ್ತಿತ್ತು. ಅವನು ಕಾಲು ಎತ್ತರಿಸಿ ಕಾಗವಾಡ ಬಸ್‌ಯೆಡೆ ದೃಷ್ಟಿ ಹಾಯಿಸಿದ ದೂರಿಂದ ಬಸ್ಸಿನ ಹಂಗೆ ಕಾಣುವ ಒಂದು ವಾಹನ ಬರುತ್ತಿತ್ತು. ಅವನು ಪಕ್ಕದ ಮನುಷ್ಯನಿಗೆ ಕೇಳಿದ–"ಏ, ಏನ್ ಬರಾತೇತಿ ನೋಡು?"

ಆ ಮನುಷ್ಯ ಸಹ ಕಾಲು ಎತ್ತರಿಸಿ ನೋಡಿದ. ಅವನೆಂದ–"ಬಸ್ ಬರಾಕತ್ತೈತಿ ಅಲ್ಲೇನು!"

ಬಸ್ ನಿಧಾನಕ್ಕೆ ಹತ್ತಿರ ಬಂತು. ಯಾವುದೊ ಕಲಿತ ಹುಡುಗ ಬಸ್ಸಿನ ಬೋರ್ಡ್ ಓದಿದ–"ಸಾಂಗಲಿ–ಚಿಕ್ಕೋಡಿ."

ಸ್ಟ್ಯಾಂಡ್ ಒಳಗೆ ಬಸ್ ಹೊರಟಿತು. ಆಬಾನ ಗಮನ ಕಿಡಕಿಯೆಡೆ ಹೋಯಿತು. ಕಿಡಕಿಯಿಂದ ಯಾರೋಒಬ್ಬರು ಆಬಾಗೆ ಕೈ ಮಾಡಿದರು. ಆಬಾ ಓಡುತ್ತಲೆ ಬಸ್ ಯಡೆ ಹೋದ.

ಕಂಡಕ್ಟರ್ ಬೆಲ್ ಬಾರಿಸಿದ. ಬಸ್ ನಿಂತುಕೊಂಡಿತು. ಆಬಾ ಹಾಗೂ ಸದಾ ಬಸ್ಸಿನ ಬಾಗಿಲಿನ ಹತ್ತಿರ ಹೋಗಿ ನಿಂತರು. , ಪ್ರಾಧ್ಯಾಪಕ ಬುದ್ಧಿವಂತ ಅವರನ್ನು ನೋಡಿ ಆಬಾಗೆ ತುಂಬಾನೆ ಆನಂದವಾಯಿತು. ಪ್ರಾಧ್ಯಾಪಕ ಕೆಳಗೆ ಇಳಿಯುತ್ತಿದ್ದ ಹಾಗೆ ಆಬಾ 'ಜಯಭೀಮ'ಎಂದು ಅವರ ಸ್ವಾಗತ ಮಾಡಿದ. ಸದಾ ಸಹ ಕೈ ಮುಗಿದ ಹಾಗೂ ಪ್ರಾಧ್ಯಾಪಕರ ಚೀಲವನ್ನು ತನ್ನ ಕೈಯಲ್ಲಿ ತೆಗೆದುಕೊಂಡ. ಮೂರು ಜನರು ನಡೆಯಲು ಪ್ರಾರಂಭಿಸಿದರು. ಸರಪಂಚ್ ದೂರದಿಂದಲೆ ನೋಡುತ್ತಿದ್ದ. ಆದರೆ ಅವನು ಮುಂದೆ ಬರಲಿಲ್ಲ. ಆಬಾ ನೆರೆದ ಜನರಿಗೆ ಪ್ರಾಧ್ಯಾಪಕರ ಪರಿಚಯ ಮಾಡಿಕೊಟ್ಟ. ಇದೆಲ್ಲ ನಡೆದಿರುವಾಗಲೇ ವೇಗದಿಂದ ಬರುತ್ತಿದ್ದ ಗಾಡಿಯತ್ತ ಎಲ್ಲರ ಗಮನ ಹೋಯಿತು. ಆ ಗಾಡಿಯ ಹಿಂದೆ ಇನ್ನೂ ಮೂರ್ನಾಲ್ಕು ಗಾಡಿಗಳಿದ್ದವು. ಜಿಲ್ಲಾಧಿಕಾರಿಗಳ ಗಾಡಿಯನ್ನು ಗುರುತಿಸಲು ಸರಪಂಚ್‌ಗೆ ಸಮಯ ಬೇಕಾಗಲಿಲ್ಲ. ಗಾಡಿಗಳು ನಿಂತುಕೊಂಡವು. ಸರಪಂಚ್, ಉಪಸರಪಂಚ್ ಮಾಲೆ ತೆಗೆದುಕೊಂಡು ಮುಂದೆ ಹೋದರು. ಹಲಗೆ ಶಬ್ದ ಕೇಳಿಸಲು ಪ್ರಾರಂಭವಾಯಿತು. ಲೇಜಿಂ ಶಬ್ದವೂ ಕೇಳಿ ಬರಲು ಪ್ರಾರಂಭವಾಯಿತು. ಶೈನಾಯಿವಾದನದ ಧ್ವನಿಯೂ ಕೇಳಿ ಬರಲು ಪ್ರಾರಂಭವಾಯಿತು. ಜಿಲ್ಲಾಧಿಕಾರಿ ಕೆಳಗೆ ಇಳಿಯುತ್ತಿದ್ದ ಹಾಗೆ ಹಾರ ಹಾಕಲು ಜನರ ನೂಕುನುಗ್ಗಲು ಪ್ರಾರಂಭವಾಯಿತು. ಈ ಕಡೆ ದಲಿತರು ಪ್ರಾಧ್ಯಾಪಕರಿಗೆ ಹಾರಗಳಲ್ಲಿ ಮುಳುಗಿಸಿದ್ದರು. ಆಬಾ ಪ್ರಾಧ್ಯಾಪಕರನ್ನು ಸದಾನ ಹತ್ತಿರ ನಿಲ್ಲಿಸಿದ. ಹಾಗೂ ಜಿಲ್ಲಾಧಿಕಾರಿಗಳಿಗೆ ಹಾರ ಹಾಕಲು ಹೊರಟು ಹೋದ. ತಾಲೂಕು ಪಂಚಾಯಿತಿಯ ಸದಸ್ಯ ಮಾಲೆ ಹಾಕುವ ಪ್ರತಿಯೊಬ್ಬರ ಪರಿಚಯ ಮಾಡಿಕೊಡುತ್ತಿದ್ದ. ಆಬಾ ಜಿಲ್ಲಾಧಿಕಾರಿಗಳಿಗೆ ಹಾಗೂ ರಿಜಿಸ್ಟ್ರಾರ್‌ಗೆ ಹಾರ ಹಾಕಿದ. ಆದರದಿಂದ ಕೈ ಜೋಡಿಸಿ ಅವನೆಂದ–

"ಜಯಭೀಮ ಸಾಹೇಬ್!!"

ಜಿಲ್ಲಾಧಿಕಾರಿಗಳಿಗೆ ಸ್ಥಳೀಯ ಭಾಷೆ ತಿಳಿಯುತ್ತಿರಲಿಲ್ಲ. ಅವನು ತನ್ನ ಪಕ್ಕದ ಅಧಿಕಾರಿಗೆ ಕೇಳಿದ–

"ವ್ಹಾಟ್ ಹಿ ಈಜ್ ಸೇಯಿಂಗ್?"

ಅಧಿಕಾರಿ ನಗುತ್ತ ನುಡಿದ–"ಸಾಹೇಬರೆ, ಹೊಲೆಯರವನು. ಅವರಲ್ಲಿ ನಮಸ್ಕಾರ ಅನ್ನುವುದು ಇತ್ತೀಚೆಗೆ ನಿಂತು ಹೋಗಿದೆ. ಸರ್ ಹಿ ಈಜ್ ಸೇಯಿಂಗ್ ಜಯಭೀಮ್ ಮೀನ್ಸ್ ನಮಸ್ಕಾರ!"

ಸಾಹೇಬರು ಸುಮ್ಮನೆ ಮುಖ ಸೊಟ್ಟ ಮಾಡಿಕೊಂಡರು. ಸಮಾರಂಭಕ್ಕೆ ನಡೆಯುವಂತೆ ಅಧಿಕಾರಿಗೆ ಸೂಚಿಸಿದರು. ಹಲಗೆ ಹಾಗೂ ಲೇಜಿಂನ ತಾಳದ ಮೇಲೆ ಮೆರವಣಿಗೆ ಬೆಟ್ಟದ ಮೇಲೆ ಹೋಗಲು ಪ್ರಾರಂಭವಾಯಿತು.

ರಸ್ತೆಯ ಅಕ್ಕಪಕ್ಕ ನಿಂತು ಜನ ನೋಡುತ್ತಿದ್ದರು. ಶರಣಗುಪ್ಪಿಯ ಇತಿಹಾಸದಲ್ಲಿ ಇದೇ ಮೊದಲಿಗೆ ಜಿಲ್ಲಾಧಿಕಾರಿ ಭೇಟಿ ನೀಡುತ್ತಿದ್ದರು. ಜನರ ಮನಸ್ಸಿನಲ್ಲಿ ಉತ್ಸಾಹ ತುಂಬಿತ್ತು. ಹೊಲೆಯರು-ಮಾದಿಗರ ಹುಡುಗರು ಲೇಜಿಂನ ತಾಳದ ಮೇಲೆ ಮೆರವಣಿಗೆಯ ಮುಂಭಾಗದಲ್ಲಿ ಕುಣಿಯುತ್ತಿದ್ದರು. ಸತ್ಯಾ ತಲೆಯನ್ನು ಕುಣಿಸುತ್ತ ಹಲಗೆಯನ್ನು ಬಾರಿಸುತ್ತಿದ್ದ. ಮಧ್ಯದಲ್ಲಿಯೇ ಲೇಜಿಂ ಗುಂಪಿನಲ್ಲಿ ಹೋಗಿ ಕುಣಿಯುತ್ತಿದ್ದ. ಗುಲಾಲಿನಿಂದ ಅವನ ಮುಖ ತುಂಬಿ ಹೋಗಿತ್ತು. ಮೈಯಲ್ಲಿ ಹಾಕಿದ್ದ ಬಟ್ಟೆ ಬೆವರಿನಿಂದ ತೋಯ್ದು ಹೋಗಿತ್ತು. ಸುತ್ತ ಹತ್ತು ಊರಿನಲ್ಲಿ ಹಲಗಿ ಬಾರಿಸುವಲ್ಲಿ ಅವನು ಹೆಸರು ಮಾಡಿದ್ದ.

ಮೆರವಣಿಗೆ ಈಗ ಕೆರೆಯ ದಂಡೆಯ ಮೇಲೆ ಬಂತು. ಜನಸಂದಣಿ ಹೆಚ್ಚುತ್ತಲೆ ಇತ್ತು. ಕೆರೆ ಹತ್ತಿರ ಬರುತ್ತಿದ್ದ ಹಾಗೆ ಜಿಲ್ಲಾಧಿಕಾರಿ ಸರಪಂಚ್‌ನನ್ನು ಹತ್ತಿರ ಕರೆದು ಕನ್ನಡದಲ್ಲಿ ಕೇಳಿದ,

"ಏನ್ರಿ, ಈ ಕೆರೆಗೆ ಕನ್ನಡದಲ್ಲಿ ಏನು ಹೇಳುತ್ತಾರೆ?"

" 'ಹೇಲುಕೆರಿ'-ಅಂತಾರಿ ಸಾಹೇಬರೆ."

"ವ್ಹಾಟ್ ನಾನ್ಸೆನ್ಸ್!" ಜಿಲ್ಲಾಧಿಕಾರಿ ಮುಖದ ಮೇಲೆ ತಿರಸ್ಕಾರದ ಭಾವ ವ್ಯಕ್ತಪಡಿಸುತ್ತ ನುಡಿದ.

ಸಾಹೇಬ್ರ ಇಂಗ್ಲೀಷ್ ಬೈಗುಳದಿಂದ ಸರಪಂಚ್ ಸ್ವಲ್ಪ ಮೆತ್ತಗಾದ. ಅವನು ಬೇಗನೆ 'ಹೇಲುಕೆರಿ' ಈ ಶಬ್ದದ ಹಿಂದೆ ಇರುವ ಪ್ರಚಂಡ ಇತಿಹಾಸವನ್ನು ಸಾಹೇಬರಿಗೆ ಹೇಳಿಬಿಟ್ಟ. ಇತಿಹಾಸ ಕೇಳಿ ಸಾಹೇಬರು ಮೀಸೆಯಲ್ಲಿಯೇ ನಕ್ಕರು. ತನ್ನ ಅಧಿಕಾರಿಗೆ ಏನೋ ಒಂದು ಸೂಚನೆ ನೀಡಿದರು.

ಕಾರ್ಯಕ್ರಮ ಪ್ರಾರಂಭವಾಯಿತು. ಸೊಸಾಯಿಟಿ ಬಾಗಿಲಿನಲ್ಲಿ ನಿಲ್ಲಿಸಲಾಗಿದ್ದ ಭವ್ಯ ಸ್ಟೇಜ್ ಈಗ ಜನರಿಂದ ತುಂಬಿ ಹೋಗಿತ್ತು. ಸ್ಟೇಜ್‌ನ ಮಧ್ಯಭಾಗದಲ್ಲಿ ಜಿಲ್ಲಾಧಿಕಾರಿ ಹಾಗೂ ಬಲಭಾಗದಲ್ಲಿ ರಿಜಿಸ್ಟ್ರಾರ್, ಬಿಡಿಓ, ತಾಲೂಕ ಪಂಚಾಯಿತಿ ಸದಸ್ಯರು, ತಹಶೀಲ್ದಾರರು, ಇತರೆ ಸರ್ಕಾರಿ ಅಧಿಕಾರಿಗಳು ಹಾಗೂ ಸರಪಂಚ್, ಎಡಭಾಗದಲ್ಲಿ ಯಾರೋಬ್ಬ ದೊಡ್ಡ ರಾಜಕಾರಣಿ, ಪೊಲೀಸ್ ಪಾಟೀಲ್ ಹಾಗೂ ಕೊನೆಗೆ ಪ್ರೊಫೆಸರ್ ಬುದ್ಧಿವಂತ ಕುಳಿತಿದ್ದರು. ಆಬಾ, ಸದಾ, ಗೋಪಾ, ನಾಮಾ ಇವರೆಲ್ಲ ಓಡಾಟದಲ್ಲಿದ್ದರು. ಸ್ಟೇಜ್ ಮುಂದೆ ಹಾಕಲಾಗಿದ್ದ ಬಾಕಿನ ಮೇಲೆ ಊರಿನ ಶ್ರೀಮಂತರು, ಶಿಕ್ಷಕರು, ಅಕ್ಕಪಕ್ಕದ ಊರಿನ ಸರಪಂಚರು, ಮುಖಂಡರು ಹಾಗೂ ಶಿಕ್ಷಕರು ಕುಳಿತಿದ್ದರು.

ಹಿಂದೆ ಹೊಲೆಯರು ಕುಳಿತಿದ್ದರು. ಬಾಕಿ ಜನ ಹೋಗಿ ಹಿಂದೆ ನಿಂತಿದ್ದರು. ಹೆಂಗಸರು ಕಂಕುಳಿನಲ್ಲಿ ಮಕ್ಕಳನ್ನು ಎತ್ತಿ ಕೊಂಡು ತಲೆ ಮೇಲೆ ಸೆರಗು ಹೊದ್ದು, ಅದರ ತುದಿಯನ್ನು ಬಾಯಲ್ಲಿ ಹಿಡಿದುಕೊಂಡು ದೂರ ನಿಂತಿದ್ದರು. ಸಮಗಾರರ

ಚಂದು ಎಡಭಾಗ ಮೂಲೆಯಲ್ಲಿ ಕುಳಿತಿದ್ದು ಕಾಣಿಸುತ್ತಿತ್ತು. ಮರಾಠಿ ಶಾಲೆಯ ಮಕ್ಕಳು 'ಸ್ವಾಗತ ಕರುಯಿತೊ...' ಎಂಬ ಮರಾಠಿ ಸ್ವಾಗತಗೀತೆ ಅಂದ ಮೇಲೆ ಸಮಾರಂಭ ನಿಜವಾದ ಅರ್ಥದಲ್ಲಿ ಪ್ರಾರಂಭವಾಯಿತು. ಜಿಲ್ಲಾಧಿಕಾರಿಗಳ ಕೈಯಿಂದ ಜಾನುವಾರುಗಳನ್ನು ಹಂಚಲಾಯಿತು. ಇದೇ ಸಮಯದಲ್ಲಿ ಇಪ್ಪತ್ತು ಅಂಶಗಳ ಕಾರ್ಯಕ್ರಮದ ಅಡಿ ಕಟ್ಟಲಾಗಿದ್ದ ಮನೆಗಳ ಹಕ್ಕು ಪತ್ರವನ್ನು ಹಂಚಲಾಯಿತು.

ಸರಪಂಚ್ ಪ್ರಾಸ್ತಾವಿಕ ಭಾಷಣ ಮಾಡಿದ ತಾಲೂಕು ಪಂಚಾಯತ್ ಸಮಿತಿ ಸದಸ್ಯ ಹಾಗೂ ರಿಜಿಸ್ಟ್ರಾರ್ ಭಾಷಣ ಮಾಡಿ 'ಸರ್ಕಾರ ಹೇಗೆ ಬಡವರ ಉದ್ಧಾರ ಮಾಡುತ್ತಿದೆ' ಎಂದು ವಿವರಿಸಿದರು.

ಆನಂತರ ಜಿಲ್ಲಾಧಿಕಾರಿ ಮಾತನಾಡಲು ಎದ್ದರು. ಜಿಲ್ಲಾಧಿಕಾರಿಗೆ ಕನ್ನಡ ಅಥವಾ ಮರಾಠಿ ಇವುಗಳಲ್ಲಿ ಒಂದು ಸಹ ಜನರಿಗೆ ಅರ್ಥವಾಗುವ ರೀತಿಯಲ್ಲಿ ಮಾತನಾಡಲು ಬರುತ್ತಿರಲಿಲ್ಲ. ಆವಾಗಾವಾಗ 'ಇಪ್ಪತ್ತು ಅಂಶಗಳ ಕಾರ್ಯಕ್ರಮ', 'ಪ್ರಜಾಪ್ರಭುತ್ವ' ಮುಂತಾದ ಶಬ್ದಗಳು ಕಿವಿಯ ಮೇಲೆ ಬೀಳುತ್ತಿದ್ದವು. ಜಿಲ್ಲಾಧಿಕಾರಿಯ ಭಾಷಣಕ್ಕೆ ಸರಪಂಚ್ ಆವಾಗಾವಾಗ ಚಪ್ಪಾಳೆ ಬಾರಿಸುತ್ತಿದ್ದ.

ಸರಪಂಚ್ ಚಪ್ಪಾಳೆ ಬಾರಿಸುತ್ತಿದ್ದ ಹಾಗೆ ಜನರು ಚಪ್ಪಾಳೆ ಬಾರಿಸುತ್ತಿದ್ದರು. ಅರ್ಧ ಗಂಟೆ ಮಾತನಾಡಿ ಆದ ಮೇಲೆ ಜಿಲ್ಲಾಧಿಕಾರಿ ಕೆಳಗೆ ಕುಳಿತರು. ಈಗ ಪ್ರೊಫೆಸರ್ ಬುದ್ಧಿವಂತರ ಭಾಷಣ ಆಗಲಿತ್ತು. ಅಷ್ಟರಲ್ಲಿ ಜಿಲ್ಲಾಧಿಕಾರಿ ಪಂಚಾಯಿತಿ ಸಮಿತಿಯ ಸದಸ್ಯರ ಮುಂದೆ ಏನೊ ಸೂಚಿಸಿದ. ಸಭಾಪತಿ ಎದ್ದು ನಿಂತ. ಅವನು ಮಾಯಿಕ್ ಕೈಗೆ ತೆಗೆದುಕೊಂಡ,

"ಬಂಧು ಮತ್ತು ಭಗಿನಿಯರೆ, ಕಲೆಕ್ಟರ್ ಸಾಹೇಬರಿಗೆ ಮಹತ್ವದ ಕೆಲಸದ ನಿಮಿತ್ತ ಹೋಗಬೇಕಾಗಿದೆ. ಅದಕ್ಕಾಗಿ ಈ ಕಾರ್ಯಕ್ರಮ ಮುಗಿಯುವವರೆಗೂ ಅವರು ನಿಂತುಕೊಳ್ಳಲು ಆಗೋಲ್ಲ. ಈಗ ಪ್ರಾಧ್ಯಾಪಕ... ಪ್ರಾಧ್ಯಾಪಕ..."ಪ್ರಾಧ್ಯಾಪಕರೆಡೆ ಹೊರಳಿ ಸದಸ್ಯ ಕೇಳಿದ–"ಏನು ನಿಮ್ಮ ಹೆಸರು?"

"ಪ್ರಾಧ್ಯಾಪಕ ಬುದ್ಧಿವಂತ,"–ಪ್ರಾಧ್ಯಾಪಕ ನುಡಿದ.

ಹಾಗೂ ಸಭಾಪತಿ ಮಾತನಾಡಲು ಪ್ರಾರಂಭಿಸಿದ–"ಈಗ ಪ್ರಾಧ್ಯಾಪಕ ಬುದ್ಧಿವಂತರ ಭಾಷಣ ಜರುಗಲಿದೆ." ಸದಸ್ಯರ ನಿವೇದನೆಯ ನಂತರ ಜಿಲ್ಲಾಧಿಕಾರಿಗಳು ಬೇಗನೆ ಎದ್ದರು, ಮಾಯಿಕ್ ಮುಂದೆ ಬಂದರು. ಸಭೆ ಮೇಲೆ ದೃಷ್ಟಿ ಹಾಯಿಸಿದರು. ಬಹುತೇಕ ಸರ್ಣೀಯರು ಹೋಗಿದ್ದರು. ದಲಿತರು ಅವರ ಹೆಂಡತಿ ಮಕ್ಕಳು ಈ ಬಾಕಿನ ಮೇಲೆ ಬಂದು ಕುಳಿತರು. ಆಬಾಗೆ ಅಸ್ವಸ್ಥ ಅನ್ನಿಸಲು ಪ್ರಾರಂಭವಾಯಿತು. ಜಿಲ್ಲಾಧಿಕಾರಿಗಳು ಭಾಷಣಕೆ

ಯಾಕೆ ನಿಂತುಕೊಳ್ಳಲಿಲ್ಲ. ಚಹಾ ಯಾಕೆ ತೆಗೆದುಕೊಳ್ಳಲಿಲ್ಲ. ಇಂತ ಅನೇಕ ಪ್ರಶ್ನೆಗಳು ಅವರ ತಲೆಯಲ್ಲಿ ಬರಲು ಪ್ರಾರಂಭವಾದವು.

ಪ್ರಾಧ್ಯಾಪಕ ಭಾಷಣ ಪ್ರಾರಂಭ ಮಾಡಿದ. "ಸಭ್ಯ ಸ್ತ್ರೀ–ಪುರುಷರೆ, ಯುಗ–ಯುಗದ ಹೆದರಿಕೆಯನ್ನು ದೂರ ಮಾಡಿ, ಡಾ. ಬಾಬಾಸಾಹೇಬ್ ಅಂಬೇಡ್ಕ ಉಜ್ವಲ ಪ್ರೇರಣೆಯಿಂದಾಗಿ ನಾವು ಒಂದೆಡೆ ಬಂದು ಈ ಸೊಸಾಯಿಟಿಯ ರೂಪದಲ್ಲಿ ನಿಜಾರ್ಥದಲ್ಲಿ ಸಾಮೂಹಿಕ ಜೀವನ ಪ್ರಾರಂಭಿಸುತ್ತಿರುವ ಬದಲಾಗಿ ನಮಗೆ ಧನ್ಯತೆ ಅನ್ನಿಸುತ್ತಿದೆ. ಸರ್ಕಾರದ ಆರ್ಥಿಕ ಸಹಾಯದಿಂದ ಕೈಗೆತ್ತಿಕೊಂಡ ಕಠಿಣ ಪ್ರಕಲ್ಪ ಪೂರ್ಣ ಮಾಡುವುದಕ್ಕಾಗಿ ಊರಿನ ಎಲ್ಲ ದಲಿತ ಬಾಂಧವರು ಒಮ್ಮತದಿಂದ ಒಗ್ಗೂಡಿ ಪ್ರಯತ್ನಶೀಲರಾಗಿದ್ದು ಕಂಡು ಆನಂದವಾಗುತ್ತಿದೆ... ಆದರೆ ನಾನು ನಿಮಗೆ ಹೇಳಲು ಇಚ್ಛಿಸುವೆ, ಏನೆಂದರೆ ಸೊಸಾಯಿಟಿಯಿಂದಾಗಿ ನಿಮ್ಮ ಆರ್ಥಿಕ ಪ್ರಶ್ನೆಗಳು ಕೆಲ ಪ್ರಮಾಣದಲ್ಲಿ ಬಗೆಹರೆಯಲು ಸಹಾಯಕವಾಗಬಹುದು; ಆದರೆ ಸಾಮಾಜಿಕ ಸುಧಾರಣೆಯದ್ದು ಏನು?"

ಮುಂದಿನ ಜನ ಒಂದೆ ಸಮನೆ ಪ್ರಾಧ್ಯಾಪಕರ ಮುಖವನ್ನೇ ನೋಡುತ್ತಿದ್ದರು. ಹಳ್ಳಿ ಭಾಷೆ ಮಾತಾಡುತ್ತಿದ್ದ ದಲಿತರ ತಲೆಯಲ್ಲಿ ಪ್ರಾಧ್ಯಾಪಕ ಭಾಷಣ ಹೋಗುತ್ತಿರಲಿಲ್ಲ. ಶರಣಗುಪ್ಪಿ ಗ್ರಾಮ ಮೂಲತಃ ಮಹಾರಾಷ್ಟ್ರ–ಕರ್ನಾಟಕದ ಗಡಿಯಲ್ಲಿ ಇರುವ ಊರು. ಈ ಊರಿಗೆ ಸರಳವಾಗಿ ಕನ್ನಡ ಮಾತನಾಡಲು ಬರುತ್ತಿರಲಿಲ್ಲ ಈ ಕಡೆ ಮರಾಠಿ, ಮರಾಠಿ ಹಾಗೂ ಕನ್ನಡ ಇವುಗಳ ಸಮ್ಮಿಶ್ರ ಭಾಷೆ ಅಂದರೇನೆ ಇವರ ಭಾಷೆ.

ಪ್ರಾಧ್ಯಾಪಕ ಮುಂದೆ ನುಡಿದ–"ನಮಗೆ ಸಾಮಾಜಿಕ ಸುಧಾರಣೆ ಮೊದಲಿಗೆ ಆಗಬೇಕು. ದಲಿತರು ಮೊದಲು ಮನುಷ್ಯರಾಗಬೇಕು. ಈ ದೇಶದಲ್ಲಿ ಉಚ್ಚವರ್ಗದವರು ನಮಗೆ ತೊಡಸಿರುವ ಗುಲಾಮಗಿರಿಯ ಬೇಡಿಗಳನ್ನು ಹರಿದು ಬಿಸಾಡಬೇಕು. ಡಾ. ಬಾಬಾಸಾಹೇಬ್ ಅಂಬೇಡ್ಕರ್ ಅವರು ನಮಗೆ ನಿಮಗೆ ತೋರಿಸಿ ಕೊಟ್ಟ ಮಾರ್ಗ ಮಾತ್ರ ಉದ್ಧಾರ ಮಾಡಬಹುದು. ನಿಮ್ಮ ಸ್ವಾಭಿಮಾನ ಜಾಗೃತಗೊಳ್ಳಬೇಕು. ನಿಮ್ಮ ಮನಸ್ಸಿನ ವಿಶಾಲತೆ ಇನ್ನೂ ವಿಕಸಿತವಾಗಬೇಕು. ಸಾಮಾಜಿಕ ತಿಳುವಳಿ, ಬಂಧುತ್ವ ಮತ್ತು ಸಮತಾ ಇವುಗಳ ಅಂಕುರಗಳನ್ನು ನಿಮ್ಮ ಮನಸ್ಸಿನಲ್ಲಿ ಬೆಳೆಯಿಸಿ. ಕೇವಲ ಸೊಸಾಯಿಟಿ ಕುರಿತು ಸಮಾಧಾನ ಪಟ್ಟುಕೊಳ್ಳದೆ ನೀವೆಲ್ಲ ತುಂಬಾ ಕಲಿಯಿರಿ, ಸಂಘಟಿತರಾಗಿ, ಸಂಘರ್ಷ ಮಾಡಿ, ಸ್ವಚ್ಛರಾಗಿರಿ, ಸ್ವಾಭಿಮಾನಿಗಳಾಗಿ, ಒಂದು ದಿನ ಉಪವಾಸ ಇರಿ. ಆದರೆ ಸ್ವಾಭಿಮಾನ ಬಿಡಬೇಡಿ..."

ಪ್ರಾಧ್ಯಾಪಕ ಹತ್ತಿರ ಹತ್ತಿರ ಒಂದು ಗಂಟೆ ಮಾತಾಡಿದ. ಮುಂದಿನ ಜನ ಸ್ಥಿತಪ್ರಜ್ಞೆಯಿರುವ ಹಾಗೆ ಕೇವಲ ಕೇಳಿಸಿಕೊಳ್ಳುತ್ತಿದ್ದರು. "ಯವ್ವ, ಏನ್ ಮಾತಾಡ್ತಾನು ಅವನಿಗಾದ್ರೂ ತಿಳಿತೈತಿ ಏನು?"ಕೆಲವರು ಮನಸ್ಸಿನಲ್ಲಿಯೇ ಪ್ರಶ್ನೆ

ನಿರ್ಮಾಣ ಮಾಡಿ ಆಬಾಗೆ ಬೈದರು. ಕಾರಣ ಆಬಾನೆ ಈ ಮನುಷ್ಯನನ್ನು ಕರೆತಂದಿದ್ದ.

ಪ್ರಾಧ್ಯಾಪಕನ ಭಾಷಣ ಮುಗಿಯಿತು. ಸದಾ ತನ್ನ ಹರಿದ-ಮುರಿದ ಭಾಷೆಯಲ್ಲಿ ಆಭಾರ ವ್ಯಕ್ತ ಪಡಿಸಿದ. ಪ್ರಾಧ್ಯಾಪಕ ಸೊಸಾಯಿಟಿಯಲ್ಲಿ ಸುತ್ತಿ ನೋಡಿದ. ಆನಂತರ ಹೊಲಗೇರಿಗೆ ಭೇಟಿ ನೀಡಿದ. ಆಬಾ ಎದುರಿಗೆ ಬಂದ ಪ್ರತಿಯೊಬ್ಬರ ಪರಿಚಯ ಮಾಡಿಕೊಟ್ಟ. ಸಮಗಾರ ಚಂದು ಸಹ ಆಬಾನೊಂದಿಗೆ ತಿರುಗಾಡುತ್ತಿದ್ದ. ಎಲ್ಲರೂ ಚಾವಡಿಗೆ ಬಂದರು. ನಾಮಾ ಗುಡಾರು ಹಾಕಿದ. ಹರಟೆ ಆಯಿತು. ಪ್ರಾಧ್ಯಾಪಕ ಎಲ್ಲರಿಗೂ ಹೇಳಿದ–

"ಇದು ನೋಡ್ರಿ, ಈಗ ನೀವೆಲ್ಲ ನಿಮ್ಮನ್ನು ನೀವು ಹೊಲೆಯರು ಅನ್ನುವ ಹಾಗಿಲ್ಲ. ಬುದ್ಧ ಅನ್ನಬೇಕು ಹಾಗೂ ಈ ವಸತಿಗೆ ಇನ್ನೂ ಮುಂದೆ ಹೊಲಗೇರಿ ಅನ್ನುವ ಹಾಗಿಲ್ಲ. ಬುದ್ಧಗೇರಿ, ರಾಜವಾಡಾ ಅನ್ನಬೇಕು. ನಾವೇನು ಕೂತಿದ್ದೇವೊ ಈ ಚಾವಡಿಗೆ ಬುದ್ಧ ಮಂದಿರ ಅನ್ನಬೇಕು. ಶಾಲೆಗೆ ಹೋಗುವ ಮಕ್ಕಳಿಗೆ ಧಮ್ಮ ಪದ ಕಲಿಸಿ, ದನ ಕತ್ತರಿಸುವುದನ್ನು ನಿಲ್ಲಿಸಿ. ಸಾರಾಯಿ ಕುಡಿಯಬೇಡಿ. ಒಗ್ಗಟ್ಟಾಗಿ ಇರಿ, ಸ್ವಚ್ಚವಾಗಿರಿ."

ಪ್ರಾಧ್ಯಾಪಕನ ಉಪದೇಶ ಪ್ರಾರಂಭವಾಯ್ತು. ಪ್ರತಿಯೊಬ್ಬರು ಕಿವಿಗೊಟ್ಟು ಕೇಳುತ್ತಿದ್ದರು. ಅಷ್ಟರಲ್ಲಿ ಸದಾ ಚಹಾ ಕಿಟಲಿ ಹಾಗೂ ಕಪ್ ತೆಗೆದುಕೊಂಡು ಬಂದ. ಅತಿಥಿಗಳ ವ್ಯವಸ್ಥೆ ಮಾಡುವಲ್ಲಿ ಸದಾ ನಿಸ್ಸಿಮ. ಕೆಲವು ಸಮಯ ಮಿಲಿಟರಿಯಲ್ಲಿ ಇದ್ದ ಕಾರಣ ಸ್ವಚ್ಛವಾಗಿರುತ್ತಿದ್ದ. ತಕ್ಷಣ ಅವನೆಡೆ ದೃಷ್ಟಿ ಹೊರಳುತ್ತಿತ್ತು.

ಚಹಾದ ಕಪ್ಪು ಪ್ರಾಧ್ಯಾಪಕನ ಎದುರಿಗೆ ಹಿಡಿಯುತ್ತ ಸದಾ ನುಡಿದ– "ಸಾಹೇಬ್, ಚಹಾ ತೆಗೊರಿ."

"ಏನೊ ಸದಾ? ಚಹಾ ತರುವ ಮುಂಚೆ ಕೇಳುವುದಲ್ಲ?"

"ಏನಾತ್ರಿ ಸಾಹೇಬ್ರ?"

"ನಾನು ಚಹಾ ಕುಡಿಯುದಿಲ್ಲಪ್ಪ, ಬರಿ ಕಾಫಿ ಕುಡಿತೀನಿ!"

ಸದಾಗೆ ಅಪರಾಧಿತನ ಅನ್ನಿಸಲು ಪ್ರಾರಂಭವಾಯಿತು. ಅವನು ಚಹಾದ ಕಪ್ಪು ಹಿಂದೆ ತೆಗೆದುಕೊಂಡ.

"ಸಾಹೇಬರ ಎರಡ ನಿಮಿಷನ್ಯಾಗ ಕಾಫಿ ತರತೇನಿ. ನಂಗ ಎಲ್ಲಿ ಗೊತ್ತಿತ್ತು ನೀವು ಚಾ ಕುಡಿಯಾಂಗಿಲ್ಲಂತ. ಇಲ್ಲದಿದ್ರ ಆಗ ಕಾಫಿ ತರತ್ತಿದ್ದೆ. ಆಬಾ, ನೀವಾದ್ರೂ ಹೇಳೋದು ಅಲ್ಲ? ನೀವು ಸಾಹೇಬರ ಮನಿಗಿ ಹೋಗಿದ್ರಿ ಅಲ್ಲ. ನಿಮಗೆ ಗೊತ್ತಿಲ್ಲೇನು?"–ಸದಾ ಆಬಾಗೆ ಕೇಳಿದ.

ಆಬಾನ ಮನಸ್ಸಿನಲ್ಲಿ ಬಂತು, ಸದಾಗೆ ಹೇಳಿ ಬಿಡಬೇಕು ಕೊಲ್ಲಾಪುರಿನಲ್ಲಿ ಏನು ರಾಮಾಯಣ ಆಯಿತು ಅಂತ. ಆದರೆ ಆಬಾ ಹೇಗೆ ಹೇಳಬೇಕು?

ನಾಲ್ಕು ಜನರ ಮುಂದೆ ಹೇಳುವ ವಿಷಯವೆ ಅದು? ಆಬಾ ತಪ್ಪು ಒಪ್ಪಿಕೊಳ್ಳುತ್ತ ಹೇಳಿದ–

"ಸದಾ, ತಪ್ಪಾಯಿತು ನಂದು, ಹೇಳಬೇಕಿತ್ತು. ಈಗ ಸುಮ್ಮ ಮಾತು ಬೆಳಿಸಬ್ಯಾಡ. ಹೋಗಿ ಕಾಫಿ ತಗೊಂಡ್ ಬಾ."

ಪ್ರಾಧ್ಯಾಪಕ ನಗುತ್ತ ನುಡಿದ–"ಇರಲಿ ಬಿಡಿ ಸದಾ, ಇಲ್ಲಿ ಕೊಡಿ ಚಹಾ, ಒಂದು ಸಲ ಕುಡಿದರೆ ಏನೂ ಆಗೋಲ್ಲ."

"ಛೇ... ಛೇ... ರೀ ಸಾಹೇಬರ, ತಗೋಂಡ ಬರ್ತೀನಿ ಕಾಫಿ, ಹೀಂಗ್ ಹೋಗಿ ಹಂಗ್ ಬರ್ತೀನಿ,"–ಎಂದು ಸದಾ ಎದ್ದು ನಿಂತ.

"ಅಯ್ಯೋ ಯಪ್ಪ ಚಹಾ ನಡಿಯುತ್ತೆ. ಕೊಡಿ ಅಂತ ಹೇಳುತ್ತಿರವೆ ಅಲ್ಲವೆ?"–ಪ್ರಾಧ್ಯಾಪಕ ಸ್ವಲ್ಪ ಮೇಲಿನ ಸ್ವರದಲ್ಲಿ ನುಡಿದ. ಸದಾ ಚಹಾದ ಕಪ್ ಪ್ರಾಧ್ಯಾಪಕನ ಕೈಗೆ ನೀಡಿದ.

ಚಹಾ ಕುಡಿಯುತ್ತ–ಕುಡಿಯುತ್ತ ಪ್ರಾಧ್ಯಾಪಕ ನುಡಿದ–

"ಆಬಾ, ಕಲೆಕ್ಟರ್ ಎಲ್ಲಿಗೆ ಹೋದರು?"

"ಸರಪಂಚ್ ಮನಿಗೆ ಊಟಕ್ಕ ಹೋದ್ರು."

"ನನ್ನ ಭಾಷಣಕ್ಕೆ ಅವರು ನಿಂತುಕೊಳ್ಳಲಿಲ್ಲ!"

"ಮಹತ್ವದ ಕೆಲ್ಸ ಬಂತು ಅಂತ ಸದಸ್ಯ ಸ್ಟೇಜ್ ಮ್ಯಾಗ ಹೇಳಲಿಲ್ಲ ಏನು?"

ಪ್ರಾಧ್ಯಾಪಕ ಚಹಾದ ಖಾಲಿ ಕಪ್ ಕೆಳಗೆ ಇಟ್ಟ.

"ತುಂಬಾ ಮಹತ್ವದ ಕೆಲಸವಿತ್ತಲ್ಲ? ಊಟ ಮಾಡುವುದು... ಹಾಗೂ..."–ಪ್ರಾಧ್ಯಾಪಕ ಜೋರಾಗಿ ನಕ್ಕ. ಅವನ ನಗುವಿನಲ್ಲಿ ಎಲ್ಲರೂ ಸೇರಿಕೊಂಡರು.

"ಸರಿಯಪ್ಪ, ಈಗ ನಮಗ ನಮ್ಮದ ಮಹತ್ವದ ಕಲ್ಸಾ ಐತಿ, ನಮ್ಮ ಊಟದ್ದು?"

ಪ್ರಾಧ್ಯಾಪಕ ಪುನಃ ತಮಾಷೆ ಮಾಡಿದ ಹಾಗೂ ಎಲ್ಲರೂ ನಗುತ್ತಲೆ ಬೆಂಬಲ ಸೂಚಿಸಿದರು. ಆಬಾ ನೆರದ ಜನರಿಗೆ ನುಡಿದ–

"ಸರಿ, ಈಗ ನೀವೆಲ್ಲಾ ಹೊಂಡ್ರಿ, ಸಾಹೇಬರ ಊಟದ ವ್ಯವಸ್ಥೆ ಮಾಡಬೇಕು. ಸದಾ ಊಟಾ ತಯಾರ ಐತಿ ಏನು?"

ಚಾವಡಿಯಲ್ಲಿಯ ಜನ ಎಲ್ಲರೂ ಹೊರಟು ಹೋದರು.

ಆಬಾ, ಪ್ರಾಧ್ಯಾಪಕ ಹಾಗೂ ಸದಾ ಅಷ್ಟೇ ಚಾವಡಿಯಲ್ಲಿ ಇದ್ದರು, ಸದಾ ನುಡಿದ–"ಸಾಹೇಬ್, ನಮ್ಮ ಮನಿಯೊಳಗೆ ನಿಮ್ಮ ಊಟದ ವ್ಯವಸ್ಥೆ ಮಾಡೇವಿ."

"ಒಳ್ಳೆಯದು, ಆದರೆ ಇಲ್ಲಿ ಹೋಟೆಲ್ ಇತ್ಯಾದಿ ಇಲ್ಲವೆ?"

"ಎಂಥಾ ಹೋಟೆಲ್ ರಿ? ತಡಸಿ ಹೋಟೆಲ್‌ಗಳು ಅದಾವ. ಅಲ್ಲಿ ಬರಿ ಚಹಾ ಬಜ್ಜಿ ಮಾತ್ರ ಸಿಗ್ತದ. ಊಟಾ ಎಲ್ಲಿ ಸಿಗೋದು?"

"ಊಟದ ಸಲುವಾಗಿ ನಾ ಕೇಳಲಿಲ್ಲ ಸದಾ, ಸಹಜ ಮಾಹಿತಿಗಾಗಿ ಕೇಳಿದೆ. ಈಗ ಊಟದಾಗ ಏನೈತಿ?"–ಪ್ರಾಧ್ಯಾಪಕ ವಿಷಯಾಂತರ ಮಾಡಿದ.

"ಹೋಳಿಗಿ, ಮಸಾಲಾ ಅನ್ನಾ, ಬರ್ತಾ ಪಲ್ಯೆ, ಹಾಲಂತು ಮನಿದ ಐತಿ."

"ಸದಾ, ಮಟಣ ತಿನ್ನತಿ ಇಲ್ಲೊ?"

"ಛೇ... ಛೇ... ರೀ, ಮಟನ್, ತತ್ತಿ, ಸೆರೆ ಬಿಟ್ಟು ಹತ್ತು ವರ್ಷ ಆತು. ಮುಂಬಯಿಯಲ್ಲಿ ಅಳಿಯನ ಹತ್ರ ಇರುವಾಗ ಒಬ್ಬ ಭಿಕ್ಕು ಸಿಕ್ಕ, ಅವನ ಉಪದೇಶ ಕೇಳಿದೆ ಮತ್ತು ಸೆರೆ ಬಂದ್, ಮಟನ್ ಬಂದ್. ಈಗ ಏನಾದ್ರೂ ಮುಂಬಿಗೆ ಹೋದ್ರ ಬೌದ್ಧ ಧರ್ಮದ ದೀಕ್ಷಾ ತಗೊಂಡ ಬರ್ತಿನಿ."–ಸದಾ ದೊಡ್ಡ ಅಭಿಮಾನದಿಂದ ನುಡಿದ.

"ವ್ಹಾ, ತುಂಬಾನೆ ಒಳ್ಳೆಯದು! ಸದಾ. ಒಪ್ಪಿದೆ ನಿನ್ನ. ನಡಿರಿ, ಊಟಕ್ಕ. ನೀನು ಮುಂದೆ ಹೋಗಿ ಎರಡು ಮೊಟ್ಟೆ ಕುದಿಸಲು ಹೇಳುವೆಯಾ?"

"ರೀ, ಎರಡ ಯಾಕ. ಹತ್ತು ಕುದಿಸತಿನಿ. ಮನ್ಯಾಗ ರಾಶಿ ಕೋಳಿಗಳಾದವು."

ಸದಾ ಖಾಲಿ ಕಿಟಲಿ ಹಾಗೂ ಕಪ್ ತೆಗೆದುಕೊಂಡು ಒಡುತ್ತಲೆ ಮನೆಯೆಡೆ ಹೋದ.

ಆಬಾ ಮಾತ್ರ ಪ್ರಾಧ್ಯಾಪಕರ ಈ ಮಾತಿನಿಂದ ಸಪ್ಪೆ ಆದ. ಆದರೆ ಅವನು ಅದನ್ನು ಮುಖದಲ್ಲಿ ವ್ಯಕ್ತ ಮಾಡಲಿಲ್ಲ.

"ರೀ, ಸರಾಯಿ ಅಂಗಡಿ ಇದೆಯಾ "

"ಎರಡು ಅಂಗಡಿಗಳು ಇದಾವು!"

"ಊರಲ್ಲಿಆಂಗ್ಲ ಸರಾಯಿ ಸಿಗುತ್ತಾ?"

"ಇಲ್ಲರಿ, ಇಂಗ್ಲೀಷ್ ಸರಾಯಿ ಇಲ್ಲಿ ಯಾರೂ ಕುಡಿತಾರು! ಬರಿ ಇಲ್ಲಿ ದೇಸಿ ಸರಾಯಿ ಸಿಗ್ತದ; ಆದ್ರ ಇದನ್ನೆಲ್ಲ ಯಾಕ ಕೇಳಾತೀರಿ?"

ಪ್ರಾಧ್ಯಾಪಕ ಅವನ ಪ್ರಶ್ನೆಯೆಡೆ ದುರ್ಲಕ್ಷ್ಯ ಮಾಡಿದ್ರು ಹಾಗೂ ನುಡಿದರು,–"ಆಂಗ್ಲ ಸರಾಯಿ ಇಲ್ಲದಿದ್ದರೂ ನಡೆದೀತು. ಇದ್ದದ್ದು ತನ್ನಿ ಡಾಕ್ಟರೇ ಹೇಳಿದ್ದಾರೆ."–ಈಗ ಮಾತ್ರ ಆಬಾ ಚಕಿತನಾದ.

ಹನ್ನೊಂದು

ಮಹಾರಾಷ್ಟ್ರದಲ್ಲಿ ನಾಮಾಂಕಿತ ಪ್ರಕ್ರಿಯೆ ಪ್ರಬಲಗೊಂಡಿತು. ನಾಮಾಂತರ ಆಂದೋಲನದ ಹಿಂದಿನ ಉದ್ದೇಶ ಶರಣಗುಪ್ಪಿ ಗ್ರಾಮದ ದಲಿತರಿಗೆ ಗೊತ್ತೆಯಿರಲಿಲ್ಲ. ತಮ್ಮ ಕುಲಬಾಂಧವರು ಯಾವುದೋ ಕಾರಣಕ್ಕಾಗಿ ತಮ್ಮ ತಮ್ಮಲ್ಲಿಯೆ ಕಿತ್ತಾಡುತ್ತಿದ್ದಾರೆ ಎಂಬುದು ಮಾತ್ರ ಅವರಿಗೆ ತಿಳಿದಿತ್ತು.

ಕೊಲ್ಲಾಪುರದಲ್ಲಿ ಕಾಲೇಜಿನಲ್ಲಿ ವ್ಯಾಸಂಗ ಮಾಡುತ್ತಿದ್ದ ಹುಡುಗರು ಬೇಸಿಗೆ ರಜೆಯಲ್ಲಿ ಗ್ರಾಮಕ್ಕೆ ಮರಳಿದರು. ಈ ಹುಡುಗರು ನಾಮಾಂತರದ ನಿಮಿತ್ತದಿಂದ ಕೊಲ್ಲಾಪುರದಲ್ಲಿ ದಲಿತರು ಹಾಗೂ ಸವರ್ಣಿಯರು ಮಾಡಿದ ಚಳುವಳಿಯನ್ನು ಪ್ರತ್ಯಕ್ಷವಾಗಿ ನೋಡಿದ್ದರು. ಸುಭಾಷ್ ಅಂತೂ ಕೊಲ್ಲಾಪುರದಲ್ಲಿ ಜರುಗಿದ ಲಾಂಗ್‌ಮಾರ್ಚ್‌ದಲ್ಲಿಯೂ ಸಹ ಸಕ್ರಿಯವಾಗಿ ಭಾಗಿ ಆಗಿದ್ದ. ಈ ಹುಡುಗರು ನಾಮಾಂತರದ ಕುರಿತು ತಮ್ಮ ಅನಕ್ಷರಸ್ಥ ಸಂಬಂಧಿಕರಿಗೆ ತಿಳಿ ಹೇಳುತ್ತಿದ್ದರು. 'ಮಾರಾಠವಾಡಾ ವಿಶ್ವವಿದ್ಯಾಲಯಕ್ಕೆ ಡಾ. ಬಾಬಾಸಾಹೇಬ್ ಅಂಬೇಡ್ಕರ್ ಅವರ ಹೆಸರು ಇಡಬೇಕು. ' ಎಂಬುದನ್ನಷ್ಟೇ ಈ ಹುಡುಗರು ಎದೆಯ ಮೇಲೆ ಕೈಯಿಟ್ಟುಕೊಂಡು ಹೇಳುತ್ತಿದ್ದರು. ಈ ಪ್ರಶ್ನೆಯ ಆಳ ಬಹುತೇಕ ಜನರಿಗೆ ತಿಳಿದಿರಲಿಲ್ಲ. ಆದರೂ ಸಹ ಈ ಹುಡುಗರು ನೀಡಿದ ಮಾಹಿತಿ ಮೇರೆಗೆ ಶರಣಗುಪ್ಪಿ ದಲಿತರಿಗೆ ಈ ಪ್ರಶ್ನೆ ಕುರಿತು ಅಲ್ಪಸ್ವಲ್ಪ ತಿಳಿದಿತ್ತು.

ನಾಮಾಂತರ ಕುರಿತು ದಲಿತ ನಾಯಕರು ನೀಡಿದ ಕೊಲ್ಲಾಪುರದಲ್ಲಿನ ಭಾಷಣವನ್ನು ಈ ಹುಡುಗರು ಕೇಳಿದ್ದರು. ರಾಮದಾಸ, ಭೋಗೆಂದ್ರ ಕವಾಡೆ, ರಾಜಾ ಡಾಲೆ, ದತ್ತಾ ಜಾದವ, ಆರ್. ಬಿ. ಕಾಂಬಳೆ, ಮಾಯಿ, ಕುರಣೆ, ಬಾಪುರಾವ ಜಗತಾಪ, ಮಾಯಿ ಅಂಬೇಡ್ಕರ್ ಈ ಎಲ್ಲ ನೇತಾರರ ಸಭೆಗಳನ್ನು

ನಾವು ಕೇಳಿದ್ದೇವೆ. ಹಾಗೂ ಹತ್ತಿರದಿಂದ ನೋಡಿದ್ದೇವೆ ಎಂದು ಹೇಳಲು ಆ ಹುಡುಗರಿಗೆ ತುಂಬಾನೆ ಅಭಿಮಾನವೆನ್ನಿಸುತಿತ್ತು.

ಮುಂದೆ ಕೆಲ ದಿನಗಳ ನಂತರ ಮಾಣಗಾಂವದಲ್ಲಿ ಸಭೆಯೊಂದು ಜರುಗಿತ್ತು. ಅದಕ್ಕೆ ಸುಭಾಷ್‌ನೊಂದಿಗೆ ಆಬಾ ಸಹ ಹೋದರು. ಮೂರು ದಿನಗಳ ಆ ಸಮ್ಮೇಳನದಲ್ಲಿ ಪಾಲ್ಗೊಂಡು ಅವರು ಮರಳಿದಾಗ ಅವರೊಂದಿಗೆ ಹೊಸ ವಿಚಾರಗಳು ಬಂದಿದ್ದವು!

ಶಿರಗುಪ್ಪಿಯಲ್ಲಿ ದಲಿತ ಚಳುವಳಿಯನ್ನು ಪ್ರಾರಂಭಿಸಲೇಬೇಕೆಂದು ಆಬಾ ದೃಢವಾಗಿ ನಿಶ್ಚಯ ಮಾಡಿದ್ದರು. ಈ ಕಡೆ ಸುಭಾಷ್ ತನ್ನದೆ ವಯೋಮಾನದ ಕೆಲ ಹುಡುಗರನ್ನು ಒಂದು ಗೂಡಿಸಿ ಒಂದು ಯುವಕ ಮಂಡಲವನ್ನು ಸ್ಥಾಪಿಸಿದ.

ಈ ದಲಿತ ಯುವಕ ಮಂಡಲದ ಕಾರಣದಿಂದಾಗಿ ಶರಣಗುಪ್ಪಿಯಲ್ಲಿ ಮೊದಲ ಬಾರಿ ದಲಿತ ಸಂಘಟನೆಯೊಂದು ಜನ್ಮ ತಳೆಯಿತು. ಮಾದಿಗರು ಹಾಗೂ ಸಮಗಾರರ ಹುಡುಗರು ಸಹ ಈ ಯುವಕ ಮಂಡಲದ ಹಿಂದೆ ಬಿದ್ದಿದ್ದರು.

ಬೇಸಿಗೆ ರಜೆ ಮುಗಿಯುವ ಪೂರ್ವವೆ ಮನ್ನಾದ ಅರುಣ ಗ್ರಾಮಕ್ಕೆ ಬಂದಿದ್ದ. ಕೊಲ್ಲಾಪುರದಲ್ಲಿ ಆಯ್. ಟಿ. ಆಯ್ ದಲ್ಲಿ ಫಿಟ್ಟರ್‌ನ ಕೋರ್ಸ್ ಮಾಡುತ್ತಿದ್ದ. ಊರಿಗೆ ಬಂದ ದಿನವೆ ಅವನು ಬೀದಿಯ ಹುಡುಗರನ್ನು ದೇವಸ್ಥಾನದಲ್ಲಿ ಜಮೆ ಮಾಡಿದ. ಈ ಸಭೆಯಲ್ಲಿ ಅವನು 'ಮಾಸ್ ಮೂಮೆಂಟ್' ಸ್ಥಾಪನೆ ಮಾಡಿದ್ದಾಗಿ ಘೋಷಣೆ ಮಾಡಿದ. ಹಾಗೆ ನೋಡಿದರೆ ಸುಭಾಷ ಜಬಾಟೆ ಹಾಗೂ ಅರುಣ ಇಬ್ಬರೂ ಜೀವಸ್ಯ ಕಂಠಸ್ಯ ಮಿತ್ರರು. ಆದರೆ ಆ ಇಬ್ಬರಲ್ಲಿ ಒಬ್ಬರಿಗೆ ಪಥರ (ಯುವಕ ಮಂಡಲ) ಇಷ್ಟವಾಗಿದ್ದರೆ, ಇನ್ನೊಬ್ಬ 'ಮಾಸ್ ಮೂಮ್ಮೆಂಟ್'ನ್ನು ಸಮರ್ಥಿಸಿದ್ದ; ಆದರೆ ಎರಡೂ ಘಟಕಗಳು ಕಾರ್ಯಪ್ರವೃತ್ತವಾಗಿದ್ದವು. ತಮ್ಮದೆ ಪದ್ಧತಿಯ ಪ್ರಕಾರ ಕಾರ್ಯಪ್ರವೃತ್ತವಾಗಿದ್ದವು. ಪಥರ ಗ್ರಂಥಾಲಯ ಪ್ರಾರಂಭಿಸಿದರೆ, ಮೂಮ್ಮೆಂಟ್‌ದವರು ಅಂಗನವಾಡಿ ಪ್ರಾರಂಭಿಸಿದ್ದರು. 'ದೇವರಿಗೆ ಹೆದರಬೇಡಿ, ಸತ್ತ ಪ್ರಾಣಿಗಳನ್ನು ಎಳೆಯಬೇಡಿ, ಭಿಕ್ಷೆ ಬೇಡ ಬೇಡಿ, ಸ್ವಚ್ಛತೆ ಕಾಪಾಡಿಕೊಳ್ಳಿ' ಎಂಬ ಉಪದೇಶವನ್ನು ನೀಡುತ್ತ ಈ ಯುವಕರು ಊರಲ್ಲಿ ಅಲೆದಾಡಲು ಪ್ರಾರಂಭಿಸಿದರು. ಯುವಕರಲ್ಲಿ ಆ ಪ್ರಚಂಡ ಉತ್ಸಾಹ ಕಂಡು ಆಬಾಗೆ ಸಮಾಧಾನವೆನ್ನಿಸುತಿತ್ತು. ಪಥಕ ಹಾಗೂ ಮಾಸ್ ಮೂಮ್ಮೆಂಟ್ ಈ ಎರಡು ಸಂಘಟನೆಗಳ ಉದ್ದೇಶ ಹತ್ತಿರತ್ತಿರ ಚಳುವಳಿಯನ್ನು ಪ್ರಾರಂಭಿಸುವುದು, ಸಮಾಜದಲ್ಲಿ ಜಾಗೃತಿ ಮೂಡಿಸುವುದು. ದಲಿತ ದೌರ್ಜನ್ಯವನ್ನು ಖಂಡಿಸುವುದು... ಆದರೆ ಅದಕ್ಕಾಗಿ ಎರಡು ಸಂಘಟನೆಗಳು ಯಾಕೆ ಎಂಬ ವಿಚಾರವೂ ಬಾರದೆ ಇರುತ್ತಿರಲಿಲ್ಲ.

ಮಾರ್ಚ್ ತಿಂಗಳು ಹೇಗೆ-ಹೇಗೆ ಹತ್ತಿರ ಬರಲು ಪ್ರಾರಂಭಿಸಿತೊ ಹಾಗೆ ಯುವಕರಲ್ಲಿ ಹೊಸದೊಂದು ವಿಚಾರ ಪ್ರಾರಂಭವಾಯಿತು. ಏಪ್ರಿಲ್ 14ರಂದು ಅಂಬೇಡ್ಕರ್ ಜಯಂತಿಯನ್ನು ಆಚರಿಸುವಲ್ಲಿ ಶರಣಗುಪ್ಪಿ ಬೆಳಗಾವಿ ಜಿಲ್ಲೆಯಲ್ಲಿಯೇ ಪ್ರಸಿದ್ಧವಾಗಿದೆ. ಇಷ್ಟೊಂದು ದೊಡ್ಡ ಪ್ರಮಾಣದಲ್ಲಿ ಬೇರೆ ಯಾವ ಊರಲ್ಲಿಯೂ ಆಚರಿಸಲಾಗುವುದಿಲ್ಲ. ಜಯಂತಿಯ ಕಾರ್ಯಗಳು ಐದೈದು ದಿನಗಳು ಜರಗುತ್ತವೆ. ಸುತ್ತಲಿನ ಹತ್ತು ಊರಿನ ಎಲ್ಲ ದಲಿತರು ಈ ಕಾರ್ಯಕ್ರಮವನ್ನು ನೋಡಲು ಶರಣಗುಪ್ಪಿಯಲ್ಲಿ ಮುಕ್ಕಾಂ ಹೂಡುತ್ತಾರೆ. ಐವತ್ತು-ಐವತ್ತು ಎತ್ತಿನ ಬಂಡಿಯನ್ನು ಹೂಡಿ ಬಾಬಾಸಾಹೇಬರ ಪ್ರತಿಮೆಯ ಭವ್ಯ ಮೆರವಣಿಗೆಯನ್ನು ತೆಗೆಯುತ್ತಾರೆ. ಮೆರವಣಿಗೆಯಲ್ಲಿ ಎಲ್ಲಕ್ಕಿಂತ ಮುಂದೆ ಲೇಜಿಂ ತಂಡ, ಕೊರವರ ಬ್ಯಾಂಡ್ ಹಾಗೂ ಎಲ್ಲರ ಗಮನವನ್ನು ತಮ್ಮೆಡೆ ಸೆಳೆಯುವ ಅಕಿವಾಟ ಬ್ಯಾಂಡ್. ಈ ತಂಡದಲ್ಲಿಯ ಕುರುಡ ಬ್ಯಾಂಡ್ ಬಾರಿಸಲು ಪ್ರಾರಂಭಿಸುತ್ತಿದ್ದ ಹಾಗೆ ಎಲ್ಲರೂ ಮಂತ್ರಮುಗ್ಧರಾಗುತ್ತಿದ್ದರು. ಕಳೆದ ಹತ್ತು ವರ್ಷಗಳಲ್ಲಿ ಅಕಿವಾಟ ಬ್ಯಾಂಡ್ ಇಲ್ಲದೆ ಅಂಬೇಡ್ಕರ್ ಜಯಂತಿಯನ್ನು ಆಚರಿಸಿಯೇ ಇಲ್ಲ. ಮನೋರಂಜನೆಗಾಗಿ ಹೊಲಗೇರಿಯ ಹುಡುಗರು ಯಾವುದಾದರೊಂದು ನಾಟಕವನ್ನು ಆಡುತ್ತಿದ್ದರು. ಇಲ್ಲದಿದ್ದರೆ ಶ್ರೀಕೃಷ್ಣ ಪಾರಿಜಾತವಂತೂ ಇದ್ದೆ ಇರುತಿತ್ತು. ಈ ಹಳೆಯ ತಲೆಮಾರಿನ ಜನರಿಗಂತೂ ಶ್ರೀಕೃಷ್ಣಪಾರಿಜಾತ ಎಂದರೆ ಬಲು ಪ್ರೀತಿ. 'ಶ್ರೀ ಕೃಷ್ಣ ಹಾಗೂ ರುಕ್ಮಿಣಿಯ ಸಂವಾದ' ಬೆಳಕು ಹರಿಯುವವರೆಗೂ ನಡದೆ ಇರುತ್ತಿತ್ತು. 'ಸಂಗೋಳಿ ರಾಯಣ್ಣ ನಂತಹ ನಾಟಕಗಳು ಸಹ ಕೆಲವೊಂದು ಬಾರಿ ಪ್ರದರ್ಶನಗೊಂಡವು. ಜಯಂತಿ ಮುಗಿಯುವವರೆಗೆ ಯಾರು ಸರಾಯಿ ಕುಡಿಯ ಬಾರ್ದು ಎಂಬ ನಿಯಮವೇ ಇತ್ತು. ಆದರೂ ಸರಾಯಿ ಕುಡಿದು ಗಲಾಟೆ ಮಾಡುವವರಿಗೆ ಏನೂ ಕೊರತೆ ಇರಲಿಲ್ಲ. ಕರ್ನಾಟಕಕ್ಕಿಂತ ಮಹಾರಾಷ್ಟ್ರದಲ್ಲಿ ಸರಾಯಿ ತುಂಬ ಅಗ್ಗವೆಂದು ಅನೇಕ ಜನರು ಖಿದ್ರಾಪುರಕ್ಕೆ ಹೋಗುತ್ತಿದ್ದರು ಹಾಗೂ ಕುಡಿದ ಅಮಲಿನಲ್ಲಿ ತೂರಾಡುತ್ತಿದ್ದರು. ಬ್ಯಾಂಡ್ ಬಾರಿಸಲು ಕೊರವರು ಸರಾಯಿ ಕುಡಿಯದೆ ಹೋಗುತ್ತಿರಲಿಲ್ಲ. ಅಲ್ಲದೆ ಸರಾಯಿ ಇಲ್ಲದೆ ಅವರಿಗೆ ಬ್ಯಾಂಡ್ ಬಾರಿಸಲು ಆಗುತ್ತಿರಲಿಲ್ಲ. ಬ್ಯಾಂಡ್ ಬಾರಿಸಲು ನಾಲ್ಕು ಪೈಸೆ ಕಡಿಮೆ ಕೊಟ್ಟರೂ ಸಹ ಅವರೇನು ಬೇಸರಿಸಿಕೊಳ್ಳುತ್ತಿರಲಿಲ್ಲ. ಆದರೆ ಸರಾಯಿ ಇಲ್ಲ ಎನ್ನುವುದಾದರೆ ಅವರು ಬ್ಯಾಂಡ್ ಕೆಳಗೆ ಇಟ್ಟರು ಎಂದೇ ಅರ್ಥ.

ರಾತ್ರಿ ಎಂಟು ಗಂಟೆ ಆಗಿ ಹೋಗಿತ್ತು. ದಿನ ಪೂರ್ತಿ ಹೊಟ್ಟೆಪಾಡಿಗಾಗಿ ದುಡಿಯುವ ಹೊಲೆಯರು ಈಗ ಶಾಂತರೀತಿಯಲ್ಲಿ ಕುಳಿತಿದ್ದರು. ಕೆಲವರು ಚಿಲುಮೆಯನ್ನು ತುಂಬುತ್ತ ಹರಟೆ ಹೊಡೆಯುತ್ತ ಬಾಗಿಲಿನಲ್ಲಿ ಕುಳಿತಿದ್ದರೆ, ಇನ್ನೂ ಕೆಲವರು ತಮ್ಮ ತಮ್ಮ ಮನೆಯಲ್ಲಿ ಊಟ ಮಾಡುವುದರಲ್ಲಿ ವ್ಯಸ್ತರಾಗಿದ್ದರು.

ವಿದ್ಯುತ್ ಕಂಬದ ಕೆಳಗೆ ಯಥಾಪ್ರಕಾರ ಚಿಕ್ಕ ಮಕ್ಕಳು ಕುಣಿಯುತ್ತ ಆಡುವಲ್ಲಿ ತಲ್ಲೀನರಾಗಿದ್ದರು. ಕೆಲವು ಮಕ್ಕಳು ಮಣ್ಣಿನಲ್ಲಿ ಮನೆ ಮಾಡಿ ಆಡುತ್ತಿದ್ದವು. ದಿಬ್ಬದ ಮೇಲಿನ ದತ್ತಾ ಕಾಂಬಳೆ ಕೈಯಲ್ಲಿ ಲಾಟೀನು ಹಿಡಿದುಕೊಂಡು–

"ಚಾವಡಿಯಲ್ಲಿ ಸಭೆಯಿದೆ. ಬೇಗನೆ ಹೊರಡಿ"–ಎಂದು ದತ್ತಾ ಪ್ರತಿಯೊಂದು ಮನೆಯ ಮುಂದೆ ಹೋಗಿ ಕೂಗಿ ಹೇಳುತ್ತಿದ್ದ. ಯಾವುದೇ ಸಭೆಯಿದ್ದರೂ ಜನರನ್ನು ಸೇರಿಸುವ ಕೆಲಸ ಮಾತ್ರ ದತ್ತಾ ಮಾಡುತ್ತಿದ್ದ, ಪ್ರತಿಯೊಬ್ಬರ ಮನೆಮನೆಗೆ ಹೋಗಿ ಜನರನ್ನು ಎಬ್ಬಿಸುವಲ್ಲಿ, ದತ್ತಾ ಎಂದೂ ತಪ್ಪುತ್ತಿರಲಿಲ್ಲ. ದಿನಪೂರ್ತಿ ದುಡಿದು ದಣಿದ ಜನ ಸಭೆಗೆ ಹೋಗಲು ಹಿಂದೇಟು ಹಾಕುತ್ತಿದ್ದರು. ಒಮ್ಮೆ ಸಭೆ ಪ್ರಾರಂಭವಾದರೆ ಯಾವಾಗೊಮ್ಮೆ ಅದು ಮುಗಿಯುತ್ತದೆ ಎಂದು ಯಾರಿಗೂ ಗೊತ್ತಿರಲಿಲ್ಲ. 'ಹಾ ಬಂದೇವು'–'ಮನೆಯಲ್ಲಿ ಹೆಂಗಸರಿಲ್ಲ'. 'ಅವರು ಬರುತ್ತಿದ್ದ ಹಾಗೆ ಬರುತ್ತೇವೆ,' ಎಂಬ ಉತ್ತರಗಳು ಹಾಗೂ ಸಬೂಬುಗಳು ಅದೆಷ್ಟೋ ಬಾರಿ ದತ್ತಾಗೆ ಕೇಳಬೇಕಾಗುತ್ತಿತ್ತು.

ಕೇರಿಯಲ್ಲಿ ಪ್ರಮುಖರಲ್ಲಿ ಜಮೆಯಾಗಿದ್ದರು. ಅಂಗಳದಲ್ಲಿ ಹಾಸಲಾಗಿದ್ದ ಕಪ್ಪನೆಯ ಗುಡಾರಿನ ಮೇಲೆ ಆಬಾ, ಗೋಪಾ ಮಾಸ್ತರ, ನಾಮಾ, ಸದಾ, ಸಮಗಾರರ ಚಂದು, ಮಾದಿಗರ ಭೂಪಾ ಇವರೊಂದಿಗೆ ಈಗ ಅರುಣ ಹಾಗೂ ಸುಭಾಷ್ ಈ ಇಬ್ಬರು ತರುಣರು ಕುಳಿತಿದ್ದರು.

ಸಭೆ ಪ್ರಾರಂಭವಾಯಿತು. ಒಬ್ಬರಾಗಿ ಜಯಂತಿ ವಿಷಯ ಕುರಿತು ತಮ್ಮ ವಿಚಾರಗಳನ್ನು ಮಂಡಿಸಲು ಪ್ರಾರಂಭಿಸಿದರು. ಪ್ರತಿ ವರ್ಷ ಜಯಂತಿಯ ಕಾರ್ಯವನ್ನು ನಿರ್ಧರಿಸಲು ಇಂತಹ ಸಭೆಗಳು ಜರುಗುತ್ತಲೇ ಇರುತ್ತಿದ್ದವು ಆಬಾ ಪ್ರತಿಯೊಬ್ಬರ ಸಲಹೆಗಳನ್ನು, ವಿಚಾರಗಳನ್ನು ಶಾಂತ ರೀತಿಯಿಂದಲೇ ಆಲಿಸುತ್ತಿದ್ದರು. ಸುಭಾಷ್ ಹಾಗೂ ಅರುಣ ಇಬ್ಬರೂ ಚರ್ಚೆಯಲ್ಲಿ ಮುಂದಾಳತ್ವವನ್ನು ವಹಿಸುತ್ತಿದ್ದರು. ಆದರೆ ಜಯಂತಿಯನ್ನು ಆಚರಿಸುವಲ್ಲಿ ಇವರು ಮುಂದಾಳತ್ವ ವಹಿಸುತ್ತಿರಲಿಲ್ಲ. ಚರ್ಚೆ ಕಾವೇರಿತ್ತು. ಕಂಬಕ್ಕೆ ಒರಗಿ ಕುಳಿತಿದ್ದ ತಾತ್ಯಾ ಎದ್ದು ನುಡಿದ–

"ನೋಡ್ರಪ್ಪ, ಜಯಂತಿ ಮಾಡಾತೀರಿ ಅಂದರ ಪಟ್ಟಿ ಬಗ್ಗೆನೂ ಮಾತಾಡ್ರಿಯಲ್ಲ! ರೊಕ್ಕಾ ಇಲ್ಲದ ಜಯಂತಿ ಆದ್ರೂ ಹೇಂಗ್‌ಆಗೋದು?"– ತಾತ್ಯಾನ ಸೂಚನೆ ಮೇರೆಗೆ ಎಲ್ಲ ವಿಚಾರ ಮಾಡಲು ಪ್ರಾರಂಭಿಸಿದರು.

ಗೋಪಾ ಮಾಸ್ತರ ನುಡಿದ–

"ನಂಗ ಅನ್ನಿಸಿದನ್ನ ಹೇಳತಿನಿ ನೋಡ್ರಿ, ಹೋದ ವರ್ಷ ಪ್ರತಿ ಮನಿಗೆ ತಲಾ ನಾಲ್ಕು ರೂಪಾಯಿ ಪಟ್ಟಿ ಹಾಕಿದ್ವಿ, ಈ ವರ್ಷ ಚಲೋ ಐತಿ. ಪ್ರತಿ ಮನ್ಯಾಗ ಹಾಲು ತುಪ್ಪದ ಹೋಳಿ ಹರದ್ಯೈತಿ, ನಾಲ್ಕು ಪೈಸೆ ಕೈಯಾಗನೂ ಆಧಾವ. ಈ ವರ್ಷ ಪ್ರತಿ ಮನಿಗೆ ತಲಾ ಏಳು ರೂಪಾಯಿ ಪಟ್ಟಿ ಹಾಕಾಕ

ಹರಕತ್ ಇಲ್ಲ ಅಲ್ಲ? ಮತ್ತ ನೌಕರಿದಾರರ ಮನಿ ಮ್ಯಾಗ ಹತ್ತು ರೂಪಾಯಿ ಪಟ್ಟಿ ಹಾಕಬೇಕ್ರಪ್ಪ!"

"ಗುರೂಜಿ, ಏಳು ರೂಪಾಯಿನೇ ಜಾಸ್ತಿ ಆತು ಅಂತ ಅನ್ನಿಸಾಂಗಿಲ್ಲ?"–ನಾನಾ ಸಂಶಯ ವ್ಯಕ್ತಪಡಿಸಿದ.

"ಗುರೂಜಿ ಹೇಳೋದು ಸರಿ ಐತಿ, ಪ್ರತಿಯೊಂದು ಮನಿಗೂ ಏಳು ರೂಪಾಯಿ ಪಟ್ಟಿ ಯೇನು ಜಾಸ್ತಿ ಅಲ್ಲ."–ಅಧೀಜಿ ಗೋವಾ ಮಾಸ್ತರರ ಪ್ರಸ್ತಾವನೆಗೆ ಬೆಂಬಲ ಸೂಚಿಸಿದ

ಸ್ವಲ್ಪ ಚರ್ಚೆಯಾಗಿ ಕೊನೆಗೆ ಏಳು ರೂಪಾಯಿಗೆ ಪಟ್ಟಿ ಎಲ್ಲರೂ ಒಪ್ಪಿಕೊಂಡರು.

ಇಷ್ಟೋತ್ತು ಸುಮ್ಮನೆ ಕುಳಿತಿದ್ದ ಸಮಗಾರ ಚಂದು ಮುಂದೆ ಸರಿಯುತ್ತ ನುಡಿದ–"ನಿಮ್ಮ ನಿರ್ಣಯ ನನಗೆ ಮಾನ್ಯ ಐತ್ರಿಯಪ್ಪ ತೊಗೋರಿ ನನ್ನ ಹತ್ರದಿಂದ ಏಳು ರೂಪಾಯಿ ಜಯಂತಿಗೆ. ಆದ್ರೆ ನನ್ನದೊಂದು ಇಚ್ಛೆ ಐತಿ."

"ಏನ್ ಹೇಳತಿಯಪ್ಪ ಚಂದು? ಸ್ಪಷ್ಟವಾಗಿ ಹೇಳು."–ಎಂದು ಆಬಾ ಚಂದುಗೆ ಧೈರ್ಯ ತುಂಬಿದ.

"ನೋಡ್ರಪ್ಪ, ಇಷ್ಟು ದಿನ ನಿಮ್ಮ ಚಾವಡಿ ಮುಂದ ಜಯಂತಿ ಆತು. ನಾವು ಸಮಗಾರರು ಏನೂ ಅನ್ನಲಿಲ್ಲ. ಆದ್ರೆ ಈ ಸಲ ಜಯಂತಿ ಮಾತ್ರ ನಮ್ಮ ಕೇರಿ ಒಳಗ ಆಗಬೇಕು ಅಂತ ನನಗೆ ಅನ್ನಿಸ್ತದ."

ಚಂದುವಿನ ಮಾತು ಕೇಳಿ ಸಭೆಯಲ್ಲಿಯ ಎಲ್ಲ ಜನ ಹೌಹಾರಿದರು. ಪ್ರತಿಯೊಬ್ಬರು ಒಬ್ಬರ ಮುಖ ಒಬ್ಬರು ನೋಡಲು ಪ್ರಾರಂಭಿಸಿದರು. ಏನು ಮಾತಾಡಬೇಕು ಎಂದು ಯಾರಿಗೂ ತಿಳಿಯದಾಯಿತು. ಚಂದು ಸಮಗಾರ ಮಾತ್ರ ಎಲ್ಲರ ಮುಖವನ್ನು ವೀಕ್ಷಿಸುತ್ತಿದ್ದ. ಯಾರು ಏನೂ ಮಾತನಾಡದೆ ಇದ್ದದನ್ನು ಕಂಡು ಚಂದು ನುಡಿದ–

"ನೋಡ್ರಪ್ಪ, ನಾನು ಹಟಾ ಮಾಡಾತಿಲ್ಲ. ಆದ್ರ ನಮ್ಮ ಓಣ್ಯಾಗ್ ಮಾಡ್ರಿ. ಇಲ್ಲದಿದ್ರ ನಿಮ್ಮ ಮನಸ್ಸಿನ್ಯಾಗ ಇರದಿದ್ರ ನಿಮ್ಮ ಜಾವಡಿ ಮುಂದ ಮಾಡ್ರಿ."–ಗೋಪಾ ಮಾಸ್ತರ ಬಾಯಲ್ಲಿಯ ಎಲೆ ಎಡಕೆಯನ್ನು ಕಾಕರಿಸಿ ಉಗಿದ ಹಾಗೂ ನುಡಿದ–

"ಚಂದು, ಹೋದ ಹತ್ತು ವರ್ಷದಿಂದ ಜಯಂತಿ ಹೊಲಗೇರಿನ್ಯಾಗ ಮಾಡಾತೇವಿ.

ಪದ್ಧತಿ ಬಿಟ್ಟು ಮಾತಾಡಿದ್ರ ಹೇಂಗ್?"–ಕುಳಿತವರಿಗೆಲ್ಲ ಪ್ರಶ್ನಿಸಿದ.

ಎಲ್ಲರೂ ಕತ್ತು ಅಲ್ಲಾಡಿಸಿ ಗೋಪಾನ ಮಾತಿಗೆ ಸಮ್ಮತಿ ಸೂಚಿಸಿದರು.

"ಚಂದುಮಾಮಾ, ನಿಮ್ಮ ಭಾವನೆ ಅರ್ಥಾ ಆಗ್ತದ; ಜಯಂತಿ ಏನೂ ಸಣ್ಣ ವಿಷಯ ಅಲ್ಲ. ಸಮಾರಂಭಕ್ಕೆ ಒಂದು ಕಳೆ ಬರಬೇಕು. ಹಂಗ್ ನೋಡಿದ್ರ ಚಾವಡಿ ಎಲ್ಲರಿಗೂಹತ್ರ ಆಗ್ತದ. ಕರೆಂಟ್‌ವ್ಯವಸ್ಥೆ ಸಹ ಐತಿ"

"ಹಂಗ್‌ಇದ್ರ, ನನ್ನ ಮನ್ಯಾಗೂ ಐತಿ ಅಲ್ಲಪ್ಪ ಕರೆಂಟ್"–ಎಂದ ಚಂದು.

"ಆದ್ರ, ಅಂಬೇಡ್ಕರ್ ಬಾಬಾನ ಜಯಂತಿ ಸಮಗಾರರ ಓಣಿಯಾಗ ಹೇಂಗ್

ಮಾಡೋದು? ಅದೇನು ಆಗದ ವಿಷಯ. ಅಲ್ಲೇನು ಆಬಾ?"–ನಾನಾ ಆಬಾಗೆ ಪ್ರಶ್ನಿಸಿದ. "ನೋಡ್ರಪ್ಪ, ಚಂದು ಹೇಳಿದ್ದು ನನಗೆ ಸರಿ ಕಾಣ್ತದ. ಈ ವರ್ಷ ಅವನ ಮನಿ ಮುಂದ ಜಯಂತಿ ಆಚರಣೆ ಮಾಡೋಣು."

"ರೀ ಆಬಾ, ತಲಿಗಿಲಿ ಕಟ್ಟೇತಿ ಏನು? ರೀ, ಪದ್ಧತಿ ಹೇಂಗ್ ಬಿಡಾಕ ಆಗ್ತದ?"

ಈಗ ಸದಾ ಸಹ ಗೋಪಾ ಮಾಸ್ತರರಿಗೆ ಬೆಂಬಲ ಸೂಚಿಸಿದ.

"ಹೌದು ಆಬಾ, ಜಯಂತಿ ಚಾವಡಿ ಮುಂದೇನೆ ಆಗಬೇಕು. ಇಷ್ಟು ದಿನ ನಾವು ಜಯಂತಿ ಮಾಡಿದಾಗ ಯಾರಾದ್ರೂ ನೀವು ಬಂದ್ರಿ ಏನು ಕೇಳಾಕ? ಈಗ ನಾವೂ ದೊಡ್ಡವರಾಗ್ತಾ ಇದ್ವಿವಿ. ನಮ್ಮಲ್ಲೂ ಒಗ್ಗಟ್ಟು ಮೂಡೆತಿ. ಅದನ್ನೆಲ್ಲ ಹಾಳ ಮಾಡಾಕ ಬ್ಯಾರೆ ಕಡೆ ಜಯಂತಿ ಮಾಡಬೇಕೇನು? ನನಗೆ ಇದೆಲ್ಲ ಒಪ್ಪಿಗಿ ಆಗೂದಿಲ್ಲ. ಚಂದು ಮಾಮಾಗ ಜಯಂತಿ ಮಾಡೋದು ಬಾಳ ಆಸೆ ಇದ್ರ ತಮ್ಮ ಮನಿ ಮುಂದ ಮಾಡಕೊಳ್ಳಲಿ."–ಇಷ್ಟೊತ್ತು ಸುಮ್ಮನೆ ಕುಳಿತಿದ್ದ ಸುಭಾಷ್ ತನ್ನ ಅಭಿಪ್ರಾಯ ತಿಳಿಸಿದ.

"ಇದು ನೋಡ್ರಪ್ಪಾ ಗುರೂಜಿ, ನಾನು ಹಾಗೂ ಸದಾ, ಬಾಬಾ ಸಾಹೇಬರನ್ನು ಸಂಪೂರ್ಣ ದೇಶಾನ ಮೆಚ್ಚಿಗೊಂಡೇತ್ರಪ್ಪ, ಬಾಬಾ ಹೋಲೇರ ಕುಲದಾಗ ಹುಟ್ಟಿದ್ರೂ ಅಂತ ಹೋಲೇರು ಮಾತ್ರ ಅವರ ಜಯಂತಿ ಮಾಡಬೇಕು ಅನ್ನೋದು ತಪ್ಪು ಆಗ್ತದ. ಬಾಬಾ ಸಂಪೂರ್ಣ ದೇಶದ ಸಲುವಾಗಿ ದುಡಿದಾರು. ಮೊದಲ ಭಟ್–ಬ್ರಾಹ್ಮಣರು ಓದರತಾರು ಈ ಹೊಲ್ಯಾರ್ ಮಂದಿ ಸುಧಾರಿಸೊಲ್ಲಅಂತ... ಅದರಲ್ಲಿ ನಾವೂ ಬಾಬಾ ಸಾಹೇಬ ಬರಿ ಹೊಲ್ಯಾರ್ ಮಂದಿಗೆ ಸಂಬಂಧಿಸಿದವರು ಅಂತ ಕುಣಿಯಾಕ ಪ್ರಾರಂಭ ಮಾಡಿದ್ರ ಅವರ ಮರ್ಯಾದಿ ಹಾಳಾಗ್ತದ. ಹಂಗ್ ನೋಡ್ರಿ ಎಲ್ಲಾ ಊರ ಮಂದಿ ಸೇರಿ ಅವರ ಜಯಂತಿ ಮಾಡಬೇಕು. ಬಾಬಾ ಬರೆದ ಸಂವಿಧಾನ ಬರೀ ಹೊಲ್ಯಾರ್–ಮಾದಿಗರಿಗೆ ಸಂಬಂಧಿಸಿದ್ದು ಏನು? ಎಲ್ಲರ ಸಲುವಾಗಿ ಒರೆದ್ರು. ಆದ್ರೆ ಅವರ ಜಯಂತಿ ಯಾರ್ ಮಾಡ್ತಾರ? ಹೊಲ್ಯಾರ್–ಮಾದಿಗರನ್ನು ಬಿಟ್ರ ಬ್ಯಾರೆ ಯಾರು ಮಾಡಾಂಗಿಲ್ಲ!ನೋಡ್ರಪ್ಪ, ನಾವು ಹೊಲ್ಯಾರು, ಮಾದಿಗರು, ಸಮಗಾರರು ಎಲ್ಲಾರೂ ಒಂದ ತಿಳಿತೇನು? ಬ್ರಾಹ್ಮಣರು ಮಾಡಿದ ಜಾತೀನ ನಾವೂ ಎಷ್ಟು ದಿನ ತಲಿಮ್ಯಾಲೆ ಇಟ್ಟಕೊಂಡು ಕುಣಿಸಬೇಕು? ಅದಕ್ಕೆ ಈ ವರ್ಷ ಸಮಗಾರರ ಚಂದು ಮನಿ ಮುಂದ ಜಯಂತಿ ಮಾಡಿ ನಾವೆಲ್ಲ ಒಂದ್ ಆಗೇವಿ ಅಂತ ಜಗತ್ತಿಗೆ ಸಾರೋಣ"–ಎಂದು ಆಬಾ ತಿಳಿಸಿ ಹೇಳುತ್ತಾ ಇದ್ದ ಹಾಗೂ ಎಲ್ಲರೂ

ಶಾಂತರೀತಿಯಿಂದ ಕೇಳುತ್ತಿದ್ದರು. ಬಹುತೇಕ ಜನರಿಗೆ ಆಬಾನ ಮಾತು ಸರಿ ಕಾಣಿಸುತಲಿತ್ತು. ಅರುಣ ಹಾಗೂ ಸುಭಾಷ್ ರಿಗೆ ಸಹ ಮಾನ್ಯವಾಗಿತ್ತು. ಸದಾ ಹಾಗೂ ಗೋಪಾ ಅಂತೂ ಆಬಾನ ಮಾತನ್ನು ಎಂದೂ ಮೀರುತ್ತಿರಲಿಲ್ಲ.

“ಆಬಾ ಹೇಳತಾಯಿರೋದು ನಮಗೆಲ್ಲ ಮಾನ್ಯವಾಗಿದೆ. ಈ ವರ್ಷ ಜಯಂತಿಯನ್ನು ಚಂದುಮಾಮನ ಬಾಗಿಲಲ್ಲಿ ಮಾಡೋಣ. ಜಯಂತಿ ಉತ್ಸವ ಕಮಿಟಿಯ ಅಧ್ಯಕ್ಷರನ್ನಾಗಿ ಅವರನ್ನೆ ಆರಿಸೋಣ. ನಾವೆಲ್ಲರೂ ಒಂದಾಗದೆಯಿದ್ದರೆ ನಮ್ಮ ಬಲವೃದ್ಧಿಯಾಗದು. ಏನ್ರಿ ಆಬಾ, ಸರಿ ಹೇಳಾತಿನಿ ಅಲ್ಲ?”–ಅರುಣ ಮನತುಂಬಿ ಆಬಾಗೆ ಬೆಂಬಲ ನೀಡಿದ.

“ಅರುಣ, ಚಲೊ ಹೇಳಿದಿ. ಆದ್ರ ನಿಂಗ ಲೇಟಾಗಿ ಬುದ್ದಿ ಬಂತು”– ಆಬಾನ ಈ ತಮಾಷೆಯ ಮಾತಿನಿಂದ ಎಲ್ಲರೂ ನಗಲು ಪ್ರಾರಂಭಿಸಿದರು.

ಸಮಗಾರ ಚಂದುವಿನ ಮುಖ ಆನಂದದಿಂದ ಅರಳಿ ಹೋಗಿತ್ತು. ಈ ಊರಲ್ಲಿ ತನ್ನ ಜಾತಿಯವರಿಗೆ ಸಂಬಂಧಿಸಿದ್ದು ಮೂರೇ–ಮೂರು ಮನೆಗಳಿವೆ ಎಂಬುದನ್ನು ಅವನು ಮರೆತೇ ಹೋಗಿದ್ದ.

ಜಯಂತಿಯ ತಯಾರಿ ಭರದಿಂದ ಪ್ರಾರಂಭವಾಯಿತು. ಯುವಕರು ಪ್ರತಿ ದಿನ ಸಭೆ ದೇಣಿಗೆ ಹಣದ ಸಂಗ್ರಹಕ್ಕಾಗಿ ಅಲೆದಾಡಲು ಪ್ರಾರಂಭಿಸಿದರು. ಮಾದಿಗರು–ಸಮಗಾರರ ಸಮಾಜದಲ್ಲಿಯ ಯುವಕರು ಇದೇ ಮೊದಲ ಬಾರಿ ದೇಣಿಗೆ ಹಣವನ್ನು ಸಂಗ್ರಹಿಸುತ್ತಿದ್ದರು. ಸಂಗ್ರಹಿಸಿದ ಹಣವನ್ನು ಸಮಗಾರ ಚಂದುವಿನ ಹತ್ತಿರ ಇಡಲಾಗುತಿತ್ತು. ಪ್ರತಿ ವರ್ಷ ಜನ ಏನಾದರೊಂದು ಕಾರಣ ಹೇಳಿ ದೇಣಿಗೆ ಹಣವನ್ನು ನೀಡದೆ ನುಣುಚಿಕೊಳ್ಳುತ್ತಿದ್ದರು; ಆದರೆ ಈ ವರ್ಷ ಮಾತ್ರ ತುಂಬಾ ಒಳ್ಳೆ ಪ್ರತಿಕ್ರಿಯೆ ಲಭಿಸಿತು. ಪರವೂರಿನವರಿಗೆ ಜಯಂತಿ ಆಚರಿಸಲು ಧನ ಸಹಾಯ ಮಾಡುವಂತೆ ಪತ್ರವನ್ನು ಕಳಿಸಲಾಯಿತು. ಜಯಂತಿ ನಿಮಿತ್ತ ಯಾವ ಯಾವ ಕಾರ್ಯಕ್ರಮಗಳನ್ನು ಹಮ್ಮಿಕೊಳ್ಳಬೇಕು, ಧ್ವಜಾರೋಹಣ ಯಾರ ಹಸ್ತದಿಂದ ನೆರವೇರಿಸಬೇಕು, ಮೆರವಣಿಗೆ ಯಾವಾಗ ಪ್ರಾರಂಭಿಸಬೇಕು, ಯಾವ ಬ್ಯಾಂಡ್ ಕರೆಸಬೇಕು ಎಂಬ ಮುಂತಾದ ಮಹತ್ವದ ವಿಷಯಗಳು ನಿರ್ಣಯಗೊಳ್ಳಲು ಪ್ರಾರಂಭವಾದವು. ಎಲ್ಲ ಕೆಲಸಗಳನ್ನು ಹಂಚಲಾಯಿತು. ಈ ಓಡಾಟದಲ್ಲಿ ಯಾವಾಗ ಮಾರ್ಚ್ ತಿಂಗಳು ಕಳೆದು ಏಪ್ರಿಲ್ ತಿಂಗಳು ಬಂದಿತೆಂದು ತಿಳಿಯಲೇ ಇಲ್ಲ.

ಎಲ್ಲ ಆಗು–ಹೋಗುಗಳ ಮೇಲೆ ಸೂಕ್ಷ್ಮ ದೃಷ್ಟಿ ನೆಟ್ಟಿದ್ದರು. ಸೊಸಾಯಿಟಿಯ ಜವಾಬ್ದಾರಿ ಅವರ ಮೇಲೆ ಬಿದ್ದಿದ್ದ ಕಾರಣದಿಂದಾಗಿ ಜಯಂತಿಯೆಡೆ ಹೆಚ್ಚಿನ ಗಮನವನ್ನು ಅವರಿಗೆ ನೀಡಲು ಆಗುತ್ತಿರಲಿಲ್ಲ. ಆದರೂ ಅವರು ಸಮಯ ಮಾಡಿಕೊಂಡು ಆವಾಗಾವಾಗ ಚಂದು ಸಮಗಾರನ ಮನೆಗೆ ಹೋಗಿ ಜಯಂತಿಯ ಆಗು–ಹೋಗುಗಳನ್ನು ಕುರಿತು ಚರ್ಚಿಸುತ್ತಿದ್ದರು.

ಜಯಂತಿಯ ಸಲುವಾಗಿ ಮುಖ್ಯ ಅತಿಥಿಗಳನ್ನಾಗಿ ಬೆಳಗಾವಿಯ ನ್ಯಾಯವಾದಿಯೊಬ್ಬನನ್ನು ಕರೆಯಲು ನಿರ್ಧರಿಸಲಾಯಿತು. 'ಬೇವಿನಕಟ್ಟಿ' ಹೆಸರಿನ ಈ ನ್ಯಾಯವಾದಿ ದಲಿತನಾಯಕನೆಂದು ಪ್ರಸಿದ್ಧನಾಗಿದ್ದ. ರಿಪಬ್ಲಿಕನ್ ಪಾರ್ಟಿಯ ಮುಖಂಡನಾಗಿದ್ದ! ಬೆಳಗಾವಿಯ ರಾಜಕೀಯದಲ್ಲಿ ಅವನಿಗೆ ಒಂದು ಬೆಲೆಯಿತ್ತು. ಅವನನ್ನು ಮುಖ್ಯ ಅತಿಥಿಯನ್ನಾಗಿ ಕರೆಯಲು ಒಮ್ಮತದ ಅಭಿಪ್ರಾಯ ಮೂಡಿ ಬಂತು. ಅಕಿವಾಟದ ಬ್ಯಾಂಡ್ ತರಿಸಲು ನಿರ್ಧರಿಸಲಾಯಿತು. ಈ ಬ್ಯಾಂಡ್ ಹತ್ತು ಊರಲ್ಲಿ ಪ್ರಸಿದ್ಧವಾಗಿತ್ತು. ಅಕ್ಕ-ಪಕ್ಕದ ಊರಿನವರು ಕೇವಲ ಈ ಬ್ಯಾಂಡನ್ನು ವೀಕ್ಷಿಸಲೆಂದೇ ಬರುತ್ತಿದ್ದರು. ಖರ್ಚುಗಳನ್ನು ನೀಗಿಸಿ ಮಿಕ್ಕ ಹಣದಲ್ಲಿ ಗ್ರಂಥಾಲಯಕ್ಕೆ ಪುಸ್ತಗಳನ್ನು ಕೊಂಡುಕೊಳ್ಳಲು ಊರಿನ ಜನ ನಿರ್ಧರಿಸಿದರು.

ಏಪ್ರಿಲ್ ತಿಂಗಳ ಹನ್ನೆರಡನೇ ತಾರೀಖು. ಚಂದುವಿನ ಬಾಗಿಲಿನ ಮುಂದೆ ಮಂಟಪ ಹಾಕುವ ಕೆಲಸ ಭರದಿಂದ ಪ್ರಾರಂಭವಾಯಿತು. ಹೊಲೆಯರ-ಮಾದಿಗರ ಹಳೆಯ ಚಪ್ಪಲಿಗಳನ್ನು ಹಿಡಿಯಲು ಹತ್ತು-ಹನ್ನೆರಡು ಬಾರಿ ವಿಚಾರ ಮಾಡುತ್ತಿದ್ದ ಚಂದು ಹಾಗೂ ಅವನ ಮನೆಯ ಜನರು ಅವರೊಂದಿಗೆ ಬೆರೆತು ವರ್ತಿಸಲು ಪ್ರಾರಂಭಿಸಿದರು. ಈಗ ಎಲ್ಲ ಕಾರ್ಯಗಳು ಭರದಿಂದ ಸಾಗಿದ್ದವು. ಭವ್ಯವಾದ ಮಂಟಪ ಈ ವರ್ಷದ ಪ್ರಮುಖ ಆಕರ್ಷಣೆಯಲ್ಲಿ ಒಂದಾಗಿತ್ತು. ಸುಮಾರು ಅರ್ಧ ಫರ್ಲಾಂಗು ಮಂಟಪವನ್ನು ಹಾಕಲಾಗಿತ್ತು. ಬಣ್ಣದ ಪರಪರಿಯಿಂದ ಮಂಟಪಕ್ಕೆ ಇನ್ನೂ ಹೆಚ್ಚಿನ ಕಳೆ, ಮೆರುಗು ಬಂದಿತ್ತು. ಮಂಟಪದಲ್ಲಿ ಅಲ್ಲಲ್ಲಿ ಡಾ. ಬಾಬಾಸಾಹೇಬ್ ಅಂಬೇಡ್ಕರ್, ಗೌತಮ್ ಬುದ್ಧನ ಚಿತ್ರಪಟಗಳನ್ನು ಹಾಕಲಾಗಿತ್ತು.

ಜಯಂತಿಯ ದಿನ ಬಂದೇ ಬಿಟ್ಟಿತು. ಸಂಪೂರ್ಣ ದಲಿತ ಕೇರಿ ಚೈತನ್ಯದ ಚಿಲುಮೆಯಾಯಿತು. ಹೆಂಗಸರು-ಮಕ್ಕಳು ಹೊಸ ಬಟ್ಟೆ ಹಾಕಿಕೊಂಡು ತಿರುಗಾಡಲು ಪ್ರಾರಂಭಿಸಿದರು. ಆಕಿವಾಟದ ಬ್ಯಾಂಡ್‌ದವರು ಲಯಬದ್ಧವಾಗಿ ನುಡಿಸಲು ಪ್ರಾರಂಭಿಸಿದರು.

ನೂರಾರು ಜನರು ಬ್ಯಾಂಡ್ ಕೇಳಲು ನೆರೆಯಲು ಪ್ರಾರಂಭಿಸಿದರು. ದೊಡ್ಡ ಅಭಿಮಾನದಿಂದ ಬಾಬಾಸಾಹೇಬ ಅಂಬೇಡ್ಕರ್ ಅವರ ಪ್ರತಿಮೆಯ ಮೆರವಣಿಗೆಯನ್ನು ಪ್ರಾರಂಭಿಸಲಾಯಿತು. 'ಹೇಳಿ, ಹೇಳಿ ಜಯಭೀಮ ಹೇಳಿ, ನೀಲಿ ಧ್ವಜಕ್ಕೆ ಜಯವಾಗಲಿ!' ಎಂಬ ಘೋಷಣೆ ಆಕಾಶಕ್ಕೆ ಮುಟ್ಟಲು ಪ್ರಾರಂಭವಾಯಿತು. ರಾತ್ರಿ ಒಂಬತ್ತು ಗಂಟೆಯವರೆಗೆ ಮೆರವಣಿಗೆ.

ಮೆರವಣಿಗೆ ಮುಗಿಯುತ್ತಿದ್ದ ಹಾಗೆ ಜನರು ಭೋಜನವನ್ನು ಮಾಡಿ ಮುಗಿಸಿದರು. ಎಲ್ಲರೂ ಜಾಹೀರ್ ಸಭೆಗಾಗಿ ಜಮೆ ಆದರು. ಬೇವಿನಕಟ್ಟೆ ವಕೀಲ ಸರಳವಾದ ಕನ್ನಡ ಭಾಷೆಯಲ್ಲಿ ಉತ್ಸಾಹಭರಿತ ಭಾಷಣವನ್ನು ಮಾಡಿದ, ಅವನ

ಭಾಷಣದ ಪ್ರಮುಖ ಅಂಶ ರಾಜಕಾರಣವಾಗಿತ್ತು. ಅವನೆಂದ–"ಈ ದೇಶದಲ್ಲಿ ದಲಿತರ ಆಡಳಿತ ಬರಲೇಬೇಕು ಅನ್ನುವುದಾದರೆ ನಾವು ಈಗ ರಾಜಕೀಯದಲ್ಲಿ ಇಳಿಯಲೇಬೇಕು. ನಮ್ಮ ಕೈಯಲ್ಲಿ ಅಧಿಕಾರ ಬರದೆ ನಮ್ಮ ಸಮಸ್ಯೆಗಳು ಬಗೆಹರಿಯಲಾರವು. ನಾವು ನಮ್ಮ ಆತಂರಿಕ ಹೋರಾಟ, ಭೇದಭಾವವನ್ನು ಮರೆತು ರಾಜಕೀಯದಲ್ಲಿ ಒಂದು ಪ್ರಬಲ ಶಕ್ತಿಯಾಗಿ ಬೆಳೆದು ನಿಲ್ಲೋಣ. ಡಾ. ಬಾಬಾಸಾಬೇಬ್ ಅಂಬೇಡ್ಕರ್ ಅದರ ಸಲುವಾಗಿ ಎಂದೆ ರಿಪಬ್ಲಿಕನ್ ಪಕ್ಷವನ್ನು ನೀಡಿದ್ದಾರೆ. ನಾವೆಲ್ಲರೂ ಆ ನೀಲಿ ಧ್ವಜದ ಅಡಿ ಒಂದಾಗೋಣ, ನಾವೇ ನಮ್ಮ ಪ್ರಶ್ನೆಗಳನ್ನು ಬಗೆಹರಿಸಿಕೊಳ್ಳಬೇಕು. ಅದಕ್ಕಾಗಿ ಪಕ್ಷವನ್ನು ಪ್ರಬಲ ಹಾಗೂ ಸಶಕ್ತಗೊಳಿಸಿ ಈ ದೇಶದಲ್ಲಿ ನಮ್ಮ–ನಿಮ್ಮ ಆಡಳಿತ ತರುವುದಕ್ಕಾಗಿ ನಾವೆಲ್ಲರೂ ಒಂದಾಗ ಬೇಕು. ನಾವೂ ಈ ದೇಶದ ಒಂದು ಭಾಗ. ಪ್ರಜಾಪ್ರಭುತ್ವದಲ್ಲಿ ನಮಗೂ ಕೆಲವು ಹಕ್ಕುಗಳಿವೆ ಎಂಬುದನ್ನು ಮರೆಯದಿರಿ."

ತನ್ನ ಒಂದು ದೀರ್ಘ ಭಾಷಣದ ನಂತರ ಅವನು ಘೋಷಣೆಯೊಂದು ಕೂಗಿದ–"ರಿಪಬ್ಲಿಕನ್ ಪಕ್ಷಕ್ಕೆ..."

"ಜಯವಾಗಲಿ!"–ಎಂದು ಜನರು ಬೆಂಬಲ ನೀಡಿದರು.

ಕಾರ್ಯಕ್ರಮದ ತರುವಾಯ ಬುದ್ಧಭಜನವಾಯಿತು.

ಸೊಸಾಯಿಟಿಯ ಕಛೇರಿಯಲ್ಲಿ ಬೇವಿನಕಟ್ಟಿ, ವಕೀಲ ಪ್ರಮುಖ ಕಾರ್ಯಕರ್ತರಿಗೆ ಪಕ್ಷ ಸ್ಥಾಪನೆ ಮಾಡುವಂತೆ ಸೂಚನೆ ನೀಡಿದ. ಗ್ರಾಮದಲ್ಲಿ ಪಕ್ಷವನ್ನು ಹೇಗೆ ಸ್ಥಾಪನೆ ಮಾಡವುದು, ಹೇಗೆ ಕೆಲಸ ಮಾಡಬೇಕು ಎಂಬುದನ್ನು ಕುರಿತು ಅವನು ವಿವರಿಸಿ ತಿಳಿಸಿದ. ಅಷ್ಟರಲ್ಲಿ ಸುಭಾಷ್ ಎದ್ದು ನಿಂತ ಹಾಗೂ ನುಡಿದ–

"ವಕೀಲ ಸಾಹೇಬರೆ, ನೀವು ಹೇಳೋದೆಲ್ಲ ಸರಿ, ಆದ್ರ ಸಮಾಜದ ಜಾಗೃತಿ ಸಲುವಾಗಿ ರಿಪಬ್ಲಿಕನ್ ಪಕ್ಷದ ಬದಲಾಗಿ ದಲಿತ ಪಕ್ಷದ ಅವಶ್ಯಕತೆ ತುಂಬಾನೇ ಐತಿ ಅಂತ ನನಗೆ ಅನ್ನಿಸ್ತದ."

"ಈ ದೇಶದಲ್ಲಿಯ ದಲಿತರನ್ನು ಸ್ವಾಭಿಮಾನಿಯನ್ನಾಗಿ ಮಾಡಾಕ ಮತ್ತ ಅವರನ್ನು ಹೋರಾಟಗಾರರನ್ನಾಗಿ ಮಾಡುವ ವ್ರತವನ್ನು 'ಮಾಸ್ ಮೂವ್ಮೆಂಟ್' ತೆಗೆದುಕೊಂಡೆತಿ. ನಿಮ್ಮಂತ ರಾಜಕಾರಣಿ ಮನುಷ್ಯರ ಬಗ್ಗೆ ಏನು ಹೇಳಬೇಕು? ಕುರ್ಚಿ ಹಾಗೂ ಅಧಿಕಾರ ಸಿಕ್ಕ ಮ್ಯಾಲೆ ಹೊರಟು ಹೋಗುತ್ತೀರಿ; ಆದರೆ ಚಳುವಳಿ ನಡೆಸುವ ಕಾರ್ಯವನ್ನು 'ಮಾಸ್ ಮೂವ್ ಮೆಂಟ್'ಗೆ ಮಾಡಬೇಕಾಗ್ತದ. ಆ ಕುರಿತು ಏನು ಹೇಳತಿರಿ?"–ಸುಭಾಷ್‌ನ ಮಾತಿನ ನಂತರ ಅರುಣ–'ಮಾಸ್ ಮೂಮೆಂಟ್'ನ ಕಾರ್ಯಕರ್ತ ಎಚ್ಚೆತ್ತುಕೊಂಡಿದ್ದ.

ನ್ಯಾಯವಾದಿ ಆ ಇಬ್ಬರೆಡೆ ಸೂಕ್ಷ್ಮವಾಗಿ ದೃಷ್ಟಿ ಹಾಯಿಸಿದ. ಅವನೆಂದ–"ಇದು ನೋಡ್ರಿ ಸ್ನೇಹಿತರ, ಹಂಗ್ ಆಗಲಾರದು."

“ರೀ, ಏನು ಹೇಳಾಕತ್ತಿರಿ ಸಾಹೇಬರೆ, ಅದು ಆಗಲಾರದು ಅಂತ? ಬಾಬಾ ಸಾಹೇಬ್ ಹೋದ ಮೇಲೆ ರಿಪಬ್ಲಿಕನ್ ಪಕ್ಷದ್ದು ನಾಲ್ಕು ಭಾಗಗಳಾದವು. ನಿಮಗೆ ಗೊತ್ತಿಲ್ಲೇನು? ನೀವು ಯಾವಾಗ ಒಂದಾಗಿದ್ದೀರಿ? ನಾಮಾಂತರ ಸಮಯ ನಿಮ್ಮವನೇ ಒಬ್ಬ ಆಕಡೆ ಮುಂಬಯಿಯಲ್ಲಿ ಬಾಲ ಮುದುಡಿಸಿಕೊಂಡಿದ್ದ. ನಮ್ಮಗೆಲ್ಲ ಗೊತ್ತುರಿ. ರೀ, ಕೊಲ್ಲಾಪುರದಲ್ಲಿ ಇರತೇವಿ. ನಾವು ಹಂಗ ಸುಮ್ಮ ಅಲ್ಲ!”–ಅರುಣ ಸಹ ಈಗ ಬೆಂಕಿ ಕಾರುತ್ತಿದ್ದ.

ವಾತಾವರಣ ಬಿಸಿಯಾಗುತ್ತಿದ್ದ ಹಾಗೆ ಅರುಣ ಹಾಗೂ ಸುಭಾಷ್‌ಗೆ ಆಬಾ ಹೇಳಿದ–, “ಏ ಹುಡುಗರಾ, ಆ ದೊಡ್ಡ ಮನುಷ್ಯನ ಮಾತು ಸ್ವಲ್ಪ ಕೇಳ್ರೊ! ನೀವು ಇನ್ನೂ ಹುಟ್ಟಿರಲಿಲ್ಲ, ಆ ಕಾಲದಿಂದ ಅವರು ರಾಜಕೀಯದಲ್ಲಿ ಇದ್ದಾರಪ್ಪ. ಅವರ ಕರಿ ಕೂದಲು ಅದರೊಳಗ ಬೆಳ್ಳಗಾಗ್ಯಾವು. ಎರಡು ಪುಸ್ತಕ ಓದಿ ರಾಜಕೀಯ ಏನೂ ಅಂತ ಅರ್ಥಾ ಆಗೋದಿದ್ರ ಎಲ್ಲರೂ ರಾಜಕಾರಣಿಗಳಾಗಿರತ್ತಿದ್ರಪ್ಪ. ಮೊದಲು ಎದುರು ಇರುವವರು ಏನ್ ಹೇಳತಾರು ಅಂತ ಕೇಳಬೇಕು. ಅದು ನಿಮಗೆ ಒಪ್ಪಿಗೆ ಆದ್ರ ‘ಹೌದು’ ಅನ್ನಬೇಕು, ಇಲ್ಲದಿದ್ರೆ ಬಿಟ್ಟು ಬಿಡಬೇಕು. ಏನ್ರಿ ವಕೀಲ್ ಸಾಹೇಬ್ರೇ?”–ಆಬಾ ಹುಡುಗರಿಗೆ ತಿಳಿ ಹೇಳಿ ವಕೀಲರಿಗೆ ಪ್ರಶ್ನಿಸಿದ.

ಹುಡುಗರ ಮಾತನ್ನು ಕೇಳಿ ವಕೀಲರಿಗೆ ಸ್ವಲ್ಪ ಕೋಪ ಬಂದಿತ್ತು; ಆದರೆ ಅವನು ಅದನ್ನು ತನ್ನ ಮುಖದಲ್ಲಿ ಪ್ರದರ್ಶಿಸಲಿಲ್ಲ. ಅವನೆಂದ–

“ನನಗೂ ಸಹ ಅದನ್ನೇ ಹೇಳಬೇಕಾಗಿದೆ. ನಾವೆಲ್ಲರೂ ಒಂದಾಗೋಣ. ನಮ್ಮ ಹಕ್ಕುಗಳಿಗಾಗಿ ಹೋರಾಡೋಣ. ನಾನು ಬೆಳಗಾವಿಯಲ್ಲಿ ಇರುತ್ತೇನೆ. ಯಾವತ್ತಾದ್ರೂ ಕೋರ್ಟ್ ಕಛೇರಿಯ ಕೆಲಸ ಬಂದರೆ ನಾನು ಸಧೈವ ನಿಮ್ಮ ಬೆಂಬಲಕ್ಕೆ ಇರುತ್ತೇನೆ...”

ನ್ಯಾಯವಾದಿ ತುಂಬ ಸಮಯ ಮಾತನಾಡುತ್ತಲೆ ಇದ್ದ; ಆದರೆ ಸಿಟ್ಟಿನ ಗುಣದ ಸುಭಾಷ್ ಯಾವಾಗಲೊ ಅಲ್ಲಿಂದ ಹೊರಟು ಹೋಗಿದ್ದ.

ಜಯಂತಿಯ ನಿಮಿತ್ತದಿಂದ ಮಾದಿಗರು–ಹೊಲೆಯರು–ಸಮಗಾರರು ಮೊದಲ ಬಾರಿ ಭುಜಕ್ಕೆ–ಭುಜ ಹಚ್ಚಿ ಸುತ್ತಾಡಿದ್ದರು. ಉಚ್ಚ–ನೀಚದ ಕಂದಕ ಕಡಿಮೆಯಾಗಲು ಇದು ಸಹಾಯಕವಾಗಿತ್ತು. ಆಬಾನ ತಲೆಯಲ್ಲಿ ಮಾತ್ರ ಈ ಜಯಂತಿಯ ಕಾರಣದಿಂದ ರಿಪಬ್ಲಿಕನ್ ಪಕ್ಷದ ವಿಚಾರ ಸುತ್ತಲು ಪ್ರಾರಂಭವಾಯಿತು.

ಹನ್ನೆರಡು

ಇಪ್ಪತ್ತು ಅಂಶಗಳ ಕಾರ್ಯಕ್ರಮದ ಅಡಿ ಬೆಟ್ಟದ ಮೇಲೆ ಕಟ್ಟಿದ್ದ ಮನೆಗಳು ಧಿಮಾಕಿನಿಂದ ತಲೆ ಎತ್ತಿ ನಿಂತಿದ್ದವು. ಬಹುತೇಕ ಜನ ಆ ಮನೆಗಳಲ್ಲಿ ಇರಲು ಹೋಗಿದ್ದರು. ಆಬಾನ ದೊಡ್ಡ ಮಗ ಈಗ ಬೆಟ್ಟದ ಮೇಲೆ ಇರಲು ಹೋಗಿದ್ದ. ಆಬಾ ಕೆಲವೊಮ್ಮೆ ಊರಲ್ಲಿ, ಕೆಲವೊಮ್ಮೆ ಬೆಟ್ಟದ ಮೇಲೆ ವಾಸಿಸುತ್ತಿದ್ದ. ಸೊಸಾಯಿಟಿ ಕೆಲ್ಸದಲ್ಲಿ ವಿಳಂಬವಾದರೆ ಅವನು ಭೀಮರಾವ್ನ ಮನೆಯಲ್ಲಿ ಉಳಿದುಕೊಳ್ಳಲು ಹೋಗುತ್ತಿದ್ದ. ಆಬಾಗೆ ಒಂದರ್ಥದಲ್ಲಿ ಅದು ಸಹಾಯಕವೇ ಆಗಿತ್ತು. ಬೆಟ್ಟದ ಮೇಲೆ ಈಗ ವಿದ್ಯುತ್ ಕಂಬಗಳನ್ನು ಹೂಳಲು ಪ್ರಾರಂಭಿಸಿದ್ದರು. ಕಚ್ಚಾ ರಸ್ತೆಗಳಾದವು. ಈ ಹೊಸ ಜಾಗಕ್ಕೆ ಅವರೆಲ್ಲ 'ಭೀಮನಗರ'ಎಂಬ ಹೆಸರು ಇಟ್ಟರು. ದಿನ ಮುಳುಗಿದ ಹಾಗೆ ಬೆಟ್ಟದ ಮೇಲಿನ ಜನ ಚಾವಡಿಯಲ್ಲಿ ಜಮೆ ಆಗುತ್ತಿದ್ದರು. ಆರಾಮವಾಗಿ ಹರಟೆ ಹೊಡೆಯುತ್ತ ಕುಳಿತುಕೊಳ್ಳುತ್ತಿದ್ದರು. ಊರಿನ ಜನ ಕೂಲಿ ಶೋಧಿಸಲು ಚಾವಡಿ ಮುಂದೆ ಬಂದು ನಿಲ್ಲುತ್ತಿದ್ದರು. ಕೂಲಿ ಪಡೆದುಕೊಳ್ಳಲು, ಹರಟೆ ಹೊಡೆಯಲು ಬೆಟ್ಟದ ಮೇಲಿನ ದಲಿತರಿಗೆ ಚಾವಡಿಗಿಂತ ಉತ್ತಮ ಸ್ಥಳ ಇನ್ನೊಂದು ಇರಲಿಲ್ಲ.

ಭೀಮ ವಿಜಯ ಸೊಸಾಯಿಟಿಗೆ ಈಗ ಎರಡು ವರ್ಷ ಪೂರ್ಣ ಆದವು. ಬಹುತೇಕ ಸದಸ್ಯರ ಸಾಲಗಳು ಮರುಪಾವತಿ ಆಗುತ್ತಿದ್ದವು. ಜಾನುವಾರುಗಳು ಪ್ರತಿಯೊಬ್ಬರ ಸ್ವಂತ ಮಾಲಿಕತ್ವದ ಜಾನುವಾರುಗಳಾಗಿದ್ದವು. ಹಾಲು ಹಾಕುತ್ತಿದ್ದ ಸದಸ್ಯರಿಗೆ ಹೊರಗಿನ ಸೊಸಾಯಿಟಿಗಿಂತ ಐವತ್ತು ಪೈಸೆ ಅಧಿಕ ದೊರೆಯುತ್ತಿತ್ತು. ಮೊದಲ ವರ್ಷ ಹೊರಗಿನ ಜನ ಭೀಮವಿಜಯ ಸೊಸಾಯಿಟಿಗೆ ಹಾಲು ಹಾಕಲು ಸಿದ್ಧವೇ ಇರಲಿಲ್ಲ. ಹೊಲೆಯ–ಮಾದಿಗರ ಸೊಸಾಯಿಟಿಗೆ ಹಾಲು ಹೇಗೆ ಹಾಕಬೇಕು ಎಂದು ಅವರಿಗೆ ಅನ್ನಿಸುತ್ತಿತ್ತು.

ಅನಗೊಂಡಾ ಪಾಟೀಲರ ಹಾಲಿನ ಡೈರಿಯಲ್ಲಿ ಯಾವಾಗ ಹಾಲಿನ ದರ ಹೆಚ್ಚಿಸಲು ಸಾಧ್ಯತೆ ಕಡಿಮೆ ಆಯಿತೋ ಆಗ ಮಾತ್ರ ಒಬ್ಬರೊಬ್ಬರೇ ಭೀಮವಿಜಯ್ ಸೊಸಾಯಿಟಿಗೆ ಬರಲು ಪ್ರಾರಂಭಿಸಿದರು. ಹಾಲಿನ ಬಿಲ್ಲನ್ನು ಸರಿಯಾದ ಸಮಯಕ್ಕೆ ಪಾವತಿಸುವ ಕ್ರಮವನ್ನೆ ಸೊಸಾಯಿಟಿ ಪಾಲಿಸುತ್ತ ಬಂದಿತ್ತು. ಹಾಲು ಹಾಕುವವರಿಗೆ ಯಾವುದೇ ರೀತಿಯ ಹಾನಿ ಆಗದ ಹಾಗೆ ನೋಡಿಕೊಳ್ಳಲಾಗುತ್ತಿತ್ತು. ಅದರಿಂದಾಗಿ ಸೊಸಾಯಿಟಿಯ ಗೌರವ ಹೆಚ್ಚಿತು. ಈಗ ಜುಗಳ್ಯಾ, ಇಂಗಳಿ, ಶಹಾಪುರ, ಶೇತವಾಡಿ ಈ ಭಾಗದಿಂದ ಹಾಲು ಭೀಮವಿಜಯ್ ಸೊಸಾಯಿಟಿಯಲ್ಲಿ ಜಮೆ ಆಗಲು ಪ್ರಾರಂಭವಾಯಿತು.

ಒಂದೆಡೆ ಸೊಸಾಯಿಟಿ ಅಭಿವೃದ್ಧಿ ಕಾಣುತ್ತಿದ್ದಾಗಲೇ ಅಪ್ರತ್ಯಕ್ಷರೂಪದಲ್ಲಿ ದಲಿತ ಹಾಗೂ ಸವರ್ಣೀಯರ ಮಧ್ಯ ಒಂದು ಬೇರೆ ರೀತಿಯ ಸಂಘರ್ಷವಾಗಬೇಕೆಂದು ಅನಗೊಂಡಾ ಪಾಟೀಲ ಸ್ವತಃ ಷಡ್ಯಂತ್ರ ಮಾಡಲು ಪ್ರಾರಂಭಿಸಿದ. ಭೀಮವಿಜಯ್ ಸೊಸಾಯಿಟಿಯ ಮುಂದೆ ಇವನ ಸ್ವಂತದ ಡೇರಿ ಬಂದಾಗುವ ಹಂತಕ್ಕೆ ಬಂದಿತ್ತು. ಹೊಲೆಯರು ಏನು ಸೊಸಾಯಿಟಿ ತೆಗೆದಾರು ಆದರೆ ವ್ಯವಹಾರದಲ್ಲಿ ಅವರಿಗೇನು ತಿಳಿಯುವುದಿಲ್ಲ. ಇವತ್ತು ಬಂಡವಾಳ ಹಾಕಬಹುದು ಹಾಗೂ ನಾಳೆ ದಿವಾಳಿಯಾಗಬಹುದು. ಹೀಗೆ ಒಂದಲ್ಲ ಒಂದು ವಿಷಯವನ್ನು ಭೀಮವಿಜಯ್ ಸೊಸಾಯಿಟಿಗೆ ಹಾಲು ಹಾಕುವ ಪ್ರತಿಯೊಬ್ಬ ಗ್ರಾಹಕನಿಗೆ ಹೇಳುತ್ತಿದ್ದ. ಸೊಸಾಯಿಟಿಯ ಧಾನ್ಯಗಳ ಅಂಗಡಿ ಸಹ ಊರಿನ ವ್ಯಾಪಾರಿಗಳ ಕಣ್ಣಲ್ಲಿ ಒತ್ತುತಿತ್ತು. ಭೀಮ ವಿಜಯ ಸೊಸಾಯಿಟಿಯ ಸದಸ್ಯರಿಗೆ ಇಲ್ಲಿಂದ ಜೋಳ, ಅಕ್ಕಿ, ಗೋಧಿ, ಕಾಳು-ಕಡಿ ಹೊರಗಿನ ಮಾರುಕಟ್ಟೆ ಬೆಲೆಗಿಂತ ನಾಲ್ಕು ಪೈಸೆ ಕಡಿಮೆ ಬೆಲೆಯಲ್ಲಿ ಸಿಗುತ್ತಿದ್ದವು. ಎಲ್ಲ ದಲಿತರು ಹೊರಗಿನಿಂದ ಧಾನ್ಯಗಳನ್ನು ಖರೀದಿ ಮಾಡುವುದನ್ನು ನಿಲ್ಲಿಸಿದರು. ಧಾನ್ಯ ವ್ಯಾಪಾರಿಗಳ ಬಹುತೇಕ ವ್ಯವಹಾರ ಈ ದಲಿತರನ್ನು ಅವಲಂಬಿಸಿಯೇ ಇತ್ತು. ಸ್ವತಃ ಅನಗೊಂಡಾ ಪಾಟೀಲ ಹಾಗೂ ಧಾನ್ಯ ವ್ಯಾಪಾರಿಗಳು, ಸೊಸಾಯಿಟಿಯನ್ನು ಬಂದ್ ಮಾಡಲು ಷಡ್ಯಂತ್ರಗಳನ್ನು ರಚಿಸುತ್ತಿದ್ದರು. ಸೊಸಾಯಿಟಿ ಸ್ಥಾಪನೆ ಆದಾಗಿನಿಂದ ಎಲ್ಲ ದಲಿತರು ಆಬಾ ಹೇಳಿದ ಹಾಗೆ ಕೇಳಲು ಪ್ರಾರಂಭಿಸಿದರು. ಆದ್ದರಿಂದ ಊರಿನ ಕೆಲ ಮುಖಂಡರಿಗೆ ಅವರ ಅಧಿಕಾರ ಈ ಹಿಂದೆ ನಡೆಯುತ್ತಿದ್ದ ಹಾಗೆ ನಡೆಯದಾಯಿತು. ಸೊಸಾಯಿಟಿ ಮತ್ತು ಆಬಾ, ಊರಿನ ಮುಖಂಡರಿಗೆ ಕಿರಿಕಿರಿ ಅನ್ನಿಸಲು ಪ್ರಾರಂಭವಾಯಿತು.

"ಗುರೂಜಿ, ನಮ್ಮ ಊರಲ್ಲಿ ರಿಪಬ್ಲಿಕನ್ ಪಕ್ಷ ಪ್ರಾರಂಭಿಸಿದರೆ ಹೇಗೆ?"

"ಹೌದು, ಆದರೆ ಈಗ ಪಕ್ಷ ಯಾಕೆ? ಆ ಹುಡುಗರು ಪ್ಯಾಥರ-ಪ್ರಾಥರ ಅಂತ ಕುಣಿತಾವು. ಆ ಅರುಣ ಅಂತು ಬೇರೇನೆ ಹೇಳತಾನ. ಪುನಃ ಪಕ್ಷ ಯಾಕ್ರಿ?"-ಗೋಪಾ ಮಾಸ್ತರನ ನೇರ ಮಾತು.

“ಆದ್ರೆ ಏನಾದ್ರೂ ಅನ್ನಿ ಗುರೂಜಿ, ಈ ಪಕ್ಷದ ಮ್ಯಾಗ ನನ್ನ ಜೀವ ಅದ. ಮುಂಬಯಿ ಅಲ್ಲಿ ಇದ್ದಾಗಿಂದ ತಲಿ ಒಳಗ ಆದ ಐತಿ, ಏನಂದ್ರ ನಮ್ಮ ಊರಾಗೂ ಒಂದು ಪಕ್ಷ ಸ್ಥಾಪನೆ ಮಾಡಬೇಕು. ಬಾಬಾ ಅದೆಷ್ಟೋ ಸಲ ಇಂತಾ ಪಕ್ಷ ಇರಬೇಕು ಅಂತ ಒತ್ತಿ ಹೇಳಿದ್ರು ಅಂತ ಬುದ್ಧಿವಂತರು ಹೇಳತಾರ.”–ಆಬಾ ಗೋಪಾ ಮಾಸ್ತರರಿಗೆ ತಿಳಿ ಹೇಳಲು ಪ್ರಯತ್ನ ಮಾಡಿದ.

“ಆಬಾ, ಆದ್ರ ಈ ಪಕ್ಷ ಯಾಕ ಬೇಕು?”–ನಾನಾನ ಪ್ರಶ್ನೆ.

“ಸ್ವಲ್ಪ ದಿನದಾಗ ಎಲೆಕ್ಷನ್ ನಡಿಯೋದು. ನಮ್ಮದ ಮನುಷ್ಯಾಗ ಮತ ಹಾಕಬಹುದು...”–ಆಬಾಗ ಪಕ್ಷವನ್ನು ಕುರಿತು ಏನೂ ಸರಿಯಾಗಿ ವಿವರಿಸಲು ಆಗುತ್ತಿರಲಿಲ್ಲ.

“ಗುರೂಜಿ, ರೀ, ಪಕ್ಷದಿಂದ ಏನಾದ್ರೂ ಲಾಭಾ ಆಗೋದು ಇದ್ರ ಪಕ್ಷ ಶುರು ಮಾಡಾಕ ಏನ್ ಹರಕತ್ ಐತಿ?”–ಸದಾನ ವ್ಯವಹಾರಿಕ ಪ್ರಶ್ನೆ.

ಆಬಾನ ಪ್ರಶ್ನೆಯ ಮೇಲೆ ಚರ್ಚೆ ನಡೆದಿದ್ದಾಗಲೆ ಹಲಗೆಯ ಸದ್ದು ಕೇಳಿಬಂತು. ಗುರುವಾದ ಪಾಂಡು ಹಲಗೆ ಬಾರಿಸುತ್ತ–ಬಾರಿಸುತ್ತ ಚಾವಡಿಯ ಹತ್ತಿರ ಬಂದ. ಅವನು

ಹಲಗೆ ಬಾರಿಸಿದ–ಹಾಗೂ ಜೋರಾಗಿ ಕೂಗುತ್ತ ಹೇಳಲು ಪ್ರಾರಂಭಿಸಿದ–“ಕೆಳ್ರಪ್ಪೋ... ಕೇಳ್ರಿ... ಕೇಳ್ರೊಪ್ಪೋ... ಕೇಳ್ರಿ... ಊರಿನವರೆಲ್ಲಾ ಕೇಳ್ರಿ, ಕೇಳ್ರಪ್ಪೋ ಕೇಳ್ರಿ... ಮಂಗಳವಾರ, ನಮ್ಮೂರ ಸರಪಂಚ್‌ರ ಮಗನ ಲಗ್ನಾ ಅದ... ಆ ದಿನ ಸಮಸ್ತ ಗ್ರಾಮದವರು ಎರಡು ಹೊತ್ತು ಮಂಟಪಕ್ಕೆ ಊಟಕ್ಕೆ ಬರಬೇಕ್ರಪ್ಪೋ...”

ಪಾಂಡು ಹಲಗೆ ಬಾರಿಸುತ್ತ ಹೊರಟು ಹೋದ. ಅವನ ಬೆನ್ನ ಹಿಂದೆಯೇ ಬಂದ ಅರುಣ ಆಬಾನ ಪಕ್ಕದಲ್ಲಿ ಕುಳಿತುಕೊಳ್ಳುತ್ತ ನುಡಿದ–

“ಆಬಾ, ಮದುವಿಯಲ್ಲಿ ಯಾರೂ ಊಟಕ್ಕ ಹೋಗಾಂಗಿಲ್ಲ!”

“ನಿಮ್ಮವ್ವನ... ಏನಾತೋ ಒಂದ ನಿಮಿಷದಾಗ?”–ನಾನಾ ಕೇಳಿದ.

“ನಾನಾ ತಾತಾ, ನಿಮಗೆ ಹೇಂಗ್ ತಿಳಿಯಾಂಗಿಲ್ಲ? ನಂದು ಊಟಕ್ಕ ವಿರೋಧ ಇಲ್ಲ ; ಆದ್ರ ನನ್ನ ವಿರೋಧ ಇರೋದು ನಮ್ಮ ಜೊತಿ ನಡೋಕು ರೀತಿಯ ಬಗ್ಗೆ.”

“ಅರುಣ, ನೀನು ಏನ್ ಹೇಳಾತಿ ಅಪ್ಪಾ?”–ಆಬಾ ಕೇಳಿದ.

‘ಆಬಾ, ಈಗಿನವರೆಗೂ ಊರಾಗಾದ ಎಲ್ಲ ಮದ್ವಿ ಊಟಕ್ಕೂ ನಾವು ಹೋದ್ವಿ, ಇಲ್ಲೊ?”–ಅರುಣ.

“ಹೌದು. ಹೋದ್ವಿ.”

“ನಮಗ ಊಟಕ್ಕ ಯಾವಾಗ ಹಾಕ್ತಾರು?”

“ಯಾವಾಗ ಅಂದ್ರ? ಊರ ಮಂದಿ ಉಂಡ ಮ್ಯಾಗ.”

"ಹ... ಈಗ ಹೇಂಗ್ ಹೇಳಿದ್ರಿ. ನಂದು ವಿರೋಧ ಈ ವಿಷಯಕ್ಕೆ ಐತ್ರಿ ವರ್ಷಾನೂವರ್ಷ ನಾವು ಉಣ್ಣಕ್ಕೊಂಡ ಬಂದಿದ್ದು ಉಳಿದ ಅನ್ನ. ಮಂಟಪನ್ಯಾಗ ನಮಗ ಎಂದೂ ಊಟಾ ಹಾಕಲಿಲ್ಲ. ನಾವು ಊಂಡಿದ್ದು ರಸ್ತೆ ಮ್ಯಾಗ್ ಕುಂತು."

ಅಲ್ಲಿ ನೆರೆದಿದ್ದ ಎಲ್ಲರಿಗೂ ಅರುಣನ ಮಾತು ಅರ್ಥವಾಗಿತ್ತು.

"ಲೇ ಹುಡುಗಾ, ಈಗ ಏನ್ ಮಾಡಬೇಕು ಅಂತಿ?"

"ನೋಡ್ರಿ, ಬೇರೆಯವರಿಗೆ ಮನುಷ್ಯರ ಹಂಗ್ ಊಣ್ಣಾಕ ಹಾಕತಾರ, ನಮಗೂ ಹಂಗ ಊಟಕ್ಕ ಹಾಕೋದು ಇದ್ರ ಮಾತ್ರ ಹೋಗೋಣು. ಇಲ್ಲದಿದ್ರ ನಮ್ಮ ನಮ್ಮ ಮನ್ಯಾಗ ಊಟ ಸಿಗ್ತದ ಇಲ್ಲೊ. ಒಂದ್ ದಿನ ಸಿಹಿ ತಿಂದ್ರ ನಮ್ಮ ಎಲುಬುಗಳೇನು ಬಂಗಾರದು ಆಗುದಿಲ್ಲ!"–ಅರುಣ ಮಾತಾಡುತ್ತಲೇ ಇದ್ದ.

"ನೀ ಹೇಳಾತಿ ಅಂದ್ರ ಊಟಕ್ಕ ಹೋಗೋದು ಉಳಿತು!ಏನಪ್ಪಾ? ಎಷ್ಟು ದಿನಾ ಅಂತ ಹೀಂಗ್ ರಸ್ತೆ ಮ್ಯಾಗ್ ಭಿಕಾರಿಗಳಂಗ ಊಣ್ಣೋದು?"–ಆಬಾ ಕೇಳಿದ.

ಇದರ ನಂತರ ಯಾರೂ ಏನೂ ಮಾತನಾಡಲಿಲ್ಲ. ಮದುವೆ ಊಟಕ್ಕೆ ಹೋಗಕೂಡದು ಎಂಬುದನ್ನು ಮಾತ್ರ ನಿರ್ಣಯಿಸಲಾಗಿತ್ತು.

ಆಬಾ ರಾತ್ರಿ ಮಾದರ ಭೂಪಾನಿಗೆ ಹಾಗೂ ಚಂದು ಸಮಗಾರನಿಗೆ ಕರೆಯಿಸಿಕೊಂಡ.

ತುಂಬಾ ಹೊತ್ತಿನವರೆಗೆ ಈ ವಿಷಯದ ಮೇಲೆ ಚರ್ಚೆ ಆಯಿತು ಹಾಗೂ ಆ ಇಬ್ಬರೂ ಸಹ ತಮ್ಮ ಜಾತಿಯವರು ಸಹ ಈ ಊಟಕ್ಕೆ ಹೋಗುವುದಿಲ್ಲ ಎಂಬ ಭರವಸೆಯನ್ನು ನೀಡಿದರು.

ಹದಿಮೂರು

ಆಬಾ ಇವತ್ತು ಬೇಗನೆ ಎದ್ದು ದಿಬ್ಬದ ಮೇಲಿನ ಭೀಮರಾವನ ಮನೆಗೆ ಹೋದ. ಸೂರ್ಯ ಅದಾಗಲೇ ತನ್ನ ಡ್ಯೂಟಿ ಮೇಲೆ ಬಂದಾಗಿತ್ತು. ಭೀಮರಾವ ಅಂಗಳದಲ್ಲಿ ಕುಳಿತುಕೊಂಡು ಹಲ್ಲು ಉಜ್ಜುತ್ತ ಇದ್ದ. ಅವನ ಹೆಂಡತಿ ಆಶಾ ಅಂಗಳದಲ್ಲಿ ಕುಳಿತುಕೊಂಡು ಪಾತ್ರೆ ಉಜ್ಜುತ್ತಿದ್ದಳು. ಆಬಾನನ್ನು ನೋಡುತ್ತಿದ್ದ ಹಾಗೆ ಅವಳು ತಲೆ ಮೇಲಿನ ಸೆರಗನ್ನು ಸರಿಪಡಿಸಿಕೊಂಡಳು. ಗಂಡನನ್ನು ಕೂಗುತ್ತ ಅವಳೆಂದಳು–

"ರೀ, ಮಾವ ಬಂದಾರು. ಎದ್ದು ಮುಖ ತೊಳೆದು ಕೊಳ್ಳುತ್ತೀರಿ, ಇಲ್ಲ ಪೂರ್ತಿ ದಿನಾ ಬೆರಳು ಬಾಯಾಗ ಹಾಕ್ಕೊಂಡ್ ಕುಂಡ್ರತೀರಿ?"

ಭೀಮರಾವ್ ಕೈಯಲ್ಲಿದ್ದ ತಂಬಾಕನ್ನು ಚೆಲ್ಲಿದ. ಜೋರಾಗಿ ಕೆಮ್ಮಿದ. 'ಪಚಕ್' ಅಂತ ಉಗುಳಿ ಅವನೆಂದ–

"ಬರ್ರಿ ಆಬಾ, ಏನ, ಬೇಗ ಹೋಗಿ ಚಹಾ ಮಾಡು."

"ಏನೋ ಭೀಮರಾವ್, ಇನ್ನೂ ತೊಳ್ಯಾತಿ? ಹೋಗಿಲ್ಲೇನು ಹೊಲಕ್ಕ?"

"ಇಲ್ಲರೀ ಹೋಗಲಿಲ್ಲ. ಇವತ್ತು ಆರಾಮ ತೊಗೊಂಡೆ."–ಚಂಬಿನಲ್ಲಿಯ ನೀರನ್ನು ಮುಖಕ್ಕೆ ಸಿಂಪಡಿಸಿಕೊಳ್ಳುತ್ತ ಅವನೆಂದ. ಸೊಂಟದ ಟವಲ್‌ನ್ನು ತೆಗೆದು ಮುಖ ಒರೆಸಿಕೊಂಡ. ಅವನೆಂದ–"ಆಬಾ, ಇವತ್ತು ಬೇಗನೆ ಬಂದ್ರಿ ಸೊಸಾಯಿಟಿಗೆ?"

ಆಬಾ ಸೊಸಾಯಿಟಿಗೆ ಬಂದಿದ್ದಾರೆಂದು ಭೀಮರಾವ್ ತಿಳಿದುಕೊಂಡಿದ್ದ.

"ಇಲ್ಲಪ್ಪ, ಇವತ್ತು ನಿಮ್ಮ ಕಡೆನೆ ಬಂದೆ–ಆಬಾ ಮನೆಯೊಳಗೆ ಹೋಗುತ್ತ ನುಡಿದ. ಆಶಾ ಆಬಾನ ಮುಂದೆ ಸೆರಗು ಹಾಕಿಕೊಂಡಳು. ಅಪ್ಪ–ಮಗ

ಮನೆಯ ಕಟ್ಟೆಯ ಮೇಲೆ ಕುಳಿತುಕೊಂಡರು. ಆಶಾ ಚಹಾ ಮಾಡಲು ಇಟ್ಟಳು. ಆಬಾ ಪುನಃ ಭೀಮರಾವ್‌ಗೆ ಕೇಳಿದ–

"ಯಾಕೊ ಇವತ್ತು ಹೊಲಕ್ಕ ಹೋಗಲಿಲ್ಲ?"

"ಆಬಾ, ಹೊಲಾ ಬಿಟ್ಟರ ನಡಿತದ ಏನು ನನಗ? ಎಷ್ಟು ದುಡಿಲಿ? ಇವತ್ತು ಒಂದು ದಿನ ಹೋಗದಿದ್ರ ಏನಾಗ್ತದ? ದುಡಿಯುದಂತೂ ನಮ್ಮ ಹಣೆ ಬರಹದಲ್ಲಿ ಬರೆದ ಬಿಟ್ಟದಲ್ಲ?"

"ಮುಂಜಾನೆ–ಮುಂಜಾನೆ ಏನಾಯಿತೊ ಸಿಟ್ಟಾಗಾಕ? ಗಂಡ ಹೆಂಡತಿ ಜಗಳಾ ಮಾಡಿರಿ ಏನು?"

"ಜಗಳಾ ಏಂತಾದು? ನನ್ನ ಜೊತಿ ಜಗಳ್ಯಾಡಾಕ್ ಆಕಿಗೆ ಧಂ ಐತೇನು? ಕಾಲು ಮುರಿತಿನಿ ಅಷ್ಟ."

"ರೀ, ಕಾಲು ಮುರಿಯುಕ್ಕಿಂತ ಮುಂಚೆ ಚಹಾ ಕುಡಿರಿ. ಎದ್ರಬಿದ್ರ ಮುಂಜಾನೆ ಸಂಜಿ ಹೆಂಡತಿ ಮೇಲೆ ವೈರತ್ವ."–ಆಶಾ ಗಂಡನ ಕೈಗೆ ಚಹಾ ನೀಡುತ್ತ ಕೊಂಕು ಮಾತನಾಡಿದಳು. ಅವಳ ಮಾತು ಕೇಳಿ ಭೀಮರಾವ ಸುಮ್ಮನೆ ಕುಳಿತುಕೊಂಡ.

"ಯವ್ವ, ಚಹಾ ಚಲೋ ಮಾಡಿದಿ."–ಆಬಾ ಚಹಾದ ಕಾಲಿ ಕಪ್ ನ್ನು ಆಶಾನ ಕೈಗೆ ನೀಡುತ್ತ ನುಡಿದ.

"ಇದನ್ನ ಬಿಟ್ಟು ಮತ್ತೇನ ಬರ್ತದ ಆಕಿಗೆ?"–ಭೀಮರಾವ್ ಮತ್ತೆ ಕೊಂಕು ಮಾತನಾಡಿದ್ದಕ್ಕೆ ಆಬಾಗೆ ಕೋಪ ಬಂತು.

ಅವನೆಂದ–"ಭೀಮ್ಯಾ ಮಗನೆ, ನಿಂಗ ಹೆಂಡತಿನ ಬೈಯೋದ ಬಿಟ್ರೆ ಮತ್ತೇನು ಬರೋದಿಲ್ಲ ಏನು? ಇನ್ನೂ ಮಕ್ಕಳು ಮರಿ ಇಲ್ಲ ಹೀಂಗ್ ಅದಿ. ನಾಳೇ ಮಕ್ಕಳು ಮರಿ ಆದ ಮೇಲೆ ಹೀಂಗ್ ಜಗಳಾ ಮಾಡೋರು ಏನು? ಪರಸ್ಪರ ಮರ್ಯಾದಿ ಕೊಟ್ಟು ಮಾತಾಡಬೇಕಪ್ಪ. ನೀ ಹೀಂಗ್‌ಮನಿಗೆ ಬಂದೋರ್ ಮುಂದೆ ಬೈಯಕೊಂಡ ಕುಂತರ ಬಂದೋರು ನಿನ್ನ ಬಗ್ಗೆ ಏನ್ ಅಂದ್ಕೋತಾರು?"

ಭೀಮರಾವ್ ಆಬಾನ ಮಾತುಗಳೆಡೆ ದುರ್ಲಕ್ಷ್ಯ ಮಾಡಿದ. ಆಕಳಿಸುತ್ತ ಮೈಮುರಿಯುತ್ತ ನುಡಿದ–

"ಆಬಾ, ಏನ್ ಅನ್ನತದ ನಿಮ್ಮ ಸೊಸಾಯಿಟಿ?"

"ನಿಮ್ಮದು ಅನ್ನಬ್ಯಾಡಪ್ಪ, ಸಂಪೂರ್ಣ ಸಮಾಜದ ಸೊಸಾಯಿಟಿ ಅದು."

"ಇರಬಹುದು; ಆದ್ರ ನಿಮ್ಮನ್ನ ಬಿಟ್ರ ಯಾವ ಸೂಳೇಮಗಾ ಮನಿ ಮಠಾ ಬಿಟ್ಟು ಅಲ್ಲಿ ದುಡಿತಾನು? ನಾನೇನು ಅಂತೇನಿ ಆಬಾ, ನೀವು ಹಗಲು–ರಾತ್ರಿ ದುಡಿತೀರಿ, ಆದ್ರ ಲಾಭಾ ಏನು?"

“ಪ್ರತಿಯೊಂದರನ್ಯಾಗ ಲಾಭಾ ನೋಡಿದ್ರ ನಡಿಯಾಂಗಿಲ್ಲ ಅಲ್ಲ?”– ಆಬಾನ ಉಪದೇಶ.

“ಆಬಾ, ಆದ್ರ ಊರಿಗೆ ಊರೆ ಮಾತಾಡತದ ಅಲ್ಲ! ಎಲ್ಲಾರೂ ಅಂತಾರು– ಪುಕ್ಕಟ ದುಡಿಯಾಕ ಆಬಾ ಏನು ಹುಚ್ಚಲ್ಲ. ಸಿಗತಿರಬೇಕು ಐದೊ–ಐವತ್ತೊ ದಿವಸಕ್ಕೆ. ಅದಕ್ಕೆ ದಿನಾಪೂರ್ತಿ ಸೊಸಾಯಿಟಿನ್ಯಾಗ ಬಿದ್ದಿರತಾನ. ಪುಕ್ಕಟ ಫೌಜದಾರಿ ಯಾರ ಮಾಡತಾರು?”

“ಭೀಮಾ, ಊರಿನ ಮಂದಿ ಮಾತಿನ ಮ್ಯಾಗ ನಿನಗ ವಿಶ್ವಾಸ ಐತಿ ಅಲ್ಲ. ಆದ್ರ ಸ್ವಂತದ ಅಪ್ಪನ ಮ್ಯಾಗ್ ಇಲ್ಲವೇನು? ಊರಿನ ಮಂದಿಗೆ ಏನು? ಸೊಸಾಯಿಟಿಯಿಂದ ಅವರ ದಂದಾಗಳು ನಡಿವಲ್ಲು, ಅನಗೊಂಡಾ ಪಾಟೀಲನ ಡೈರಿ ಬಂದ್ ಆಗೋ ಸ್ಥಿತಿಗೆ ಬಂದೈತಿ. ಈಗ ಮಾಡಾಕ ಏನೂ ಕೆಲ್ಸಾ ಇಲ್ಲ ಅಂತ ನನ್ನ ಹೆಸರಿನಿಂದ ಬಾಯಿ ಬಡಕೋತಾನು ನನಗೂ ಎಲ್ಲಾ ಗೊತ್ತು; ಆದ್ರ ಅವರ ಮಾತಿಗೆ ಗಮನ ಕೊಡಾಕ ಟೈಮ್ ಎಲ್ಲಿ ಐತಿ? ರಾಡಿಯಾಗ ಕಲ್ಲು ಒಗೆದು ಮುಖಕ್ಕೆ ಯಾರು ಸಿಡಿಸಿಕೊತಾರು?”

“ನಿಮ್ಮದು ಸರಿ. ಆದ್ರ ಸಂಪೂರ್ಣ ಊರು ನಿಮಗೆ ಸಂಶಯದ ದೃಷ್ಟಿಯಿಂದ ನೋಡ್ತದ ಅಲ್ಲ, ಅದರದೇನು? ಹಂಗ್ ಇದ್ದಾಗ ಈ ಸಮಾಜ ಸೇವಾ ಕೆಲ್ಸಾ ಆದ್ರೂ ಯಾಕ ಬೇಕು? ನೀವೇನು ನಮಗ ಭಾರಾ ಅಲ್ಲ. ತಿನ್ರಿ ಎರಡು ಹೊತ್ತು. ಆರಾಮವಾಗಿ ಅಡ್ಡಾಡ್ರಿ, ಬೆವರು ಹರಿಸಿ ಸೊಸಾಯಿಟಿಯಲ್ಲಿ ಸಿಗೋದಾದ್ರು ಏನು? ನಾಲ್ಕು ಬೈಗಳ ಅಲ್ಲ?”

“ಭೀಮಾ, ನಿನಗ ಅದರೊಳಗ ತಿಳಿವಳಿಕೆ, ಆಸೆ ಇರದಿದ್ರ ಸುಮ್ಮನಾದ್ರು ಯಾಕ ಇರಾಂಗಿಲ್ಲ? ಏನ್ ಆದ್ರನೂ ಅದು ಸಮಾಜದ ಒಳ್ಳೆದಕ್ಕಾಗಿನೆ ಆಗ್ತದ. ಈ ಹೊಲ್ಯಾರು, ಮಾದಿಗರು ಎಂದಾದ್ರೂ ತಮ್ಮ ಮನ್ಯಾಗ ಹಾಲು–ಹೈನು ಕಂಡಿದ್ರು ಏನು? ಈಗ ಪ್ರತಿಯೊಬ್ಬರ ಮನ್ಯಾಗ ಸಾವಿರಾರು ರೂಪಾಯಿದು ಆಸ್ತಿ ಆಗೋದ. ಪ್ರತಿ ದಿನ ಹಾಲಿಂದ ಐದಾರು ರೂಪಾಯಿ ಸಿಗ್ತಾವು. ಇದು ಒಳ್ಳೆದು ಅನ್ನಿಸುದಿಲ್ಲ ನಿಂಗ್.?”

“ರೀ, ಆದ್ರ ಪೂರ್ತಿ ಊರ ನಿಮ್ಮ ಶತ್ರು ಆಗೇದ ಅದರದೇನು?”

“ಬಾಬಾ ಸಾಹೇಬರು ಸಂಪೂರ್ಣ ಜಗತ್ತನ್ನ ವಿರೋಧ ಹಾಕ್ಕೊಂಡು, ನಾವು ಬರೀ ಊರಿನವರ ಜೊತಿ ಆದ್ರೂ ಹೋರಾಡೋಣ.”

“ನೀವು ಯಾರ್ ಮಾತು ಕೇಳಾಂಗಿಲ್ಲ ಬಿಡ್ರಿ. ನಿಮಗ ಹೇಂಗ್ ಸರಿ ಅನಿಸ್ತದ ಹಂಗ್ ಮಾಡ್ರಿ,”–ಭೀಮಾ ವಿಷಯಕ್ಕೆ ಪೂರ್ಣ ವಿರಾಮ ನೀಡಿದ.

ಅಪ್ಪ ಹಾಗೂ ಮಗನ ಮಧ್ಯ ಹೀಗೆ ಶೀತಲ ಯುದ್ಧಗಳು ನಡಿತಾನೆ ಇಡ್ತಾ ಇದ್ದವು.

ಕೆಲವೊಮ್ಮೆ ಅಪ್ಪ ಗೆದ್ದರೆ ಕೆಲವೊಮ್ಮೆ ಮಗ ಗೆಲ್ಲುತ್ತಿದ್ದ. ಭೀಮರಾವ್ ಇತ್ತೀಚೆಗೆ ಮಾತನಾಡುವಾಗ ತುಂಬಾ ಆಕ್ರಮಕನಾಗಿದ್ದ. ಕಾರಣವೇನು? ಅವನಿಗೆ ಇದೆಲ್ಲ ಯಾರು ಕಲಿಸುತ್ತಿದ್ದಾರೆ ಎಂಬುದು ಮಾತ್ರ ಆಬಾಗೆ ತಿಳಿಯುತ್ತಿರಲಿಲ್ಲ.

ಆಬಾ ಯಥಾಪ್ರಕಾರ ಎದ್ದು ಸೊಸಾಯಿಟಿಯ ಕೆಲ್ಸಕ್ಕೆ ಹೊರಟು ಬಿಟ್ಟ. ಇವತ್ತುಸೊಸಾಯಿಟಿ ಕೆಲಸದಲ್ಲಿ ಆಬಾನ ಗಮನವೆ ಇರಲಿಲ್ಲ. ಎದ್ದು ಮನೆಯೆಡೆ ನಡೆದ. ನಾಳೆ ಮಂಗಳವಾರ, ಸರಪಂಚನ ಮಗನ ಮದುವೆ. ಊಟಕ್ಕೆ ಹೋಗುವುದು ಬೇಡ ಎಂದು ಸಭೆಯಲ್ಲಿ ನಿರ್ಣಯ ತೆಗೆದುಕೊಂಡಿದ್ದರೂ ಸಹ ಕೇರಿಯಲ್ಲಿ ಮಾತ್ರ ಪರ-ವಿರೋಧ ಚರ್ಚೆ ನಡೆದೇಯಿತ್ತು.

ಆಬಾ ಮಾನ್ಯಾನ ಬೀದಿಯಲ್ಲಿ ಬರುತ್ತಿದ್ದ ಹಾಗೆ ಮುದುಕಿ ಒಬ್ಬಳು ಅಡ್ಡ ಬಂದಳು. ಅರವತ್ತು-ಎಪ್ಪತ್ತು ವರ್ಷದ ಈ ಮುದುಕಿಯ ತಲೆಗೂದಲು ಕೆದರಿದ್ದವು. ಅದರಿಂದಾಗಿ ಅವಳು ವಿಚಿತ್ರವಾಗಿ ಕಾಣುತ್ತಿದ್ದಳು. ಮೈ ಮೇಲೆ ಹರಿದ ಸೀರಿ ಉಟ್ಟು ಬಲಗೈಯಲ್ಲಿ ಕೋಲನ್ನು ಊರುತ್ತ ಅವಳು ಆಬಾನ ಮುಂದೆ ಬಂದು ನಿಂತಳು.

"ಏನೋ ಆಬಾ, ನಾಳೆ ಸರಪಂಚನ ಮನೆಗೆ ಊಟಕ್ಕ ಹೋಗೋದು ಬೇಡ ಅಂತಿಯೇನಪ್ಪ?"

"ಹೌದಜ್ಜಿ, ಹಾಗಂತ ಎಲ್ಲರೂ ನಿರ್ಣಯ ತಗೊಂಡಾರು."

"ನಿನ್ನದೇನಪ್ಪ! ಎರಡು ಗಂಡುಮಕ್ಕಳು, ಸೊಸೆಯಂದಿರು ಇದ್ದಾರಪ್ಪ. ನೀನು ಲೀಡರ್, ನಿನಗೆ ಹೊಟ್ಟೆ ಚಿಂತೆ ಇಲ್ಲ. ಆದ್ರ ನಾನು ಹೊಟ್ಟೆಗೆ ಏನ್ ತಿನ್ನಲಿ? ಗಂಡಾ ಸತ್ತು ಒಂದ್ ವರ್ಷಾ ಆತು. ಹಂಗೊ ಹಿಂಗೊ ಬೇಡಿಕೊಂಡ ತಿನ್ನಾತೇನಿ. ಯಾವಾಗಾದರೊಮ್ಮೆ ಹಬ್ಬದ ಊಟ ಸಿಗ್ತದ. ಅದಕ್ಕೂ ನೀವು ಕಲ್ಲ ಹಾಕಿರಿ. ನಾನೇನು ಅಂತೇನಿ ಆಬಾ, ಊಟದ ವಿಷಯನ್ಯಾಗ ಈ ದೊಡ್ಡಿಸ್ತಾನಾ ಯಾಕ?"

ಮುದುಕಿಗೆ ಹೇಗೆ ತಿಳಿ ಹೇಳಬೇಕು ಅಂತ ಆಬಾಗೆ ತಿಳಿಯದಾಯಿತು. ಹಾಗೆ ನೋಡಿದರೆ ಆ ಮುದುಕಿ ಉಪವಾಸದಲ್ಲಿ ಜೀವನ ನಡೆಸುತ್ತಿದ್ದಳು.

ಅವಳಿಗೆ ಸಂಬಂಧಿಕರು, ತಮ್ಮವರು ಅನ್ನುವವರು ಯಾರೂ ಇರಲಿಲ್ಲ. ಒಬ್ಬ ಮಗನಿದ್ದ. ಅವನು ಮುಂಬಯಿಯಲ್ಲಿ ಕಪ್ ತೊಳೆಯುತ್ತಿದ್ದ. ಮುದುಕಿ ತನ್ನ ಬೀದಿಯಲ್ಲಿಯ ಒಂದೊಂದು ಮನೆಗು ಒಂದೊಂದು ದಿನ ಭಿಕ್ಷೆ ಬೇಡೋಕೆ ಹೋಗ್ತಾಯಿದ್ದಳು.

"ಅಜ್ಜಿ, ಎಷ್ಟು ದಿನ ಹೀಂಗ್ ನಾಯಿ-ಬೆಕ್ಕುಗಳ ಹಂಗ್ ರಸ್ತೆನ್ಯಾಗ ಕೂತು ತಿನ್ನೋದು? ನಿಮ್ಮ ಬದುಕು ಸವೆದು ಹೋತು, ಪಾಟೀಲರ ಮನಿ ಸೇವಾ ಮಾಡ್ತಾ, ಆದ್ರೂ ನಿನ್ನ ಜೊತಿ ಯಾರಾದ್ರೂ ಮನುಷ್ಯರ ಹಂಗ ನಡಕೊಂಡ್ರು ಏನು? ಊರಿನ ಮಂದಿ ಮೊದಲು ಮತ್ತು ಹೊಲ್ಯಾರ್ ಮಂದಿ ಆಮೇಲೆ

ರಸ್ತೆನಾಗ್ ಕುಂತ ತಿನ್ನೋದು ಎಲ್ಲಿ ನ್ಯಾಯ? ಅವರೇನು ಪಾಪ ಮಾಡ್ಯಾರು?"

"ಅವರೆಲ್ಲ ದೊಡ್ಡ ಮಂದಿ. ದೇವರು ಸುಮ್ಮ ಜಾತಿ ಮಾಡ್ಯಾನೇನು.? ಎಲ್ಲರೂ ತಮ್ಮ-ತಮ್ಮ ಮರ್ಯಾದೆನಾಗ್ ಇದ್ರ ಯಾರ್ ಕೇಳ್ತಾರ?"

"ಅಜ್ಜಿ ನಿನಗೆ ಇದೆಲ್ಲ ತಿಳಿಯಾಂಗಿಲ್ಲ. ನೀನು ಅನಕ್ಷರಸ್ಥೆ, ಜೀವನಾಪೂರ್ತಿ ರೊಟ್ಟಿಗಾಗಿ ಅವರ ಕಡೆ ಪ್ರಾಣಿ ಹಂಗ್ ದುಡಿದಿದಿ ಮತ್ತೆ ಈಗ ಭೀಕ್ಷೆ ಬೇಡಾತಿ, ಈಗ ಮಂದಿದು ಯಾಕ! ನಿಂದ ನೀನು ನೋಡಕೂ ಅಲ್ಲ! ನಿನ್ನ ಮಯ್ಯಾಗ ಶಕ್ತಿ ಇರೋವರಗೂ ನೀನು ಊರಾಗ ದುಡಿದಿ ಇಲ್ಲೋ? ಈಗ ನಿನ್ನ ಕೈಗೆ ಬಡಿಗಿ ಬಂದ್ಯೆತೋ ಇಲ್ಲೋ, ನಿನ್ನ ಕೈ ಕಾಲು ದಣಿದಾವು. ಈಗ ಯಾರು ಬಂದ್ರು ನಿನಗ ಕೇಳಾಕ-ಊಟಾ ಮಾಡಿದಿಯೇನು? ಹೇಂಗ ಬದಕಾತಿ ಅಂತ ಯಾರಾದ್ರೂ ಕೇಳಿದ್ರೇನು?"

"ಯಪ್ಪಾ ಹೀಂಗ್ ಊದ್ದಕ್ಕ ಮತ್ತು ತಿಳಿದಂಗ ಮಾತಾಡಬ್ಯಾಡ. ಈ ಮುದುಕಿ ತಲ್ಯಾಗ ಏನೂ ಹೋಗಾಂಗಿಲ್ಲ. ನಾನೇನು ಅಂತೇನಿ ಅಂದ್ರ ಎಷ್ಟೋ ದಿನ ಆದ ಮೇಲೆ ಸಿಹಿಯೂಟ ಸಿಗಾತೈತಿ. ಮುದಿತನದಲ್ಲಿ ಬಾಯಲ್ಲಿ ನೀರು ಬರ್ತದ. ತಿನ್ನಬೇಕು ಅನಿಸ್ತದ ನಾಲ್ಕು ತುತ್ತು. ತಿನ್ನತ್ತಿದ್ದೆ. ಜೀವ ಇಷ್ಟಕ್ಕ ಹಾತೊರಿತಿತ್ತು ನೋಡು."

ಮುದುಕಿ ತನ್ನ ವ್ಯಥೆಯನ್ನು ಮಂಡಿಸಿದಳು. ಆಬಾ ಅಂತು ಸುಸ್ತಾಗಿದ್ದ. ಅವನೆಂದ-"ಇದು ನೋಡು ಅಜ್ಜಿ, ನಾಳೆ ಸಂಜಿ ನಮ್ಮ ಮನೆಗೆ ಊಟಕ್ಕೆ ಬಾ. ನನ್ನ ಸೊಸಿಗೆ ಹೇಳಿರತೇನಿ. ಹೊಟ್ಟಿ ತುಂಬ ಊಟಾ ಮಾಡಿ ಹೋಗು!"

ಈ ಕಡೆ ಅರುಣ, ಸುಭಾಷ್ ಹಾಗೂ ಇತರೆ ಯುವಕರು ಮನೆಮನೆಗೆ ಹೋಗಿ ಪಾಟೀಲರ ಮನೆಗೆ ಊಟಕ್ಕೆ ಹೋಗದಿರುವಂತೆ ಜನರಿಗೆ ತಿಳಿ ಹೇಳುತ್ತಿದ್ದರು. ಎಲ್ಲರೊಂದಿಗೆ ಊಟಕ್ಕೆ ಬಡಿಸಿದರೆ ಮಾತ್ರ ಹೋಗುವುದು, ಇಲ್ಲದಿದ್ದರೆ ಮನೆಯಲ್ಲಿಯೇ ಕೂತು ತಿನ್ನುವುದು; ಎಂದು ಎಲ್ಲರಿಂದ ಒಪ್ಪಿಗೆ ಪಡೆದುಕೊಳ್ಳುತ್ತಿದ್ದರು.

ಹದಿನಾಲ್ಕು

ಮಂಗಳವಾರ, ಸೂರ್ಯೋದಯದ ಮೊದಲ ಕಿರಣದೊಂದಿಗೆ ಊರಲ್ಲಿ ಮಂಗಳವಾದ್ಯಗಳು ಮೊಳಗಲು ಪ್ರಾರಂಭವಾದವು. ಮೋಟಾರುಗಾಡಿಗಳು ಭರದಿಂದ ಸುತ್ತಾಡಲು ಪ್ರಾರಂಭವಾದವು. ಊರಲ್ಲಿ ಎಲ್ಲಿ ನೋಡಿದರೂ ಜನರೇ ಜನರು ಕಾಣಿಸಿಕೊಳ್ಳಲು ಪ್ರಾರಂಭವಾದರು. ಸಂಪೂರ್ಣ ಗ್ರಾಮ ಸರಪಂಚನ ಮಗನ ಮದುವೆ ಕಾರ್ಯದಲ್ಲಿ ಲೀನವಾಗಿತ್ತು. ಇವತ್ತು ಹೊಲಕ್ಕೆ ಹಾಗೂ ನೌಕರಿ, ಕೂಲಿಗೆ ಯಾರೂ ಹೋಗಿರಲಿಲ್ಲ. ಮಂಟಪದಲ್ಲಿ ಕೆಲಸ ಮಾಡುವುದು, ಹೊಟ್ಟೆ ತುಂಬ ತಿನ್ನುವುದು ಇದೇ ಕೆಲಸ ಪ್ರಾರಂಭವಾಗಿತ್ತು. ಸರಪಂಚ್‌ನ ಮಗ ಅಜೀತಗೌಡನ ಮದುವೆ ಕಾರ್ಯ ಪ್ರಾರಂಭವಾಗಿತ್ತು. ಪುನಾದಲ್ಲಿ ಇದ್ದುಕೊಂಡು ಹುಡುಗ ಇಂಜಿನಿಯರ್ ಆಗಿದ್ದ. ಮೀರಜ್‌ನ ಉದ್ಯೋಗಪತಿಯೊಬ್ಬರ ಮಗಳೊಂದಿಗೆ ಅವನ ಮದುವೆ ನಿಶ್ಚಯವಾಗಿತ್ತು. ಕೈತುಂಬಾ ವರದಕ್ಷಿಣೆ, ಸುಂದರ ಹುಡುಗಿ ಮತ್ತೇನು ಬೇಕು ಹೇಳಿ!

ತಾರಾ ಜೋಗುತಿ ಅಂಗಳದಲ್ಲಿಯ ಕಲ್ಲಿನ ಮೇಲೆ ಬಟ್ಟೆ ತೊಳೆಯುತ್ತಿದ್ದಳು. ಸುತ್ತಲು ಪಸರಿಸಿದ ನೀರಿನಿಂದ ಊಂಟಾದ ಕೆಸರಿನಲ್ಲಿ ಅವಳ ಮಗ ಆಟವಾಡುತ್ತಿದ್ದ. ಬಟ್ಟೆ ತೊಳೆದಾಯಿತು. ಮನೆಯ ಅಂಗಳದಲ್ಲಿ ಕಟ್ಟಿದ್ದ ಹಗ್ಗದ ಮೇಲೆ ಹಾಗೂ ಮರದ ರೆಂಬೆ-ಕೊಂಬೆಗಳ ಮೇಲೆ ಅವಳು ಬಟ್ಟೆಗಳನ್ನು ಒಣಗಲು ಹಾಕಿದಳು.

"ಏ ತಾರಾsss"–ಅಂತ ರಸ್ತೆ ಮೇಲೆ ನಿಂತು ಪಾಟೀಲರ ಮನೆ ಆಳು ಅವಳನ್ನು ಕೂಗುತ್ತಿದ್ದ.

"ಯಾಕೆ ಒಕ್ಕರಿಸಿಕೊಂಡ?"–ತಾರಾ ಮನಸ್ಸಿನಲ್ಲಿಯೇ ಅವನಿಗೆ ಬೈದಳು.

"ಏನು? ಬೆಳಿಗ್ಗೆ–ಬೆಳಿಗ್ಗೆ ಬಂದಿದೀ?"

"ಬೆಳಿಗ್ಗೆ ಬರೋದು ಬೇಡಾ ಅಂದ್ರ ರಾತ್ರಿ ಬರಲಿ ಏನು?–"ಎಂದು ಅವನು ಕೇಳಿದ.

"ಹಂಗಲ್ಲ. ಯಾಕೆ ಬಂದಿದ್ದು ಅಂತ ಕೇಳಿದ್ದಷ್ಟೆ."–ತಾರಾಗೆ ಏನು ಮಾತಾಡಬೇಕೆಂದು

ತೋಚದಾಯಿತು.

"ಊರಲ್ಲಿ ಮದುವಿ ಐತಿ, ಗೊತ್ತಿಲ್ಲಾ? ಸರಪಂಚನ ಮಗನಿಗೆ ಧೋತರಾ ಉಡಿಸಬೇಕು. ಅದಕ್ಕೆ ಸರಪಂಚ್‌ರು ನಿನ್ನನ್ನು ಕರಕೊಂಡ ಬರಾಕ ನನ್ನ ಕಳಿಸ್ಯಾರು. ಅದಕ್ಕ ಬೆಳಿಗ್ಗ–ಬೆಳಿಗ್ಗೆ ನಿನ್ನ ಹತ್ರ ಮುಖಾ ನೋಡಾಕ ಬಂದೇನು."

"ಹೋಗ್ರಲ್ಲಾ! ಸುಮ್ಮ ಬಡು ಮನಷ್ಯಾಳ ತಮಾಷಿ ಯಾಕ ಮಾಡತೀರಿ."

"ಏ ಚಾಷ್ಟಿ–ಗಿಷ್ಟಿ ಎಲ್ಲಾ ಒಲ್ಯಾಗ ಹಾಕಿ ಸುಡು. ಮೊದಲು ಮಂಟಪಕ್ಕ ಬಾ."

"ಇವತ್ತು ಮದುವಿ ಮಂಟಪಕ್ಕ ಯಾರೂ ಹೋಗಬಾರ್ದು ಅಂತ ಸಮಾಜದ ಮಂದಿ ನಿರ್ಣಯ ಮಾಡ್ಯಾರು."

"ಯ್ಯಾ ಯಾಕ?"–ಎರಡು ಹೆಜ್ಜೆ ಮುಂದೆ ಬಂದು ಕೇಳಿದ.

"ಪ್ರತಿಯೊಂದು ಮದುವಿನ್ಯಾಗ ಹೊಲ್ಯಾರು ಮಾದಿಗರು ಊಟಾ ಮಾಡತ್ತಿದ್ದರೋ ಇಲ್ಲೋ?"

"ಹಕ್ಕದಿಂದ ಊಟಾ ಮಾಡತಾರು!"

"ಆದ್ರ ಅವರಿಗೆ ಯಾವಾಗ ಊಟಕ್ಕ ಹಾಕ್ತಾರು?"

"ಯಾವಾಗ ಅಂದ್ರ? ಊರ ಮಂದಿ ಊಟ ಮಾಡಿದ ಮ್ಯಾಗ್ ಹೊಲ್ಯಾರು–ಮಾದಿಗರು ಊಟಾ ಮಾಡ್ತಾರು. ಮತ್ತೆ ಇದೇನು ಶರಣಗುಪ್ಪಿಯಲ್ಲಿ ಮಾತ್ರ ಐತಿ ಏನು? ಎಲ್ಲ ದುನಿಯಾನ್ಯಾಗ ಈ ಪದ್ಧತಿ ಐತಿ ಇಲ್ಲೊ?"

"ಆದ್ರ ಹೊಲ್ಯಾರು–ಮಾದಿಗರು ಲಾಸ್ಟಕ್ಕ ಯಾಕ ಉಣಬೇಕು?"–ತಾರಾನ ಪ್ರಶ್ನೆ.

"ಹೀಂಗ್ ಯಾರ್ ಕೇಳತಾರು?"

"ಸಮಾಜ."

"ಏನ್...??!"!

"ಮತ್ತೇನು? ಈ ಸಲ ಊರ ಮಂದಿ ಜೊತಿಗೆ ಊಟಕ್ಕ ಹಾಕಿದ್ರ ಊಟಾ ಮಾಡೋದು ಇಲ್ಲದಿದ್ರ ಸುಮ್ಮ ಮನಿಯಾಗ ಕುಂಡ್ರದು ಅಷ್ಟ!"

"ವ್ಹಾ! ಅಂದ್ರ ಹೊಲ್ಯಾರು ಮಸ್ತಿಗೆ ಬಂದಾರು ಅಂತರ್ಥ!"–ಎಂದು ಅವನು ಮನಸ್ಸಿನಲ್ಲಿಯೇ ಅಂದುಕೊಂಡ.

"ತಾರಾ, ನೀನು ದೇವರ ಹೆಂಗಸು. ನಿನಗೇನು ಆಗೇದ ಮಂಟಪದಾಗ ಬರಾಕ?"–ಎಂದು ಅವನು ತಾರಾಗೆ ಕೇಳಿದ.

"ಈಗ ನಿನಗ ಹೇಂಗ್ ಹೇಳೋದು? ನಾನು ಜೋಗುತಿ ಆದ ಮಾತ್ರಕ್ಕೆ ನಾನೇನು ಬ್ರಾಹ್ಮಣರವಳು ಆಗಲಿಲ್ಲ ಅಲ್ಲಾ? ನಾನು ಎಷ್ಟೇ ಮಾಡಿದ್ರು ಹೊಲ್ಯಾರಾಕೆ. ಈಗ ಸಮಾಜ ಹೇಳಿದಂಗ ಮಂಟಪನ್ಯಾಗ್ ಹೋಗಬಾರ್ದು ಅಂದ್ರ ಹೋಗಬಾರ್ದು ಅಷ್ಟ."

"ಅಂದ್ರ ಈಗ ನೀನು ಆಬಾನ ಹಿಂದೆ ಬಿದ್ದಿ ಅನ್ನು!"

"ಏ, ಏನಾರಾ ಅನ್ನ ಬ್ಯಾಡ್ರಿ? ಆಬಾ ಅಂದ್ರ ದೇವರಂತಾ ಮನುಷ್ಯಾ. ಅಪ್ಪನಂಗ ಅವ್ರು, ನಂಗ್ ಅವರ ಉಗುರಿನ ಕಿಮ್ಮತ್ ಆದ್ರು ಐತಿ ಏನು?"

"ನಿನ್ನ ಶಾಣ್ಯಾತನಾ ನನಗ ಹೇಳಬ್ಯಾಡಾ, ನೀನು ಬರತಿಯೊ ಇಲ್ಲೋ ಅಷ್ಟ ಹೇಳ?"

"ಇಲ್ಲಪ್ಪಾ, ನನ್ನ ಕೈಯಿಂದ ಆಗೋದಿಲ್ಲ."

"ತಾರಾ ನೋಡು, ನೀನು ಮಾತಾಡಿದ್ದು ನಿನಗ ವಜ್ಜಿ ಆಗ್ತದ! ಸರಪಂಚ್‌ರನ್ನ ವಿರುದ್ಧ ಹಾಕೋಳೊದು ಚಲೋ ಅಲ್ಲ. ವಿಚಾರ ಮಾಡಿ ನೋಡು"–ಎಂದು ಅವನು ಬೆದರಿಕೆ ಹಾಕಿದ.

"ಏನಾದ್ರೂ ಆದ್ರ ಎಲ್ಲವ್ವ ನೋಡಕೊತಾಳು. ನಾನ್ಯಾಕೊ ಚಂಡಿ ಮಾಡಲಿ?"

ತಾರಾ ಎಲ್ಲ ಚಿಂತೆಯನ್ನು ದೇವಿ ಮೇಲೆ ಬಿಟ್ಟಳು.

"ಸರಿ, ಸರಿ, ನಿನ್ನವ್ವನ, ನಿನ್ನನ್ನು ನೋಡ್ಕೊತಿನಿ..."–ಎಂದು ಅವನು ಹೆಜ್ಜೆ ಹಾಕುತ್ತ ಹೊರಟು ಹೋದ.

ಸಂಪೂರ್ಣ ಹೊಲಗೇರಿಯಲ್ಲಿ ಮದುವೆ ಕುರಿತೆ ಚರ್ಚೆ ನಡೆದಿತ್ತು. ಯುವಕರು ಗುಂಪಾಗಿ ಕಟ್ಟೆ ಮೇಲೆ ಕುಳಿತಿದ್ದರು. ಸಂಪೂರ್ಣ ಕೇರಿಯಲ್ಲಿ ಒಂದು ಗಂಭೀರ ವಾತಾವರಣ ನಿರ್ಮಾಣವಾಗಿತ್ತು. ದಿನ ಮುಳುಗಲು ಪ್ರಾರಂಭವಾಯಿತು. ಕೆಲಸಕ್ಕೆ ಹೋದ ಜನ ಮನೆಗೆ ಮರಳಲು ಪ್ರಾರಂಭವಾದರು. ರಘ್ಯಾ ಗಿಡದ ಕೆಳಗೆ ಮಡಕಾಗಳನ್ನು ತುಂಬಿಟ್ಟುಕೊಳ್ಳಲು ಪ್ರಾರಂಭಿಸಿದ. ಅಷ್ಟರಲ್ಲಿ ಎಲ್ಲಿಂದಲೋ ಮೋಟಾರು ಸಾಯಿಕಲ್‌ನ ಶಬ್ದ ಕೇಳಿ ಬರಲು ಪ್ರಾರಂಭವಾಯಿತು.

"ಯಾರ ಗಾಡಿ ಶಬ್ದಾನೋ ಇದು?"–ಕಟ್ಟೆಯ ಮೇಲೆ ಕುಳಿತಿದ್ದ ಅರುಣ ಸುಭಾಷ್‌ನಿಗೆ ಕೇಳಿದ.

"ಗಾಡಿ ಅಲ್ಲೊ, ಮೋಟಾರ್ ಸಾಯಿಕಲ್ ಧ್ವನಿ ಅದು..."

"ಅದ... ಅದ ಯಾರಂತ ಬಾರೊ ನೋಡೋಣು. ನಿನಗ ಇಷ್ಟ ಹೆದರಿಕಿ ಯಾಕ? ಯಾರ ಅಪ್ಪಂದು ನಾವು ತಿಂದೇವಿ?"–ಸುಭಾಷ್ ಸ್ಪಷ್ಟವಾಗಿ ಹೇಳಿದ.

ಮೋಟಾರ್ ಸಾಯಿಕಲ್ ಧ್ವನಿ ಸ್ಪಷ್ಟವಾಗಿ ಕೇಳಿಬರಲು ಪ್ರಾರಂಭವಾಯಿತು. ಚಾವಡಿ ದಿಸೆಯಲ್ಲಿಯೇ ಮೋಟಾರ್ ಸಾಯಿಕಲ್ ಬಂದಿತು. ಗಾಡಿ ಮೇಲೆ

ಅನಗೊಂಡಾ ಪಾಟೀಲರನ್ನು ನೋಡುತ್ತಿದ್ದ ಹಾಗೇ ಜನರ ಮನಸ್ಸಿನಲ್ಲಿ ಒಂದು ರೀತಿಯ ಭಯ ನಿರ್ಮಾಣವಾಯಿತು. ಸರಪಂಚರು ಚಾವಡಿ ಹತ್ತಿರ ಬರುತ್ತಿದ್ದ ಹಾಗೇ ಮೋಟಾರು ಸಾಯಿಕಲ್‌ಗೆ ಬ್ರೇಕ್ ಹಚ್ಚಿದ.

"ಏ ಅರಣ್ಯಾ" ಪಾಟೀಲರು ಅರುಣನಿಗೆ ಕೂಗಿ ಕರೆದ. ಅರುಣ ಸುಭಾಷ್‌ನಡೆ ನೋಡಿದ. ಸುಭಾಷ್ ಮೆಲ್ಲಗೆ ಆದರೆ ತಿರಸ್ಕಾರದಿಂದ ನುಡಿದ–

"ಹೋಗು ಮಗಾ, ಅವನೇನು ನಿನ್ನ ತಿನ್ನತಾನೇನು?"

"ಏನ್ರಿ ಪಾಟೀಲ್ ಸಾಹೇಬ್ರ?"–ಅರುಣ ಸರಪಂಚನ ಹತ್ತಿರ ಹೋಗುತ್ತ ಕೇಳಿದ.

"ಆಬಾ ಎಲ್ಲಿ?"–ಪಾಟೀಲರ ಧ್ವನಿಯಲ್ಲಿ ಒಂದು ವಿಲಕ್ಷಣವಾದ ಹರಿತವಿತ್ತು.

"ಇರಬಹುದು ಮನ್ಯಾಗ."

"ಹೋಗು, ಕರಕೊಂಡು ಬಾ ಅವನಿಗೆ. ಹಾ... ಈಗ ಬಾ ಅಂತ ಹೇಳು!"–ಪಾಟೀಲರು ಹುಕುಂ ನೀಡಿದ.

ಮನಸ್ಸಿನಲ್ಲಿಯೇ ಸಾವಿರ ಬೈಗುಳ ಬೈಯ್ದುಕೊಳ್ಳುತ್ತ ಅವನು ಆಬಾನನ್ನು ಕರೆಯಲು ಹೊರಟು ಹೋದ. ಚಾವಡಿಯಲ್ಲಿಯ ಜನ ಒಂದೇ ಸಮನೆ ಪಾಟೀಲನೆಡೆ ನೋಡುತ್ತಿದ್ದರು. ಪಾಟೀಲ ಜೇಬಿನಿಂದ ಸಿಗರೇಟ್ ಪಾಕೀಟ್‌ನ್ನು ತೆಗೆದ, ಸೀಗರೇಟ್ ಹೊತ್ತಿಸಿದ. ಎಡಗೈಯನ್ನು ಮೋಟಾರು ಸಾಯಿಕಲ್ ಮೇಲೆ ಇಟ್ಟು ಸಿಗರೇಟ್ ಸೇದಲು ಪ್ರಾರಂಭಿಸಿದ. ಈ ಹಿಂದೆ ಚಾವಡಿಗೆ ಬಂದಾಗ ಜನರ ಕುಶಲೋಪಚಾರ ವಿಚಾರಿಸುತ್ತಿದ್ದ. ಆದರೆ ಇವತ್ತು ಅವನು ಸುಮ್ಮನಿದ್ದ. ಇವತ್ತು ಅವನ ಮುಖ ಕೆಸರಿನಲ್ಲಿ ಉರಳಾಡಿ ಬಂದ ಹಂದಿ ಹಾಗೆ ಕಾಣುತಲಿತ್ತು.

ಎದುರುಗಡೆ ಆಬಾ ಬರುತ್ತಿದ್ದದನ್ನು ಕಂಡು ಅವನು ಕೈಯಲ್ಲಿರುವ ಸಿಗರೇಟನ್ನು ಎಸೆದುಬಿಟ್ಟ. ಬೂಟು ಕಾಲಿನಿಂದ ಅದನ್ನು ಹೊಸಕಿ ಹಾಕಿದ.

"ಜಯಭೀಮ"–ಎಂದು ಆಬಾ ನಗುತ್ತಲೇ ನುಡಿದ.

"ಏನ್ ಆಬಾ, ಹೊಲೆಯರು ಊಟಕ್ಕೆ ಬರುತ್ತಾರೋ ಇಲ್ಲೋ?"–ಪಾಟೀಲ ಮೂಲಮುದ್ದೆಗೆ ಕೈ ಹಾಕಿದ.

"ಊರ ಜನಾ ಎಲ್ಲ ಊಂಡ ಆತೇನು?"

"ಹೌದು, ಎಲ್ಲರೂ ಊಟಾ ಮಾಡಿ ಹೋದ್ರು"–ಪಾಟೀಲ್ ಒಂದೇ ಊಸುರಲ್ಲಿಉತ್ತರಿಸಿದ.

"ಈಗೇನು ಉಳಿದ ಎಂಜಲಾ ತಿನ್ನಾಕ ಹೊಲ್ಯಾರನ್ನು ಕರಿತಿದ್ದಿರಿ ಏನು?"

ಆಬಾ ತನ್ನ ಬದುಕಿನಲ್ಲಿ ಇದೆ ಮೊದಲ ಬಾರಿ ಪಾಟೀಲನಿಗೆ ಎದುರು ಉತ್ತರ ನೀಡಿದ್ದ. ಆಬಾನ ಮಾತು ಪಾಟೀಲನ ತಲೆ ಮೇಲಿಂದ ಹೋಯಿತು. ಅವನು ತನ್ನದೇ ಗುಂಗಿನಲ್ಲಿ ನುಡಿದ–

"ಏ, ಎಂಜಲಾ ಅನ್ನಾಕೇನು ಮಂದಿ ಎಣಿಸಿ ಅಡಗಿ ಮಾಡಿದ್ವಿ ಏನೊ? ಇನ್ನೂ ಹತ್ತು ಪಂತಿಗೆ ಆಗುವಷ್ಟು ಅನ್ನಾ ಉಳಿದೇತಿ"

"ಅದ ಅನ್ನಾತೆನಿ, ಉಳಿದ ಅನ್ನಾ ತಿನ್ನಾಕ ನಾವು ಬರಾಂಗಿಲ್ಲ. ಅದನ್ನ ಮೊದಲ ಹೇಳಿ ಕಳಿಸಿದ್ವಿ ಅಲ್ಲ. ನಿಮ್ಮ ಮದ್ವಿಯಾಗ ಊಟಾ ಮಾಡೋದಿದ್ರ ಊರ ಮಂದಿ ಜೊತಿನ. ರಸ್ತೆನ್ಯಾಗ ಕುಂತು ಉಳಿದ ಅನ್ನಾ ನಾವು ತಿನ್ನಾಂಗಿಲ್ಲ."

"ಇದು ನೀನು ಕೊನೆಯದಾಗಿ ಹೇಳೊ ಮಾತೇನು?"–ಪಾಟೀಲ್ ಮೋಟಾರು ಸಾಯಿಕಲ್ ಮೇಲೆ ಕುಳಿತುಕೊಳ್ಳುತ್ತ ಕೇಳಿದ.

"ನೀವು ಏನಾರಾ ತಿಳಕೊಳ್ಳಿ, ನಾವಂತೂ ಊಟಕ್ಕ ಬರಾಂಗಿಲ್ಲ."–ಆಬಾ ತನ್ನ ನಿರ್ಧಾರವನ್ನು ಖಡಾ ಖಂಡಿತವಾಗಿ ಹೇಳಿ ಮುಗಿಸಿದ್ದ.

ಚಾವಡಿಯಲ್ಲಿಯ ಜನ ಒಂದೇ ಸಮನೆ ಆಬಾ ಹಾಗೂ ಪಾಟೀಲರೆಡೆ ನೋಡುತ್ತಿದ್ದರು. ಪಾಟೀಲನ ಪಿತ್ತ ನೆತ್ತಿಗೇರಿತ್ತು. ಅವನು ಜೋರಾಗಿ ಗಾಡಿಗೆ ಕಿಕ್ ಹೊಡೆದ. "ಆಬಾ, ಇದರ ಪರಿಣಾಮ ವಿಪರೀತ ಆಗ್ತದ, ಹೇಳಿ ಇಟ್ಟಿರತೇನಿ."–ಎಂದು ಧಮಕಿ ನೀಡಿ ಹೊರಟು ಹೋದ.

ಆಬಾ ಚಾವಡಿಯಲ್ಲಿ ನೆರೆದಿದ್ದ ಜನರೆಡೆ ಒಂದು ದೃಷ್ಟಿ ಬೀರಿದ ಹಾಗೂ ಏನೂ ಮಾತನಾಡದೆ ಹೊರಟು ಹೋದ.

ಹದಿನೈದು

ಮಧ್ಯಾಹ್ನ ಜಳ ಜಾಸ್ತಿಯೇ ಆಗಿತ್ತು. ಬಿಸಿಲಿನಿಂದಾಗಿ ಹೊಲದಲ್ಲಿಯ ಜನ ಬೆವರಿನಲ್ಲಿ ಸ್ನಾನ ಮಾಡಿದಂತಾಗಿದ್ದರು. ಯಾವಾಗೊಮ್ಮೆ ಎರಡು ಗಂಟೆ ಆಗುವುದೋ ತಾವೆಲ್ಲ ಮುಕ್ತರಾಗುವೆವೋ ಎಂದು ಹೊಲದ ಕೂಲಿ ಆಳುಗಳಿಗೆ ಅನ್ನಿಸುತ್ತಿತ್ತು. ಬಿಸಿಲಿನ ಹೊಡೆತಕ್ಕೆ ಹುಳು ಹುಪ್ಪಡಿಗಳೂ ಸಹ ಹೊರಗೆ ಬರಲು ತತ್ತರಿಸುತ್ತಿದ್ದವು. ಅನಗೊಂಡಾ ಪಾಟೀಲರ ಹೊಲದಲ್ಲಿ ಕಬ್ಬಿನ ಎಲೆ ತೆಗೆಯುವ ಕೆಲಸ ನಡೆದಿತ್ತು. ಹೊಲೆಯರು ಹತ್ತು-ಹನ್ನೆರಡು ಹೆಂಗಸರು ಎಲೆ ತೆಗೆಯುವ ಕೆಲಸ ಮಾಡುತ್ತ ಕುಳಿತಿದ್ದರು. ಕಬ್ಬಿನ ತೋಟದಲ್ಲಿ ಹೊಕ್ಕರೆ ಸಾಕು ಬೆವರಿನಿಂದ ದೇಹವೆಲ್ಲ ತೊಯ್ದು ಹೋಗುತ್ತಿತ್ತು. ಅದರಲ್ಲಿ ಹೊರಗೆ ಬಿಸಿಲು ರುದ್ರ ತಾಂಡವ ಆಡುತ್ತಿತ್ತು. ಹೆಂಗಸರಿಗೆ ಜೀವ ಬಾಯಿಗೆ ಬಂದ ಹಾಗೆ ಆಗುತಿತ್ತು. ಕಬ್ಬಿನ ಹರಿತವಾದ ಎಲೆಗಳಿಂದ ದೇಹದ ಮೇಲೆ ಗೀರುಗಳು ಬೀಳದಿರಲಿ ಎಂದು ಹೆಂಗಸರು ಕೈಯ ತುದಿಯವರೆಗೂ ಬಟ್ಟೆಯನ್ನು ಕಟ್ಟಿಕೊಂಡಿದ್ದರು. ಆದರೂ ಸಹಿತ ಎಲೆಗಳು ಮುಖಕ್ಕೆ ತಾಗಿ ಅಲ್ಲಿ ತಮ್ಮ ಗುರುತುಗಳನ್ನು ಬಿಟ್ಟೇ ಬಿಡುತ್ತಿದ್ದವು. ಕಬ್ಬಿನ ಕೆಲಸಕ್ಕೆ ಬಂದರೆ ಪ್ರಾಣಿಗಳಿಗೆ ಮೇವು ಲಭಿಸುತ್ತಲಿತ್ತು. ಜೊತೆಗೆ ಕೂಲಿ ಸಹ. ಮಧ್ಯಾಹ್ನದವರೆಗೆ ಹೆಂಗಸರು ಕೆಲಸ ಮಾಡಿ ಮೇವಿನ ಗಂಟನ್ನು ತಲೆಯ ಮೇಲೆ ಹೊದ್ದು ಕೊಂಡು ಮನೆಯ ದಾರಿ ತುಳಿಯುತ್ತಿದ್ದರು.

ಹಾಗೋ-ಹೀಗೋ ಎರಡು ಗಂಟೆ ಆಯಿತು. ಅನಗೊಂಡ ಪಾಟೀಲ ನೌಕರನಿಗೆ ಹೇಳಿ ಹೆಂಗಸರು ತಮ್ಮ ಕೆಲಸವನ್ನು ನಿಲ್ಲಿಸಿದ. ಬೋರ್‌ವೆಲ್‌ನಿಂದ ಧುಮ್ಮಿಕ್ಕುತ್ತಿದ್ದ ನೀರಿನಲ್ಲಿ ಕೈ ಕಾಲುಗಳನ್ನು ತೊಳೆದುಕೊಂಡರು. ಮೇವು ತೆಗೆದುಕೊಂಡು ಅವರು ಮನೆಗೆ ಹೊರಟರು.

ಬಾವಿಯ ಸಮೀಪ ಅನಗೊಂಡಾ ಪಾಟೀಲ ಸಿಗರೇಟ್ ಸೇದುತ್ತ ನಿಂತು ಕೊಂಡಿದ್ದ.

"ಏ, ಸ್ವಲ್ಪ ನಿಲ್ಲತಿರಿ ಏನು?"–ಅನಗೊಂಡಾ ಪಾಟೀಲರ ಧ್ವನಿ ಕೇಳಿ ಎಲ್ಲ ಹೆಂಗಸರು ನಿಂತುಕೊಂಡರು. ಅನಗೊಂಡ ಪಾಟೀಲ ಹತ್ತಿರ ಬಂದ.

"ಸ್ವಲ್ಪ ಮೂಲಿವರೆಗೂ ನಡಿರಿ."–ಪಾಟೀಲ ಆಜ್ಞೆ ನೀಡಿದ. ಪಾಟೀಲ ಮೂಲೆಯಲ್ಲಿ ಯಾಕೆ ಕರಿಯುತ್ತಿದ್ದಾನೆ ಎಂದು ಎಲ್ಲರಿಗೂ ಒಗಟಾಗಿ ಕಾಣಲು ಪ್ರಾರಂಭವಾಯಿತು. ಹೆಂಗಸರು ಶಾಂತ ರೀತಿಯಲ್ಲಿ ಪಾಟೀಲನ ಹಿಂದೆ ನಡೆದರು. ಹತ್ತು–ಹದಿನೈದು ಹೆಜ್ಜೆಯ ಅಂತರದಲ್ಲಿ ಮೂಲೆಯಿತ್ತು. ಅಲ್ಲಿ ದೊಡ್ಡದಾದ ಹುಣಸೆ ಮರವೊಂದು ಇತ್ತು. ಪಾಟೀಲ ಆ ಹುಣಸೆ ಮರಕ್ಕೆ ಕಾಲು ಆನಿಸಿ ನಿಂತುಕೊಂಡ. ಗಿಡದ ಕೆಳಗೆ ಒಂದು ದೊಡ್ಡ ಖಾಲಿ ಕೊಟ್ಟಿಗೆ ಇತ್ತು.

"ಹಾ...ಇಲ್ಲಿ ಮೇವು ಎಸೆಯಿರಿ."–ಪಾಟೀಲ ಹುಕುಂ ನೀಡಿದ. ಹೆಂಗಸರಿಗೆ ಗೊಂದಲವಾಯಿತು. ಅವನು ಏನು ಮಾತಾಡುತ್ತಿದ್ದಾನೆ ಎಂಬುದೆ ತಿಳಿದಾಯಿತು ಅವರಿಗೆ.

ಕಾಂತಾ ಮುದುಕಿ ಮೆಲ್ಲಗೆ ನುಡಿದಳು–

"ಪಾಟೀಲ್, ಕೊಟಗ್ಯಾಗ ಯಾಕ ಮೇವು ಒಗಿಬೇಕ್ರಿ?"

"ಈ ಕೊಟಗಿ ಯಾರದು?"–ಪಾಟೀಲನ ಪ್ರಶ್ನೆ.

"ಪ್ರಾಣಿಗಳದು,"––ಕಾಂತಾ ಉತ್ತರ ನೀಡಿದಳು.

"ಪ್ರಾಣಿಗಳದ್ದಾಗಿದ್ರು ನನ್ನ ಮಾಲಿಕತ್ವದ್ದು."

"ರೀ, ನಾವೆಲ್ಲರಿ ಅದು ಅಲ್ಲ ಅಂದ್ವಿ?"–ಈಗ ಭಾಗು ಸಹ ಮುಂದೆ ಬಂದಳು.

"ನಿಮ್ಮ ತಲಿಮ್ಯಾಗಿನ ಮೇವು ನನ್ನ ಕಬ್ಬಿನದು. ಇವತ್ತಿಂದ ಮೇವು ಮನಿಗೆ ಒಯ್ಯು ಹಂಗಿಲ್ಲ."

"ಯಾಕ್ರಿ?"–ಕಾಂತಾ ಮುದುಕಿ ಕೇಳಿದಳು.

ಈಗ ಮಾತ್ರ ಪಾಟೀಲನ ಪಿತ್ತ ನೆತ್ತಿಗೇರಿತು.

"ನಿಮ್ಮವ್ವನ! ನನ್ನ ಹೊಲದಾಗಿಂದ ಮೇವು, ನೀವು ಯಾರು ಒಯ್ಯಾಕ? ನಾನು ಒಯ್ಯರಿ ಅಂದ್ರ ನೀವು ತಗೊಂಡು ಹೋಗಬೇಕು. ಬ್ಯಾಡಾ ಅಂದ್ರ ಇಲ್ಲೇ ಬಿಟ್ಟು ಹೋಗಬೇಕು. ಇಲ್ಲಿ ಒಗಿರಿ ಅಷ್ಟ"

ಹೆಂಗಸರು ಮರು ಮಾತನಾಡದೆ ಮೇವಿನ ಹೊರೆಯನ್ನು ಕೆಳಗೆ ಎಸೆದರು.

"ಹಾ, ಇದು ನಿಮ್ಮ ಇವತ್ತಿನ ಪಗಾರ, ನಾಳೆ ನನ್ನ ಕಡೆ ಕೆಲಸಾ ಇಲ್ಲ. ಬ್ಯಾರೆ ಕಡೆ ನೋಡಿಕೊಳ್ಳಿ. ಇಲ್ಲದಿದ್ರ ನಿಮ್ಮ ಮನ್ಯಾಗ ಸುಮ್ಮನ ಕುಂಡ್ರಿ."

ಪಾಟೀಲ ಪ್ರತಿಯೊಬ್ಬರ ಸಂಬಳ ನೀಡಿದ.

ಸುಂದರಾ ಮುದುಕಿ ಲಘುಬಗೆಯಿಂದ ನುಡಿದಳು–

"ರೀ ಪಾಟೀಲರ, ಮೇವು ತಗೊಂಡು ಹೋಗದಿದ್ರ ಪ್ರಾಣಿಗಳು ಏನ್ ತಿನ್ನಬೇಕ್ರಿ? ಮೇವು ಇವತ್ತ ಏನು ಮೊದಲ ಸಲೇಕ ತಗೊಂಡ ಹೊಂಟಿಲ್ಲ ಅಲ್ಲ? ಮೇವು ಅಷ್ಟಕೊಟ್ಟು ಬಿಡ್ರಿ ನೋಡ್ಹೋಣು."

"ಏ ಮುದುಕಿ, ನಿನ್ನ ಪ್ರಾಣಿಗಳ ಚಿಂತಿ ನನಗ್ಯಾಕ? ಸಿಕ್ಕರ ಹಾಕ್ರಿ ಮೇವು ಇಲ್ಲದಿದ್ರ ಮೈಯಿಗೆ ಉಪ್ಪು ಹಚ್ಚಿಕೊಂಡು ನೀವ ಅಡ್ಡ ಮಲಕೊಳ್ಳಿ. ಎರಡೂ ಆಗದಿದ್ರ ಪ್ರಾಣಿಗಳನ್ನು ಸಂತ್ಯಾಗ ಮಾರಿಬಿಡ್ರಿ. ನಿಮ್ಮ ಪ್ರಾಣಿಗಳನ್ನು ನಾನೇನು ದತ್ತುತಗೊಂಡು ಕುಂತಿಲ್ಲ! ಸುಮ್ಮ ಹೋಗ್ರಿ."–ಪಾಟೀಲ ಈಗ ಕೋಪದಿಂದ ನುಡಿದ.

"ಆದ್ರ ಪಾಟೀಲ..."–ಭಾಗು ಮಧ್ಯ ಮಾತೋಡೋಕೆ ಪ್ರಯತ್ನ ಮಾಡಿದಳು; ಅವಳಿಗೆ ಮಾತನಾಡುವ ಅವಕಾಶವನ್ನೇ ನೀಡದೆ ಪಾಟೀಲ ನುಡಿದ–

"ಈಗ ಆದ್ರ–ಗಿದ್ರ ಅಂತ ಏನೂ ಮಾತಾಡಾಂಗಿಲ್ಲ. ಸರಳ ಮನಿಗೆ ಹೋಗಬೇಕು. ಸುಡು ಬಿಸಲಾಗ ನನ್ನ ತಲಿ ತಿರಗಿಸಬ್ಯಾಡ್ರಿ"–ಎಂದು ಹೇಳಿ ಭರದಿಂದ ಹೆಜ್ಜೆ ಹಾಕುತ್ತ ಪಾಟೀಲ ಅಲ್ಲಿಂದ ಹೊರಟು ಹೋದ. ಹೆಂಗಸರು ಮನೆಯ ದಾರಿ ತುಳಿದರು. ಪಾಟೀಲನ ಈ ವಿಚಿತ್ರ ನಡುವಳಿಕೆಯ ಹಿಂದಿರುವ ಕಾರಣ ಮಾತ್ರ ಯಾರಿಗೂ ತಿಳಿಯದಾಯಿತು.

'ಈಗ ಜಾನುವಾರುಗಳಿಗೆ ಹಾಕುವುದಾದರು ಏನು?' ಎಂಬ ವಿಚಾರ ಎಲ್ಲರ ಮನಸ್ಸಿನಲ್ಲಿ ಬಿರುಗಾಳಿಯಂತೆ ಸುತ್ತುತ್ತಲಿತ್ತು. ತಮ್ಮ ಕೆಲಸ ಮುಗಿದ ಮೇಲೆ ಗಡಿಬಿಡಿಯಿಂದ ಮನೆಗೆ ತೆರಳುವ ಹೆಂಗಸರೆಲ್ಲ ಇವತ್ತು ಮಾತ್ರ ಭಾರವಾದ ಹೆಜ್ಜೆಗಳನ್ನು ಹಾಕುತ್ತಿದ್ದ ಹಾಗೆ ಭಾಸವಾಗುತ್ತಲಿತ್ತು. ಇವತ್ತು ಯಾರಿಗೂ ಮನೆಗೆ ಹೋಗಬೇಕು ಅನ್ನಿಸುತ್ತಲೇ ಇರಲಿಲ್ಲ. ಇವತ್ತು ಅವರ ಕಣ್ಣುಗಳ ಮುಂದೆಯಿದ್ದ ಏಕೈಕ ಪ್ರಶ್ನೆ ಮೇವನ್ನು ಕುರಿತು.

ಎಲ್ಲ ಹೆಂಗಸರು ಹಾಗೆ ಚಾವಡಿ ಮುಂದೆ ಬಂದರು. ಚಾವಡಿ ಮುಂದೆ ಹೆಂಗಸರ ಹಾಗೂ ಮಕ್ಕಳ ಗುಂಪನ್ನು ಕಂಡು ಎಲ್ಲರಿಗೂ ಆಘಾತವಾಯಿತು. 'ಏನೋ ವಿಪರೀತ ಘಟಿಸಿರಬಹುದೆ?' ಎಂಬ ಸಂಶಯ ಗಂಡಸರ ಮನಸ್ಸಿನಲ್ಲಿ ಉಂಟಾಯಿತು.

ಆಬಾ, ಗೋಪಾ, ನಾನಾ, ಅರುಣ, ಸುಭಾಷ್ ಹಾಗೂ ಇತರೆ ಜನರು ಚಾವಡಿಯಲ್ಲಿ ಕುಳಿತಿದ್ದರು. ಆಬಾ ಕೆಲಸದಿಂದ ಆಗತಾನೆ ಮರಳಿದ ಹೆಂಗಸರನ್ನು ಚಾವಡಿಯಲ್ಲಿ ಕರೆದ.

"ಏನವ್ವ ಇವತ್ತು ಮೇವು ತರಲಿಲ್ಲ ಏನು ಜಾನುವಾರಗಳಿಗೆ?"–ಆಬಾ ಕೇಳಿದ.

“ರೀ, ನಾವು ಮೇವು ತಗೊಂಡು ಬರುತ್ತಿದ್ವಿ, ಅದರ ಪಾಟೀಲರು ತಲೆ ಮೇಲಿನ ಮೇವಿನ ಹೊರಿ ಅವರ ಕೊಟ್‌ಗ್ಯಾಗ ಹಾಕಾಕ ಹೇಳಿದ್ರು. ಅಲ್ಲದ ಕೆಲಸದ ರೊಕ್ಕಾ ಚುಕ್ತಾ ಮಾಡಿದ್ರು ಮತ್ತ ಹೇಳಿದ್ರು, ನಿಮ್ಮ ಜಾನುವಾರಗುಳನ್ನು ಸಾಕೊ ಜವಾಬ್ದಾರಿ ನಾನೇನು ತಗೊಂಡಿಲ್ಲ. ನಾಳೆಯಿಂದ ಹೊಲದಾಗ ಕೆಲ್ಸಾ ಇಲ್ಲ. ಕೆಲ್ಸಕ್ಕ ಬರಾಕ ಹೋಗಬ್ಯಾಡ್ರಿ ಅಂದ್ರು ರಿ.”

ಸುಂದರಾಳ ಮಾತು ಕೇಳಿ ಗೋಪಾ ನುಡಿ–

“ಆಬಾ, ಈ ಪ್ರಕರಣ ನಾವು ತಿಳಿಕೊಂಡಾಂಗ ಇಲ್ಲ. ನನಗ ಏನೋ ಮಸಲತ್ತು ನಡದೇತಿ ಅನಸ್ತದ. ಒಂದು ದಿನ ಎಲ್ಲ ಕುರವಾಡಿ ಮೇವು ತಗೊಂಡು ಹೋಗಾಕ ಬಂಧಿಹಾಕೇದ ಅಂದ್ರ ಏನರ್ಥ? ಮೇವಿನ ಬಗ್ಗೆ ಒಂದು ಕಾರಣ ಇರಬಹುದು. ಬಿಸಿಲದ. ಮೇವು ಸಿಗೋದು ಕಷ್ಟ. ಆದ್ರ ಕೆಲ್ಸದ ವಿಷಯ?”

“ಊರಿನ ಎಲ್ಲಾರದು ಇದ ಷಡಿಯಂತ್ರ ಆಗಿರಬಹುದು!”–ನಾನಾ ತನ್ನ ಸಂಶಯ ವ್ಯಕ್ತ ಪಡಿಸಿದ.

“ರೀ ಆಬಾ,, ಷಡಿಯಂತ್ರ ಅಲ್ಲ, ಇದು ಬಹಿಷ್ಕಾರ... ರೀ ಬಹಿಷ್ಕಾರ! ಕೊಲ್ಲಾಪುರ ಹತ್ರದ ‘ಕುಡಿತ್ರ’ ಅನ್ನೋ ಹಳ್ಳಿ ಐತಿ, ಅಲ್ಲಿ ಹೀಂಗ ಬಹಿಷ್ಕಾರ ಹಾಕಿದ್ರು,”–ಅರುಣ ಹೇಳಿದ.

“ನೀನು ಹೇಳೋದು ಸರಿ. ಒಂದು ದಿನ ಇಷ್ಟೆಲ್ಲ ಆಗಾಕತ್ಯೆತಿ ಅಂದ್ರ ಅದರ ಹಿಂದ ಯಾವುದೋ ರಾಜಕೀಯ ಐತ. ಏನೊ ಸದಾ, ನಿನಗ ಎನ್ ಅನಿಸ್ತದ?”–ಸದಾನ ಅಭಿಪ್ರಾಯವನ್ನು ತೆಗೆದುಕೊಳ್ಳಲು ನಿರ್ಧರಿಸಿದ.

“ನಂಗು ಹಂಗ ಅನಿಸ್ತದ, ಇರದಿದ್ರ ಕಲ್ಸಾ ನಿಲ್ಸಾಕ ಕಾರಣ ಆದರೂ ಏನು?”–ಸದಾ ಸಹ ಅರುಣನ ಮನಸ್ಸಿನಲ್ಲಿಯ ಸಂಶಯಕ್ಕೆ ಮಾನ್ಯತೆ ನೀಡಿದ.

“ಆಬಾ, ಇಲ್ಲಿ ಕುಂತು ತಲಿ ಒಡಕೊಂಡ್ರ ಏನಾದ್ರೂ ಸಮಸ್ಯೆ ಬಗಿಹರಿತದ ಏನು? ನಡೀರಿ ಹೋಗೋಣು ಸರಪಂಚನ ಹತ್ರ,”–ಗೋಪಾ ಮಾಸ್ತರ ನುಡಿದ.

“ನಡಿರಿ, ಆ ಪಾಟೀಲ್ ಸರಪಂಚನ ಕಡೆ.”

“ಅವಂಗ ಕೇಳೋಣು.”

“ಅವನ ಊರಿನ ಮುಖಂಡ.”

“ಹೌದೌದು, ಅವಂಗ ಕೇಳೋಣು.”

ಗೋಪಾ ಮಾಸ್ತರನ ಸಲಹೆಯನ್ನೇ ಎಲ್ಲರೂ ಎತ್ತಿ ಹಿಡಿದರು.

“ನಡಿರಿ ಹೋಗಿ ಸರಪಂಚ್‌ಗೆ ಕೇಳೋಣು. ಯಾಕಪ್ಪ ಬಡವರ ಮಂದಿ ಸಂಸಾರ ಜೊತಿ ಆಡತಿ?”

ಆಬಾ ಎದ್ದು ನಿಂತ. ಸಂಪೂರ್ಣ ಹೊಲಗೇರಿ ಅವನ ಹಿಂದೆ ನಡೆಯಲು ಪ್ರಾರಂಭವಾಯಿತು. ಹೆಂಗಸರು ಮಾತ್ರ ಚಾವಡಿ ಮುಂದೆ ಕುಳಿತರು.

ಗ್ರಾಮದಲ್ಲಿ ಹೊರಟ ಹೊಲೆಯರನ್ನು ಕಂಡು ಕುರವಾಡಿ ಚಡಪಡಿಸಲು ಪ್ರಾರಂಭಿಸಿತು. ಅವರ ಹೆಂಗಸರು ಬಾಗಿಲಿನಲ್ಲಿ ನಿಂತುಕೊಂಡು ಎಲ್ಲವನ್ನೂ ಗಮನಿಸುತ್ತಿದ್ದರು.

"ಸರಪಂಚರು ಇದ್ದಾರೇನು ಮನ್ಯಾಗ?"–ಆಬಾ ವಾಡೆಯ ಹೆಬ್ಬಾಗಿಲಿನಲ್ಲಿ ನಿಂತು ಕೂಗಿ ಕೇಳಿದ.

"ಯಾರು?"–ಎಂದು ಒಳಗಿಂದ ಹೆಂಗಸಿನ ಧ್ವನಿಯೊಂದು ತೂರಿ ಬಂತು

. "ನಾನರೀ ಆಬಾ ಕಾಂಬಳೆ ಮತ್ತೆ ಎಲ್ಲಾರೂ ಬಂದೇವಿ."

"ಯಾರು ಬೇಕು?"

"ಸರ್‌ಪಂಚ್ ಸಾಹೇಬರಿಗೆ ಕರಿರಿ ಸ್ವಲ್ಪ."

"ನಿಲ್ಲರಿ, ಹೇಳತಿನಿ."

ಹುಣಸೆಗಿಡದ ಕೆಳಗೆ ಎಲ್ಲರೂ ಕುಳಿತುಕೊಂಡರು. ಸ್ವಲ್ಪ ಹೊತ್ತಿನ ನಂತರ ಸರಪಂಚ್ ಹೊರಗೆ ಬಂದಾಗ ಅವನ ದೇಹದ ಮೇಲೆ ಕೇವಲ ಒಂದು ಬನಿಯನ್ ಹಾಗೂ ಒಂದು ಬಿಳಿ ಪಂಚೆಯಿತ್ತು.

"ಜಯಭೀಮ ಸರಪಂಚ್!"–ಆಬಾ ಮುಂದೆ ಬಂದು ನುಡಿದ.

"ಯಾಕೊ ಮಟಾ ಮಟಾ ಮಧ್ಯಾಹ್ನದಾಗ ಬಂದ್ರಿ? ಮಲಕೋತಿರೋ ಇಲ್ಲೊ?"

"ನಿದ್ದಿ ನಮ್ಮ ನಸೀಬನ್ಯಾಗ ಎಲ್ಲಿ ಸಾಹುಕಾರ?"–ಗೋಪಾ ಮಾಸ್ತರ ತುಂಬ ವ್ಯಾಕೂಲನಾಗಿ ನುಡಿದ.

"ನಿಮ್ಮ ನಸೀಬನ್ಯಾಗ ಇಲ್ಲಂತ ನಮ್ಮ ನಿದ್ದಿ ಹಾಳು ಮಾಡೋದೇನು?"–ಸರಪಂಚ್ ತುಂಬಾನೆ ಖಡಕ್ ಆಗಿ ಪ್ರಶ್ನಿಸಿದ.

"ಸರಪಂಚ್, ಬಾಳ ಮಹತ್ವದ ವಿಷಯ ಐತಿ ಅಂತ ನಿಮ್ಮ ವಾಡೇಗ, ಅದು ಈ ಟೈಂನ್ಯಾಗ ಬಂದೇವ್ರಿ."

"ಹೇಳಿ ಬಿಡ್ರಿ ಅಲ್ಲ, ಅದೇನು ಅಂತ!"

"ಊರಿನ ಮಂದಿ ಅಂತಾರು, ನಿಮಗೆ ಮೇವು ಕೊಡಾಕ ನಾವೇನು ಟೇಕಾ ತಗೊಂಡೇವಿ ಏನು ಅಂತ?"

"ಅದರಾಗ ತಪ್ಪೇನ ಐತಿ?"–ಸರಪಂಚ್

"ರೀ, ಮೇವು ಇಲ್ಲದ ನಮ್ಮ ಜಾನುವಾರುಗಳು ಬದಕುದಾದ್ರು ಹೇಂಗ? ಕೆಲ್ಸಾ ಇಲ್ಲ ಅಂದ್ರ ನಮ್ಮ ಮಂದಿ ಹೊಟ್ಟೆಗೆ ಏನ್ ತಿನ್ನಬೇಕ್ರಿ?"–ಆಬಾ ವಿಚಾರಿಸಿದ.

"ಸೊಸಾಯಿಟಿ ನಡೆಸು ಮನುಷ್ಯಾ ನೀನು. ನಿನಗ ಏಂತಾ ಹೆದರಿಕೆಯೋ? ಮತ್ತು ಇದು ನೋಡು, ಈಗ ಕೆಲ್ಸಾನ ಇಲ್ಲ ಅಂದ್ರ ಊರ ಮಂದಿ ನಿಮನ್ಯಾಗ ಕುಂಡ್ರಿಸಿ ಊಟಕ್ಕ ಹಾಕಬೇಕೇನು?"

"ಆದ್ರ ಎಲ್ಲಾ ಒಂದ ದಿನ ಹೇಂಗ್ ಆಗ್ಯದ?"

"ನನಗ ಯಾಕೊ ಕೇಳತೀರಿ? ಹೋಗಿ ಊರಿನವರಿಗೆ ಕೇಳ್ರಿ!ಊರಿನವರ ಜೊತಿ ಕುಂತ್ ಊಟಾ ಮಾಡತೇನಿ ಅಂತ ಹಟಾ ಮಾಡೋರಿಗೆ ಈಗ ಕೇಳಾಕ ಹೆದರಿಕೆ ಯಾಕ್ರಪ್ಪ?"

"ಸರಪಂಚ್, ಇದು ನಮ್ಮ ಜೀವನದ ಪ್ರಶ್ನೆರಿ, ಕೆಲ್ಸಾ ಇಲ್ಲ, ಮೇವಿಲ್ಲ. ರೀ, ನಾವು ಮಾಡೋದಾದ್ರು ಏನು?"

"ಅದು ನನಗೆ ಗೊತ್ತಿಲ್ಲಪ್ಪ. ನಾನು ಊರು ಜನರ ಮಧ್ಯ ಬರಾಂಗಿಲ್ಲ. ಊರಿನ ಮಂದಿಗೆ ಹುಚ್ಚ ನಾಯಿ ಕಡಿದಿಲ್ಲ. ಅವರಿಗೂ ತಲಿ ಐತಿ, ಬುದ್ದಿ ಐತಿ, ಮಾನಾ-ಮರ್ಯಾದೆ ಐತಿ. ಬರಿ ನಿಮಗ ಅಷ್ಟ ಐತಿ ಅಂತ ತಿಳಕೋಂಡ್ರಿ ಏನು?"-ಇಷ್ಟೇ ಹೇಳಿದ ಸರಪಂಚ್ ಗರ್ ಎಂದು ಬೆನ್ನು ತೋರಿಸಿದ.

ಹೊಲೆಯರು ಹತಾಶರಾಗಿ ಕಾಣಲು ಪ್ರಾರಂಭಿಸಿದರು. ಆಬಾ ಎಲ್ಲರನ್ನು ಕರೆದು ಹೇಳಿದ-

"ಈಗಿಂದ ಈಗ ತಾಲೂಕಿಗೆ ಹೋಗಿ ಮೇವಿನ ವ್ಯವಸ್ಥೆ ಮಾಡ್ರಿ. ಎರಡು ದಿನದಾಗ ಹೇಂಗಾರ ಮಾಡಿ ಮೇವು ತರ್ರಿ."

ಸದಾ ತಲೆ ಅಲ್ಲಾಡಿಸಿ ಒಪ್ಪಿಗೆ ಸೂಚಿಸಿದ.

ಪುರುಷರೆಲ್ಲ ವ್ಯವಸ್ಥಿತ ರೀತಿಯಲ್ಲಿ ಮರಳಿ ಬಂದಿದ್ದನ್ನು ಕಂಡು ಅವರ ಹೆಂಗಸರೆಲ್ಲ ಹಾಲು ಕುಡಿದಷ್ಟು ಆನಂದಿಸಿದರು. ಎಲ್ಲರೂ ಆಬಾನನ್ನು ಸುತ್ತುವರೆದರು. ಆಬಾ ಹಾಗೂ ಸರಪಂಚ್‌ನ ಮಾತು ಕೇಳಿ ಎಲ್ಲರ ಮುಖ ಕಪ್ಪಿಟ್ಟಿತು. ಸರಪಂಚ್‌ನ ಹೆಸರಿನಲ್ಲಿ ಎಲ್ಲ ಹೆಂಗಸರು ಬೆರಳು ಮುರಿದು ಶಪಿಸಿ ಮನೆಗೆ ಹೋದರು.

ಊರಿನ ಜನ ಇವತ್ತು ಕೆಲ್ಸ ಕೊಡುತ್ತಾರೆ. ನಾಳೆ ಕೊಡುತ್ತಾರೆ ಎಂಬ ಆಸೆಯಲ್ಲಿಯೇ ಎಂಟು ದಿನಗಳು ಕಳೆದು ಹೋದವು. ಪರಿಸ್ಥಿತಿಯಲ್ಲಿ ಮಾತ್ರ ಯಾವೂದೇ ಸುಧಾರಣೆ ಇರಲಿಲ್ಲ. ಕೂಲಿ ಕಾರ್ಮಿಕರು ಬೇಕಾದಾಗ ಅಕ್ಕ-ಪಕ್ಕದ ಊರಿನಿಂದ ಕರೆಯಿಸಿಕೊಳ್ಳಲು ಪ್ರಾರಂಭಿಸಲಾಯಿತು. ಕೂಲಿಯಲ್ಲಿ ನಾಲ್ಕಾಣೆ-ಎಂಟಾಣೆ ಹೆಚ್ಚಿಸಿ ನೀಡುವಲ್ಲಿ ಗ್ರಾಮಸ್ಥರು ಹಿಂದೆ-ಮುಂದೆ ನೋಡಲಿಲ್ಲ. ಹೊಲೆಯರ-ಮಾದಿಗರ ಒಲೆಗಳು ತಣ್ಣಗಾಗಲು ಪ್ರಾರಂಭವಾದವು. ತಾಲೂಕಿನಿಂದ ತಂದ ತವಡು ನಾಲ್ವೇ ದಿನದಲ್ಲಿ ಮುಗಿದು ಹೋಯಿತು. ಜಾನವಾರಗಳು ಉಪವಾಸ ಬೀಳಲು ಪ್ರಾರಂಭವಾದವು. ಅದರ ಪರಿಣಾಮ ಅವುಗಳ ಹಾಲಿನ ಮೇಲೂ ಆಗಲು ಪ್ರಾರಂಭವಾಯಿತು. ಸೊಸಾಯಿಟಿಯಲ್ಲಿ ಜಮೆ ಆಗುತ್ತಿದ್ದ ಹಾಲಿನ ಪ್ರಮಾಣದಲ್ಲಿ ಇಳಿಕೆ ಕಂಡು ಬಂತು. ಇನ್ನು ಮುಂದೆ ಡೈರಿಯನ್ನು ಹೇಗೆ ನಡೆಸಬೇಕು ಎಂಬ ಪ್ರಶ್ನೆ ಉದ್ಭವವಾಯಿತು. ಧಾನ್ಯದ ಅಂಗಡಿಯಲ್ಲಿ ಇದ್ದ ಧಾನ್ಯಗಳನ್ನು ಆದಷ್ಟು ಹಂಚಲಾಯಿತು. ದಿನಪೂರ್ತಿ

ಮೊಣಕಾಲಿನಲ್ಲಿ ತಲೆ ತೂರಿಸಿ ಜನ ಕುಳಿತುಕೊಳ್ಳಲು ಪ್ರಾರಂಭಿಸಿದರು. ಸರಪಂಚ್‌ನ ಮಗನ ಮದುವೆಯಲ್ಲಿ ಊಟಕ್ಕೆ ಹೋಗಲಿಲ್ಲ ಎಂದು ಈ ಬಹಿಷ್ಕಾರ ಬಿತ್ತು, ಎಂದು ಕೆಲವು ಜನ ತರ್ಕ ಮಾಡಲು ಪ್ರಾರಂಭಿಸಿದರು... ಹಾಗೂ ಅದು ಸತ್ಯವೇ ಆಗಿತ್ತು. ಗ್ರಾಮಸ್ಥರಿಗೆ ಸರಪಂಚ್ ವಾಡೆಯಲ್ಲಿ ಗುಪ್ತರೀತಿಯಲ್ಲಿ ಕರೆದು ಸಭೆ ನಡೆಸಿ ಬಹಿಷ್ಕಾರ ಹಾಕಲು ಒಮ್ಮತದ ನಿರ್ಣಯ ಕೈಗೊಂಡಿದ್ದ.

ಕೆಲವರಂತು ಅರುಣನಿಗೆ ಕಂಡಲ್ಲಿ ಬೈಯಲು ಪ್ರಾರಂಭಿಸಿದರು. "ನೀನೆ ಊಟಕ್ಕೆ ಹೋಗೋದು ಬೇಡ ಅಂತ ಹಟ ಮಾಡಿದ ಕಾರಣದಿಂದ ಇಂತಹ ಒಂದು ದಿನ ನೋಡುವ ಹಾಗೆ ಆಯಿತಲ್ಲ?" ಎನ್ನಲು ಪ್ರಾರಂಭಿಸಿದರು. ಆಬಾ ಮಾತ್ರ ಅರುಣನಿಗೆ ಏನಾದರು ನುಡಿದರೆ ಕೋಪಿಸಿಕೊಳ್ಳುತ್ತಿದ್ದ. ಅರುಣ ಹಾಗೂ ಸುಭಾಷ್ ತಮ್ಮ ಕೊಲ್ಲಾಪುರಿನ ಹಿರಿಯ ನಾಯಕರುಗಳಿಗೆ ನಡೆದ ಘಟನೆಯು ವಿವರಿಸಿ ಪತ್ರ ಬರೆದಿದ್ದರು. ಇನ್ನೂ ಯಾರು ಬಂದಿರಲಿಲ್ಲ. ಸದಾ ಬೆಳಗಾವಿಯ ಬೇವಿನ ಕಟ್ಟಿ ವಕೀಲರನ್ನು ಭೇಟಿ ಆಗಿ ಬಂದಿದ್ದ. ಆ ವಕೀಲ ಈಗ ಪಕ್ಷ ಬದಲಿಸಿದ್ದ. ಸರಪಂಚ್ ಹಾಗೂ ವಕೀಲ ಒಂದೇ ಪಕ್ಷದಲ್ಲಿ ಇದ್ದ ಕಾರಣ ವಕೀಲ ಗ್ರಾಮಕ್ಕೆ ಬರಲು ಹಿಂದೇಟು ಹಾಕಿದ್ದ

."ನೋಡುವೆ, ಮೇಲಿನವರಿಗೆ ತಿಳಿಸುವೆ, ಮಂತ್ರಿಗಳನ್ನು ಭೇಟಿ ಆಗುವೆ."– ಎಂಬ ಆಶ್ವಾಸನೆ ನೀಡಿ ಸದಾಗೆ ಅಲ್ಲಿಂದ ಕಳಿಸಿಕೊಟ್ಟಿದ್ದ.

ಈ ಎಲ್ಲ ಘಟನೆ ನಡೆಯುವಾಗ ಅಚಾನಕ್ ಆಗಿ ಜೋಗತಿ ತಾರಾ ಕಣ್ಮರೆಯಾಗಿದ್ದಳು. ಅವಳ ಪತ್ತೆ ಹಚ್ಚಲು ಹೊಲೆಯರು ಕಾಗವಾಡದ ಪೊಲೀಸ್ ಠಾಣೆಯಲ್ಲಿ ದೂರು ನೀಡಿದ್ದರು. ಪೊಲೀಸರಿಗೆ ಯಶ ಲಭಿಸುತ್ತಿರಲಿಲ್ಲ. ತಾರಾ ಮೇಲೆ ಜೀವವಿಟ್ಟುಕೊಂಡಿದ್ದ ಅಪ್ಪಾ ಹುಚ್ಚನಂತೆ ಆಡುತ್ತಿದ್ದ. ತಾರಾನ ಹೆಸರು ತೆಗೆಯುತ್ತಿದ್ದ ಹಾಗೆ ಅವನ ಕಣ್ಣುಗಳಲ್ಲಿ ನೀರು ಬರುತಿತ್ತು. ಅವನಿಗೆ ಎಷ್ಟೇ ವಿಚಾರಿಸಿದರೂ ಅವನು ಸುಮ್ಮನೆ ಇರುತ್ತಿದ್ದ. ಅದೆಷ್ಟೋ ಸಲ ಏನೊ ಹೇಳಬೇಕೆಂದು ಬಾಯಿ ತೆರೆಯುತ್ತಿದ್ದ; ಆದರೆ ಒಂದೇ ಒಂದು ಶಬ್ದವನ್ನು ಉಚ್ಚರಿಸಿದೆ ಬಾಯಿ ಮುಚ್ಚಿ ಬಿಡುತಿದ್ದ. ಪೊಲೀಸರು ಅವನಿಗೆ ಅದೆಷ್ಟೋ ಬಾರಿ ಠಾಣೆಗೆ ಕರೆದುಕೊಂಡು ಹೋಗಿ ಹೊಡೆದರು; ಆದರೆ ಅಪ್ಪಾನ ಬಾಯಿಯಿಂದ ಒಂದೇ ಒಂದು ಶಬ್ದ ಹೊರಗೆ ಬೀಳಲಿಲ್ಲ. ದಿನ ಪೂರ್ತಿ ಅವನು ತಾರಾನ ಬಾಗಿಲಿನಲ್ಲಿ ಹೋಗಿ ಕುಳಿತುಕೊಳ್ಳುತ್ತಿದ್ದ.

ಭೀಮವಿಜಯ ಸೊಸಾಯಿಟಿಯಲ್ಲಿ ಹಾಲು ಕಡಿಮೆ ಆಗಿದ್ದು ಮನಗಂಡು ಆನಗೊಂಡಾ ಪಾಟೀಲ ತನ್ನ ಡೇರಿಯಲ್ಲಿಯ ಹಾಲಿನ ದರವನ್ನು ಹೆಚ್ಚಿಸಿದ. ಸಂಕಷ್ಟದಲ್ಲಿ ಸಿಲುಕಿದ್ದ ಭೀಮವಿಜಯ ಸೊಸಾಯಿಟಿ ತನ್ನ ದರವನ್ನು ಹೆಚ್ಚಿಸಿಕೊಳ್ಳುವ ಸ್ಥಿತಿಯಲ್ಲಿ ಇರಲಿಲ್ಲ. ಸೊಸಾಯಿಟಿಯ ಗ್ರಾಹಕರು ಕಡಿಮೆ

ಆದರು. ಪಾಟೀಲರ ಡೈರಿಯಲ್ಲಿ ಹಾಲು ಹಾಕುವವರ ಸಂಖ್ಯೆ ಏರಿತು. ಹದಿನೈದು ದಿನ ಕಳೆಯುತ್ತಿದ್ದ ಹಾಗೆ ಅನಗೊಂಡಾ ಪಾಟೀಲ ಪುನಃ ಹಾಲಿನ ದರವನ್ನು ಇಳಿಸಿದ. "ಹೊಲೆಯರ ಸೊಸಾಯಿಟಿ ಬಂದ್ ಆಗಲಿದೆ. ಈಗ ನನ್ನ ಡೈರಿಯಲ್ಲಿ ಹಾಲು ಹಾಕಿ."–ಎಂಬ ಪ್ರಚಾರ ಪ್ರಾರಂಭಿಸಿದ. ನಾಲ್ಕು ದಿಕ್ಕಿನಲ್ಲಿ ಸವರ್ಣೀಯರು ದಲಿತರಿಗೆ ದಿಗ್ಭಂಧನ ಹಾಕಿದರು.

ಬಂದ ಎಲ್ಲ ಕಷ್ಟಗಳಿಗೆ ಎದೆಗುಂದದೆ ಆಬಾ ಎದುರಿಸುತ್ತಿದ್ದ. ಹೊಲೆಯರು ಮಾದಿಗರು–ಸಮಗಾರರು ಎಲ್ಲರೂ ಅವನ ಹಿಂದೆ ಹೋಗುತ್ತಿದ್ದರು. ಆಬಾ ಎಲ್ಲ ಸರಕಾರಿ ಅಧಿಕಾರಿಗಳಿಗೆ ಅರ್ಜಿ ಕಳಿಸಿದ್ದ. ಸರ್ಕಾರಿ ಅಧಿಕಾರಿಗಳು ಬರುತ್ತಿದ್ದರು, ವಿಚಾರಣೆ ಮಾಡುತ್ತಿದ್ದರು ಗ್ರಾಮಸ್ಥರು ಅವರಿಗೆ ವಿವರಿಸುತ್ತಿದ್ದರು.

"ಸಾಹೇಬರೆ, ಹೊಲದಾಗಿನ ಕೆಲ್ಸಾ ಮುಗಿದ ಮ್ಯಾಗ ಅವರಿಗೆ ಹೇಂಗ ಕೆಲ್ಸಾ ಕೊಡೋಣು? ಮತ್ತ ನೀವೇನು ಮೇವಿನ ವಿಷಯಾ ಕೇಳತಿರೋ ಅದು ಸುಳ್ಳು. ನಮ್ಮ ಹೊಲದೊಳಗಿನ ಮೇವನ್ನು ಮೊದಲು ನಮ್ಮ ಪ್ರಾಣಿಗಳಿಗೆ ಹಾಕಬೇಕೋ ಅಥವಾ ಅವರ ಪ್ರಾಣಿಗಳಿಗೋ? ಅವರ ಜಾನುವಾರುಗಳು ಬದುಕಬೇಕು ಅಂತ ನಮ್ಮ ಜಾನುವಾರುಗಳನ್ನು ಸಾಯಿಸಬೇಕ?"

ಹೊಲೆಯರ ಜಾನುವಾರುಗಳ ಅಸ್ಥಿಪಂಜರ ಕಾಣಿಸಲು ಪ್ರಾರಂಭವಾಯಿತು. ಮೈತುಂಬಿಕೊಂಡಿರುತ್ತಿದ್ದ ಜಾನುವಾರುಗಳು ಈಗ ತಲೆ ತಗ್ಗಿಸಿ ನಿಂತ ಹಾಗೆ ಕಾಣಲು ಪ್ರಾರಂಭವಾದವು. ಅಕ್ಕಪಕ್ಕದ ಊರಲ್ಲಿ ಸುತ್ತಾಡಿ ಜನ ಮೇವು–ಸೌದೆ ತರಲು ಪ್ರಾರಂಭಿಸಿದರು. ಕೆಲವರು ಕೂಲಿ ಕೆಲಸಕ್ಕೆ ಪರವೂರಿಗೆ ಹೋಗಲು ಪ್ರಾರಂಭಿಸಿದರು. ಇಷ್ಟು ದಿನ ಹೆಸರು ಮಾಡಿದ್ದ ಹೊಲಗೇರಿ ಈಗ ಬೇರೊಂದು ಸ್ವರೂಪದಲ್ಲಿ ಕಾಣಿಸಿಕೊಳ್ಳಲು ಪ್ರಾರಂಭವಾಯಿತು. ಸಂಪೂರ್ಣ ಜನವಸತಿ ಉದಾಸೀನತೆಯ ಚಾದರು ಹೊದ್ದ ಹಾಗೆ ಕಾಣಿಸಲು ಪ್ರಾರಂಭವಾಯಿತು

ಹದಿನಾರು

ಹೊಲಗೇರಿಯಲ್ಲಿ ಈ ಸಂಘರ್ಷ ಪ್ರಾರಂಭವಿದ್ದಾಗಲೇ ಇವತ್ತು ಗೌಡನ ವಾಡೆಯಲ್ಲಿ ರಾಜಕೀಯ ಚರ್ಚೆ ಉತ್ತುಂಗಕ್ಕೆ ಮುಟ್ಟಿತು. ಊರಿನ ಎಲ್ಲ ಹಿರಿಯ, ಮರಿ ಪುಢಾರಿಗಳೆಲ್ಲ ವಾಡೆಯಲ್ಲಿ ಜಮೆ ಆಗಿದ್ದರು. ದಿಲ್ಲಿಯಿಂದ ಹಿಡಿದು ಗಲ್ಲಿಯವರೆಗಿನ ಅನೇಕ ವಿಷಯಗಳನ್ನು ಕುರಿತು ಚರ್ಚೆ ನಡೆದಿತ್ತು. ಸರಪಂಚ್ ಅನಗೊಂಡಾ ಪಾಟೀಲ, ಕಾಣ್ಯಾನ ಸಿದ್ಧಾ, ಮಲ್ಯಾ, ಆತ್ಮಾರಾಮ, ಹರಿಭಾವು, ಕಾಂಚನಗೌಡ, ಅಪ್ಪನಗೌಡಾ ಮುಂತಾದ ಜನರು ಅದರಲ್ಲಿ ಭಾಗಿ ಆಗಿದ್ದರು. ಶರಣಗುಪ್ಪಿಯಲ್ಲಿ ಹಾಗೆ ನೋಡಿದರೆ ಕಾಣ್ಯಾ ಹಾಗೂ ಪಾಟೀಲನಿಗೆ ಆಗಿ ಬರುತ್ತಿರಲಿಲ್ಲ. ಪಾಟೀಲನ ಹತ್ತಿರ ಯಾವಾಗಲೂ ಅಧಿಕಾರವಿರುತಿತ್ತು. ಆದ್ದರಿಂದ ಅವನು ದರ್ಪದಿಂದ ಇರುತ್ತಿದ್ದ. ಯಾರ ಮುಂದೆಯೂ ಅವನು ತಲೆ ಬಾಗುತ್ತಿರಲಿಲ್ಲ. ಇದರ ವಿರುದ್ಧವಾಗಿ ಕಾಣಾನ ಹತ್ತಿರ ವ್ಯಾಪಾರವಿತ್ತು. ಕೈಯಲ್ಲಿ ನೀರಿನ ಹಾಗೆ ವ್ಯಯ ಮಾಡಲು ಹಣವಿತ್ತು. ಸಹಸಾ ಎಂದೂ ಒಂದಾಗದ ಈ ಇಬ್ಬರೂ ಹೇಗೆ ಒಂದಾಗಿದ್ದರು ಎಂಬುದು ಒಂದು ಒಗಟೆ ಆಗಿತ್ತು. ಆಕಡೆ–ಈ ಕಡೆಯ ಚರ್ಚೆ ಆದ ಮೇಲೆ ಕಾಣಾ ನೇರವಾಗಿ ವಿಷಯ ಪ್ರಸ್ತಾಪ ಮಾಡಿದ–

"ಸರಪಂಚ್ ಮುಂದಿನ ತಿಂಗಳು ಇಲೆಕ್ಷನ್ ಐತಿ! ಹೌದಲ್ಲ?"

ಸಿದ್ಧನ ಪ್ರಶ್ನೆ ಕೇಳಿ ಸರಪಂಚ್ ನಡುಗಿದ. ಈಗ ತನ್ನ ಅಧಿಕಾರ ಕೇವಲ ಒಂದು ತಿಂಗಳು ಮಾತ್ರ ಉಳಿದಿದೆ ಎಂದು ತಿಳಿಯುತ್ತಿದ್ದ ಹಾಗೆ ಅವನು ಒಮ್ಮೆಲೆ ಅಸ್ವಸ್ಥನಾದ. ಸರಪಂಚನ ಅಸ್ವಸ್ಥತೆಯನ್ನು ಗಮನಿಸಿ ಅಪ್ಪನಗೌಡಾ ಪಾಟೀಲ್ ನುಡಿದ–

"ಸಿದ್ದಾ, ಇಲೆಕ್ಷನ್ ಬಂದ್ರ ಅದು ಹೊರಗೆ ಬರ್ತದ. ನಮ್ಮ ಊರಾಗ ಅದಕ್ಕ ಏನ್ ಕೆಲ್ಸಾ? ನಮ್ಮೂರದಾಗ ಎಂದಾದ್ರೂ ಇಲೆಕ್ಷನ್ ಆಗೇದ ಏನು? ಈಗೇನ್ ಸರಪಂಚ್ ಇದ್ದಾರ ಅವರ ಮುಂದು ಸರಪಂಚ ಮಾಡೋಣು. ಏನ್ರಿ ಕಾಂಚನಗೌಡ, ನಿಮಗ ಹೇಂಗ್ ಅನಿಸ್ತದ ಈ ಐಡಿಯಾ?"

"ಮತ್ತೇನು? ಇಲೆಕ್ಷನ್–ಬಿಲೆಕ್ಷನ್ ಯಾಕ ಬೇಕ್ರಿ? ಅನಗೊಂಡಾ ಪಾಟೀಲರಿಗೆ ಹೇಂಗು ಸರಪಂಚದ ಅನುಭವ ಐತಿ. ಅವರ ನಡಿಸಲಿ ಬಿಡ್ರಿ ಸರಪಂಚಕಿ"–ಕಾಂಚಗೊಂಡ ತನ್ನ ಮಾತು ಜೋಡಿಸಿದ.

"ನಂದ್ ಏನಪ್ಪಾ?"–ಎಂದು ಈಗ ಸ್ವತಃ ಸರಪಂಚ್‌ನ ಮಾತಾಡಲು ಪ್ರಾರಂಭಿಸಿದ.

"ಐದು ಐದು ವರ್ಷ ಊರನ್ನ ಮಗನಾಂಗ ಪ್ರೀತಿಸಿದೆ. ಈ ಟಾಯಿಮ್, ಆ ಟಾಯಿಮ್ ಅಂತ ನೋಡಲಿಲ್ಲ. ಊರಿನ ಸಲುವಾಗಿ ಧಾವಿಸಿದೆ. ಹೋಗತೇನಿ ಸಹ. ನನ್ನ ಅವಧಿಯೊಳಗ ಈ ಗ್ರಾಮಕ್ಕೆ ಮಂತ್ರಿಗಳು ಬಂದ್ರು, ಕಲೆಕ್ಟರ್ ಬಂದ್ರು. ನಾನು ನಾನು ಅನ್ನೂ ರಾಜಕಾರಣಿಗಳೂ ಬಂದ್ರು. ನಮ್ಮ ಊರಿನ ಹೆಸರು ಜಿಲ್ಲೆಯೊಳಗ ಆಗೆದ. ನಂದು ಒಂದ ಹಠ, ಈ ಊರು ಆದರ್ಶ ಗ್ರಾಮ ಆಗಬೇಕು. ಇಲ್ಲಿ ಸುಧಾರಣೆ ಆಗಬೇಕು. ಇದಷ್ಟ ಹಠ ಸಾಧಿಸಾಕ ಇನ್ನೂ ಐದ ವರ್ಷ ಅವಕಾಶ ಮಾಡಿ ಕೊಡ್ರಪ್ಪ."

ಕಾಣ್ಯಾದ ಆತ್ಮಾರಾಮ ಮಧ್ಯದಲ್ಲಿಯೆ ನುಡಿದ–

"ಸರಪಂಚರ, ಅದೇಲ್ಲ ಖರೇನ ಐತಿ. ಈ ಹಿಂದ ನೀವ ಹೇಳಿದ್ರಿ ಈ ಐದು ವರ್ಷ ಮುಗಿತಿದ್ದ ಹಂಗ ಕಾಣ್ಯಾನ ಸರಪಂಚರನ್ನು ಮಾಡೋಣು ಅಂತ. ಅವಾಗ ನಾವೂ ಸುಮ್ಮ ಕುತ್ವಿ, ಇಲ್ಲದಿದ್ದರೆ ಇಲೆಕ್ಷನ್ ಮಾಡ್ರಿ ಅಂತಾ ಇದ್ವಿ ಇಲ್ಲೊ? ಈಗ ಐದು ವರ್ಷ ಮುಗಿತು ಮತ್ತು ಈಗ ತಮ್ಮ ಅಧಿಕಾರ ಹಸ್ತಾಂತರ ಮಾಡೋದು ನ್ಯಾಯ ನೋಡ್ರಿ."

"ಮತ್ತೇನು? ಕೊಟ್ಟ ಮಾತು ಮನುಷ್ಯರು ಉಳಿಸೋಕೊಬೇಕು"–ಮುಲ್ಲಾ ಹಾಗೂ ಹರಿಭಾವು ನುಡಿದರು.

"ಜಗತ್ತಿನಲ್ಲಿ ಐದು ವರ್ಷಕ್ಕೊಮ್ಮೆ ಸರಪಂಚರು ಬದಲಾಗತ್ತಾರ ಮತ್ತು ಈ ಊರಾಗ ಮಾತ್ರ ಸರಪಂಚ ಬರಿ ಪಾಟೀಲರ ಮಾಡೋದು ಹೀಗಂತ ಏನೂ ಅಂಬೇಡ್ಕರ್ ಸಂವಿಧಾನದಾಗ ಬರದಾರೇನು? ಅದೇನಿಲ್ಲ. ಈ ಸಲ ನಾವು ಕೇಳಾಂಗಿಲ್ಲ. ಸರಪಂಚ್ ಅಂತ ನಮ್ಮ ಮನುಷ್ಯಾನ ಮಾಡ್ರಿ, ಇಲ್ಲದಿದ್ದರ ಇಲೆಕ್ಷನ್ ಮಾಡ್ರಿ ನಮ್ಮ ಸರಪಂಚನ್ ಆರಿಸಿರಿ, "–ಸಿದ್ಧಾ ಈಗ ಒಮ್ಮೆ ಮುಖಂಡನ ಸ್ಥಾನ ಪಡೆದ.

ಈ ವಿಷಯ ಕುರಿತು ಜಗಳವೇ ಆಯಿತು. ಇದುವರೆಗೆ ಒಬ್ಬರಿಗೊಬ್ಬರು– 'ಬನ್ನಿ–

ಹೋಗಿ' ಎನ್ನುತ್ತಿದ್ದವರು ಏಕಾಏಕಿ 'ನೀನು' ಎಂಬುದಕ್ಕೆ ಬಂದು ಬಿಟ್ಟರು. ಕೊನೆಗೆ ಸರಪಂಚ್ ಹೇಳಿ ಬಿಟ್ಟ–

"ನೀವು ಹೇಳು ಹಂಗ ಚುನಾವಣೆ ಆಗಲಿ, ಯಾರು ಆರಿಸಿ ಬರ್ತಾರ ನೋಡುಣು. ನಮ್ಮ 56 ಪೀಡಿಗಳು ಪಾಟೀಲಕಿ ಮಾಡ್ಯಾರು. ನಾವೇನು ಇಲೆಕ್ಷನ್‌ಗೆ ಹೆದರಾಂಗಿಲ್ಲ."

ಕಾಣಾದ ಸಿದ್ಧ ಪಾಟೀಲರ ಚಾಲೆಂಜ್ ಸ್ವೀಕರಿಸಿ ಬೈಠಕ್‌ದಿಂದ ಹೊರಗೆ ನಡೆದ. ಅವನ ಹಿಂದೆಯೇ ಅವನ ಸಮರ್ಥಕರು ನಡೆದರು.

ಹದಿನೇಳು

"ಯವ್ವ, ಆಯಿತೊ ಇಲ್ಲೊ ನಿಂದು? ಗಾಡಿ ತಪ್ಪಿತು ನಂದು,"–ಆಬಾ ಮನೆಯಲ್ಲಿ ಓಡಾಡುತ್ತ ಸೊಸೆಯೊಂದಿಗೆ ಮಾತನಾಡುತ್ತಿದ್ದ.

"ಆತು–ಆತು, ರೊಟ್ಟಿ ಮ್ಯಾಲೆ ಉಸುಳಿ ಹಾಕಿದ್ರ ಆತೂ ನೋಡ್ರಿ ನನ್ನ ಕೆಲ್ಸಾ"–ಸೊಸೆ ಒಳಗಿಂದ ಉತ್ತರ ನೀಡಿದಳು

ಆಬಾ ಈಗ ತಾವೇ ಜಿಲ್ಲೆಗೆ ಹೋರಟು ನಿಂತಿದ್ದರು. ಸದಾ ಆಬಾನ ದಾರಿ ಕಾಯುತ್ತ ಬಾಗಿಲಿನಲ್ಲಿ ನಿಂತಿದ್ದ. ಜಿಲ್ಲೆಗೆ ಹೋಗಿ ಕಲೆಕ್ಟರ್‌ನನ್ನು ಸ್ವತಃ ಭೇಟಿಯಾಗಿ ಎಲ್ಲ ವಿಷಯವನ್ನು ವಿವರಿಸಿ ಹೇಳಬೇಕು. ಅದರಿಂದಾಗಿ ಯಾವುದಾದರೊಂದು ಮಾರ್ಗ ಲಭಿಸಬಹುದು ಎಂದು ಅವನಿಗೆ ಅನ್ನಿಸುತಿತ್ತು. ಆ ನಿಮಿತ್ತ ಸದಾ ಹಾಗೂ ಆಬಾ ಜಿಲ್ಲೆಗೆ ಹೊರಟಿದ್ದರು.

ಸುಮನ್ ರೊಟ್ಟಿ ಗಂಟನ್ನು ಆಬಾನ ಕೈಗೆ ಇತ್ತಳು. ಆಬಾ ಅದನ್ನು ಚೀಲದಲ್ಲಿ ಇಟ್ಟುಕೊಂಡ. ಕೈಯಲ್ಲಿ ಕೊಡೆ ತೆಗೆದುಕೊಂಡ. ಮನೆಯ ಹೊರಗೆ ಇನ್ನೇನು ಕಾಲು ಇಡಬೇಕು ಆವಾಗಲೇ ಸದಾ ಜೋರಾಗಿ ಕೂಗಿದ,

"ಆಬಾ, ಕಾಣ್ಯಾದ ಸಿದ್ದ ಬರಾಕತ್ತಾನ."

"ಎಲ್ಲಿ?"

"ರೀ, ಈ ಕಡೇನರಿ."

ಆಬಾ ಗಡಿಬಿಡಿಯಿಂದ ಗುಡಾರ ಹಾಕಿದ. ರೊಟ್ಟಿಯ ಗಂಟನ್ನು ಒಳಗೆ ಇಟ್ಟುಬಿಟ್ಟ. ಅಸ್ತವ್ಯಸ್ತವಾಗಿ ಬಿದಿದ್ದ ಬಟ್ಟೆಗಳನ್ನು ಸಂಗ್ರಹಿಸಿ ಒಳಗೆ ಎಸೆದ.

"ಆಬಾ ಇದ್ದಾರೇನು ಮನ್ಯಾಗ?"–ಸಿದ್ಧಾ ಹೊರಗಿನಿಂದ ಕೂಗಿದ.

"ಬರ್ರಿ... ಬರ್ರಿ... ಒಳಗ ಬರ್ರಿ."–ಆಬಾ ಹೊರಗೆ ಬರುತ್ತ ನುಡಿದ. ಅವನು ಸಿದ್ಧನಿಗೆ ಕುಳಿತುಕೊಳ್ಳಲು ಹೇಳಿದ. ಸಿದ್ಧಾಯಾವುದೇ ಪ್ರಕಾರದ ಸಂಕೋಚಪಟ್ಟುಕೊಳ್ಳದೆ ಗುಡಾರದ ಮೇಲೆ ಕುಳಿತುಕೊಂಡ.

"ಏನ್ ಆಬಾ, ಇಸ್ತ್ರಿ ಮಾಡಿದ ಅರಿವಿ ಹಾಕೊಂಡ ಯಾಕಡೆ ಹೊಂಟಿ?"

"ಜಿಲ್ಲೆಗೆ ಹೊಂಟೆ, ಸ್ವಲ್ಪ ಕೆಲ್ಸಾ ಇತ್ತು. ಸದಾ ಜೊತಿಗೆ ಇದ್ದಾನು."

"ಜಿಲ್ಲೆನ್ಯಾಗ ಏನ್ ಕೆಲ್ಸಾ ಐತಿ?"

"ಬ್ಯಾರೇನು ಕೆಲ್ಸ ಇರತ್ತದ? ಊರಿನ್ಯಾಗ ಕಲ್ಸಾ ಸಿಗಾಂಗಿಲ್ಲ. ಮೇವೂ ಸಿಗುದಿಲ್ಲ, ಮನುಷ್ಯರು ಹಾಗೂ ಪ್ರಾಣಿಗಳು ಉಪವಾಸ ಇರಬೇಕಾಗ್ಯದ. ಸ್ವಲ್ಪ ಕಲೆಕ್ಟರನ ಕಿವಿ ಮ್ಯಾಲೆ ವಿಷಯ ಹಾಕಿ ಬರೋಣು ಅಂತ."

"ಇಷ್ಟರ ಸಲುವಾಗಿ ಹೋಗಾಂವ ಇದ್ರ ಹೋಗಾಕ್ ಹೋಗಬ್ಯಾಡ."–ಸಿದ್ಧಾನ ಮಾತು ಆಬಾಗೆ ತಿಳಿಯಿತು.

"ನಂಗ ತಿಳಿವಲ್ಲತು ನೀವು ಏನ್ ಮಾತಾಡತಿರಿ ಅಂತ!"–ಆಬಾ ತನ್ನ ಅಜ್ಞಾನ ಪ್ರಕಟಗೊಳಿಸಿದ.

"ಹೇಳತಿನಿ, ಹೇಳತಿನಿ ಎಲ್ಲಾನೂ ಹೇಳತಿನಿ, ಕಾಣ್ಯಾದ ಎಲ್ಲರೂ ನಿಮಗ ಕೆಲ್ಸಾ ಮತ್ತು ಮೇವು ಕೊಡಾಕ ನಿರ್ಧಾರ ಮಾಡ್ಯಾರ"–ಸಿದ್ಧಾನ ಮಾತು ಕೇಳಿ ಆಬಾಗೆ ಆಶ್ಚರ್ಯದಿಂದ ಆಘಾತವಾಯಿತು. ಅವನಿಗೆ ಏನು ಮಾತಾಡಬೇಕು ಎಂಬುದು ತಿಳಿಯದಾಯಿತು.

"ರೀ, ಆದ್ರ ಒಮ್ಮೆ ಏಕಾಏಕಿ ಆಗಿದ್ದಾದ್ರೂ ಏನು?"

"ಆಬಾ, ನೀವು ಒದ್ದಾಡ್ತಾಯಿದ್ದದ್ದು ನಮಗೇನು ಕಾಣಂಗಿಲ್ಲ ಏನು? ಬಾಳ ಕೆಟ್ಟ ಅನ್ನಿಸಿತು ನೋಡ್ರಿ ನಮಗ, ಆದ್ರ ನಾವೇನು ಮಾಡಬೇಕು? ಪಾಟೇಲರ ಮುಂದೆ ನಮಗ ಮಾರ್ಗನ ಇರಲಿಲ್ಲ!"

"ಇದೆಲ್ಲ ಪಿತೂರಿ ಪಟೇಲರದ ಅನ್ರಿ?"–ಸದಾ ಕೇಳಿದ.

"ಇಲ್ಲದಿದ್ರ ಮತ್ತೇನು? ಯಾರಿಗೆ ಇಷ್ಟ ಧೈರ್ಯ ಐತಿ? ನೀವು ಅವನ ಮಗನ ಮದುವಿ ಊಟಾ ಮಾಡಲಿಲ್ಲ ಅಂತ ಅವನು ತನ್ನ ಇರ್ಶೆ ತೆಗೆದ. ಆದ್ರ ನಾವೂ ನಿರ್ಧಾರ ಮಾಡಿದ್ವಿ, ಎಷ್ಟೇ ಆದ್ರೂ ನೀವೂ ಮನುಷ್ಯರ. ನಿಮಗೂ ಸುಖ–ದುಃಖ ಅದ ಮತ್ತು ನಮಗು! ಪಾಟೀಲ್ ಏನ್ ಕಿತ್ತಕೋತಾನ ಕಿತ್ತುಕೊಳ್ಳಲಿ. ನಾಳೆಯಿಂದ ನೀವೆಲ್ಲ ಕೆಲಸಕ್ಕೆ ಬರಿ."–ಸಿದ್ಧಾ ಕೂಗಿ ಹೇಳಿದ.

"ಸರಪಂಚ್ ನಮಗ ಬಾಳ ಕೆಟ್ಟ ಮಾಡಿದ್ರು ನೋಡಿ,"–ಆಬಾ ಆತಂಕದಿಂದ ನುಡಿದ.

"ಆಬಾ, ಅವನು ನಮಗ ಕೆಟ್ಟ ಮಾಡಿದ ಅಲ್ಲಾ, ನಾವೂಬಿ ನೋಡ್ಕೊಳೋಣು. ಸರಪಂಚ್‌ಕಿಯದ ಸೊಕ್ಕು ಅವನ ತಲೆಗೇರೆತಿ. ಮನುಷ್ಯರನ ಪ್ರಾಣಿಗಳಂತ ಭಾವಿಸಿಯಾನು. ಆಬಾ, ನೀವೆಲ್ಲ ಬರಿ ನಮಗ ಸಾಥ್ ನೀಡ್ರಿ. ಈಗ ಬರುವ ಚುನಾವಣೆಯಲ್ಲಿ ಅವನನ್ನು ಹಾರಿಸಿ ಬಿಡೋಣು. ಹೊಲೆಯರ ಸರಪಂಚ್ ಆದ್ರೂ ನಡದಿತ್ತು. ಆದ್ರೆ ಆ ಹಾವಿನ ಮರಿ ಮಾತ್ರ ಬ್ಯಾಡಾ, ಏನ್ ಆಬಾ?"

"ಮುಂದಿನ ವಿಷಯ ಈಗ ಯಾಕ ಮತಾಡತಿರಿ! ಟೈಮ್ ಬಂದಾಗ ಅದನ್ನು ನೋಡೋಣು. ಏನೊ ಸದಾ?"–ಆಬಾ ಗಂಭೀರವಾಗಿ ನುಡಿಯುತ್ತಿದ್ದ.

"ಚುನಾವಣೆ ಆದ್ರೂ ಬರಲಿ,"–ಸದಾ ಕೋಪದಿಂದ ನುಡಿದ.

"ಮತ್ತೇನು ಆಬಾ, ನಡಿಲಿ ನಾನ. ಹೇಳಿ ಎಲ್ಲರಿಗೂ ನಾಳೆ ಕೆಲ್ಸಕ್ಕ ಬರಾಕ. ಕಾಣ್ಯಾದ ಒಬ್ಬ ಮನುಷ್ಯನು ಇಲ್ಲಾ ಅಂತ ಅನ್ನಾಂಗಿಲ್ಲ,"–ಸಿದ್ಧಾ ಕನಸಿನ್ಯಾಗ ಬಂದ್ ಹಾಗೆ ಹೊರಟು ಹೋದ ಮತ್ತು ಸದಾ ಕೇವಲ ನೋಡುತ್ತ ನಿಂತುಕೊಂಡ.

ಬಹಿಷ್ಕಾರವನ್ನು ಹಿಂದೆ ತೆಗೆದುಕೊಳ್ಳುವ ಹಿಂದಿನ ಉದ್ದೇಶವೇನು? ಎಂಬ ಒಂದು ಪ್ರಶ್ನೆ ಆಬಾನ ಮನಸ್ಸಿನಲ್ಲಿ ಹೊರಳಾಡಲು ಪ್ರಾರಂಭಿಸಿತು!

ಹದಿನೆಂಟು

ಕಾಣ್ಯದ ಜನರು ಬಹಿಷ್ಕಾರದಿಂದ ಹಿಂದೆ ಸರಿದ ಕಾರಣದಿಂದಾಗಿ ಪಾಟೀಲ ಮಾತ್ರ ಎಲ್ಲೆಡೆ ಏಕಾಂಗಿ ಆದ. ಕಾರಣ ಪಾಟೀಲ ಆಸ್ತಿ-ಪಾಸ್ತಿಯಿಂದ ದೊಡ್ಡವನಾಗಿದ್ದರೂ ಸಹ ಕಾಣ್ಯದವರಿಗೆ ಹೆಚ್ಚಿನ ಕೂಲಿ ಕಾರ್ಮಿಕರು ಬೇಕಾಗುತ್ತಿದ್ದರು. ಕಾಣ್ಯಾದವರಿಗೆ ಈ ಹೊಲೆಯರು-ಮಾದಿಗರ ವಿಷಯದಲ್ಲಿ ಹೀಗೇಕೆ ಸಹಾನುಭೂತಿ ಮೂಡಿತು ಎಂಬುದು ಪಾಟೀಲನಿಗೆ ಯಕ್ಷಪ್ರಶ್ನೆಯಾಗಿ ಕಂಡಿತು.

ದಲಿತರಿಗೆ ನಿಧಾನಕ್ಕೆ ಕೆಲಸಗಳು ಲಭಿಸಲು ಪ್ರಾರಂಭವಾಯಿತು. ಮೇವು ಸಿಗಲು ಪ್ರಾರಂಭವಾಯಿತು. ಸವರ್ಣಿಯರು ಸ್ವೀಕರಿಸಿದ 'ಕೆಲಸ ಧೋರಣೆಯಿಂದಾಗಿ ದಲಿತರ ಹದಗೆಟ್ಟಿದ್ದ ಪರಿಸ್ಥಿತಿ ಈಗ ಮೊದಲಿನ ಸ್ವರೂಪ ಪಡೆಯಲು ಪ್ರಾರಂಭವಾಯಿತು. ಸಂಪೂರ್ಣ ಊರಿನಲ್ಲಿ ಪಾಟೀಲ ಬೇಡದವನಂತಾದ. ಹೊಲದಲ್ಲಿ ಕೆಲಸಕ್ಕಾಗಿ ಕೂಲಿ ಕಾರ್ಮಿಕರನ್ನು ಪ್ರತಿದಿನ ಹೊರಗಿಂದ ತರಿಸುವುದು ಅವನಿಗೆ ದುಬಾರಿ ಅನ್ನಿಸಲು ಪ್ರಾರಂಭವಾಯಿತು. ಪರವೂರಿನ ಕಾರ್ಮಿಕರಿಗೆ ಬರಲು ವಿಳಂಬವಾಗುತ್ತಿತ್ತು ಹಾಗೂ ಮರಳಿ ಹೋಗಲು ಅವರು ತರಾತುರಿ ಮಾಡುತ್ತಿದ್ದರು. ಪಾಟೀಲ ಹೀಗೆ ಸ್ವತಃ ಬಂಧನಕ್ಕೆ ಒಳಪಡಲು ತಯಾರೇ ಇರಲಿಲ್ಲ. ಅವನು ನಿಧಾನಕ್ಕೆ ಊರಿನ ದಲಿತರಿಗೆ ಕೆಲಸ ನೀಡಲು ಪ್ರಾರಂಭಿಸಿದ.

ದಲಿತರ ಪ್ರಶ್ನೆ ಬಗೆ ಹರೆಯುತ್ತಿದ್ದ ಹಾಗೆ ಊರಲ್ಲಿ ಒಂದು ಹೊಸ ಪ್ರಶ್ನೆ ಕುರಿತು ಚರ್ಚೆ ಪ್ರಾರಂಭವಾಯಿತು. ಪಂಚಾಯತ್ ಚುನಾವಣೆ ಕುರಿತು ಎಲ್ಲೆಡೆ ಚರ್ಚೆ ಪ್ರಾರಂಭವಾಯಿತು. ಶರಣಗುಪ್ಪಿ ಜನರು ಗ್ರಾಮಪಂಚಾಯಿತಿಯ ಚುನಾವಣೆಯನ್ನು ಎಂದೂ ನೋಡಿರಲೇಯಿಲ್ಲ. ವಂಶಪಾರಂಪರಿಕವಾಗಿ

ಪಾಟೀಲನೆ ಊರಿನ ಸರಪಂಚನಾಗಿದ್ದ ಕಾರಣ ಈಗ ಬೇರೊಬ್ಬರು ಸರಪಂಚರಾಗುವರು ಎಂದು ಗ್ರಾಮಸ್ಥರಿಗೆ ಅನ್ನಿಸುತ್ತಿತ್ತು ಹಾಗೂ ಅದು ಆಗುವುದೇ ಇತ್ತು.

ತನ್ನ ಕಾಲಾವಧಿ ಹೇಗೆ-ಹೇಗೆ ಮುಗಿಯಲು ಸಮೀಪಿಸುತ್ತಿತ್ತೋ ಹಾಗೇ ಅವನು ಸಾವಧಾನವಾಗುತ್ತಿದ್ದ. ಅವನ ಮಾತು ಹಾಗೂ ನಡವಳಿಕೆಯಲ್ಲಿ ತುಂಬಾನೇ ಬದಲಾವಣೆ ಬಂದಿತ್ತು...

ಚುನಾವಣೆಯ ತಾರೀಖು ಪ್ರಕಟಗೊಳ್ಳುತ್ತಿದ್ದ ಹಾಗೆ ಸರಪಂಚನ ನೆಮ್ಮದಿಯೇ ಹಾರಿ ಹೋಯಿತು. ತಾಲೂಕಿಗೆ ಭೇಟಿ ನೀಡುವುದು ಜಾಸ್ತಿ ಆಯಿತು. ಪ್ರತಿದಿನ ಪಾಟೀಲರ ವಾಡೆಯಲ್ಲಿ ಸಭೆಗಳು ಜರಗಲು ಪ್ರಾರಂಭವಾದವು.

ಪಾಟೀಲ ತನ್ನ ಜಾತಿಯ ಜನರನ್ನು ಒಂದೆಡೆ ಸೇರಿಸಿ ಯೋಜನೆ ರೂಪಿಸುತ್ತಿದ್ದ. ದಾಳಗಳನ್ನು ರಚಿಸುತ್ತಿದ್ದ. ಸಾರಾಯಿ-ಕೋಳಿಯ ಪ್ರವಾಹವೆ ಹರಿಯಿತು. ರಾತ್ರಿಯಿಡಿ ಪಾಟೀಲನ ಜನರು ಸಾರಾಯಿ ಕುಡಿದು ನಶೆಯಲ್ಲಿ ಚುನಾವಣೆ ಕುರಿತು ಚರ್ಚೆ ಮಾಡುತ್ತಿದ್ದರು.

ಈ ಕಡೆ ಕಾಣ್ಯದ ಜನರು ವ್ಯಸ್ತವಾಗಿದ್ದರು. ಕಾಣ್ಯದ ಸಿದ್ಧನ ಮನೆಯಲ್ಲಿ ಚುನಾವಣೆಯ ಚರ್ಚೆಗಳು ಪ್ರಾರಂಭವಾದವು. ಈ ಎರಡು ಪ್ರಬಲ ವಿರೋಧಿ ಪಕ್ಷಗಳತ್ತ ದಲಿತರು ನಿರ್ಲಿಪ್ತವಾಗಿ ನೋಡುತ್ತಿದ್ದರು.

ಚಾವಡಿಯಲ್ಲಿ ಇವತ್ತು ಚುನಾವಣೆ ಕುರಿತು ಸಭೆ ಸೇರಿತ್ತು. ಸಭೆಗೆ ಬೆರಳೆಣಿಕೆ ಜನ ಮಾತ್ರ ಬಂದಿದ್ದರು. ಶಾಂತರೀತಿಯಲ್ಲಿ ಒಂದೊಂದೆ ವಿಷ್ಯದ ಕುರಿತು ವಿಚಾರ ವಿನಿಮಯವಾಗುತಿತ್ತು. ಮಾಂಗಾದ ಭೂಪಾ, ಸಮಗಾರ ಚಂದು ಹಾಗೂ ಗೋಪಾ ಮಾಸ್ತರ, ನಾನಾ, ಸದಾ, ಸುಭಾಷ್ ಹಾಗೂ ಅರುಣ ಇವರೆಲ್ಲ ಹಾಜರಿದ್ದರು.

ಚುನಾವಣೆಯ ಚಿತ್ರವನ್ನು ಸ್ಪಷ್ಟಗೊಳಿಸಿಕೊಳ್ಳಬೇಕೆಂದು ಆಬಾ ಮಾತನಾಡಲು ಪ್ರಾರಂಭಿಸಿದ,

"ನೋಡಿ ಬಂಧುಗಳೆ, ಬರುವ ಹದಿನೈದನೇ ತಾರೀಖಿಗೆ ಗ್ರಾಮಪಂಚಾಯಿತಿಯ ಚುನಾವಣೆ ಐತಿ, ಗ್ರಾಮದಾಗ ಒಟ್ಟಾರೆ ಹನ್ನೊಂದು ಜಾಗ ಇದ್ದು ಅದರಲ್ಲಿ ಮೂರು ಜಾಗ ಕಾಯ್ದಿರಿಸಿದ್ದು ಅದಾವ. ಆ ಜಾಗಕ್ಕ ಹೊಲೆಯರು, ಮಾದಿಗರು, ಸಮಗಾರರು, ಕೊರವರು, ವಡ್ಡರು ಇವರ ಪೈಕಿ ಯಾರಾದ್ರೂ ನಿಲ್ಲಬಹುದು. ಅದರಲ್ಲಿ ನಮ್ಮವರು ಮೂರು ಜನ ಗೆದ್ದ ನಮ್ಮವರ ಸರಪಂಚ್ ಆಗಬಹುದು."

"ಏನ್ ಹೇಳಾತಿರಿ ಆಬಾ, ನಮ್ಮ ಕಡೆಯವರು ಸರಪಂಚ್ ಆಗೋದು ಅಷ್ಟ ಸರಳ ಐತಿ ಏನು?"-ಚಂದು ತನ್ನ ಸಂಶಯವನ್ನು ವ್ಯಕ್ತ ಪಡಿಸಿದ.

"ಹಂಗ ನೋಡಿದ್ರ ಬಾಳ ಕಠಿಣ ಐತಿ. ಆದ್ರ ಲೆಕ್ಕಾಚಾರ ಹಾಕಿದ್ರ ಬಾಳ ಸರಳ ಐತ. , ಆಕಡೆ ಪಾಟೀಲ ಹಾಗೂ ಕಾಣ್ಯದವರು ತಮ್ಮ-ತಮ್ಮ ಅಭ್ಯರ್ಥಿಯನ್ನು ಗೆಲ್ಲಿಸತ್ತಾರ. ಪಾಟೀಲ ಮತ್ತು ಕಾಣ್ಯದವರ ನಡುವ ಸ್ಪರ್ಧೆ ಆಗೋದು. ಆ ಜನರು ಪರಸ್ಪರ ವಿರೋಧಿ ಘಟಕದ ರೂಪದಾಗ ಸ್ಪರ್ಧೆ ಮಾಡೋರು. ಹಾಗಿದ್ರ ನಾವು ಏನ್ ಮಾಡಬೇಕು, ಹೇಳ್ರಿ?"–ಆಬಾನ ಪ್ರಶ್ನೆ.

"ಆಬಾ, ನಾನೇನ ಹೇಳತಿನಿ ಅಂದ್ರ, ನಾವು ಮೊದಲು ಸಂಪೂರ್ಣ ಊರಿನ ಜೊತಿ ಜಗಳಾ ಮಾಡೇವಿ. ಇದ್ದದ್ದು, ಇಲ್ಲದ್ದು ಶಕ್ತಿ, ಮರ್ಯಾದಿ ಪಣಕ್ಕ ಒಡ್ಡೆವಿ. ಆ ಮಂದಿ ದೊಡ್ಡವರು. ಇವತ್ತು ಒಬ್ಬರ ವಿರುದ್ಧ ಒಬ್ಬರು ನಿಂತುಕೊಂಡಿರಬಹುದು. ಆದ್ರೆ ನಾಳೆ ಅವರೆಲ್ಲ ಒಬ್ಬರ ಹೆಗಲ ಮ್ಯಾಲೆ ಇನ್ನೊಬ್ಬರು ಕೈ ಹಾಕಿ ಅಡ್ಡಾಡಬಹುದು. ಹಂಗಿದ್ದಾಗ ನಾವು ಅವರ ವಿರುದ್ಧ ನಿಲ್ಲುವುದರನ್ಯಾಗ ಏನ್ ಅರ್ಥ ಐತಿ? ದಿನಾ ಬೆಳಿಗ್ಗೆ ಎದ್ದ ಮ್ಯಾಗ್ ಒಬ್ಬರು ಇನ್ನೊಬ್ಬರ ಮುಖಾ ನೋಡಬೇಕು, ಮತ್ತೆ ಯಾಕ ಈ ಊಸಾಬರಿ?"–ಸದಾ ನುಡಿದ.

"ಆಬಾ, ಸದಾನ ಮಾತು ಸರಿ ಐತಿ. ಈಗ ನಾವು ಆ ಮೂರು ಜನರನ್ನ ಪರಸ್ಪರ ಸಲಹೆ–ಸೂಚನೆಯಿಂದ ಆರಿಸೋಣು."

"ಭೇಶ್ ಆಗ್ತದ ನೋಡ್ರಿ"–ಚಂದು ಸಹ ಬೆಂಬಲ ನೀಡಿದ.

ಇದಾದ ಮೇಲೆ ಸ್ವಲ್ಪ ಸಮಯ ಎಲ್ಲೆಡೆ ಶಾಂತತೆ ಪಸರಿಸಿತು. ಪ್ರತಿಯೊಬ್ಬರು ಪರಸ್ಪರ ಮುಖ ನೋಡಿಕೊಳ್ಳಲು ಪ್ರಾರಂಭಿಸಿದರು.

"ಆಬಾ, ಈಗ ಸುಮ್ಮನ ಯಾಕ ಅದಿರಿ? ಆರಿಸಬಾರ್ದಾ ಮೂರು ಮಂದಿನ!"–ಅರುಣ ನುಡಿದ.

"ಆಬಾ, ಮತ್ತೇನು? ಒಮ್ಮೆ ಆರಿಸಿ ನಮ್ಮ-ನಮ್ಮ ಕೆಲಸಕ್ಕೆ ಹತ್ತೋಣು, ಸುಮ್ಮನೆ ಸಿಂಬಳದಲ್ಲಿ ಸಿಕ್ಕ ನೊಣದ ಹಂಗ ಒಂದ ವಿಷಯದ ಮ್ಯಾಗ್ ಚರ್ಚೆ ಮಾಡೋದು ಬ್ಯಾಡ!"–ನಾನಾ ಸ್ವರ ಎಳೆದ.

"ರೀ, ಆರಿಸುದ ಇದ್ರ ಹೇಳ್ರಲ್ಲ ಹೆಸರು. ಪ್ರತಿಯೊದನ್ನು ನಾನ ಮಾಡಬೇಕೇನು? ಆದ್ರ ಒಂದ್ ವಿಷಯಾ ಲಕ್ಷದಾಗ ಇಡ್ರಿ, ಇವತ್ತಿನವರೆಗೂ ಮಾದಿಗರು, ಸಮಗಾರರು ಪಂಚರು ಅಂತ ಚಾವಡಿ ಒಳಗೆ ಹೋಗಿಲ್ಲ. ಅವರ ಮಂದಿ ಕಡಿಮೆ ಇರಬಹುದು, ಆದ್ರ ಹಾಂಗಂತ ಅವರು ಪಂಚರು ಆಗಬಾರದು ಅಂತ ಐತಿ ಏನು? ಏ ಗುರೂಜಿ?"

"ಸರಿ ಐತ್ರಿ ಆಬಾ ನಿಮ್ಮ ಮಾತು. ನಾವೆಲ್ಲಾ ಒಂದ್ ಆಗದ ನಡ್ಯಾಂಗಿಲ್ಲರಿ,"–ಗೋಪಾ ಮಾಸ್ತರ ಆಬಾಗೆ ಬೆಂಬಲ ನೀಡಿದ.

"ನೋಡಪ್ಪ, ನಾನು ನಿಮಗ ಹೆಸರು ಹೇಳತಿನಿ. ನಿಮಗ ಇಷ್ಟಾ ಆದ್ರ ಹುಂ ಅನ್ರಿ ಇಲ್ಲದಿದ್ರ ಬಿಟ್ಟ ಬಿಡ್ರಿ, ಎಲ್ಲರೂ ವಿಚಾರ ಮಾಡಿ ನಿರ್ಧಾರ ಮಾಡೋಣು,"–ಸದಾ ನುಡಿದ.

“ಹೇಳು ಸದಾ, ನೀನ ಹೇಳು, “–ಎಲ್ಲರೂ ಸದಾನಿಗೆ ಆಗ್ರಹಿಸಿದರು.

“ಹಂಗ ಇದ್ರ ಕೇಳ್ರಿ.” ಸದಾ ಮಾತನಾಡಲು ಪ್ರಾರಂಭಿಸಿ–,” ಎಂಟ್ ನಂಬರ್ ವಾರ್ಡಿನ್ಯಾಗ ಆಬಾ. ಒಂಬತ್ತ ನಂಬರ್ ವಾರ್ಡಿನ್ಯಾಗ ಚಂದು ನಿರ್ಮಳೆ ಅಂದ್ರ ಸಮಗಾರ ಮತ್ತು ಹತ್ತು ನಂಬರನ್ಯಾಗ ಭೂಪಾ ಮಾದಿಗ, ಅಂದ್ರ ಆಬಾ, ನೀವು ಹೇಳಿದ ಹಾಗೆ ಹೊಲೆಯರು, ಮಾದಿಗರು, ಸಮಗಾರರ ಎಲ್ಲರ ಹೆಸರು ಬಂತೊ ಇಲ್ಲೊ? ಏನಪ್ಪ, ಸದಾ ಹೇಳಿದ್ದು ನಿಮಗೆಲ್ಲ ಒಪ್ಪಿಗೆ ಐತೇನು?”–ನಾನಾ ಉಪಸ್ಥಿತ ಜನರಿಗೆ ಪ್ರಶ್ನಿಸಿದ.

ಎಲ್ಲರೂ ‘ಹೂಂ’ಎಂದು ಸದಾನ ಪ್ರಸ್ತಾವನೆಗೆ ಮಾನ್ಯತೆ ನೀಡಿದರು.

ಈ ಕಡೆ ಊರಲ್ಲಿ ಅನಗೊಂಡಾ ಪಾಟೀಲ್, ಸರಪಂಚ್ ಜಿನಗೊಂಡಾ ಪಾಟೀಲ, ಅಪ್ಪನಗೊಂಡಾ ಪಾಟೀಲ ಹಾಗೂ ಜಿನಗಂಡಾ ಪಾಟೀಲ್ ಈ ಎಲ್ಲ ಪ್ರಮುಖರು ಚುನಾವಣೆಗೆ ನಿಂತಿದ್ದರು. ಹಾಗೆ ಕಾಣ್ಯಾದ ಗಲ್ಲಿಯಲ್ಲಿ ಸಿದ್ಧಾ, ಆತ್ಮಾರಾಮ, ಮುಲ್ಲಾ, ಹರಿಭಾವು ಇವರೆಲ್ಲ ಚುನಾವಣೆಯಲ್ಲಿ ನಿಲ್ಲಲು ನಿರ್ಧರಿಸಿದ್ದರು. ಎರಡು ಘಟಗಳು ಹನ್ನೊಂದು ಜನರನ್ನು ಶೋಧಿಸುವಲ್ಲಿ ತಲ್ಲಿನವಾಗಿದ್ದವು.

ಉಮೇದಾರರು ಅರ್ಜಿ ತುಂಬಲು ಕೊನೆಯ ದಿನ ಬಂತು. ಇಂದು ಎಲ್ಲರೂ ತಾಲೂಕಿಗೆ ಹೋಗುವ ಮೊದಲು ಪುನಃ ಒಮ್ಮೆ ದಲಿತರ ಸಭೆ ಜರುಗಿತು. ಚುನಾವಣೆಯಲ್ಲಿ ಯಾರದೇ ಒತ್ತಾಯಕ್ಕೆ ಮಣಿಯಕೂಡದು, ಪಾಟೀಲರ ಘಟಕದಲ್ಲಿ ಹೋಗಕೂಡದು ಎಂದು ಜನರಿಗೆ ಮೇಲಿಂದ ಮೇಲೆ ಹೇಳಲಾಯಿತು. ಸಭೆ ಜರುಗುತ್ತಿದ್ದಾಗಲೇ ಕಾಣ್ಯಾದ ಸಿದ್ಧಾ, ಆತ್ಮಾರಾಮ ಹಾಗೂ ಹರಿಭಾವು ಚಾವಡಿಯೆಡೆ ಬರುತ್ತಿರೋದು ಕಾಣಿಸಿತು. ಅದನ್ನು ನೋಡುತ್ತಿದ್ದ ಹಾಗೆ ಸಭೆ ಒಂದೆರಡು ನಿಮಿಷ ಮೌನ ತಾಳಿತು.

ಸಿದ್ಧಾ ಬಾಗಿಲಿನಿಂದಾನೆ ಕೂಗಿದ–“ಆಬಾ ರೀ, ಗೋಪಾ ಮಾಸ್ತರ, ಭುಪಾ, ಚಂದುನನ್ನು ಕರಕೊಂಡು ಹೊರಗ ಬರ್ರಿ.”

“ಈ ಸಿದ್ದಂದು ಏನೀಗ? ಇವನವ್ವನ, ಬ್ಯಾಡಾದ ಟೈಂಗ್ ಬಂದು ಒಕ್ಕರಸ್ಯಾನು.”–ಗೋಪಾ ಮಾಸ್ತರು ಮನಸ್ಸಿನಲ್ಲಿಯೇ ಶಪಿಸಿದ.

“ಗುರೂಜಿ, ನಡಿರಿ, ಯಾರ್ ಬಂದಾರು ಅಂತ ನೋಡಿ ಬರೋಣು!”–ಆಬಾ ನುಡಿದ

“ಇಲ್ಲಿ ಬಂದವರೆಲ್ಲ ತಮ್ಮ ತಮ್ಮ ಕೆಲ್ಸಕ್ಕ ಹೋಗಲಿ ಬಿಡ್ರಿ”–ಸದಾ ಆಬಾ ಹೇಳಿದ.

“ಸರಿ, ಎಲ್ಲರೂ ಹೋಗ್ರಿ, ನಾವು ಸಂಜಿಕ ಬರತೇವಿ ಹೆಂಗೂ.”

ಎಲ್ಲರೂ ಹೊರಟುಹೋದರು. ಅವರ ಹಿಂದೆನೆ ಆಬಾ, ಗೋಪಾ, ಚಂದು ಮತ್ತು ಭೂಪಾ ಹೊರಗೆ ಬಂದರು.

"ಆಬಾ, ರೀ, ತಾಲೂಕಿಗೆ ಹೋಗೋದೊ ಬ್ಯಾಡಾ?"–ಸಿದ್ದಾ ಆಬಾಗೆ ಕೇಳಿದ.

"ಹೋಗದಯಿದ್ರ ಹೇಂಗ?"

"ಆಬಾ, ನಿಮ್ಮ ನಾಲ್ಕು ಮಂದಿ ಜೊತಿ ಪ್ರಾವ್ಹೈಟ್ ಮಾತಾಡೋದು ಐತಿ, ನಡಿರಿ ಸದಾನ ಅಂಗಡಿಯಾಗ ಕುಂಡ್ರುನು."

"ನಡಿರಿ, ಅದರಲ್ಲಿ ಏನು?"–ಸದಾ.

ಆಬಾನ ಹಿಂದೆ–ಹಿಂದೆ ಎಲ್ಲರೂ ಸದಾನ ಅಂಗಡಿಗೆ ಹೋದರು. ಸದಾ ಕುಳಿತುಕೊಳ್ಳಲು ಚೀಲ ಹಾಸಿದ. ಎಲ್ಲರೂ ಕುಳಿತ ಮೇಲೆ ಸಿದ್ದ ವಿಷಯಕ್ಕೆ ಬಂದ. ಅವನೆಂದ–

"ಆಬಾ, ನಿಮ್ಮ ಮೂರು ಜನ ಪಂಚಾಯಿತಿಯಲ್ಲಿ ಗೆದ್ದು ಬರ್ತಿರೊ ಇಲ್ಲೊ?"

"ರೀ, ಇದಂತ ಪ್ರಶ್ನೆ? ಬಂದ ಬರ್ತಾರ!"

"ಮುಂದೇನು ಮಾಡೋರು ಇದ್ದೀರಿ ನೀವು?"

"ಮುಂದೇನ್ ಮಾಡಬೇಕು ಅಂತ ಇನ್ನೂ ನಿರ್ಧಾರ ಮಾಡಿಲ್ಲ. ನಮ್ಮಗ ಮೂರು ಮತ ಸಿಕ್ಕರ ನಮ್ಮಲ್ಲಿ ಯಾರಾದರೂ ಸರಪಂಚ್ ಆಗ್ತಾರ."

"ನಿಮ್ಮಲ್ಲಿ ಯಾರು ಸರಪಂಚ್ ಆಗ್ತಾರೋ ಅವರಿಗೆ ನಾವೂ ಮೂರು ಮತ ನೀಡಿದ್ರ?"–ಸಿದ್ಧ ಪ್ರಶ್ನಿಸಿದ.

"ರೀ, ನಿಮ್ಮಕಡೆ ಯಾರಾದ್ರೂ ಸರಪಂಚ್ ಆಗೆ ಆಗ್ತಾರಲ್ಲ!"–ಸದಾ ನುಡಿದ.

"ಇದು ನೋಡ್ರಿ, ಪಾಟೀಲನಿಗೆ ಮಣ್ಣು ಕೊಡಬೇಕು. ಅಷ್ಟ ನಮಗೆ ಗೊತ್ತಿರೋದು. ನಿಮಗ ಸರಪಂಚ್ ಮಾಡಿ. ನಿಮಗ ಬಲ ನೀಡಾಕ ನಾವೂ ತಯಾರ ಇದೀವಿ."

ಸಿದ್ಧನ ಮಾತು ಕೇಳಿ ಆಬಾ, ಗೋಪಾ, ಸದಾ ಹಾಗೂ ಭೂಪಾ ನುಡಿದರು–"ಏನೋ, ನಾವು ಹೇಂಗ್ ಮಾಡೋದು?"

"ಆಬಾ, ನೀವ್ ನಿರ್ಧಾರ ಮಾಡಿ ಬಿರ್ಡಲ್ಲ. ಸರಪಂಚ್ ಅನಾಗೊಂಡಾ ಪಾಟೀಲ್ ಬೀಳಾಕಬೇಕು. ಹಾಗೂ ನಮ್ಮ ಮನುಷ್ಯಾ ಸರಪಂಚ್ ಆಗಬೇಕು ಅಷ್ಟೇ."–ಸದಾ ಸಲಹೆ ನೀಡಿದ.

"ಇದು ನೋಡ್ರಿ ಸಿದ್ದಾ, ನಿಮ್ಮ ಮಾತು ನಮಗ ಮಾನ್ಯ ಐತಿ. ಆದ್ರ ಈ ಸಲ ಮೋಸಾ ಮಾಡಿದ್ರ ನಡಿಯೋದಿಲ್ಲಾ. ನಾವು ಮೂರು ಜನ ಸ್ವತಂತ್ರ ಆಗಿದ್ದು, ಸರ್‌ಪಂಚರ ಆಯ್ಕೆ ಸಮಯನ್ಯಾಗ ಯಾರಿಗೂ ಮತ ನೀಡಾಂಗಿಲ್ಲ. ಇದೆಲ್ಲ ಮೊದಲ ಹೇಳಿ ಇಟ್ಟಿರತೀವಿ. ಆಮೇಲೆ ಸುಮ್ಮ ಕಿರಿಕಿರಿ ಬ್ಯಾಡಾ,"–ಆಬಾ ಕಡ್ಡಿ ತುಂಡು ಮಾಡಿದ ಹಾಗೆ ಹೇಳಿದ.

"ನಿಮ್ಮವ್ವನ!ಈಗ ನಿಮ್ಮ ಕಡೆಯವನನ್ನ ಸರಪಂಚ್ ಮಾಡೋದು ಐತಿ ಅಂದ್ರ ನೀವ ಪಕ್ಕಾ ಆಗಿ ಇರಿ. ನಿಮ್ಮನ್ನ ಬಿಟ್ಟು ಬೇರೆ ಯಾರು ಚುನಾವಣೆಗೆ ನಿಲ್ಲದಂಗ ನೋಡಿಕೊಳ್ರಿ"–ಸಿದ್ಧಾ ನುಡಿದ.

"ನಮ್ಮಲ್ಲಿ ಯಾರೂ ವಿರೋಧಿಸುದಿಲ್ಲ. ಇದನ್ನ ನಕ್ಕಿ ಅಂತ ತಿಳ್ಕೊಳ್ರಿ"–ಆಬಾ ಬಹಿರಂಗ ಪಡಿಸಿದ.

"ಹಂಗಿದ್ರ ಬರ್ರಿ ತಾಲೂಕಿಗೆ! ನಮ್ಮ ಟಾಂಪೊ ಹೊಂಟೇತಿ."

"ಯಾಕ? ನಾವು ಬರ್ತಿವಿ ಬಿಡ್ರಿ ಬಸ್ಸಿಂದ,"–ಗೋಪಾ ಮಾಸ್ತರ ನುಡಿದ.

"ಏನಪ್ಪ ಬಸ್ಸಿನ ಹಾದಿ ನೋಡತೀಯ? ನಡಿರಿ ಹೋಗಿ ಬರೋಣು."

ಸಿದ್ಧನ ಆಗ್ರಹದ ಮುಂದೆ ಯಾರದೂ ಏನೂ ನಡೆಯಲಿಲ್ಲ. ಕೊನೆಗೆ ಆಬಾ ತನ್ನ ಜನರನ್ನು ಕರೆದುಕೊಂಡು ಸಿದ್ಧನ ಹಿಂದೆ ಹೊರಟ.

ಕಾಣ್ಯಾದ ಮೂರು ಜನ ಅಭ್ಯರ್ಥಿ, ಮುಸ್ಲಿಂರ ಇಬ್ಬರು, ಧನಗರ ಬೀದಿಯ ಒಬ್ಬ ಹಾಗೂ ಮ್ಯಾದರ ಓಣಿಯ ಇಬ್ಬರು, ಕಾಯ್ದು ಇರಿಸಿದ ಕ್ಷೇತ್ರದಿಂದ ಮೂರು, ಹೀಗೆ ಗೆ ಒಟ್ಟು ಹನ್ನೊಂದು ಜನ ಅಭ್ಯರ್ಥಿಗಳಾಗಿದ್ದರು.

ಸಿದ್ಧ ಎಲ್ಲರನ್ನೂ ವಿಶ್ವಾಸಕ್ಕೆ ತೆಗೆದುಕೊಂಡ. ಎಲ್ಲರಿಗೂ ಬೀಡಿ ಕಡ್ಡಿ ಪೊಟ್ಟಣ, ಎಲೆ–ಅಡಿಕೆ ನೀಡಿದ. ಗಾಡಿ ತಾಲೂಕಿನ ದಿಸೆಯಲ್ಲಿ ಹೊರಟಿತು.

ಅದು ಎಷ್ಟೋ ವರ್ಷಗಳ ನಂತರ ಎಲ್ಲ ಜಾತಿಯ ಜನ ತೊಡೆಗೆ–ತೊಡೆ ಹಚ್ಚಿ ಕುಳಿತುಕೊಂಡಿದ್ದರು.

ಹತ್ತೊಂಬತ್ತು

"ಗುರೂಜಿ, ರೀ ಗುರೂಜಿ!" ಬೆಳಿಗ್ಗೆ-ಬೆಳಿಗ್ಗೆ ನಾನಾ ಮುದುಕ ಗೋಪಾ ಮಾಸ್ತರನ ಮನೆಯೆಡೆ ಕೂಗುತ್ತ ಬಂದ.

"ಯಾಕ ಒದರಾತಿರಿ ಜೀವಾ ಹೋದಂಗ."

"ರೀ, ನಾನರಿ, ನಾನಾ ಬಂದೇನು."

"ಒಳಗ ಬರತೀಯೊ ಬಾಗಿಲಿನಲ್ಲಿ ನಿಂತ ಒದರತಿಯೊ?"

ಗೋಪಾ ಮಾಸ್ತರ ಶರ್ಟಿಗೆ ಬಟನ್ ಹೊಲೆಯುತ್ತ ಕುಳಿತಿದ್ದ. ನಾನಾ ಬರುತ್ತಿದ್ದ ಹಾಗೆ ಸೂಜಿ-ದಾರಾ ಪಕಕ್ಕೆಯಿಟ್ಟ.

"ಯಾಕ ಬಂದಿ? ಮತ್ತ ಇಷ್ಟ ಒದರಾಕ ಏನಾತು?"

"ರೀ, ನಿಮಗ ಏನ್ ಹೇಳಬೇಕು? ಮನುಷ್ಯರ ನಿಯತ್ತು ಯಾವಾಗ ಬದಲಾಗ್ತದ ಹೇಳಾಕ ಬರಾಂಗಿಲ್ಲ ಅನ್ನೋದು ಖರೆ ಐತಿ ನೋಡ್ರಿ!"

"ಏ, ಆಗೇತಾದ್ರು ಏನು? ಹೇಳತಿಯೂ ಇಲ್ಲೊ?"

"ನಮ್ಮ ಮಂದಿ ಬಗ್ಗೆ ಏನ್ ಅಂತ ಹೇಂಗ ಹೇಳೋದ್ರಿ?"

"ಥೂ ನಿಮ್ಮವ್ವನ, ಏನಾತು ಅದಾದ್ರೂ ಹೇಳೊ ಮಹಾರಾಯಾ?"

"ರೀ, ಕಾಯ್ದು ಇರಿಸಿದ ಜಾಗದ ಚುನಾವಣೆ ಅವಿರೋಧ ರೀತಿಯಲ್ಲಿ ಆಯ್ಕೆ ಮಾಡಬೇಕು ಅಂತ ನಿರ್ಧಾರ ಆಗಿತ್ತು. ಅಲ್ಲೇನೂ?"

"ಮತ್ತೇನು...ಆದಂತು ನಿರ್ಧಾರಾ ಆಗ್ಯೈತಿ."

"ಹಂಗಿದ್ರ ನೀವ ಹೇಳ್ರಿ, ಆಬಾನ ದೊಡ್ಡ ಮಗ-ಭೀಮರಾವ್ ಅಪ್ಪನ ವಿರೋಧ ಅರ್ಜಿ ಹೇಂಗ್ ತುಂಬಿದ?"

"ಏನ್ ಹೇಳಾತಿ ನೀ?"-ಗೋಪಾ ಮಾಸ್ತರರಿಗೆ ವಿಶ್ವಾಸವೇ ಆಗುತ್ತಿಲ್ಲ.

"ರೀ, ಖರೇ ಹೇಳಾತೇನ್ರಿ. ಊರಿಗೆ ಊರ ಮಾತಾಡಾತೇತ್ರಿ."

"ಆದ್ರೆ ಆಬಾನ ಮಗಾ ಹೀಂಗ್ ಹೇಂಗ್ ಮಾಡಿದಾ?"

"ರೀ, ಹುಡುಗನಿಗೆ ಬುದ್ಧಿ-ಗಿದ್ದಿ ಐತೊ ಇಲ್ಲೊ? ಅಪ್ಪನ ಬೆಂಬಲಾ ಇಲ್ಲದ ಮಗ ಹಿಂಗ್ ಹೆಂಗ್ ಧೈರ್ಯಾ ಮಾಡಿ ಅರ್ಜಿ ತುಂಬತಾನ ಹೇಳ್ರಿ?"

ಈಗಂತು ಗೋಪಾ ಮಾಸ್ತರನ ತಲೆ ಸುತ್ತಲು ಪ್ರಾರಂಭವಾಯಿತು. ಆಬಾ ಹೀಗೆ ಮಾಡಬಹುದು ಅಂತ ವಿಶ್ವಾಸ ಆಗ್ತಾಯಿಲ್ಲ, ಆದ್ರೂ...

"ವ್ಹಾ ಆಬಾ, ನಮ್ಮ ನಮ್ಮದರೊಳಗ ತಂದು ಇದು ಕೆಲ್ಸಾ ಮಾಡಾತಾನು ಅನ್ನು!

ನಿಮ್ಮ ಜೊತೆ ಅಣ್ಣಾ-ತಮ್ಮಾ ತರಾ ಇದ್ವಿ. ಆದ್ರ ನೀವ್ ನೋಡಿದ್ರ ಕೂದಲಿನಿಂದ ಕತ್ತ ಕತ್ತರಸಾತಿರೇನು"-ಗೋಪಾ ಮಾಸ್ತರ ತನ್ನಲ್ಲಿಯೇ ಬಡಬಡಿಸಿದ ಹಾಗೂ ಒಮ್ಮೆ ಕೋಪದಿಂದ ನುಡಿದ-

"ನಾನಾ, ನಡಿ ನನ್ನ ಜೊತಿ, ಆಬಾನ ಮುಂದ ಹೋಗಿ ಮಾತಾಡೋಣು. ಯಾರ ಹೆದರಿಕೆ ನಮಗ್ಯಾಕ್ ಹೇಳು?"

"ನಡೀರಿ ಮತ್ತ! ನಾಯೆಲ್ಲಿ ಹಿಂದೇಟು ಹಾಕತೇನ್ರಿ?"

ಗೋಪಾ ಹಾಗೂ ನಾನಾ ಬರಬರನೆ ಹೆಜ್ಜೆ ಹಾಕುತ್ತ ಆಬಾನ ಮನೆಯೆಡೆ ನಡೆದರು.

ಗೋಪಾ ಮಾಸ್ತರನ ಮನಸ್ಸಿನಲ್ಲಿ ಒಂದೇ ವಿಚಾರ ಸುಳಿದಾಡುತ್ತಿತ್ತು. "ಆಬಾ ತನ್ನ ಮಗನನ್ನು ಚುನಾವಣೆಗೆ ಏಕೆ ನಿಲ್ಲಿಸಬೇಕು. , ಅದು ಸಹ ತನ್ನ ವಿರುದ್ಧವೆ."

ಗೋಪಾ ಮಾಸ್ತರನ ಮುಖ ಕೋಪದಿಂದ ಕೆಂಪಾಗಿತ್ತು.

"ರೀ ಗುರೂಜಿ, ಸ್ವಲ್ಪ ಸಮಾಧಾನ ತಗೋಳ್ರಿ,"-ನಾನಾನ ಈ ಮಾತಿನಿಂದ ಗೋಪಾ ಮಾಸ್ತರನ ಸಹನೆಯ ಕಟ್ಟೆ ಒಡೆಯಿತು.

ಗೋಪಾ ಮಾಸ್ತರ ನೋಡಿದಾಗ ಎದುರುಗಡೆಯಿಂದ ಆಬಾ ತನ್ನ ಕಿರಿಯ ಮಗ ಕಬೀರ್ ಜೊತೆ ಬರುತ್ತಿದ್ದ. ಅವರನ್ನು ನೋಡುತ್ತಿದ್ದ ಹಾಗೆ ಗೋಪಾ ಮಾಸ್ತರನ ಕೋಪ ಪಿತ್ತ ನೆತ್ತಿಗೇರಿತು.

"ರೀ, ಆಬಾ, ಭೇಟಿ ಆದ್ರಿ ಇಲ್ಲೆ ಸರಿ ಆತು, ನಿಮ್ಮ ಕಡೆನೆ ಹೊಂಟಿದ್ವಿ."-ಗೋಪಾ ಮಾಸ್ತರ ಹೀಗೇಕೆ ನುಡಿಯುತ್ತಿದ್ದಾನೆ ಎಂಬುದರ ಕಲ್ಪನೆ ಆಬಾಗೆ ಬಂದಿತು. ಅವನ ಮುಖವೂ ಬಾಡಿತ್ತು.

"ಗುರೂಜಿ, ಏನೂ ಮಾತಾಡ ಬ್ಯಾಡ್ರಿ. ನನಗ ಎಲ್ಲಾ ಗೊತ್ತ ಐತಿ. ಅದಕ್ಕ ಉತ್ತರಾ ಕೇಳಾಕ ದಿಬ್ಬದ ಮ್ಯಾಗ್ ಹೊಂಟೆನಿ. '

"ರೀ, ಇನ್ನೂ ಎಷ್ಟ ನಾಟಾಕಾ ಆಡ್ತೀರಿ? ನಿಮ್ಮ ಮ್ಯಾಗ್ ವಿಶ್ವಾಸ ಇಟ್ಟ ಹೊಟ್ಟಿಗಿ ಸಗಣಿ ತಿಂದ್ವಿ, ಅಲ್ಲರಿ. ನಿಮ್ಮ ಮಗನ ದೊಡ್ಡ ಲೀಡರ್ ಮಾಡಬೇಕು

ಅಂತ ಇದ್ರ ಬಹಿರಂಗವಾಗಿ ಮಾಡ್ರಿ. ಅದನ್ನ ಬಿಟ್ಟು ಈ ಆಟಾ ಯಾಕ್ರೀ ಆಡಬೇಕ್ರಿ?

"ಗುರೂಜಿ ಶಾಂತ ಆಗ್ರಿ ಸುಮ್ಮೆ ತಪ್ಪು ತಿಳಕೊ ಬ್ಯಾಡ್ರಿ."

"ಈಗ ನನಗೇನು ಹೇಳಬೇಡ್ರಿ. ನಿಮ್ಮ ಸಿಹಿ ಮಾತು ಕೇಳಿ ನಾವು ಸಂಸಾರ, ಮಾನಾ, ಮರ್ಯಾದೆ ಎಲ್ಲಾ ಬಿಟ್ಟು ನಿಮ್ಮ ಹಿಂದ್ ಬಂದ್ವಿ. ಬಾಳಾ ಮರ್ಯಾದೆ ಕೊಟ್ರಿ ಗೆಳೆತನಕ್ಕ! ನಾಳೆ ನಿಮ್ಮ ಮಗಾ ಗೆದ್ದ ಬಂದ್ರ ನಮಗೆಲ್ಲ ಒಬ್ಬರನ್ನಾಗಿ ಪಾಟೀಲ್ ಮುಂದ್ ಬಗ್ಗಾಕ ಕಳಿಸ್ರಿ."

"ಗುರೂಜಿ... ಗುರೂಜಿ ಏನ್ ಮಾತಾಡಾತ್ರಿ? ರೀ, ನಾನೇನು ನನ್ನ ಮಗನಿಗೆ ಅರ್ಜಿ ತುಂಬಾಕ ಹೇಳಿರಲಿಲ್ಲ. ನನಗೂ ಸಹಿತ ಇವತ್ತ ಬೆಳಿಗ್ಗಿ ವಿಷ್ಯಾ ತಿಳೀತು. ಬಾಬಾಸಾಹೇಬ್ ಅಂಬೇಡ್ಕರ್ ಅವರ ಮ್ಯಾಲೆ ಆಣಿ ಮಾಡಿ ಹೇಳಾತಿನ್ರಿ. ಗುರೂಜಿ ಇದರ ಹಿಂದ ನನ್ನ ಕೈವಾಡಾ ಇಲ್ಲ... ಇದರ ಹಿಂದ್ ಬ್ಯಾರೆ ಯಾರದೊ ಕೈವಾಡಾ ಐತ್ರಿ. ರೀ, ಮಾಂಗಾದ ಭುಪಾನ ವಿರುದ್ಧ ಮಟಕಾ ತುಂಬಿ ಕೊಡೊ ರಘ್ಯಾ ನಿಲ್ಲಲಿಲ್ಲ?"

"ರಘ್ಯಾನ ವಿಷಯ ಬ್ಯಾರೆ, ನಿಮ್ಮ ಮಗಂದೇನು? ಆಬಾ, ಇದು ನೋಡ್ರಿ ಕೊನೆ ಸಾರಿ ಹೇಳಾತಿನಿ, ಇವತ್ತಿಂದ ನಮ್ಮ ಗೆಳೆತನಾ ಮುಗಿತು. ಅಷ್ಟ ಅಲ್ಲದ ಕೇಳ್ರಿ, ಶನಿವಾರ ಸೊಸಾಯಿಟಿ ಚುನಾವಣೆ ಮತದಾನನು ಮಾಡಿಸ್ರಿ."

"ಮತ್ತೇನು? ಆಬಾ, ಏನಾದ್ರೂ ಅನ್ರಿ, ನೀವು ಹೀಂಗ್ ವಿಶ್ವಾಸಘಾತ ಮಾಡ ಬಾರಾಗಿತ್ತು,"–ನಾನಾ ಸಹ ಈಗ ಆಬಾನ ಮೇಲೆ ಮಾತಿನ ಪ್ರಹಾರ ಮಾಡಿದ.

"ನೋಡ್ರಿ ನಾನು ಖರೇನ ಹೇಳಾತೆನ್ರಿ, ನನ್ನ ಕೈಯಿಂದ ಆಗಿಲ್ಲ. ನನಗ ನನ್ನ

ಮಗನಗಿಂತ ಸಮಾಜ ದೊಡ್ಡದು, ಸೊಸಾಯಿಟಿ ದೊಡ್ಡದು,"–ಆಬಾ ನುಡಿದ.

"ಆಬಾ, ಇದುವರೆಗೂ ಬಾಳ ಕೇಳಿವಿ. ಕೇಳಿ–ಕೇಳಿ ನಮ್ಮ ಕಿವಿ ತೂತು ಬಿದ್ದಾವ. ಇವತ್ತಿಂದ ನಮಗೂ–ನಿಮಗೂ ಸಂಬಂಧ ಇಲ್ಲ. ನಿಮ್ಮ ಮಗನಿಗೆ ಸರಪಂಚ್ ಮಾಡ್ರಿ."

"ರೀ ಗುರೂಜಿ, ಬೆದರಿಕಿ ಹಾಕಬ್ಯಾಡ್ರಿ, ನಿಜವಾಗ್ಲೂ ಏನ್ ನಡದೈತಿ ಅದನ್ನಾದ್ರೂ ಕೇಳ್ರಿ ಸುಮ್ಮ, ಮನಸ್ಸಿಗೆ ಬಂದ್ ಹಂಗ ಬೆದರಿಕೆ ಹಾಕೋದು ಅಲ್ಲ?"–ಇಷ್ಟು ಸಮಯ ಸುಮ್ಮನೆ ಕುಳಿತಿದ್ದ ಕಬೀರ್ ಈಗ ಮಧ್ಯ ಪ್ರವೇಶಿಸಿದ.

"ಕಬೀರ್ ನೀನು ಸುಮ್ಮ ಕುಂದ್ರು,"–ಆಬಾ ಕಬೀರನನ್ನು ಶಾಂತಗೊಳಿಸಿದ.

"ಈಗೇನು ಕೇಳಾಕ್ ಟಾಯಿಂ ಇಲ್ಲ. ನೀವು ನಮ್ಮ ಕುತ್ತಿಗೆ ಕೊಯಿತಿರಿ ಅಲ್ಲ. ನಾವೂ ಸಹ ನಮ್ಮ ಮಂದಿ ನಿಲ್ಲಸತೇವಿ. ಈ ಶನಿವಾರ ಸೊಸಾಯಿಟಿ

ಚುನಾವಣೆ ಮಾಡಿಸ್ರಿ.. ನಡಿರಿ ನಾನಾ.–"ನಾನಾ ಹಾಗೂ ಗೋಪಾ ಆಬಾನೆಡೆ ನೋಡದೆ ಹೊರಟು ಹೋದ್ರು.

ಆಬಾಗೆ ಏನು ಮಾಡಬೇಕೆಂದು ತಿಳಿಯದಾಯಿತು. ಗೋಪಾ ಮಾಸ್ತರನ ಮನಸ್ಸಿನಲ್ಲಿ ಮೊಳಕೆಯೊಡದ ತಪ್ಪು ತಿಳುವಳಿಕೆಯನ್ನು ಹೇಗೆ ದೂರ ಮಾಡಬೇಕು? ಅದೇ ವಿಚಾರ ಹೊತ್ತುಕೊಂಡು ಆಬಾ ಹಾಗೂ ಕಬೀರ ಭೀಮರಾವನ ಮನೆಯ ಮುಂದೆ ಹೋಗಿ ನಿಂತರು. ಭೀಮರಾವ್ ಮನೆಯ ಮುಂದಿನ ಕಲ್ಲಿನ ಮೇಲೆ ಕುರುಪಿಯನ್ನು ಹರಿತ ಮಾಡುತ್ತ ಕುಳಿತಿದ್ದ.

"ಭೀಮರಾವ್, ಒಳಗ ಬಾ."–ಎಂದು ಹೇಳುತ್ತಾ ಆಬಾ ಮನೆಯ ಜಗಲಿಯ ಮೇಲೆ ಹೋಗಿ ಕುಳಿತ. ಅವನ ಹಿಂದೆ–ಹಿಂದೆ ಕಬೀರ್ ಒಳಗೆ ಹೋದ.

"ಏನ್ ಕೆಲ್ಸಾ ಐತಿ?"–ಭೀಮರಾವ್ ಆಬಾನ ಮುಂದೆ ಕುಳಿತುಕೊಳ್ಳುತ್ತಾ ಕೇಳಿದ.

"ಏ, ನೀನೇನು ನನಗ ಊರಾಗ ಇರಾಕ ಬಿಡತೀನೊ ಇಲ್ಲೊ? ಯಾಕ ನನ್ನ ಮುಖಕ್ಕ ಮಸಿ ಬಳಿತಿ?"

"ಆ? ಇಷ್ಟೊಂದು ಬೊಗಳಾಕ್ ಆಗದ ಆದ್ರೂ ಏನು?"–ಏನೂ ಆಗೆ ಇಲ್ಲ ಅನ್ನೋ ರೀತಿಯಲ್ಲಿ ಭೀಮರಾವ್ ನುಡಿದ.

"ನೋಡಪ್ಪ, ಯಾವ ಪಾಟೀಲು ಹೊಲೆಯರು–ಮಾದಿಗರ ನಾಶ ಮಾಡಬೇಕು ಅಂತಾ ಹೊಂಟಾನೊ ಅವನ ಬೆನ್ನ ಹತ್ತಿ ನೀನು ನನ್ನ ವಿರುದ್ಧ ಅರ್ಜಿ ತುಂಬಿದ್ಯಾ? ಏನ್ ಅನ್ನಬೇಕು ನಿಂಗ್?"

"ಅಣ್ಣಾ, ಅರ್ಜಿ ಹಿಂದಕ್ಕೆ ತಗೊ. ನಿನ್ನ ಕಾಲಿಗೆ ಬೀಳತೀನಿ. ಸಂಪೂರ್ಣ ಹೊಲಗೇರಿ ಆಬಾನ ಮುಖಕ್ಕ ಉಗಾಳತೇತಿ,"–ಕಬೀರ ಕೈ ಮುಗಿದು ಹೇಳಿದ.

"ಆಬಾ, ಯಾರ ಪಾರ್ಟಿಯಲ್ಲಿ ಹೋಗಬೇಕು, ಯಾರ ಪಾರ್ಟಿಯಲ್ಲಿ ಹೋಗಬಾರದು, ಇದನ್ನ ನಾನೇ ನಿರ್ಧಾರ ಮಾಡತೇನಿ. ನಿಮ್ಮ ಹಿಂದ ಹತ್ತಿ ಸಮಾಜದ ಸಲುವಾಗಿ ಸುತ್ತಾಡಿದೆ. ಕೊನೆಗಿ ನನ್ನ ಕೈಗೆ ಪರಡಿ ಸಿಕ್ಕಿತು. ಈಗ ನನಗೆ ನನ್ನ ಲಾಭ ಪಾಟೀಲನ ಪಾರ್ಟಿಯಲ್ಲಿ ಕಂಡಿತು. ಅದಕ್ಕೆ ಪಾಟೀಲನ ಪಾರ್ಟಿನ್ಯಾಗ ಸೇರಿಕೊಂಡೆಪ್ಪಾ."

"ಏ, ಆದ್ರ ಪಾಟೀಲ್ ನಮ್ಮ ಶತ್ರು ಅದಾನ"–ಆಬಾ ನುಡಿದ.

"ಇರಬಹುದು ನಿಮ್ಮ ಶತ್ರು, ಆದ್ರೆ ನಂದ್ ಅಲ್ಲ."

"ಹಂಗಿದ್ರ ನೀನು ಅರ್ಜಿ ಹಿಂದಕ್ಕ ತಗೋಳುದಿಲ್ಲೇನು?"

"ಯಾಕ ತಗೋಬೇಕು? ನೀವಷ್ಟ ಲೀಡರ್‌ಗಳಾಗಬೇಕೇನು? ನಾನು ನನ್ನ ಮನಸ್ಸಿನ ರಾಜಾ ಇದೇನಿ. ಇವತ್ತು ಮನಸ್ಸಿನ್ಯಾಗ ಬಂತು ಅಂತ ಪಾಟೀಲನ ಕಡೆ ಹೋದೆ, ನಾಳೆ ಅನ್ನಿಸಿದ್ರ ನಿಮ್ಮ ಕಡೇನು ಬರಬಹುದು."

"ಸಮಾಜದಲ್ಲಿ ಹೀಂಗ್ ಇದ್ರ ನಡಿಯಾಂಗಿಲ್ಲಪ್ಪ!"

"ನಾನೇನು ಸಮಾಜಕ್ಕ ಅಡ್ಡ ಬೀಳಾಂಗಿಲ್ಲ. ನಾನೇನು ಒಬ್ಬ ನಿಂತೇನೇನು? ಆ ರಘ್ಯಾನು ನಿಂತಾನಲ್ಲ. ಅವನು ಪಾಟೀಲನ ಗುಂಪಿನ್ಯಾಗ ಹೋಗಲಿಲ್ಲೇನು?"

"ಅವನ ವಿಷ್ಯಾ ಬ್ಯಾರೆ. ನೀನು ನನ್ನ ಮಗಾ."

"ನಿಮ್ಮ ಮಗಾ ಆಗಿದ್ದ ನನ್ನ ತಪ್ಪೇನು?"

"ಅಣ್ಣಾ, ಹೀಂಗ್ ಬಾಯಿಗೆ ಬಂದ ಹಂಗ್ ಮಾತಾಡಬ್ಯಾಡಾ, ಅರ್ಜಿ ಹಿಂದಕ್ಕೆ ತಗೊ. ಪಂಚ ಆದಿ ಅಂತೇನು ಮನಿ ಮ್ಯಾಗ್ ಬಂಗಾರದ ಕಳಶಯೇರುದಿಲ್ಲ."–ಕಬೀರ ಉಪದೇಶ ನೀಡಲು ಪ್ರಾರಂಭಿಸಿದ.

"ಇದು ನೋಡ್ರಿ ಆಬಾ ಹಾಗೂ ಕಬೀರ, ನಾನು ಒಮ್ಮೆ ಹೇಳತೀನಿ, ನನ್ನ ಮನಿಮ್ಯಾಗ ಬಂಗಾರದ ಕಳಶಾನಾದ್ರೂ ಬರಲಿ, ಇಲ್ಲದಿದ್ರ ಹದ್ದಗಳಾದ್ರೂ ಸುತ್ತಾಡಲಿ. ಅದರ ಬಗ್ಗೆ ನೀವು ಕಾಳಜಿ ಮಾಡಾಕ ಹೋಗಬ್ಯಾಡ್ರಿ. ನಾವೂ ಬಾಳ ಕೇಳೇವಿ. ಈಗ ಸಾವಿರ ಸಲ ಹೇಳಿದ್ರೂ ನಾನೇನು ಅರ್ಜಿ ಹಿಂದಕ್ಕೆ ತಗೊಳೋದಿಲ್ಲ. ನಿಮಗ ನೀವ ಬಂದಿರಿ, ಹಂಗ್ ಒಂದ್ ಕಪ್‌ಚಹಾ ಕುಡಿದು ಹೊಂಡ್ರಿ."

"ಈಗ ಚಹಾ ಯಾಕ ಕುಡಸತಿ? ವಿಷಾ ಕುಡಿಯೋ ವೇಳೆ ಬಂದೈತಿ, ಬಾಳ ದೊಡ್ಡ ಹೆಸರ ಉಳಿಸಿದಿ, ನಡೆಯೊ ಕಬೀರ ಹೋಗೋಣು,"

ಆಬಾ ನಿರಾಶನಾಗಿ ಹೊರಟ. ಈಗ ಅವನಿಗೆ ಕಣ್ಮುಂದೆ ಕಾಣಿಸ್ತಾ ಇದ್ದದ್ದು ಶನಿವಾರದ ದಿನ, ಗೋಪಾ ಮಾಸ್ತರನ ಮಾತು ಹಾಗೂ ಸೊಸಾಯಿಟಿ ಚುನಾವಣೆ.

ಇಪ್ಪತ್ತು

ಆಬಾನ ಮಗ ಭೀಮರಾವ ಅಪ್ಪನ ವಿರುದ್ಧ ಹೇಗೆ ಚುನಾವಣೆಗೆ ನಿಂತುಕೊಂಡ ಇದೇ ವಿಷಯ ಊರಲ್ಲಿ ಚರ್ಚೆಯ ವಿಷಯವಾಗಿತ್ತು. ಕಂಡ-ಕಂಡವರು ಎಲ್ಲರೂ ಈ ವಿಷಯದ ಕುರಿತು ಬೇರೆ-ಬೇರೆ ಅರ್ಥ ಕಲ್ಪಿಸುತ್ತಿದ್ದರು. ಅಪ್ಪನೆ ಮಗನಿಗೆ ಬೆಂಬಲ ನೀಡಿರಬೇಕು ಎಂದು ಕೆಲವರು ನುಡಿಯುತ್ತಿದ್ದರೆ, ಇನ್ನೂ ಕೆಲವರು ಇದು ಪಾಟೀಲನ ಷಡ್ಯಂತ್ರ ಎಂದು ಹೇಳುತ್ತಿದ್ದರು. ಪಾಟೀಲ ಭೀಮರಾವನನ್ನು ಸಾಂಗಲಿಯಲ್ಲಿ ಕರೆದುಕೊಡು ಹೋಗಿ ದೊಡ್ಡ ಹೋಟೆಲಿನಲ್ಲಿ ಪಾರ್ಟಿ ನೀಡಿದ. ಸೊಸಾಯಿಟಿಯನ್ನು ಅವನ ಕೈಗೆ ನೀಡುವ ಆಶ್ವಾಸನೆ ನೀಡಿದ. ಭೀಮರಾವ್ ನಾಯಕನಾಗಲು ಹಾಗೂ ಅವನ ಹೆಸರು ಪ್ರಸಿದ್ಧವಾಗುವಂತೆ ಮಾಡಲು ತಾನು ಬೆಂಬಲ ನೀಡುವುದಾಗಿ ಪಾಟೀಲ ಶಪಥ ಮಾಡಿದ. ಅದರಿಂದಾಗಿ ಪಾಟೀಲನ ಆಡಳಿತವೂ ಸುರಕ್ಷಿತವಾಗಿರಲಿತ್ತು. ಆಬಾನ ಹೆಸರು ಹಾಳಾಗಲಿತ್ತು. ದಲಿತರಲ್ಲಿಯ ಒಡಕು ಪಾಟೀಲನಿಗೆ ಉಪಯುಕ್ತವಾಗಲಿತ್ತು.

ಭೀಮರಾವ್ ಜೊತೆ ಮಟಕಾ ಬರೆದುಕೊಳ್ಳುತ್ತಿದ್ದ ರಘ್ಯಾನನ್ನು ಸಹ ಪಾಟೀಲ ಚುನಾವಣೆಗೆ ನಿಲ್ಲುವ ಹಾಗೆ ಮಾಡಿದ್ದ. ರಘ್ಯಾ ಪ್ರಾರಂಭದಲ್ಲಿ ಹಿಂದೆ ಸರಿದಾಗ ಪಾಟೀಲ ಅವನ ಮಟಕಾ ವ್ಯವಹಾರ ಬಂದ್ ಮಾಡುವ ಬೆದರಿಕೆ ಹಾಕಿದ. ಆ ಬೆದರಿಕೆಗೆ ಹೆದರಿಯೇ ರಘ್ಯಾ ಮಾಂಗಾದ ಭೂಪಾ ವಿರುದ್ಧ ಅರ್ಜಿ ತುಂಬಿದ. ಸಾರಾಯಿ ತಯಾರಿಸುತ್ತಿದ್ದ ಯಮನಾಜಿ ಕಾಂಬಳೆಯನ್ನು ಪಾಟೀಲ ಚಂದು ಸಮಾಗಾರನ ವಿರುದ್ಧ ಚುನಾವಣೆಗೆ ನಿಲ್ಲಿಸಿದ. ಪಾಟೀಲನ ಜೊತೆ ಇರುವುದರಿಂದ ತನ್ನ ಭಟ್ಟಿ ಖಾಯಂ ಆಗಿ ಸುರಕ್ಷಿತವಾಗಿರುತ್ತದೆ ಎಂದು ಭಾವಿಸಿ ಯಮನಾಜಿ ಚುನಾವಣೆ ಕಣದಲ್ಲಿ ಇಳಿದಿದ್ದ. ಆಬಾನ ವಿರುದ್ಧ ಅವನ ಮಗ ಭೀಮರಾವ್, ಭೂಪಾ ಮಾಂಗಾ ವಿರುದ್ಧ ಮಟಕಾದ ರಘ್ಯಾ ಹಾಗೂ

ಚಂದು ಚಮ್ಮಾರನ ವಿರುದ್ಧ ಸಾರಾಯಿಭಟ್ಟಿಯ ಯಮುನ್ಯಾ ಹೀಗೆ ದಲಿತ ಸಮಾಜದಲ್ಲಿ ಸ್ಪರ್ಧೆ ನಡೆಯಲಿತ್ತು.

ಚುನಾವಣೆಯಲ್ಲಿ ಕಪ್ಪು ವ್ಯವಹಾರ ಮಾಡುವವರು ಬಹಿರಂಗವಾಗಿ ಬರುತ್ತಿದ್ದಾರೆಂದು ಕಂಡು 'ಪ್ಯಾಥರ'ಹಾಗೂ 'ಮಾಸ್ ಮೂಮೆಂಟ್'ದ ಹುಡುಗರ ತಲೆ ಬಿಸಿಯಾಯಿತು. ಏನೇ ಆದರೂ ಈ ಕೆಟ್ಟ ಜನ ಗೆದ್ದು ಬರಬಾರ್ದು ಅಂತ ಅರುಣ ಹಾಗೂ ಸುಭಾಷ್ ಬೇರೆದು ಪ್ಯಾನಲ್ ಚುನಾವಣೆಯಲ್ಲಿ ನಿಲ್ಲಿಸಿದರು.

'ಡಾ. ಬಾಬಾಸಾಹೇಬ್ ಅಂಬೇಡ್ಕರ್ ಪ್ಯಾನಲ್' ಈ ಪ್ಯಾನಲ್‌ನ ಹೆಸರಿತ್ತು! ಆಬಾ ಈ ಹುಡುಗರು ಚುನಾವಣೆಯಲ್ಲಿ ಸ್ಪರ್ಧಿಸದಿರುವಂತೆ ತುಂಬಾನೇ ಆಗ್ರಹಿಸಿದರು, ಆದರೆ ಯಾವುದೇ ಲಾಭವಾಗಲಿಲ್ಲ. ವಾತಾವರಣ ಎಷ್ಟೊಂದು ಗಂಭೀರ ಹಾಗೂ ಅವಿಶ್ವಸನೀಯವಾಗಿತ್ತು ಅಂದರೆ ಯಾರೂ ಯಾರ ಮೇಲೂ ವಿಶ್ವಾಸ ಇಡಲು ತಯಾರೇ ಇರಲಿಲ್ಲ. ಪಾಟೀಲ್ ಈಗ ಮನೆ-ಮನೆಗೆ ಹೋಗಿ ಪ್ರಚಾರ ಮಾಡುತ್ತಿದ್ದ. ಅವನು ಸಾಕಷ್ಟು ಜನರ ಸಾಲಗಳನ್ನು ಮನ್ನಾ ಮಾಡಿದ್ದ. ಬಡ ಹೆಂಗಸರಿಗೆ ಸೀರೆಗಳನ್ನು ಹಂಚಿದ. ಶಾಲಾಮಕ್ಕಳಿಗೆ ಬಟ್ಟೆಗಳನ್ನೂ ನೀಡಿದ. ವಾಡೇಯ ಆವರಣದಲ್ಲಿ ಹೋಟೆಲ್ ತೆರೆದಿದ್ದ. ಯಾರಾದರು ಬಂದು ಮುಕ್ಕಟೆ ತಿನ್ನಬಹುದಾಗಿತ್ತು. ಪಾಟೀಲರ ವಾಡೆಯಲ್ಲಿ ಉಚಿತವಾಗಿ ತಿನ್ನಲು ಜನ ಜಾತ್ರೆ ಆಗಲು ಪ್ರಾರಂಭವಾಯಿತು. ಆಬಾನ ತಲೆ ಕೆಟ್ಟಿತು. ಒಂದೆಡೆ ಸ್ವತಃ ಮಗನ ವಿರುದ್ಧ, ಇನ್ನೊಂದೆಡೆ ಪಾಟೀಲನ ವಿರುದ್ಧ ಹಾಗೂ ಮೂರನೆಕಡೆ ಸಮಾಜದಲ್ಲಿ ಕೆಲ ಜನರ ವಿರುದ್ಧ, ಹೀಗೆ ಮೂರು ಕಡೆ ಸಂಘರ್ಷ ಮಾಡುವ ಸ್ಥಿತಿ ಅವನ ಮುಂದೆ ನಿರ್ಮಾಣವಾಗಿತ್ತು. ಅದರಲ್ಲಿ ನಾನಾ ಮಾನೆ ಅಂತಹ ಹಳೆಯ ಹಾಗೂ ವಿಶ್ವಾಸಿ ಬೆಂಬಲಿಗ ಗೋಪಾ ಮಾಸ್ತರ ದೂರಾಗಿದ್ದ. ಈ ಇಬ್ಬರೂ ಆಬಾನ ವಿರುದ್ಧ ಪ್ರಚಾರ ಮಾಡುತ್ತಿದ್ದರು.

ಸಂಜೆ ಐದು ಗಂಟೆಯಾಗಿತ್ತು. ಚಾವಡಿ ಮುಂದೆ ಎಂದೂ ಕಾಣುವ ಜನ ಸಂಧಣಿ ಇವತ್ತು ಕಂಡು ಬರುತ್ತಿರಲಿಲ್ಲ. ಸೊಸಾಯಿಟಿಯ ಚುನಾವಣೆ ಹತ್ತಿರ ಬಂದಿದ್ದರಿಂದ ಜನ ಸೊಸಾಯಿಟಿಯ ಮುಂದೆ ಜಮೆ ಆಗಿದ್ದರು. ಸೊಸಾಯಿಟಿಯಲ್ಲಿ ಏನಾಗಬಹುದು ಎಂಬುದರೆಡೆ ಸಂಪೂರ್ಣ ಊರಿನ ಗಮನ ಕೇಂದ್ರೀಕೃತವಾಗಿತ್ತು. ಸೊಸಾಯಿಟಿಯ ಅಭಿವೃದ್ಧಿಗಾಗಿ ಹಗಲು-ಇರುಳು ಶ್ರಮಿಸುವ ಆಬಾ ಗೆಲ್ಲುವನೋ ಅಥವಾ ಗೋಪಾ ಮಾಸ್ತರ? ಪ್ರತಿಯೊಬ್ಬರು ತಮ್ಮದೆ ರೀತಿಯಲ್ಲಿ ಚರ್ಚೆ ಮಾಡುತ್ತಿದ್ದರು. ಸೊಸಾಯಿಟಿಯಲ್ಲಿ ಚುನಾವಣೆ ಮಾಡುವ ಕುರಿತು ಆಬಾನ ಮನಸ್ಸಿನಲ್ಲಿ ತುಂಬಾನೇ ನೋವಿತ್ತು. ತನ್ನ ಮನಸ್ಸಿನ ವಿರುದ್ಧ ತಾನು ಚುನಾವಣೆಯಲ್ಲಿ ಸ್ಪರ್ಧಿಸುವ ಕುರಿತು ಆಬಾಗೆ ಇಷ್ಟವಾಗುತ್ತಿರಲಿಲ್ಲ;ಆದರೆ ಅಂತಹ ಪರಿಸ್ಥಿತಿ ನಿರ್ಮಾಣವಾಗಿತ್ತು. ತಾನು ಸೊಸಾಯಿಟಿಯಿಂದ ಹೊರಗೆ ಬೀಳಬೇಕೆಂದು ಆಬಾಗೆ ಅನ್ನಿಸಿತು; ಆದರೆ ಹಾಗೆ

ಮಾಡುವುದರಿಂದ ಸೊಸಾಯಿಟಿ ಕೆಟ್ಟ ಜನರ ಕೈಗೆ ಹೋಗುವುದು ಹಾಗೂ ಅದು ದಿವಾಳಿ ಆಗುವುದೆಂದು ಅವನ ಮನಸ್ಸಿನಲ್ಲಿ ಬಂತು. ಸೊಸಾಯಿಟಿ ಇರಬೇಕು ಅನ್ನುವುದಾದರೆ ಅದನ್ನು ರಾಜಕೀಯದಿಂದ ದೂರ ಇಡಬೇಕು. ಆದರೆ ಈಗ ರಾಜಕೀಯ ಎಷ್ಟೊಂದು ವ್ಯಾಪಿಸಿತ್ತು ಅಂದರೆ ಸೊಸಾಯಿಟಿಯ ಯಾವುದೇ ಸದಸ್ಯ ರಾಜಕೀಯದಿಂದ ದೂರ ಇರಲು ಸಾಧ್ಯವೇ ಇರಲಿಲ್ಲ. ಕೆಲವರು ಪಾಟೀಲರ ಕಡೆಯಿಂದ, ಇನ್ನೂ ಕೆಲವರು ಆಬಾನ ಕಡೆಯಿಂದ, ಇನ್ನೂ ಕೆಲವರು ಗೋಪ್ಯಾನ ಕಡೆಯವರಿದ್ದರು. ಯಾರೊಂದಿಗೆ ಹೋರಾಡುತ್ತಿದ್ದೇವೆ. ಯಾಕೆ ಹೋರಾಡುತ್ತಿದ್ದೇವೆ ಎಂಬುದನ್ನು ಕುರಿತು ವಿಚಾರ ಮಾಡಲು ಯಾರ ಹತ್ತಿರ ಸಮಯವೇ ಇರಲಿಲ್ಲ.

ಸೊಸಾಯಿಟಿ ಜನರಿಂದ ತುಂಬಿ ತುಳುಕುತಿತ್ತು. ಬಾಗಿಲಲ್ಲೂ ಕಾಲು ಇಡಲು ಸ್ಥಳವಿರಲಿಲ್ಲ. ಇವತ್ತು ತುಂಬಾ ಜನ ಕುಡಿದು ಬಂದಿದ್ದರು. ಕೆಲವರಂತೂ ಪಾಟೀಲನ ವಾಡೆಯಿಂದ ತಂದಿದ್ದ ಭಡಂಗ ತಿನ್ನುತ್ತಿದ್ದರು. ಹನ್ನೊಂದು ಸ್ಥಳಕ್ಕಾಗಿ ಅವರು ಹನ್ನೊಂದು ಅಭ್ಯರ್ಥಿಗಳನ್ನು ಚುನಾವಣೆ ಕಣದಲ್ಲಿ ನಿಲ್ಲಿಸಿದ್ದರು. ಅಷ್ಟೇ ಜನ ಅಭ್ಯರ್ಥಿಗಳು ಗೋಪಾ ಮಾಸ್ತರನ ವತಿಯಿಂದ ಹಾಗೂ ಭೀಮರಾವ್ ವತಿಯಿಂದ ಚುನಾವಣೆಯಲ್ಲಿ ಸ್ಪರ್ಧಿಸುತ್ತಿದ್ದರು. ಆಬಾನ ತಲೆಯಲ್ಲಿ ಮಾತ್ರ ಸೊಸಾಯಿಟಿಯ ಭವಿಷ್ಯದ ಚಿಂತೆ ಒಂದೇ ಸಮನೆ ಸುತ್ತು ಹಾಕುತ್ತಿತ್ತು... ಏನಾಗುವುದು ಸೊಸಾಯಿಟಿದು?

"ಆಬಾ, ನೋಡು ಭೀಮರಾವ್ ಬಂದಿದ್ದಾನೆ,"–ಸದಾ ಭೀಮರಾವ್‌ನಯೆಡೆ ಬೆರಳು ಮಾಡಿ ತೋರಿಸಿದ.

ಬಿಳಿ ಧೋತರ, ಮೇಲೆ ಬಳಿ ನೆಹರು ಶರ್ಟ್ ಹಾಗೂ ತಲೆ ಮೇಲೆ ಗಾಂಧಿ ಟೋಪಿ ತೊಟ್ಟು ಭೀಮರಾವ್ ಬಂದಿದ್ದ. ಎಲೆ ಅಡಿಕೆ ತಿಂದಿದ್ದರಿಂದ ಅವನ ತುಟಿಗಳು ಕೆಂಪೇರಿದ್ದವು. ಕಾಲಿನಲ್ಲಿಯ ಕೊಲ್ಲಾಪುರಿ ಚಪ್ಪಲಿಯ ಭರ್‌ ಕರ್‌sss ಶಬ್ದ ಕೇಳಿ ಬರುತ್ತಲಿತ್ತು. ಒಂದು ರೀತಿಯ ಸೊಕ್ಕು, ವಿಶ್ವಾಸ ಅವನ ಕಣ್ಣುಗಳಿಂದ ತುಳುಕುತಿತ್ತು.

"ಆಬಾ, ಭೀಮರಾವಗೆ ಈ ಡ್ರೆಸ್ ಯಾರು ಕೊಡಿಸಿದಾರಂತ ಗೊತ್ತೇನು?"–ಕೆಳಗೆ ತಲೆ ಹಾಕಿಕೊಂಡು ಕುಳಿತಿದ್ದ ಆಬಾಗೆ ಸದಾ ಕೇಳಿದ.

"ಇಲ್ಲಪ್ಪ ಸದಾ, ನಂಗ್ ಗೊತ್ತಿಲ್ಲ"–ಆಬಾ ಶಾಂತ ರೀತಿಯಲ್ಲಿ ಉತ್ತರ ನೀಡಿದ.

"ಅನಗೊಂಡಾ ಪಾಟೀಲ್ ನೀಡ್ಯಾನು ಇಷ್ಟ ಅಲ್ಲ ಮತ್ತ ಆಬಾ, ಚುನಾವಣೆಗಾಗಿ ಹತ್ತು ಸಾವಿರ ರೂಪಾಯಿ ಸಹ ಕೊಟ್ಟಾನು ಪಾಟೀಲ."

"ಸದಾ, ನಾನು ಸೊಸಾಯಿಟಿ ಹಿಂದ ನಿಂತಕೋತಿನಿ, ನೀನು ಭೀಮರಾವ್‌ನನ್ನು ಕರಕೊಂಡು ಹಿಂದಗಡೆ ಬಾ. ಕೊನೆಸಲ ಪ್ರಯತ್ನ ಮಾಡಿ ನೋಡೋಣು."

"ಆಬಾ, ಕರಿಬ್ಯಾಡ್ರಿ ಆ ಹರಾಮ್‌ಕೋರ್‌ನಿಗೆ ಹಣದ ಮದಾ ಐತಿ ಅವನ ಕಣ್ಣಾಗ ಅವನ ಹಿಂದ ಪಾಟೀಲ್ ಅದಾನಲ್ಲ. ಹಣದಿಂದ ಈ ಅಣ್ಣನಿಗೆ ಅಪ್ಪನ ಹಾಗೂ ತಮ್ಮನ ಗುರುತು ಸಿಗಾತ್ತಿಲ್ಲ"–ಇಷ್ಟು ಹೊತ್ತು ಸುಮ್ಮನೆ ಕುಳಿತಿದ್ದ ಕಬೀರ್ ಕೋಪದಿಂದ ನುಡಿದ.

"ಕಬೀರ್, ಪಾಟೀಲನ ಇಂತಾ ಕೆಲ್ಸಾ ಹೊಸಾದೇನು ಅಲ್ಲ. ವಂಶಪಾರಂಪರಿಕವಾಗಿ ಅವರೆಲ್ಲ ಒಡೆದು ಆಳುವ ನೀತಿಯನ್ನು ಅನುಸರಿಸಿಕೊಂಡು ಬಂದಾರು. ನೋಡೋಣು, ಭೀಮರಾವ್‌ಗೆ ಮತ್ತೊಮ್ಮೆ ವಿನಂತಿ ಮಾಡೋಣು."

"ರೀ ಆಬಾ, ಉಲ್ಟಾಯಿಟ್ಟ ಕೊಡದ ಮ್ಯಾಗ ನೀರು ಹಾಕಿದಂಗ ಈ ಕೆಲ್ಸಾ."–ಕಬೀರ್.

"ಆಬಾ, ನೀವು ಹೊಂಡ್ರಿ. ಹಿಂದ, ನಾನು ಕರಕೊಂಡು ಬರ್ತಿನಿ."–ಸದಾ ಭೀಮರಾವ್‌ಯೆಡೆ ಹೊರಟ.

ಆಬಾ ಮತ್ತು ಕಬೀರ್ ಸೊಸಾಯಿಟಿಯ ಹಿಂಭಾಗದಲ್ಲಿ ಹೋಗಿ ನಿಂತರು. ಚಪ್ಪಲಿಯ ಕರ್‌sss ಕರ್‌sss ಶಬ್ದ ಕೇಳಿ ಬರಲು ಪ್ರಾರಂಭವಾಯಿತು. ಆಬಾ ಧ್ವನಿ ಬಂದ ದಿಕ್ಕಿನಲ್ಲಿ ಕತ್ತು ತಿರುಗಿಸಿ ನೋಡಿದರು. ಎದುರುಗಡೆಯಿಂದ ಭೀಮರಾವ್ ಧಿಮಾಕಿನಿಂದ ಬರುತ್ತಿದ್ದ. ನಡೆಯುತ್ತ–ನಡೆಯುತ್ತ ಅವನ ಕಾಲು ಒಂದು ಕಲ್ಲಿನ ಮೇಲೆಯಿಟ್ಟ, ಹೊಸ ಚಪ್ಪಲಿ ಹಾಕಿಕೊಂಡ ಕಾರಣದಿಂದ ಕಾಲ ಜಾರಿತು. ಹಾಗೋ–ಹೀಗೋ ಅವನು ತನ್ನನ್ನು ತಾನು ಸಂಭಾಳಿಸಿಕೊಂಡ.

"ಭೀಮರಾವ್, ಮನುಷ್ಯ ತನ್ನ ಕಾಲಿನ ಅಡಿ ನೋಡಬೇಕು. ಹೊಸ ಚಪ್ಪಲಿ ಆದಾವ, ಕಾಲು ಜಾರತದ."–ಆಬಾ ಮೃದುವಾಗಿ ನುಡಿದ.

"ಆಬಾ ಉಪದೇಶ ಮಾಡೊ ಸಮಯ ಅಲ್ಲ. ಚುನಾವಣೆ ಟಾಯಿಂ, ಏಷ್ಟಬೇಕು ಅಷ್ಟ ಮಾತಾಡ್ರಿ"–ಭೀಮರಾವ್ ಗಂಭೀರವಾಗಿ ಉತ್ತರಿಸಿದ.

"ಭೀಮರಾವ್, ಸೊಸಾಯಿಟಿಯಿಂದಾಗಿ ಇದ ಸಲ ಹೊಲೆಯರು–ಮಾದಿಗರು, ಸಮಗಾರರು ಒಂದ ಕಡೆ ಬಂದಾರು. ಪ್ರತಿಯೊಬ್ಬರ ಕೈನ್ಯಾಗ ರೊಕ್ಕಾ ಅಡತೇತಿ, ಕೂಳಿನ ಪ್ರಶ್ನೆ ಬಗಿ ಹರದೈತಿ, ಮ್ಯಾಲಿನವರದ್ದು ಆಟಾ ಕಮ್ಮಿ ಆಗೇದ. ಈ ಸೊಸಾಯಿಟಿ ಅಂದ್ರ ನಮ್ಮ ಮಂದಿ ಅವ್ವ ಇದ್ದಾಂಗ, ಅದರೊಳಗ ರಾಜಕೀಯ ಬ್ಯಾಡ. ನನ್ನ ಮಾತು ಕೇಳು; ಆದ್ರ ಸೊಸಾಯಿಟಿ ಹಾಳಾಗೋದು ಬ್ಯಾಡಾ. ಅದರಿಂದ ಪಾಟೀಲ ಉದ್ಧಾರ ಆಗ್ತಾನ."–ಆಬಾ ಬೇಡಿಕೊಳ್ಳುತ್ತಿದ್ದ.

"ಆಬಾ ಇಲೆಕ್ಷನ್ ಆಗೋದು ಅಂದ್ರ ಆಗೋದ. ಮತ್ತ ಈಗ ಹೇಳಿ ಇಟ್ಟಿರತೇನಿ, ಚೇರ್‌ಮನ್ ಸಹ ನಾವ್ ಆಗ್ತಿವಿ. ಎಲ್ಲ ಜನ ನನ್ನ ಹಿಂದ ಅದಾರು. ನನಗೆ ಬೆಲೆ ಕಟ್ಟಿ ಅವನು ಕೊಂಡಕೊಂಡಾನು. ನಿಮ್ಮ ಉಪದೇಶ ಏನೂ ಬ್ಯಾಡಾ. ಆಬಾ, ನಾನು ಲೀಡರ್ ಆಗೋದು ನಿಮಗ ಸಹಿಸಾಕ

ಆಗವಲ್ಲತು ಅಂತ ಗೊತ್ತು... ಆದ್ರ... ಹೋಗಲಿ ಬಿಡ್ರಿ, ನಿಮ್ಮದು ಮಾತಾಡಿ ಆತೇನು?"–ಭೀಮರಾವ್ ನಿರ್ಭೀತವಾಗಿ ಆಘಾತ ನೀಡಿದ.

ಆಬಾನ ಕಣ್ಣುಗಳು ಹನಿಗೂಡಿದ್ದವು. ಅವನು ಪುನಃ ಒಮ್ಮೆ ಭೀಮರಾವನೆಡೆ ನೋಡಿದ. ತಕ್ಷಣ ಅವನ ಕಾಲುಗಳ ಮೇಲೆ ಎರಗಿದ.

"ಭೀಮು, ಈ ಮುದುಕನ ಮಾತು ಸ್ವಲ್ಪ ಕೇಳು, ಚುನಾವಣೆಯಿಂದಾಗಿ ಸೊಸಾಯಿಟಿ ಹಾಳಾಗ್ತದ ಭೀಮರಾವ್... ನಿನ್ನ ಕಾಲಿಗೆ ಬೀಳತೇನಿ, ಪಾಟೀಲನ ಬೆನ್ನು ಹತ್ತಬ್ಯಾಡಾ."–ಆಬಾಗೆ ತನ್ನ ಕಣ್ಣೀರನ್ನು ತಡೆದುಕೊಳ್ಳಲು ಆಗುತ್ತಲೇ ಇರಲಿಲ್ಲ.

ಭೀಮರಾವ್ ಆಬಾನೆಡೆ ನೋಡದೆ, ಒಂದು ಮಾತೂ ಆಡದೆ ಹೊರಟು ಹೋದ. ಆಬಾ ಕಣ್ಣೀರು ಒರೆಸಿಕೊಳ್ಳುತ್ತ ನಿಂತ ಕಬೀರನ ಭುಜದ ಮೇಲೆ ಕೈಯಿಟ್ಟು ಆಧಾರ ಪಡೆದುಕೊಂಡ. ಸೊಸಾಯಿಟಿಯ ಬಾಗಿಲಿನಲ್ಲಿ ಬಂದು ಶಾಂತ ರೀತಿಯಿಂದ ಕುಳಿತುಕೊಂಡ. ಈ ಹಿಂದೆ ಆಬಾ ಕಾಣಿಸಿಕೊಂಡಾಗ 'ಜಯ ಭೀಮ' ಎನ್ನುತ್ತಿದ್ದರು ಇವತ್ತು ಆಬಾನೆಡೆ ಕೇವಲ ದೃಷ್ಟಿ ಬೀರಿ ತಲೆ ಕೆಳಗೆ ಮಾಡಿ ಒಳಗೆ ಹೋಗುತ್ತಿದ್ದರು. ಮನುಷ್ಯರು ಇಷ್ಟು ಬೇಗ ಹೇಗ ತಾನೇ ಬದಲಾಗುತ್ತಾರೆ? ಎಂದು ಆಬಾನ ಮನಸ್ಸಿನಲ್ಲಿ ಪ್ರಶ್ನೆಯೊಂದು ಸುಳಿದಾಡಿತು.

ಸೊಸಾಯಿಟಿಯ ಮತದಾನ ಪ್ರಾರಂಭವಾಯಿತು. ಎಲ್ಲೆಡೆ ಶಾಂತತೆ ಪಸರಿಸಿತು. ಪ್ರತಿಯೊಬ್ಬರು ಚುನಾವಣೆಯ ಫಲಿತಾಂಶ ಕುರಿತು ತಮ್ಮ ಅಂದಾಜು ವ್ಯಕ್ತ ಪಡಿಸಲು ಪ್ರಾರಂಭಿಸಿದರು. ಯಾರು ಆರಿಸಿ ಬರಬಹುದು ಎಂಬುದನ್ನು ಯಾರೂ ನಿಶ್ಚಿತವಾಗಿ ಹೇಳುವ ಸ್ಥಿತಿಯಲ್ಲಿ ಇರಲಿಲ್ಲ; ಆದರೆ ಭೀಮರಾವ್ ಘಟಕದಲ್ಲಿಯ ಜನರಿಗೆ ತಾವೇ ಗೆಲ್ಲುವ ಕುರಿತು ಖಾತರಿ ಇತ್ತು. ಮತ ಎಣಿಕೆ ಪ್ರಾರಂಭವಾಗುತ್ತಿದ್ದ ಹಾಗೆ ಜನರ ಉತ್ಸುಕತೆಯೂ ಹೆಚ್ಚುತ್ತ ನಡೆದಿತ್ತು. ಒಂದೊಂದೆ ಫಲಿತಾಂಶ ಹೊರಗೆ ಬೀಳಲು ಪ್ರಾರಂಭವಾದವು. ಒಂದು ಗಂಟೆಯಲ್ಲಿ ಚುನಾವಣಾ ಅಧಿಕಾರಿಗಳು ಹೊರಗೆ ಬಂದರು. ಅವರ ಕೈಯಲ್ಲಿ ಉದ್ದವಾದ ಒಂದು ಹಾಳೆಯಿತ್ತು.

"ಮಿತ್ರರೇ–"–ಚುನಾವಣಾ ಅಧಿಕಾರಿಗಳು ಫಲಿತಾಂಶ ಓದಲು ಪ್ರಾರಂಭಿಸಿದರು.

"ನಿಮ್ಮ ಸೊಸಾಯಿಟಿಯ ಚುನಾವಣೆ ಇದುವರೆಗೂ ಅವಿರೋಧವಾಗಿತ್ತು. ಈ ವರ್ಷ ಮೊದಲ ಬಾರಿ ಮತದಾನವಾಗಿದೆ. ಸಂಪೂರ್ಣ ಚುನಾವಣೆ ಶಾಂತ ರೀತಿಯಿಂದ ಜರುಗಿದೆ. ಯಾವುದೇ ಅನುಚಿತ ಘಟನೆಯೂ ಜರುಗಲಿಲ್ಲ; ಇದನ್ನು ಹೇಳುವಾಗ ತುಂಬಾನೇ ಆನಂದವಾಗುತ್ತದೆ. ಈಗೇನು ನೀವು ತುಂಬಾ ಉತ್ಸುಕತೆಯಿಂದ ಕಾಯುತ್ತಿರುವ ವಿಷಯವೆಂದರೆ ಫಲಿತಾಂಶ. ಈಗ ನಾನು ಫಲಿತಾಂಶವನ್ನು ಪ್ರಕಟಿಸುತ್ತಿರುವೆ. ಈ ಚುನಾವಣೆಯಲ್ಲಿ ಮೂರು ಪ್ಯಾನಲ್‌ಗಳು ಇದ್ದವು. ಒಂದು ಈ ಸೊಸಾಯಿಟಿಯ ಸಂಸ್ಥಾಪಕ ಆಬಾ ಕಾಂಬಳೆ

ಅವರದ್ದು; ಇನ್ನೊಂದು ಗೋಪಾ ಮಾಸ್ತರದ್ದು ಹಾಗೂ ಮೂರನೇಯದ್ದು ಭೀಮರಾವ್ ಕಾಂಬಳೆಯವರದ್ದು ಎಂದು ಹೇಳಲು ಆನಂದವಾಗುತ್ತದೆ. ಈ ಚುನಾವಣೆಯಲ್ಲಿ ಭೀಮರಾವ್ ಕಾಂಬಳೆ ಅವರ ಘಟಕ ವಿಜಯಶಾಲಿ ಆಗಿದೆ. ಇನ್ನು ಮುಂದೆ ಸೊಸಾಯಿಟಿಯ ಕೆಲಸಗಳನ್ನು ವ್ಯವಸ್ಥಿತವಾಗಿ ಮಾಡಿ, ಎಂಬ ಅಪೇಕ್ಷೆಯನ್ನು ವ್ಯಕ್ತಪಡಿಸುತ್ತೇನೆ."

ಫಲಿತಾಂಶ ಹೊರಗೆ ಬರುತ್ತಿದ್ದ ಹಾಗೆ ಜನ ಗುಲಾಲು ಎರಚಲು ಪ್ರಾರಂಭಿಸಿದರು. ಪಟಾಕಿ ಸದ್ದು ಮೊಳಗಲು ಪ್ರಾರಂಭವಾಯಿತು. ಹಲಗೆ ಮೊಳಗಿತು. 'ಅನಗೊಂಡಾ ಪಾಟೀಲರಿಗೆ ಜಯವಾಗಲಿ, ಭೀಮರಾವ್ ಕಾಂಬಳೆ ಅವರಿಗೆ ಜಯವಾಗಲಿ. ' ಎಂಬ ಘೋಷಣೆ ಆಕಾಶಕ್ಕೆ ಮುಟ್ಟಿತು. ಗುಲಾಲಿನಿಂದ ಮೆತ್ತಲ್ಪಟ್ಟ ಭೀಮರಾವ್‌ನನ್ನು ಜನ ಭುಜದ ಮೇಲೆ ಕುಳ್ಳಿರಿಸಿದ್ದರು. ಯಾರೋ ಕೂಗಿದರು 'ನಡಿರಿ, ನಡಿರಿ, ಪಾಟೀಲರ ವಾಡೆಗೆ ಮೆರವಣಿಗೆ ತೆಗೆದುಕೊಂಡು ಹೋಗೋಣ. ' ಮತ್ತು ಮೆರವಣಿಗೆ ವಾಡೆಯೆಡೆ ನಡೆಯಿತು.

ಸೊಸಾಯಿಟಿಯ ಬಾಗಿಲಿನಲ್ಲಿ ಕೇವಲ ಆಬಾ, ಸದಾ, ಕಬೀರ್, ಗೋಪಾ ಮಾಸ್ತರ ಹಾಗೂ ಒಂದಿಬ್ಬರು ಸಮರ್ಥಕರು ನಿಂತಿದ್ದರು. ಗೋಪಾ ಮಾಸ್ತರ ಕೋಪದಲ್ಲಿ ಹೂಂಕರಿಸುತ್ತ ಆಬಾನ ಮುಂದೆ ಬಂದು ನುಡಿದ–"ಆಬಾ, ರೀ ಯಾಕ್ರಿ ಕುಂತಿರಿ? ನೀವು ಮೆರವಣಿಗಿನ್ಯಾಗ ಕುಣಕೊಂತ ಹೋಗ್ರಿ, ಹುಡುಗ ಚೇರ್‌ಮನ್ ಆದ ಅಂತ ಮನಸ್ಸಿನ್ಯಾಗ ತಣ್ಣಗ ಅನ್ನಿಸಿರಬಹುದಲ್ಲ? ರೀ, ನಿಮ್ಮ ಮಗನಿಗೆ ಚೇರ್‌ಮನ್ ಮಾಡೋದ ಇದ್ರ ಸರಳ ಹೇಳಬೇಕಿತ್ತು. ಬೆನ್ನಾಗ... ಬೆನ್ನಾಗ ಯಾಕ್ರಿ ಚೂರಿ ಹಾಕಿದ್ರಿ?"

"ಮಾಸ್ತರ, ನಿಮಗ ತಪ್ಪು ಅನ್ನಿಸೇದ, ನಿಮಗ ಹೇಂಗ ತಿಳಿಸಲಿ? ಇದೆಲ್ಲ ನೋಡಿ ನನ್ನ ಮನಸ್ಸು ಮುರದೇತ್ರಿ. ನಾನು ಕುಸೂದ ಹೋಗೆನ್ರಿ ಮಾಸ್ತರ. ಆಗಿದ್ರ ಹಿಂದ ನಂದು ಎಳ್ಳಷ್ಟು ಪಾತ್ರ ಇಲ್ಲಾರೀ ಮಾಸ್ತರ. ವಿಶ್ವಾಸ ಮಾಡ್ರಿ, ಸಮಾಜದೊಂದಿಗೆ ವಿಶ್ವಾಸ ದ್ರೋಹ ನಾ ಮಾಡಾಂಗಿಲ್ಲಾರಿ."

"ಏನೂ ಹೇಳಾಕ್ ಹೋಗಬ್ಯಾಡ್ರಿ. ನಮ್ಮ ಮುಂದ ಪಾಟೀಲಗ ಬೈಯೋದು ಮತ್ತು ಸ್ವಂತಃ ಮಗ ನಿಗೆ ಅವರ ಕಾಲಿಗೆ ಬೀಳಾಕ್ ಕಳಿಸೋದು. ಎಲ್ಲಾ ತಿಳಿತದ ಆಬಾ ನಮಗ ನಾಳೆ ನಿಮ್ಮ ಮಗನ್ ಸರಪಂಚ್ ಮಾಡ್ರಿ. ಆಮೇಲೆ ಹೇಳ್ರಿ ಅದಕ್ಕೂ ನನಗೂ ಸಂಬಂಧ ಇಲ್ಲ ಅಂತ! ರೀ ಆಬಾ, ಒಪ್ಪಿಕೊಂಡೆರಿ ನಿಮ್ಮನ್ನ! ಜನ ಹುಚ್ಚರು ಅಲ್ವೇನ್ರಿ?"–ಗೋಪಾ ಮಾಸ್ತರ ಊರಿಯುತ್ತಿದ್ದ.

"ಮಾಸ್ತರ, ನಿಮಗ ಹೇಂಗ್ ತಿಳಿವಲ್ಲದ್ದು? ರೀ, ನಾನು ಮಗನ ಕಾಲಿಗೆ ಬಿದ್ದೆ. ಅವನ ಕಾಲಿನ ಮ್ಯಾಗ ತಲಿಯಿಟ್ಟೆ; ಅತ್ತೇರಿ; ಆದ್ರ ಏನೂ ಪ್ರಯೋಜನ ಆಗಲಿಲ್ಲ. ಪಾಟೀಲನ ಮು?ಷ್ಠಿನ್ಯಾಗ ಅವನು ಸಿಕ್ಕಾನು. ರಾಜಕಾರಣಿ ಆಗೂ ಹುಚ್ಚು ಅವನಿಗೆ ಹಿಡಿದ್ಯೆತಿ. ನಾನೇನು ಮಾಡಲಿ ಹೇಳ್ರಿ? ಪಂಚಾಯಿತಿ ಚುನಾವಣೆಯಿಂದ ಹಿಂದಕ್ಕೆ ಸರಿ ಅಂದ್ರ ನಾನು ತಯಾರಿದ್ದೇನೆ; ನನಗ ಈ

ಹೋರಾಟ ಬ್ಯಾಡಾ. ನಾಂವ ನಮ್ಮ ಮಂದಿ ಕಾಲ್ ಜಗ್ಗೋದು ಸರಿ ಅಲ್ಲ"– ಆಬಾ.

"ನೀವು ಹಿಂದಕ್ಕೆ ತಗೋಬಹುದು. ಅದರಿಂದ ನಿಮ್ಮ ಮಗನಿಗೆ ಉಪಯೋಗ. ಅವನಿಗೆ ಇನ್ನೊಬ್ಬ ಪ್ರತಿಸ್ಪರ್ಧಿ ಇಲ್ಲದಂಗ ಆಗಬಹುದು. ಏನೂ ಹೇಳಬ್ಯಾಡ್ರಿ. ಆಗಲಿ ಬಿಡ್ರಿ ಚುನಾವಣೆ."–ಗೋಪಾ ಮಾಸ್ತರ ಎದ್ದು ಬಲಗಾಲಿನಿಂದ ಜೋರಾಗಿ ಭೂಮಿಗೆ ಒದ್ದು ಹೊರಟುಹೋದ.

ಸೊಸಾಯಿಟಿ ಚುನಾವಣೆ ಮುಗಿಯುತ್ತಿದ್ದ ಹಾಗೆ ಗ್ರಾಮಪಂಚಾಯಿತಿಯ ಚುನಾವಣಾ ಪ್ರಚಾರಕ್ಕೆ ಜೋರು ಬಂತು. ಊರಿನ ಎಲ್ಲ ಗೋಡೆಗಳಿಗೆ ಬಣ್ಣ ಹಚ್ಚಲಾಯಿತು. ಬೀದಿ–ಬೀದಿಯಲ್ಲಿ ಸ್ಪೀಕರ ಹಚ್ಚಲಾಯಿತು. ಲೋಕಸಭೆ–ವಿಧಾನಸಭೆಯ ಚುನಾವಣೆಯಲ್ಲಿ ಕಂಡು ಬಾರದ ಮೆರಗು ಈ ಚುನಾವಣೆಯಲ್ಲಿ ಕಂಡು ಬರುತ್ತಲಿತ್ತು. ಗ್ರಾಮದಲ್ಲಿ ಪ್ರಥಮ ಬಾರಿ ಗ್ರಾಮ ಪಂಚಾಯಿತಿ ಚುನಾವಣೆ ಜರುಗಲಿದ್ದ ಕಾರಣ ಯಾರು ಗೆಲ್ಲುವರು ಎಂಬ ಉತ್ಸುಕತೆ ಅಂತು ಇದ್ದೆ ಇತ್ತು. ಗ್ರಾಮದಲ್ಲಿ ಪಾಟೀಲ ಹಾಗೂ ಕಾಣ್ಯಾದ ಘಟಕಗಳ ಮಧ್ಯ ನೇರ ಸ್ಪರ್ಧೆಯಂತು ಇತ್ತು. ಆದರೆ ಕಾಯ್ದಿರಿಸಿದ ಸ್ಥಳಗಳಲ್ಲಿ ನಾಲ್ಕು ಘಟಕಗಳು ಸ್ಪರ್ಧಿಸುತ್ತಿದ್ದವು; ಆಬಾ, ಭೀಮರಾವ್, ಗೋಪಾ ಹಾಗೂ ಅರುಣ ಮತ್ತು ಸುಭಾಷ್ ಈ ನಾಲ್ಕು ಘಕಟದ ಉಮೇದಾರು ಇದ್ದರು.

ಪ್ರಚಾರ ಕಾರ್ಯದಲ್ಲಿ ಊರಿಗೆ ಊರೇ ಮುಳುಗಿತ್ತು. ಅಷ್ಟೇ ಅಲ್ಲದೆ ಹೊಲಗೇರಿಯಲ್ಲಿ ಎಂದೂ ಬಾರದ ಹಾಗೂ ಬಂದರು ಚಾವಡಿಯ ಬಾಗಿಲಿನಲ್ಲಿ ನಿಂತು ಹೋಗುವ ಪಾಟೀಲ್ ಈಗ ಹೊಲೆಯರ ಒಲೆಯ ಹತ್ತಿರ ಹೋಗಲು ಪ್ರಾರಂಭಿಸಿದ. ಅವರೊಂದಿಗೆ ಒಂದಾಗಲು ಪ್ರಾರಂಭಿಸಿದ. ಅವರೊಂದಿಗೆ ಚಹಾ ಕುಡಿಯಲು ಪ್ರಾರಂಭಿಸಿದ. ಅವರ ಮಕ್ಕಳನ್ನು ಮುದ್ದಾಡಲು ಪ್ರಾರಂಭಿಸಿದ. ಪಾಟೀಲ ತಮ್ಮ ಮನೆಗೆ ಬರ್ತಾನೆ ಎಂಬುದರ ಕುರಿತು ಅನೇಕ ದಲಿತರಿಗೆ ಆನಂದವಾಗಲು ಪ್ರಾರಂಭವಾಯಿತು.

ಆಬಾ ಕಾಣ್ಯಾದ ವತಿಯಿಂದ, ಭೀಮರಾವ್ ಪಾಟೀಲನ ವತಿಯಿಂದ, ಗೋಪಾ ಮಾಸ್ತರ ಹಾಗೂ ಅರುಣ–ಸುಭಾಷ್ ಮಾತ್ರ ನಿಷ್ಪಕ್ಷವಾಗಿ, ಸ್ವತಂತ್ರವಾಗಿದ್ದರು. ಗೆದ್ದು ಬಂದ ಮೇಲೆ ನಾವು ಸ್ವಂತಂತ್ರ ರೂಪದಲ್ಲಿ ಪಂಚಾಯತ್ ಸ್ಥಾಪಿಸಬೇಕೆಂಬ ಧೋರಣೆ ಇತ್ತು. ಆದರೆ ಗಲ್ಲಿಯ ಜನರು ಮಾತ್ರ ಈ ಚುನಾವಣೆಯಿಂದ ಒಳ್ಳೆಯ ರೀತಿಯಲ್ಲಿ ಪೇಚಿಗೆ ಸಿಲುಕಿದ್ದರು. ಎಲ್ಲರೂ ತಮ್ಮ ಜನರೆ, ಯಾರಿಗೆ ಮತ ನೀಡಬೇಕು ಹಾಗೂ ಯಾರಿಗೆ ಬೇಡ. ಇದೇ ಯಾರಿಗೂ ತಿಳಿಯುತ್ತಿರಲಿಲ್ಲ. ಅದರಲ್ಲೂ ಪಾಟೀಲಿನ ಬೆದರಿಕೆ ಬೇರೆ. ಆಬಾ ಮನೆ–ಮನೆಗೆ ಹೋಗಿ ತಾನು ಮಾಡಿದ ಕೆಲಸಗಳನ್ನು ಕುರಿತು ಮಾಹಿತಿ ನೀಡುತ್ತಿದ್ದ. ಆದರೆ ತಮ್ಮ ಹಿಡಿತದಲ್ಲಿ ಸೊಸಾಯಿಟಿ ಇದೆ. ತಾವೆ ಉತ್ತಮ

ರೀತಿಯಲ್ಲಿ ಕಾರ್ಯನಿರ್ವಹಿಸುವ ಕುರಿತು ಭೀಮರಾವ್ ಹೇಳುತ್ತಿದ್ದ. ಆಬಾ
ತನ್ನ ಮಗನನ್ನು ರಾಜಕೀಯವಾಗಿ ಬೆಳೆಯಲು ಹೇಗೆ ಷಡ್ಯಂತ್ರ ಮಾಡಿದ
ಎಂದು ಗೋಪಾ ಮಾಸ್ತರ ಹೇಳುತ್ತಿದ್ದ. ಇದರ ವಿರುದ್ಧವಾಗಿ 'ದಲಿತರ ಸ್ವತಂತ್ರ
ಅಸ್ತಿತ್ವ ಉಳಿಸುವ ಸಲುವಾಗಿ ಬಾಕಿ ಮೂರು ಘಟಕವನ್ನು ಪರಾಭವಗೊಳಿಸಿ
ಹಾಗೂ ದಲಿತರಿಗೆ ಸವರ್ಣೀಯರಿಂದ ಮುಕ್ತಗೊಳಿಸಲು ನಮಗೆ ಮತ ನೀಡಿ,'
ಎಂದು ಅರುಣ ಹಾಗೂ ಸುಭಾಷ್ ಹೇಳುತ್ತಿದ್ದರು.

ಪಾಟೀಲ ಹಾಗೂ ಕಾಣ್ಯಾದ ಜನ ಹಣವನ್ನು ನೀರಿನ ಹಾಗೆ ಖರ್ಚು
ಮಾಡುತ್ತಿದ್ದರು. ಮನೆ–ಮನೆಗೆ ಹೋಗಿ ಹಣ ಹಂಚುತ್ತಿದ್ದರು. ಮತದಾರರ ಕೈ–
ಕಾಲು ಬೀಳುತ್ತಿದ್ದರು. ಹೊಲಕ್ಕೆ ಕೆಲಸಕ್ಕೆ ಬರುತ್ತಿದ್ದ ಜನರಿಗೆ ಕೆಲಸ ಮಾಡದೆ ಹಣ
ನೀಡುತ್ತಿದ್ದರು. ಈ ಎಲ್ಲ ಘಟನೆಗಳಿಂದ ಹಳ್ಳಿಯ ವಾತಾವರಣ ಒಂದು ರೀತಿ
ಭಿನ್ನವಾಗಿತ್ತು. ಊರಲ್ಲಿ ದಿನಕ್ಕೆ ಹತ್ತು–ಹತ್ತು ಕುರಿಗಳ ರುಂಡಗಳು ಉರುಳಲು
ಪ್ರಾರಂಭವಾಯಿತು. ಸಾರಾಯಿ ನೀರಿನ ಹಾಗೆ ಹರಿಯಲು ಪ್ರಾರಂಭವಾದವು.
ಸಂಪೂರ್ಣ ಗ್ರಾಮ ಸಾರಾಯಿ ನಶೆಯಲ್ಲಿ ತೂರಾಡಲು ಪ್ರಾರಂಭವಾಯಿತು.

ಇವತ್ತು ಪ್ರಚಾರದ ಕೊನೆಯ ದಿನ. ನಾಳೆ ಬೆಳಿಗ್ಗೆ ಮತದಾನವಾಗಲಿತ್ತು.
ಕೊನೆಯ ದಿನವೆಂದು ಮುಖಂಡರು ಪ್ರತಿಯೊದು ಮನೆಯನ್ನು ಹೆಕ್ಕಿ
ತೆಗೆಯುತ್ತಿದ್ದರು. ಜನ ಮಾತ್ರ ಇವರಿಂದ ಬೇಸತ್ತು ಹೋಗಿದ್ದರು. ದಿನ
ಪೂರ್ತಿ ಮನೆಯ ಮುಂದೆ ಜನರ ಜಮಾವಣೆ. ಯಾರು ನೋಡಿದರೂ
ಮತ ಕೇಳುವವರೆ. ಇನ್ನೊಬ್ಬರನ್ನು ಕುರಿತು ಕೆಟ್ಟ ಮಾತಾಡುವವರೆ. ಯಾರು
ನಿಜ ಮಾತಾಡುತ್ತಾರೋ, ಯಾರು ಸುಳ್ಳು ಎಂಬುದೇ ತಿಳಿಯುವುದು
ಕಠಿಣವಾಯಿತು.

ಆಬಾನ ಮನೆಯ ಮುಂದೆ ಜನರು ಸೇರಿದ್ದರು. ಪ್ರಚಾರ ಮೆರವಣಿಗೆ
ಪ್ರಾರಂಭಿಸುವಲ್ಲಿ ಜನ ತಲ್ಲೀನರಾಗಿದ್ದರು. ಘೋಷಣಾ ಫಲಕಗಳನ್ನು
ತಯಾರಿಸಲಾಗಿತ್ತು. ಕೊರವಾಡದ ಬ್ಯಾಂಡ್ ತರಿಸಲಾಗಿತ್ತು. ಪ್ರಚಾರ
ಮೆರವಣಿಗೆಯ ತಯಾರಿ ಆಯಿತು. ಆಬಾ, ಸದಾ, ಕಬೀರ್ ಮೆರವಣಿಗೆಯ
ಮುಂಚೂಣಿಯಲ್ಲಿ ಇದ್ದರು. ಆಬಾನ ಪರ ಘೋಷಣೆಗಳನ್ನು ಕೂಗಲು
ಪ್ರಾರಂಭವಾಯಿತು. ಆಬಾ ಮನೆ–ಮನೆಗೆ ಹೋಗಿ ಪ್ರತಿಯೊಬ್ಬರಿಗೂ ನಮ್ರವಾಗಿ
ನಮಸ್ಕಾರ ಮಾಡುತ್ತಿದ್ದ. ತಾನು ದಲಿತ ಸಮಾಜದ ಉದ್ಧಾರಕ್ಕಾಗಿ ಮಾಡಿದ
ಕಾರ್ಯಗಳನ್ನು ವಿವರಿಸಿ ಹೇಳಲು ಪ್ರಾರಂಭಿಸಿದ.

ಸಂಪೂರ್ಣ ಬೀದಿ ಸುತ್ತಿದ ಮೆರವಣಿಗೆ ಈಗ ದಿಬ್ಬದೆಡೆ ಹೊರಟಿತು.
ಕೆರೆಯ ದಂಡೆಯ ಮೇಲೆ ಬಂದಾಗ ಎದುರುಗಡೆಯಿಂದ ಭೀಮರಾವ್‌ನ
ಮೆರವಣಿಗೆ ಬರುತ್ತಿತ್ತು. ಅಪ್ಪ–ಮಗನ ಮೆರವಣಿಗೆಗಳು ಪರಸ್ಪರ ಎದುರು
ಆದವು. ಎರಡು ಮೆರವಣಿಗೆಯವರು ತಮ್ಮ–ತಮ್ಮ ಅಭ್ಯರ್ಥಿಗಳ ಜಯಕಾರ

ಮಾಡುತ್ತಿದ್ದರು, 'ಪಾಟೀಲ್ ಮುಂದೆ ಶಿರಬಾಗಿಸುವ ಭೀಮರಾವ್‌ನನ್ನು ಪರಾಭವಗೊಳಿಸಿ, ಇದಕ್ಕೆ ಪ್ರತ್ಯುತ್ತರವಾಗಿ ಭೀಮರಾವ್‌ನ ಮೆರವಣಿಗೆಯಲ್ಲಿಯ ಒಬ್ಬ ಮನುಷ್ಯ ಘೋಷಣೆ ನೀಡಿದ, 'ಕಾಣ್ಯಾದ ಚಪ್ಪಲಿ ನೆಕ್ಕುವ ಆಬಾಗೆ ಮತ ನೀಡದಿರಿ' ಘೋಷಣೆಗೆ–ಪ್ರತಿ ಘೋಷಣೆ ಎಷ್ಟೊಂದು ತೀವ್ರಗೊಂಡಿತು ಅಂದರೆ ಅದು ಬೈಗುಳುಗಳಲ್ಲಿ ರೂಪಾಂತರವಾಯಿತು. ವಾತಾವರಣ ಬಿಸಿಗೊಳ್ಳಲು ಪ್ರಾರಂಭವಾಯಿತು. ಆಬಾ ತನ್ನೆಡೆ ಜನರಿಗೆ ಶಾಂತವಾಗುವಂತೆ ವಿನಂತಿ ಮಾಡಿಕೊಂಡ; ಆದರೆ ಭೀಮರಾವ್ ಕಡೆಯವರು ಅತಿ ಅಕ್ರಾಮಿಕರಾಗಿದ್ದರು. ತುಂಬಾ ಅಶ್ಲೀಲ ಬೈಗಳುಗಳನ್ನು ನೀಡಲು ಪ್ರಾರಂಭಿಸಿದ್ದರು. ಅದನ್ನು ಕೇಳಿ ಆಬಾನ ಕಡೆಯ ಒಬ್ಬ ತನ್ನ ಚಪ್ಪಲಿಯನ್ನು ತೆಗೆದು ಭೀಮರಾವ್‌ನ ಮೆರವಣಿಗೆಯ ಮನುಷ್ಯನೆಡೆ ಎಸೆದ... ಹಾಗೂ ನೋಡು–ನೋಡುತ್ತ ಎರಡೂ ಕಡೆಯವರಿಂದ ಚಪ್ಪಲಿಯ ಎಸೆದಾಟ ಪ್ರಾರಂಭವಾಯಿತು. ಎರಡೂ ಕಡೆಯ ಜನರು ಹತೋಟಿ ಮೀರಿದರು. ಯಾರೂ ಮುಖಂಡರ ಮಾತು ಕೇಳದಾದರು. ಹೊಡೆದಾಟ ಪ್ರಾರಂಭವಾಯಿತು. ಈಗ ಒಬ್ಬರು ಇನ್ನೊಬ್ಬರ ಮೇಲೆ ಕಲ್ಲು ತೂರಾಟ ಮಾಡಲು ಪ್ರಾರಂಭಿಸಿದರು. ಆಬಾ ಕೈ ಮುಗಿಯುತ್ತಿದ್ದ. ಜನರಿಗೆ ಶಾಂತಗೊಳ್ಳುವಂತೆ ವಿನಂತಿ ಮಾಡುತ್ತಿದ್ದ. ಅಷ್ಟರಲ್ಲಿ ಒಂದು ದೊಡ್ಡ ಕಲ್ಲು ಆಬಾನ ಹಣೆಗೆ ಬಂದು ಹೊಡೆಯಿತು. ಕಲ್ಲೇಟಿನಿಂದ ಆಬಾ ಕುಸಿದ. 'ಆಬಾ ಬಿದ್ದರು... ಆಬಾ ಬಿದ್ದರು' ಎಂದು ಎಲ್ಲೆಡೆ ಒಂದೆ ಹಾಹಾಕಾರ ಪ್ರಾರಂಭವಾಯಿತು. ರಕ್ತಮಯವಾಗಿದ್ದ ಆಬಾನನ್ನು ಕಂಡು ಭೀಮರಾವ್ ಕಡೆಯ ಜನರು ಕಾಲುಕಿತ್ತರು. ಸದಾ ಹಾಗೂ ಕಬೀರ ಆಬಾನನ್ನು ಎತ್ತಿಕೊಂಡರು. ಓಡುತ್ತ ಆಬಾನನ್ನು ಮೋರೆ ಡಾಕ್ಟರ್ ಆಸ್ಪತ್ರೆಗೆ ಕರೆದುಕೊಂಡು ಹೋದರು. ಆಬಾನ ಹಣೆಯಿಂದ ಒಂದೇ ಸಮನೆ ರಕ್ತ ಹರಿಯುತ್ತಿತ್ತು. ಸದಾ ಹಾಗೂ ಕಬೀರನ ಬಟ್ಟೆಗಳು ರಕ್ತಮಯವಾಗಿದ್ದವು.

ಆಬಾನ ಹಣೆ ಒಡೆದ ವಿಷಯ ಊರಲ್ಲಿ ಎಲ್ಲೆಡೆ ಪಸರಿಸಿತು. ಈ ಸುದ್ದಿ ಕೇಳಿ ಊರಿನ ಪ್ರಚಾರ ಕಾರ್ಯವೂ ಸ್ಥಗಿತಗೊಂಡಿತು. ಕಾಗವಾಡಿನ ಪೋಲೀಸರ ತುಕಡಿ ಗ್ರಾಮದಲ್ಲಿ ಬಂದಿತು. ಜನರನ್ನು ಬಂಧಿಸಲು ಪ್ರಾರಂಭಿಸಿದರು. ಊರಲ್ಲಿ ಸ್ಮಶಾನ ಮೌನ ಆವರಿಸಿತು. ಭೀಮರಾವ್ ಪಾಟೀಲರ ವಾಡೆಯಲ್ಲಿ ಹೋಗಿ ಕುಳಿತ.

"ನಮ್ಮ ಜನ ನಿರಪರಾಧಿಗಳು. ಆಬಾನ ಜನರೇ ಕಲ್ಲು ತೂರಾಟ ನಡೆಸಿದರು. ಸೋಲಿನ ಭಯ ಅವರಿಗೆ ನಾನು ಸೊಸಾಯಿಟಿಯ ಚೇರಮನ್ ಆಗಿದ್ದು ಅವರಿಗೆ ಸಹಿಸಲು ಆಗುತ್ತಿಲ್ಲ. "–ಎಂದು ಅವನು ಪೋಲೀಸರಿಗೆ ಹೇಳಿಕೆ ನೀಡಿದ. ಈ ಪ್ರಕರಣದಲ್ಲಿ ತನ್ನನ್ನು ಬಂಧಿಸದಿರುವಂತೆ ಪೋಲೀಸರ ಹಾಗೂ ಪಾಟೀಲನ ಕೈಕಾಲು ಬೀಳಲು ಪ್ರಾರಂಭಿಸಿದ. ಪಾಟೀಲನ ಕೃಪಾಕಟಾಕ್ಷದಿಂದಾಗಿ ಭೀಮರಾವ್‌ನನ್ನು ಬಂಧಿಸಲಾಗಲಿಲ್ಲ.

ಇಪ್ಪತ್ತೊಂದು

ಮತದಾನದ ದಿನ ಬಂದಿತು. ಜೇಬಿಗೆ ಬಿಲ್ಲಾಗಳನ್ನು ಹಚ್ಚಿಕೊಂಡಿದ್ದ ಕಾರ್ಯಕರ್ತರು ಹಾಗೂ ಅಭ್ಯರ್ಥಿಗಳು ಬೀದಿಗಳಲ್ಲಿ ಅಲೆಯಲು ಪ್ರಾರಂಭಿಸಿದ್ದರು. ಮತದಾನದ ಕೇಂದ್ರದಲ್ಲಿ ಮತದಾರರ ಸರದಿ ಕಾಣಲು ಪ್ರಾರಂಭವಾಯಿತು. ನಿನ್ನೆಯ ಕಲ್ಲು ತೂರಾಟದಿಂದ ಗ್ರಾಮದಲ್ಲಿ ಪೊಲೀಸ್ ಬಂದೋಬಸ್ತ್ ಇತ್ತು. ಪೊಲೀಸ್ ಚಾವಣಿಯ ಸ್ವರೂಪ ಊರಿಗೆ ಲಭಿಸಿತ್ತು. ನಿನ್ನೆಯ ಪ್ರಕರಣದಿಂದ ಇನ್ನೂ ಜನರ ಮನಸ್ಸಿನಲ್ಲಿ ಭಯವಿತ್ತು. ವಾತಾವರಣದಲ್ಲಿ ಇನ್ನೂ ತಣಾವಯಿತ್ತು.

ಈಕಡೆ ಮೋರೆ ಡಾಕ್ಟರ್ ಅವರ ದವಾಖಾನೆಯ ಮುಂದೆ ಆಬಾ ಕಡೆಯವರ ಜನಸಂಧಣಿ ಹೆಚ್ಚುತ್ತಲಿತ್ತು. ಮತದಾನ ಮಾಡಿ ನೇರವಾಗಿ ಅವರ ಕಡೆಯವರು ಆಸ್ಪತ್ರೆಗೆ ಬರಲು ಪ್ರಾರಂಭಿಸಿದರು. ಆಬಾನ ಆರೋಗ್ಯ ತುಂಬಾನೇ ನಾಜೂಕಾಗಿತ್ತು. ಮೆದುಳಿಗೆ ಹೊಡೆತ ಬಿದ್ದಿತ್ತು. ರಕ್ತ ನೀರಿನ ಹಾಗೆ ಹರಿದು ಹೋಗಿತ್ತು. 'ಏನಾದ್ರೂ ಮಾಡ್ರಿ ಆಬಾಗೆ ಬದುಕಿಸಿ' ಎಂದು ಜನ ಡಾಕ್ಟರ್ ಹತ್ತಿರ ವಿನಂತಿಸಿ ಕೊಳ್ಳುತ್ತಿದ್ದರು.

ಊರಲ್ಲಿ ಮತದಾನ ಮುಗಿಯಿತು. ಮತ ಪೆಟ್ಟಿಗೆಗಳನ್ನು ಸೀಲ್ ಮಾಡಿ ಜಿಲ್ಲೆಗೆ ತೆಗೆದುಕೊಂಡು ಹೋಗಲಾಯಿತು. ಮಾರನೆಯ ದಿನ ಮತ ಏಣಿಕೆಯಿತ್ತು. ಊರಿನ ಆಡಳಿತ ಯಾರ ಕೈಗೆ ಬರಲಿದೆ ಎಂಬುದು ನಿರ್ಧಾರವಾಗಲಿತ್ತು.

ಮತಏಣಿಕೆಯ ದಿನ ಬಂದಿತು. ರಾಜಕಾರಣಿಗಳು ವಾಹನಗಳನ್ನು ತೆಗೆದುಕೊಂಡು ತಾಲೂಕಿನೆಡೆ ಓಡಿದರು. ಆಬಾಗೆ ಏನಾಯಿತು ಎಂದು ನೋಡಲು ಸಹ ಅವರಲ್ಲಿ ಸಮಯವಿರಲಿಲ್ಲ. ಅವರ ದೃಷ್ಟಿ ಕುರ್ಚಿಯ ಮೇಲೆ ನೆಟ್ಟಿತ್ತು. ನಾಯಕರುಗಳೊಂದಿಗೆ ಚಿಕ್ಕ-ದೊಡ್ಡ ಕಾರ್ಯಕರ್ತರೆಲ್ಲರೂ ಸೇರಿಕೊಂಡು ಆ ವಾಹನದಿಂದ ತಾಲೂಕಿಗೆ ಹಾಜರಾದರು.

ಆಬಾನ ಪ್ರಕೃತಿ ಇನ್ನೂ ಸುಧಾರಿಸುತ್ತಿರಲಿಲ್ಲ. ಕಳೆದ ಎರಡು ದಿನಗಳಿಂದ ಆಬಾ ಪ್ರಜ್ಞಾಹೀನ ಸ್ಥಿತಿಯಲ್ಲಿ ಇದ್ದ. ಅವರನ್ನು ಬದುಕಿಸಿಕೊಳ್ಳಲು ಡಾಕ್ಟರ್ ಎಲ್ಲ ಪ್ರಯತ್ನ ಮಾಡುತ್ತಿದ್ದರು. ಆಬಾನನ್ನು ಪ್ರೀತಿಸುವ ಎಲ್ಲ ಜನರೂ ಎರಡು ದಿನಗಳಿಂದ ದವಾಖಾನೆಯ ಬಾಗಿಲಿನಲ್ಲಿ ಅಳುತ್ತ ನಿಂತುಕೊಂಡಿದ್ದರು. ಜನ ಡಾಕ್ಟರ್‌ನ ಕಾಲಿಗೆ ಎರಗುತ್ತಿದ್ದರು. 'ಆಬಾಗೆ ಬದುಕಿಸಿ' ಎಂದು ಬೇಡಿಕೊಳ್ಳುತ್ತಿದ್ದರು.

ಸಂಜೆ ಐದು ಗಂಟೆ ಆಗಲು ಬಂತು. ಇನ್ನೂ ಆಬಾನ ಆರೋಗ್ಯದಲ್ಲಿ ಯಾವುದೇ ರೀತಿಯ ಸುಧಾರಣೆ ಕಂಡು ಬಂದಿರಲಿಲ್ಲ. ಆಬಾಗೆ ಇನ್ನೂ ಪ್ರಜ್ಞೆ ಬಂದಿರಲಿಲ್ಲ. ಎಲ್ಲರ ಹೃದಯ ಹೊಡೆದುಕೊಳ್ಳುತ್ತಲಿತ್ತು. ಯಾರೊ ಒಬ್ಬರು ಡಾಕ್ಟರ್‌ಗೆ ಹೇಳಿದರು. 'ಆಬಾಗೆ ಮೀರಜ್ ತೆಗೆದುಕೊಂಡು ಹೋಗೋಣ. ' ಡಾಕ್ಟರ್ ಸಹ ಅದನ್ನೇ ವಿಚಾರ ಮಾಡುತ್ತಿದ್ದರು. ಆಬಾನನ್ನು ಮೀರಜ್‌ಗೆ ಕರೆದುಕೊಂಡು ಹೋಗುವ ತಯಾರಿ ಮಾಡಲಾಯಿತ್ತು. ಟೆಂಪೊ ತರಿಸಲಾಯಿತು. ಕಬೀರ್, ಸದಾ, ಕಬೀರ್‌ನ ಹೆಂಡತಿ ಮೀರಜ್‌ಗೆ ಹೋಗುವವರಿದ್ದರು. ಸ್ವತಃ ಡಾಕ್ಟರ್ ಮಿರಜ್‌ಗೆ ಹೋಗುವವರಿದ್ದರು. ಮೀರಜ್‌ಗೆ ಹೋಗುವ ತುರಾತುರಿ ಪ್ರಾರಂಭವಾಯಿತು. ಅಷ್ಟರಲ್ಲಿ ಆಬಾನ ಪಕ್ಷದಲ್ಲಿಯ ಸಂತು ತಾಲೂಕಿನಿಂದ ಮರಳಿ ಬರುತ್ತಿರುವುದು ಕಂಡಿತು. ದವಾಖಾನೆ ಮುಂದಿನ ಜನ ಸಂತು ಏನೂ ಹೇಳುತ್ತಾನೆ ಎಂದು ಕೇಳಲು ಉತ್ಸುಕರಾದರು. ಓಡುತ್ತ ಓಡುತ್ತ ದವಾಖಾನೆಯ ಮುಂದೆ ಬಂದ ಸಂತು ನುಡಿದ–"ನಮ್ಮ ಗಲ್ಲಿನ್ಯಾಗ ಆಬಾ, ರಘ್ಯಾ ಮತ್ತೆ ಸಮಗಾರ ಚಂದು ಗೆದ್ದು ಬಂದಾರ. ಕಾಣ್ಯಾದ ಇಬ್ರೂ ಗೆದ್ದಾರು. ಪಾಟೀಲರಿಗೆ ಒಟ್ಟು ಏಳು ಜಾಗ ಸಿಕ್ಕಾವು."

ಚುನಾವಣೆಯಲ್ಲಿ ಒಟ್ಟಾರೆ ಪಾಟೀಲ ಹನ್ನೊಂದರಲ್ಲಿ ಏಳು ಜಾಗೆಗಳನ್ನು ಗೆದ್ದು ಕೊಂಡಿದ್ದ. ಚುನಾವಣಾ ಫಲಿತಾಂಶ ಆನಂದದಾಯಕವಾಗಿರಲಿಲ್ಲ. ಆಬಾ ಗೆದ್ದು ಬಂದಿದ್ದು ಅದೇ ಒಂದು ನೆಮ್ಮದಿ ವಿಷಯ; ಆದ್ರೆ ಸಾವಿನ ಹೊಸ್ತಿಲಿನಲ್ಲಿ ಆಬಾ ನಿಂತುಕೊಂಡಿದ್ದ. ಆದ್ದರಿಂದ ಅವರ ಜನರಿಗೆ ಚುನಾವಣೆ ಫಲಿತಾಂಶಕ್ಕಿಂತ ಆಬಾನ ಜೀವ ಮುಖ್ಯವಾಗಿತ್ತು. ಫಲಿತಾಂಶದ ಕುರಿತು ಚರ್ಚೆ ಮಾಡುವ ಇಚ್ಛೆ ಅವರಿಗೆ ಇರಲಿಲ್ಲ.

ಡಾಕ್ಟರ್ ಟೆಂಪೊ ದವಾಖಾನೆಯ ಚೌಕಟ್ಟಿಗೆ ತರಲು ಹೇಳಿದರು. ಸದಾ, ಆಬಾ ಹಾಗೂ ಕಬೀರ್ ಆಬಾನ ಕೋಣೆಯಲ್ಲಿ ಹೋದರು. ಆಬಾಗೆ ಈಗ ಟೆಂಪೊದಿಂದಮೀರಜ್‌ಗೆ ತೆಗೆದುಕೊಂಡು ಹೋಗಬೇಕಿತ್ತು. ಡಾಕ್ಟರ್ ಆಬಾನ ಕೈಯನ್ನು ತಮ್ಮ ಕೈಯಲ್ಲಿ ತೆಗೆದುಕೊಂಡರು. ಅವರ ನಾಡಿಯ ಮೇಲೆ ಬೆರಳು ಇಟ್ಟರು. ಎದೆಯ ಮೇಲೆ ಕೈ ಇಟ್ಟರು. ಪುನಃ ನಾಡಿ ಪರೀಕ್ಷೆ ಮಾಡಿದ್ರು. ಡಾಕ್ಟರ್ ಮುಖ ಇಳಿದು ಹೋಗಿತ್ತು. ಅವರು ಎದ್ದು ನಿಂತರು. ಸದಾನ ಭುಜದ ಮೇಲೆ ಕೈಯಿಟ್ಟು ಅವರು ಹೇಳಿದರು–"ಸದಾ, ಆಬಾ ಹೋದರು..."

ಇಪ್ಪತ್ತೆರಡು

ರಾಜಕೀಯ ಚದುರಂಗದಾಟದಲ್ಲಿ ಶರಣಗುಪ್ಪಿಯ ದಲಿತರಿಗೆ ಆಬಾ ಮರೆತು ಹೋದರು. ಆಬಾ ಒಗ್ಗೂಡಿಸಿದ ದಲಿತ ಸಮಾಜ ಮತ್ತೊಮ್ಮೆ ಛಿದ್ರಗೊಂಡಿತು. ಹೊಲೆಯರು, ಮಾದಿಗರು, ಸಮಗಾರರು ಮೂರು ಸಮಾಜದವರು ಮೂರು ದಿಕ್ಕುಗಳಾದರು. ಇದರ ವಿರುದ್ಧವಾಗಿ ಪಾಟೀಲ್ ಮತ್ತು ಕಾಣ್ಯಾ ಹಿಂದಿನ ಹಾಗೆ ಒಂದಾದರು. ಅವರು ಕುಳಿತುಕೊಳ್ಳುವುದು, ಏಳುವುದು, ಸೇರಿ ಸುತ್ತುವುದು ಪ್ರಾರಂಭವಾಯಿತು. ಹೊಲಗೇರಿಯಲ್ಲಿ ಮಾತ್ರ ಚುನಾವಣೆಯ ಕಾರಣದಿಂದ ದೂರಾದ ಮನಸ್ಸುಗಳು ದಿನೇ–ದಿನೇ ದೂರಾಗುತ್ತಲೇ ಹೋದವು.

ಮಾದಿಗರ ಅಶೋಕ ಹೊಲೆಯರ ಪಾರ್ವತಿಯನ್ನು ಓಡಿಸಿಕೊಂಡು ಹೋದ. ಇಬ್ಬರೂ ಪರಸ್ಪರ ಪ್ರೀತಿಸುತ್ತಿದ್ದರು. ಇಬ್ಬರೂ ಸೇರಿ ತಾಲೂಕಿಗೆ ಹೋಗಿ ರಿಜಿಸ್ಟರ್ ಮದುವೆ ಆದರು. ಪಾರ್ವತಿಯ ಅಪ್ಪ ರಾಯಪ್ಪಾನಿಗೆ ಈ ಮದುವೆ ಇಷ್ಟವಿರಲಿಲ್ಲ. ಎಷ್ಟೇ ಮಾಡಿದ್ರು ಮಾದಿಗರು ಕಡಿಮೆ ಜಾತಿಯವರು. ಅವರೊಂದಿಗೆ ಸಂಬಂಧ ಕುದುರಿಸುವುದು ಸರಿ ಅಲ್ಲ ಎಂದು ರಾಯಪ್ಪನಿಗೆ ಅನ್ನಿಸುತ್ತಿತ್ತು. ಅವನದೇ ಕೇರಿಯ ಜನ ರಾಯಪ್ಪನಿಗೆ ಮಾತಿನಿಂದ ಚುಚ್ಚಲು ಪ್ರಾರಂಭಿಸಿದರು. ಅವರು ಚುಚ್ಚು ಮಾತುಗಳಲ್ಲಿ 'ರಾಯಪ್ಪನ ಮಗಳು ಮಾದಿಗ ಹುಡುಗನ ಜೊತೆ ಓಡಿ ಹೋದಳು' ಎಂದು ಊರಲ್ಲಿ ಹೇಳಲು ಪ್ರಾರಂಭಿಸಿದರು. ಊರಿನ ಜನರ ಚುಚ್ಚು ಮಾತುಗಳಿಂದ ರಾಯಪ್ಪನ ಪಿತ್ತ ನೆತ್ತಿಗೇರಿತು. ಒಂದು ದಿನ ರಾತ್ರಿ ಅವನು ಮಾದಿಗರ ಕೇರಿಗೆ ಹೋಗಿ ಅಶೋಕನ ಮನೆಗೆ ಬೆಂಕಿ ಹಚ್ಚಿದ. ಮಾದಿಗ ಸಮಾಜಕ್ಕೆ ಅದು ತಿಳಿಯಿತು. ಅವರು ಬಡಿಗೆ, ಕುರುಪಿಗಳನ್ನು ತೆಗೆದುಕೊಂಡು ರಾಯಪ್ಪನ ಮನೆಗೆ ಬಂದರು. ಹೊಲೆಯರ ತಲೆಯೂ ಕೆಟ್ಟಿತು. ಎರಡೂ ಸಮಾಜದವರು ಹೊಡೆದಾಡಿದರು.

ರಾಯಪ್ಪನನ್ನು ಬಂಧಿಸಲಾಯಿತು. ಕೋರ್ಟಿನಲ್ಲಿ ಅವನಿಗೆ ಆರು ತಿಂಗಳ ಶಿಕ್ಷೆ ಆಯಿತು. ರಾಯಪ್ಪ ಜೈಲಿಗೆ ಹೋದ. ಆನಂತರ ಹೊಲೆಯರು ಹಾಗೂ ಮಾದಿಗರ ನಡುವಿನ ಮನಸ್ತಾಪ ಹೆಚ್ಚುತ್ತಲೇ ಹೋಯಿತು. ಈ ಕಡೆ ಸಮಗಾರರು ಹಾಗೂ ಮಾದಿಗರ ಸಂಬಂಧವೂ ಹಳಸಿತು. ದಾದು ಮಾದಿಗರ ಮಗ ವಜೀರ್ ಅವನು ಚಂದು ಸಮಾಗಾರನ ವಿರುದ್ಧ ಪೊಲೀಸ್ ಠಾಣೆಯಲ್ಲಿ ದೂರು ಸಲ್ಲಿಸಿದ. ವಜೀರ್‌ನ ಹಳೆ ಚಪ್ಪಲಿ ಹೊಲೆಯಲು ಚಂದು ನಿರಾಕರಿಸಿದನಂತೆ. 'ಮಾದಿಗರು ನಮಗಿಂತ ಕಡಿಮೆ ಜಾತಿಯವರು, ಅವರ ಪಾದರಕ್ಷೆ ಮುಟ್ಟುವುದಿಲ್ಲ' ಎಂಬ ನಿರ್ಧಾರ ಚಂದು ತೆಗೆದುಕೊಂಡಿದ್ದ. ಕೋಪಗೊಂಡಿದ್ದ ಮಾದಿಗರು ಸಮಗಾರರ ಮನೆಯ ಮೇಲೆ ಕಲ್ಲು ತೂರಾಟ ಮಾಡಿದರು. ಆಬಾನ ಮಗ ಭೀಮರಾವ್ ಮಾದಿಗರಿಗೆ ಬೆಂಬಲ ನೀಡಿದ್ದ. ಮಾದಿಗರ ಬೆಂಬಲಕ್ಕೆ ಹೊಲೆಯರು ಇದ್ದಾರೆಂದು ತಿಳಿದ ಚಂದು ಹೊಲಗೇರಿಗೆ ಹೋಗುವುದನ್ನೇ ನಿಲ್ಲಿಸಿಬಿಟ್ಟ. ಈಗ ಸಂಪೂರ್ಣ ಸಮಗಾರರ ಕೇರಿ ದಲಿತರಿಂದ ನಿರ್ಲಿಪ್ತವಾಗಿ ಉಳಿಯಲು ಪ್ರಾರಂಭವಾಯಿತು.

ಶರಣಗುಪ್ಪಿ ಗ್ರಾಮ ಪಂಚಾಯಿತಿಯ ಚುನಾವಣೆಯ ನಂತರ ಅನಗೊಂಡಾ ಪಾಟೀಲ್‌ನು ಸರಪಂಚ್ ಎಂದು ಪುನಃ ಆಯ್ಕೆ ಆದ. ಪಾಟೀಲನ ವಿರುದ್ಧ ಚುನಾವಣೆಯಲ್ಲಿ ಸ್ಪರ್ಧಿಸಿದ ಜನ ಮತ್ತು ಪಾಟೀಲರು ಒಂದಾದರು. ಇಬ್ಬರೂ ಏಳುವುದು-ಕುಳಿತುಕೊಳ್ಳುವುದು ಪುನಃ ಪ್ರಾರಂಭವಾಯಿತು. ಊರಿನ ಎರಡು ಪ್ರತಿ ಸ್ಪರ್ಧಿಗಳು ಚುನಾವಣೆಯಲ್ಲಿಯ ರಾಜಕೀಯ ಮರೆತು ಗುಣಗಾನ ಮಾಡುತ್ತ ಅಡ್ಡಾಡಲು ಪ್ರಾರಂಭ ಮಾಡಿದರು. ಆದರೆ ದಲಿತರು ಮಾತ್ರ ಪರಸ್ಪರ ಹೊಡೆದಾಟದಿಂದ ಸುತ್ತು ಹತ್ತು ಊರಲ್ಲಿ ಹೆಸರು ವಾಸಿಯಾದರು.

ಭೀಮರಾವ್ ಕೈಯಲ್ಲಿ ಸೊಸಾಯಿಟಿ ಬಂದ ಮೇಲೆ ಕೆಲಸ ಕಡಿಮೆ ಹಾಗೂ ರಾಜಕೀಯ ಜಾಸ್ತಿ ಆಯಿತು. ಅದರಲ್ಲೂ ಭೀಮರಾವ್ ಪಾಟೀಲರ ಕೈಗೊಂಬೆ ಆದ. ಪಾಟೀಲ ಹೇಳಿದ್ದೆ ಸತ್ಯ ಎಂದು ಹೇಳುವುದು ಬಿಟ್ಟು ಭೀಮರಾವ್ ಬೇರೆ ಏನೂ ಮಾಡಲಿಲ್ಲ. ಪಾಟೀಲ ಭೀಮರಾವ್‌ಗೆ ನಾಲ್ಕು ಪೈಸೆ ಕದ್ದು ನೀಡಿ ಸೊಸಾಯಿಟಿಯ ಎಲ್ಲ ಹಾಲನ್ನು ತನ್ನ ಡೇರಿಯೆಡೆ ಸಾಗಿಸಿದ. ಭೀಮರಾವ್ ಹಣ ತಿಂದ ಅಂತ ಇತರೆ ಸದಸ್ಯರಿಗೆ ಯಾವಾಗ ತಿಳಿಯಿತೊ ಆವಾಗ ಜಗಳ ಪ್ರಾರಂಭವಾಯಿತು. ಈ ಜಗಳದಿಂದ ಸೊಸಾಯಿಟಿಯ ವ್ಯವಹಾರ ನಿಂತಿತು. ಸೊಸಾಯಿಟಿ ಬೀದಿಗೆ ಬಿತ್ತು. ಸೊಸಾಯಿಟಿಯಿಂದ ಸಿಕ್ಕಿದ್ದ ಎಮ್ಮೆಗಳನ್ನು ಸದಸ್ಯರು ಮಾರಿದರು. ಸೊಸಾಯಿಟಿ ಅಂದರೆ ಜೂಜಾಡಲು ಹಾಗೂ ಸಾರಾಯಿ ಕುಡಿಯುವ ಕೇಂದ್ರವಾಯಿತು.

ಭೀಮರಾವ್ ವಿರುದ್ಧ ಅನೇಕ ಸದಸ್ಯರು ಕೋರ್ಟ್ ಕೇಸ್ ಹಾಕಿದರು: ಅವನಿಗೆ ಬೆಂಬಲಕ್ಕೆ ಪಾಟೀಲ್ ಇದ್ದುದರಿಂದಾಗಿ ಅವನೇನು ಕೋರ್ಟಿಗೆ

ಹೆದರಲಿಲ್ಲ. ಚಿಕ್ಕ-ಚಿಕ್ಕ ಕಾರಣಗಳಿಂದ ಸೊಸಾಯಿಟಿಯಲ್ಲಿ ಹೊಡೆದಾಟ ಪ್ರಾರಂಭವಾಯಿತು. ಕಾಗವಾಡ ಪೊಲೀಸ್ ಠಾಣೆ ಈ ಸೊಸಾಯಿಟಿಯ ಜಗಳದಿಂದ ರಂಗೇರಲು ಪ್ರಾರಂಭವಾಯಿತು. ಸೊಸಾಯಿಟಿಯ ಕೆಲ ಸದಸ್ಯರು ಟೇಬಲ್ ಕದ್ದರು, ಕೆಲವರು ಕುರ್ಚಿಗಳು, ಕೆಲವರು ಗೊಡೆಯ ಮೇಲಿನ ಫೋಟೋಗಳನ್ನು, ಭೀಮರಾವ್ ಅಂತು ಸೊಸಾಯಿಟಿಯ ತಿಜೋರಿಯನ್ನೇ ತನ್ನ ಮನೆಗೆ ತಂದು ಇರಿಸಿಕೊಂಡ. ಈ ರೀತಿ ಆಬಾ ತನ್ನ ರಕ್ತ ಹರಿಸಿ ನಿರ್ಮಾಣ ಮಾಡಿದ್ದ ಸೊಸಾಯಿಟಿಯಲ್ಲಿ ಕೇವಲ ನಾಲ್ಕು ಗೋಡೆಗಳು ಮಾತ್ರ ಉಳಿದಿದ್ದವು.

ಸೊಸಾಯಿಟಿಯ ಜಗಳ ಈಗ ಸೊಸಾಯಿಟಿಯ ಮರ್ಯಾದೆಯಲ್ಲಿ ಇರಲಿಲ್ಲ. ಅದರಲ್ಲಿ ಪಂಚಾಯಿತಿ ಚುನಾವಣೆಯ ರಾಜಕೀಯದ ಹುಳಿ ಹಿಂಡಲಾಗಿತ್ತು. ಈ ಎರಡು ಸ್ಥಳದಲ್ಲಿ ಚುನಾವಣೆಗಳಾಗಿ ಹೋದವು; ಆದರೆ ಆ ಚುನಾವಣೆಗಳಿಂದಾಗಿ ಹೊಲೆಯ-ಹೊಲೆಯರ ನಡುವೆ ನಿರ್ಮಾಣವಾದ ಕಂದಕ ಖಾಯಂ ಆಗಿ ಹಾಗೇ ಇತ್ತು. ಹೊಲೆಯರು-ಮಾದಿಗರು ದೂರಾದರು. ಸಮಗಾರರ ಚಂದು ಚುನಾವಣೆಯ ನಂತರ ಹೊಲಗೇರಿಯ ಮುಖಾಸಹಿತ ನೋಡಲಿಲ್ಲ. ಹೀಗೆ ಈ ರೀತಿಯಾಗಿ ದಲಿತ ಸಮಾಜದಲ್ಲಿಯ ಜನರ ಮನಸ್ಸುಗಳು ಪರಸ್ಪರ ಕಹಿಯಾದವು.

ಹೊಲಗೇರಿಯಲ್ಲಿ ಎರಡು ಘಟಕಗಳಾದವು. ಒಂದು ಮೇಲಿನ ಓಣಿಯ ಘಟಕವಾದರೆ, ಇನ್ನೊಂದು ಕೆಳಗಿನ ಓಣಿಯ ಘಟಕ.

ಮೇಲಿನ ಓಣಿಯ ಘಟಕದಲ್ಲಿ ಗೋಪ್ಯಾ ಮಾಸ್ತರ, ನಾನಾ ಮಾನೆ ಹಾಗೂ ಭೀಮರಾವ್ ಹಾಗೂ ಕೆಳಗಿನ ಓಣಿಯಲ್ಲಿ ಸದಾ ಮತ್ತು ಕಬೀರ್ ಮೊರಕೆ ಇದ್ದರು. ಪಂಚಾಯಿತಿಯಲ್ಲಿ ಆಯ್ಕೆ ಆಗಿ ಹೋಗಿದ್ದ ಮಟಕಾವಾಲಾ ರಫ್ಯಾ ಮಾತ್ರ ಯಾವುದೇ ಘಟಕದಲ್ಲಿ ಇರಲಿಲ್ಲ. ಪಾಟೀಲರ ಕೃಪೆಯಿಂದ ಅವನು ವ್ಯಾಪಾರವನ್ನು ವೃದ್ಧಿಸಿದ. ಎರಡು ಮಹಡಿ ಮನೆ ಕಟ್ಟಿದ. ಮೋಟಾರ್ ಸಾಯಿಕಲ್ ತೆಗೆದುಕೊಂಡ. ಆದರೆ ಈ ಎರಡು ಓಣಿಯಲ್ಲಿಯ ಕಂದಕ ಮಾತ್ರ ಹೆಚ್ಚಾಯಿತು. ಅಂದರೆ ಈ ಓಣಿಯ ಪ್ರಾಣಿಗಳು ಅಪ್ಪಿ-ತಪ್ಪಿ ಆ ಓಣಿಗೆ ಹೋದರೆ ಹೊಡೆಯಲಾಗುತಿತ್ತು. ಹೊಡೆದಾಗ ಜನ ಪೊಲೀಸ್ ಠಾಣೆಯ ಮೆಟ್ಟಿಲು ಏರುತ್ತಿದ್ದರು. ಕೋರ್ಟ್ ಕಛೇರಿಗಳಾದವು. ಈ ಎರಡು ಓಣಿ ಜನರ ಒಂದಲ್ಲಾ ಒಂದು ದೂರು ಪೊಲೀಸ್ ಠಾಣೆಯಲ್ಲಿ ಇದ್ದೆ ಇರುತ್ತಿತ್ತು. ಎರಡೂ ಕಡೆಯ ಜನ ಪರಸ್ಪರ ಹೋರಾಡಿ ಸುಸ್ತಾಗುತ್ತಿದ್ದರು. ಕೋರ್ಟ್ ಕಚೇರಿಯಲ್ಲಿ ಹೋರಾಡಲು ಮತ್ತು ಪೊಲೀಸರಿಗೆ ವಶೀಲಿ ಹಚ್ಚಲು ತುಂಬಾ ಜನರು ಒಡವೆಗಳನ್ನು ಅಡವಿಡಲು ಪ್ರಾರಂಭಿಸಿದರು. ಪಾತ್ರೆಗಳನ್ನು ಹಾಗೂ ಸಾಕು ಪ್ರಾಣಿಗಳನ್ನೇ ಮಾರಿದರು. ಕೆಲವರಂತು ತಮ್ಮ ಮಕ್ಕಳನ್ನು ಪಾಟೀಲರ

ಹತ್ತಿರ ಜೀತಕ್ಕೆ ಇಟ್ಟು ಹಣ ಪಡೆದುಕೊಂಡರು. ಎರಡು ಘಟಕದವರು
ಕೋರ್ಟಿನಿಂದಾಗಿ ದಿನೇ–ದಿನೇ ಬಡವರಾಗುತ್ತಿದ್ದರು, ಆದರೆ ಸಂಘರ್ಷವೇನು
ಮುಗಿಯುತ್ತಿರಲಿಲ್ಲ.

ಈ ಸಂಘರ್ಷದಲ್ಲಿ ಆಬಾನ ಕರ್ತೃತ್ವ, ಅವರ ಆದರ್ಶ, ಹೊಲೆಯರು,
ಮಾದಿಗರು ಮತ್ತು ಸಮಗಾರರ ಒಗ್ಗಟ್ಟು, ಬುದ್ಧಿವಂತಿಕೆ ಈ ಎಲ್ಲ ವಿಷಯಗಳನ್ನು
ಕುರಿತು ಎಲ್ಲರೂ ಮರೆತೇ ಬಿಟ್ಟರು... ಪರಸ್ಪರ ಸೋಲಿಸಲು ನೋಡುತ್ತಿದ್ದ ಈ
ಎರಡು ಘಟಕದವರು ಸಂಘರ್ಷ ಬಿಡಲು ಸಿದ್ಧವಿರಲಿಲ್ಲ. ಕೇರಿಯಲ್ಲಿ ಎರಡು
ಕಡೆ ಅಂಬೇಡ್ಕರ್ ಜಯಂತಿ ಆಗಲು ಪ್ರಾರಂಭವಾಯಿತು. ತಳೋಬಾನ ಜಾತ್ರೆ
ಸಹ ಎರಡೆರಡು ಸಲ ಆಗಲು ಪ್ರಾರಂಭವಾಯಿತು. ಗ್ರಾಮಸ್ಥರು ಆ ಜಗಳವನ್ನು
ಮುಗಿಸುವ ಬದಲು ಆ ಸಂಘರ್ಷದಲ್ಲಿ ತುಪ್ಪ ಸುರಿಯುವ ಕೆಲ್ಸ ಮಾಡಿದರು.

ಇಪ್ಪತ್ತಮೂರು

ಆಬಾ ತೀರಿಕೊಡು ಇವತ್ತಿಗೆ ಸರಿಯಾಗಿ ಒಂದು ವರ್ಷವಾಯಿತು. ಅವರ ವರ್ಷದ ಶ್ರಾದ್ಧ ಮಾಡಲು ಕಬೀರ್‌ನ ಮನೆಯಲ್ಲಿ ಬೆಳಿಗ್ಗೆಯಿಂದ ಓಡಾಟ ನಡೆದಿತ್ತು. ಅವನ ಸಂಪೂರ್ಣ ಕೇರಿಯ ಜನರು ಅವನ ಮನೆಯ ಬಾಗಿಲಿಗೆ ಬಂದು ಸಮಮನಸ್ಕರಾಗಿ ಕೆಲಸ ಮಾಡುತ್ತಿದ್ದರು. ಕಬೀರನ ಸಂಬಂಧಿಕರು ಜಮೆ ಆದರು. ಹೆಂಗಸರು, ಗಂಡಸರು ಆಬಾನ ನೆನಪು ಮಾಡಿ ಅಳಲು ಪ್ರಾರಂಭಿಸಿದರು.

ಮನೆಯ ಮುಂದೆ ಹಾಕಿಸಿದ ಚಪ್ಪರದಲ್ಲಿ ಹುಗ್ಗಿ ಕೊತಕೊತ ಕುದಿಯುತ್ತಿತ್ತು. ಸಾರಿನ ಒಗ್ಗರಣೆ ವಾಸನೆ ಸಂಪೂರ್ಣ ಬೀದಿಯಲ್ಲಿ ಪಸರಿಸಿತು. ಗೊಣ್ಣೆ ಸುರಿಸಿಕೊಂಡ ಮಕ್ಕಳು ಚಪ್ಪರದ ಸುತ್ತ ಜೊಲ್ಲು ಸುರಿಸುತ್ತ ಆಡ್ಡಾಡಿದ್ದವು. ಯಾವಾಗ ಹುಗ್ಗಿ ತಿಂದೇವು ಎಂದು ಅವರಿಗೆ ಅನ್ನಿಸುತ್ತಿತ್ತು.

ದಿಬ್ಬದ ಮೇಲಿನವರು ಯಾರೂ ಪಂಕ್ತಿಯಲ್ಲಿ ಊಟಕ್ಕೆ ಹೋಗದಿರುವ ಬಗ್ಗೆ ದಕ್ಷತೆಯನ್ನು ಸದಾ ತೆಗೆದುಕೊಳ್ಳುತ್ತಿದ್ದ. ಅವನು ಗಲ್ಲಿಯ ಜನರ ಮನೆ-ಮನೆಗೆ ಹೋಗಿ ಶ್ರಾದ್ಧಕ್ಕೆ ಊಟ ಮಾಡಲು ಯಾರು ಹೋಗಕೂಡದು ಎಂದು ಪ್ರತಿಯೊಬ್ಬರಿಗೂ ಆದೇಶ ನೀಡುತ್ತಿದ್ದ. ಮುಖಂಡರು ಮೇಲಿಂದ ಮೇಲೆ ಸುತ್ತಾಡಿ ಈ ವಿಷಯವನ್ನು ಹೆಂಗಸರು ಹಾಗೂ ಮಕ್ಕಳಿಗೆ ಹೇಳುತ್ತಿದ್ದರು. ತಪ್ಪಿ ಒಬ್ಬ ಹುಡುಗನಾದರು ಹುಗ್ಗಿಯ ಆಸೆಗೆ ಪಂಕ್ತಿಯಲ್ಲಿ ಹೋದ್ರೆ ಸಂಪೂರ್ಣ ಗಲ್ಲಿಯ ಮಾನ ಹರಾಜ್ ಆಗುವುದು ಎಂದು ಅವರಿಗೆ ಅನ್ನಿಸುತಿತ್ತು.

ಸೂರ್ಯ ನೆತ್ತಿಯ ಮೇಲೆ ಬಂದ. ಹೊಲಕ್ಕೆ ಹೋಗಿದ್ದ ಜನರು ಮನೆಗೆ ಮರಳಲು ಪ್ರಾರಂಭಿಸಿದ್ದರು. ಸದಾನ ಬೀದಿಯ ಜನ ಮನೆಯಿಂದ ಹೊರಗೆ ಹೋಗಿರಲಿಲ್ಲ. ಎಲ್ಲರೂ ಎಂದು ತಿನ್ನಲು ಹುಗ್ಗಿ ದೊರೆಯುವುದು ಎಂದು

ದಾರಿ ಕಾಯುತ್ತಿದ್ದರು. ಮಕ್ಕಳಂತು ತಟ್ಟೆ ತೆಗೆದುಕೊಂಡು ಕಬೀರ್‌ನ ಮನೆಯ ಮುಂದೆ ಜಮೆಯಾಗಲು ಪ್ರಾರಂಭಿಸಿದವು. ಯಾರು ಎಷ್ಟು ಹುಗ್ಗಿ ತಿನ್ನಬೇಕು ಎಂಬುದನ್ನು ಕುರಿತು ಚರ್ಚೆ ಪ್ರಾರಂಭವಾಯಿತು. ಸದಾ, ಕಬೀರ್, ನರಸು, ಬೆನ್ನಪ್ಪ ಮುಂತಾದ ಜನರು ಜಮೆಯಾದರು. ಪಂಕ್ತಿಯನ್ನು ಕುಳಿಸಲು ನಿರ್ಧರಿಸಿದರು. ಮೊದಲಿಗೆ ಹೆಂಗಸರು ಆನಂತರ ಗಂಡಸರು ಊಟ ಮಾಡಲಿದ್ದರು.

ಕಬೀರ್ ಮನೆಯ ಒಳಗೆ ಹೋದ. ಅವನು ಆಬಾನ ಫೋಟೋಗೆ ನಮಸ್ಕಾರ ಮಾಡಿದ. ಊದಿನಕಡ್ಡಿ ಹೊತ್ತಿಸಿದ. ತೆಂಗಿನಕಾಯಿ ಒಡೆದ. ಆಬಾನ ಫೋಟೋಗೆ ನೋಡುತ್ತ ಕಣ್ಣಲ್ಲಿ ನೀರು ತುಂಬಿಕೊಂಡ. ಮನೆಯ ಹೆಂಗಸರು ಸಹ ಬಾಯಿ ತೆಗೆದು ಅಳಲು ಪ್ರಾರಂಭಿಸಿದರು. ಅಳುತ್ತಲೆ ಆಬಾನ ಗುಣಗಾನ ಪ್ರಾರಂಭಿಸಿದರು. ಕಬೀರ್ ತನ್ನ ಹೆಂಡತಿಯನ್ನು ಪಕ್ಕಕ್ಕೆ ಕರೆದ. ಸ್ವಲ್ಪ ತಗ್ಗಿದ ಸ್ವರದಲ್ಲಿ ನುಡಿದ–

"ನಾವು ಆಬಾನ ಶ್ರಾದ್ಧ ಮಾಡುತ್ತಿದ್ದೇವೆ; ಆದ್ರ ದೊಡ್ಡ ಮಗಾ ಶ್ರಾದ್ಧದ ಎರಡು ತುತ್ತು ತಿಂದಾ ಅಂದ್ರ ಆಬಾನ ಆತ್ಮಕ್ಕೆ ಶಾಂತಿ ಸಿಗಬಹುದಲ್ಲ?"

ಸುಮಾಗೆ ತನ್ನ ಗಂಡನ ಮಾತು ಸರಿ ಅನ್ನಿಸಿತು. ಅವಳೆಂದಳು–, "ಹೌದು, ನೀವು

ಅನ್ನುದು ಸರಿ ಐತ್ರಿ; ಆದ್ರ ಈ ಸಮಾಜ ಅವರನ್ನ ಬರಾಕ್ ಬಿಡತೆತಿ ಏನು?"

"ಅದರದ ವಿಚಾರಾ ಮಾಡತೇನಿ ಅಲ್ಲ. ಏನ್ ಮಾಡಬೇಕು? ಅಣ್ಣಾ ಊಟಾ ಮಾಡದ ಆಬಾನ ಆತ್ಮಕ್ಕೆ ಶಾಂತಿ ಸಿಗಾಂಗಿಲ್ಲ ನೋಡು!"

"ಇಲ್ಲದಿದ್ರ ಏನು! ಮಾಮಾ ಅವರ ಆತ್ಮ ಅಶಾಂತ ಅಲಿತದ. ಅದೆಲ್ಲ ಬ್ಯಾಡ್ರಿ.

ನೀವು ಸುಮ್ಮ ಅಣ್ಣಾವ್ರ ಕಡೆ ಹೋಗ್ರಿ, ಕೈ ಕಾಲು ಬಿಳಿ ಮತ್ತು ಕರಕೊಂಡ ಬರಿ ಅವರನ್ನ.

ಕದ್ದು ಮುಚ್ಚಿ ಆದ್ರು ಅವರಿಗೆ ಒಂದು ತುತ್ತು ತಿನ್ನಿಸೋನು. ಯಾರಿಗೂ ಗೊತ್ತು ಆಗುದಿಲ್ಲ."

ಸುಮಾನ ಸಲಹೆ ಕಬೀರಗೆ ಇಷ್ಟವಾಯಿತು. ಅವನು ಮನೆಯಿಂದ ಹೊರ ನಡೆದ. ಹೆಂಗಸರ ಪಂಕ್ತಿ ಕುಳಿತಿತ್ತು. ಸರ್ಕಸ್ ರಿಂಗ್ ಮಾಸ್ಟರ್ ಹಾಗೆ ಸದಾ ಪಂಕ್ತಿಯಲ್ಲಿ ತಿರುಗಾಡುತ್ತಿದ್ದ. ಇನ್ನೂ ಅನೇಕ ಹೆಂಗಸರು ಬರುತ್ತಲೇ ಇದ್ದರು. ಕಬೀರ್ ಪಂಕ್ತಿಯ ಮೇಲೆ ದೃಷ್ಟಿ ಹಾಯಿಸಿದ. ಅವನು ಅಲ್ಲಿಂದ ಮೆಲ್ಲಗೆ ಜಾರಿಗೊಂಡ. ಅವನು ಓಡುತ್ತ–ಓಡುತ್ತ ಭೀಮರಾವ್‌ನ ಮನೆಗೆ ಬಂದ. ಭೀಮರಾವ್ ಹೊರಗೆ ಹೋಗುವ ತಯಾರಿಯಲ್ಲಿ ಇದ್ದ.

"ಅಣ್ಣಾ ಏ ಅಣ್ಣಾ ಈ ಆಗಿದ್ದು–ಹೋಗಿದ್ದು ಎಲ್ಲಾ ಮರಿ ಮತ್ತು ಆಬಾನ ಶ್ರಾದ್ಧದ ಊಟಾ ಮಾಡು. ನೀನು ದೊಡ್ಡ ಮಗಾ. ನೀನು ಎರಡು ತುತ್ತು ತಿನ್ನದಿದ್ರ ಅವರ ಮನಸ್ಸಿಗೆ ಶಾಂತಿ ಸಿಗೂದಿಲ್ಲ. ಆತ್ಮಾ ದೆವ್ವನ ಹಂಗ ತಿರಗ್ತದ ಅಣ್ಣಾ, ನಿನ್ನ ಕಾಲಿಕೆ ಬಿಳ್ತಿನಿ. ಇಲ್ಲ ಅಣ್ಣ ಬ್ಯಾಡಪ್ಪಾ, ನಿನ್ನ ಉಪಕಾರ ಬಾಳ ಆಗ್ತದ."–ಎನ್ನುತ್ತ ಕಬೀರ್ ಭೀಮರಾವ್‌ನ ಕಾಲು ಹಿಡಿದುಕೊಂಡ. ಭೀಮರಾವ್ ಅವನಿಗೆ ಎಬ್ಬಿಸಿದ. ಭೀಮರಾವ್‌ನ ಕಣ್ಣಲ್ಲಿ ನೀರು ಬಂದಿತ್ತು. ಅವನು ಕಣ್ಣು ಒರೆಸಿಕೊಳ್ಳುತ್ತ ನುಡಿದ–

"ಕಬೀರ್, ನಂಗೇನು ತಿಳಿಯುದಿಲ್ಲ? ನಾನು ಅಲ್ಲಿಗೆ ಬರಾಕತಿದ್ದೆ"

"ಹಂಗ್ ಇದ್ರ ನೀ ಹೀಂಗ್ ಮಾಡು, ನಾನು ಮುಂದ ಹೋಗ್ತಿನಿ. ನೀ ರಸ್ತೆ ಕಡೆಯಿಂದ ಮೆಲ್ಲಕ ಮಂಡಪನ್ಯಾಗ ಬಾ. ನಿಂಗ್ ಕದ್ದು ಮುಚ್ಚಿ ಎರಡು ತುತ್ತು ಕೊಡತೇನಿ. ಅಷ್ಟ ಶಾಂತರೀತಿಯಿಂದ ತಿನ್ನು."–ಕಬೀರ ಮಾತಿಗೆ ಭೀಮರಾವ್ ಸಮ್ಮತಿ ನೀಡಿದ. ಕಬೀರ್ ಓಡುತ್ತಲೆ ಮನೆಯೆಡೆ ಹೋರಟ. ಅವನ ಹಿಂದೆಯೇ ಭೀಮರಾವ್ ಸಹ ಹೋರಟ.

ಕಬೀರನ ಬಾಗಿಲಿನಲ್ಲಿ ಊಟಕ್ಕೆ ಜನ ನೆರದಿದ್ದರು. ಬಡಿಸುವವರು ಊಟ ಬಡಿಸುವ ತರಾತುರಿಯಲ್ಲಿ ಇದ್ದರು. ಕೇವಲ ಸದಾನ ಆದೇಶಕ್ಕಾಗಿ ಕಾಯುತ್ತಿದ್ದರು. ಕಬೀರ್ ಮನೆಯ ಒಳಗೆ ಬಂದ. ಅವನು ಒಂದು ತಟ್ಟೆಯಲ್ಲಿ ಅನ್ನ ಹಾಗೂ ಹುಗ್ಗಿ ನೀಡಿಕೊಂಡ. ಸಾರಿನ ಬಟ್ಟಲು ಅದರಲ್ಲಿ ಇರಿಸಿದ. ಊಟ ಬಡಿಸುವವರೆಲ್ಲ ಹೊರಗೆ ನಿಂತಿದ್ದರು. ಆದ್ದರಿಂದ ಚಪ್ಪರದೆಡೆ ಯಾರ ಗಮನವೂ ಇರಲಿಲ್ಲ. ರಸ್ತೆಯ ಪಕ್ಕಕ್ಕೆ ಕದ್ದು ಮುಚ್ಚಿ ಭೀಮರಾವ್ ಬಂದ. ಕಬೀರ್ ಊಟದ ತಟ್ಟೆ ಅವನ ಮುಂದೆ ಹಿಡಿದ.

"ಅಣ್ಣಾ ಲಘುನ ತಗೊ. ತಿನ್ನಪ್ಪ ಎರಡು ತುತ್ತು. ಯಾರಾದ್ರೂ ನೋಡೊ ಮೊದಲು ತಿನ್ನು."

ಭೀಮರಾವ್ ಇನ್ನೇನು ತುತ್ತು ಬಾಯಿಗೆ ಹಾಕಿಕೊಳ್ಳಬೇಕು, ಅಷ್ಟರಲ್ಲಿ ನೀಡುವವರು ಕಿರುಚಿದರು–

"ಸದಾ, ನರಸು, ಜಿನ್ನಪ್ಪಾ ಓಡ್ರಿ ಓಡ್ರಿ ಮ್ಯಾಗಿನ ದಿಬ್ಬದ ಭೀಮರಾವ್ ಬಂದಾನ."

"ಏನಂದ್ರಿ..." ಈ ಕೂಗಿನಿಂದಾಗಿ ಭೀಮರಾವ್ ತತ್ತರಿಸಿದ. ಅವನು ಕೈಯಲ್ಲಿರುವ ತುತ್ತು ಹಾಗೆ

ತಟ್ಟೆಯಲ್ಲಿಯೇ ಇಟ್ಟುಬಿಟ್ಟ. ಚಪ್ಪರ ಈಗ ಮನುಷ್ಯರಿಂದ ತುಂಬಿ ಹೋಗಿತ್ತು.

"ಏನೋ ಕಬೀರ್, ಆಬಾನ ಶ್ರಾದ್ಧದ ಊಟಕ್ಕೆ ದಿಬ್ಬದ ಯಾರನ್ನೂ ಕರಿಬಾರ್ದು ಅಂತ ನಿರ್ಧಾರಾ ಆಗಿತ್ತೋ ಇಲ್ಲೋ?"–ಸದಾ ಗುಡುಗಿದ.

"ಹೌದು, ನಿರ್ಧಾರ ಆಗಿತ್ತು. ಕೇರಿ ಜನಾ ಹಾಗಂತ ನಿರ್ಧಾರ ಮಾಡಿದ್ರು,"–ಕಬೀರ.

"ಹಾಂಗಿದ್ರ ನಿನ್ನ ಅಣ್ಣನ ಯಾರ ಪರವಾನಿಗೆಯಿಂದ ಕರಿಸಿದಿ?"

"ಇದು ನೋಡ್ರಿ ಸದಾ, ಶ್ರಾದ್ಧ ಐತಿ. ದೊಡ್ಡ ಮಗಾ ಎರಡು ತುತ್ತು ತಿನ್ನದ ಆಬಾನ ಆತ್ಮಕ್ಕ ಶಾಂತಿ ಸಿಗಾಂಗಿಲ್ಲ ಅಂತ ನಾನ ಕರಕ್ಕೊಂಡ ಬಂದೇನಿ."

"ಎರಡು ತುತ್ತು ಯಾಕಪ್ಪಾ, ಎಲ್ಲಾ ಹಂಡೆನ ಕೊಟ್ಟುಬಿಡು ಅವನಿಗೆ! ನಿನ್ನ ಅಣ್ಣಾ ಉಂಡ್ರ ಈ ಸಮಾಜ ಉಣ್ಣಾಂಗಿಲ್ಲ."

"ಹಂಗ್ ಮಾಡಬ್ಯಾಡ್ರಿ ಇನ್ಮುಂದ ಕರಿಯುವುದಿಲ್ಲ ಸದಾ. ಈ ಶ್ರಾದ್ಧ ಆದ್ರ ನಾನು ಅವನಿಗೆ ಕರಿಯುವುದಿಲ್ಲ."

"ಅದೇನಿಲ್ಲ. ಒಂದು ಸಮಾಜದ ಕೇಳು. ಇಲ್ಲದಿದ್ರ ಅಣ್ಣಾ–ತಮ್ಮಾ ಉಣ್ಣುಕೊಂತಕುಂಡ್ರಿ. ಏನೋ ನರಸು, ಸರಿ ಹೌದೋ ಇಲ್ಲೊ?"–ಸದಾ ಪಕ್ಕದ ನರಸಪ್ಪನಿಗೆ ಕೇಳಿದ.

"ನಾನೇನು ಅಂತೇನಿ ಸದಾ, ಊಟಕ್ಕ ಬರಾಕ್ ಅವನಿಗೆ ನಾಚಿಕಿ ಬರಬೇಕಿತ್ತು. ಎಲಬು ಅಂದ್ರ ನಾಯಿ ಬಾಯಾಗಿಂದ ಮೃಷ್ಟಾನ ಭೋಜನ ಬಿಟ್ಟ ಬರ್ತದ. ಅಂತಾದ್ರಾಗ ಈ ಭೀಮ್ಯಾ ಹೋಗತಾನೇನು ನೋಡು ಹುಗ್ಗಿ ಬಿಟ್ಟು?"–ನರಸು ಪಟಾಪಟಾ ಮಾತಾಡಿದ. ನರಸುವಿನ ಮಾತು ಕೇಳಿ ಭೀಮರಾವ್‌ನ ತಲೆ ತಿರಗಿತು. ಅವನೆಂದ–

"ಏ ರಂಡಿ ಮಗನ, ಶ್ರಾದ್ಧ ನನ್ನಪ್ಪಂದು ನಿಂದಲ್ಲ. ನೀನು ಯಾರೋ ನಂಗ ಹೇಳಾಕ? ನಾಲಿಗಿ ಬಿಗಿ ಹಿಡಿದು ಮಾತಾಡು, ಇಲ್ಲದಿದ್ರ ನಾಲಿಗಿ ಕಿತ್ತು ಕೈಯಾಗ ಕೊಡ್ತಿನಿ."

"ಏ ಭೀಮ್ಯಾ, ಒಂದು ನಾಚಿಕೆ ಇಲ್ಲದ ಊಟಕ್ಕ ಬಂದಿ. ನಮ್ಮ ಮ್ಯಾಗ ಅವಾಜ್ ಮಾಡತಿ? ಬಾಯಿ ಮುಚ್ಚಕೊಂಡು ಹೊಂಡ. ಇಲ್ಲದಿದ್ರ ಹಲ್ಲು ಮುರಿದು ಕೈಯ್ಯಾಗ ಕೊಟ್ಟೆವು."–ಇಷ್ಟು ಸಮಯ ಸುಮ್ಮನೆ ಇದ್ದ ಜಿನ್ನಾಪ್ಪ ಸಹ ಬಂಡತನಕ್ಕೆ ಇಳಿದುಬಿಟ್ಟಿದ್ದ.

"ಏ ಹೊಂಡಾಗಿಲ್ಲ ನೋಡೋ!ನಿನ್ನ ಅಪ್ಪಂದು ಶ್ರಾದ್ಧ ಮಾಡು; ಆಮೇಲೆ ಮಾತಾಡು. ಇಲ್ಲೆ ಹುಗ್ಗಿ ತಿಂದು ಹೋಗ್ತಿನಿ. ಯಾರಿಗೆ ನನ್ನ ಧೈರ್ಯಾ ನೋಡುದು ಐತೊ ನೋಡ್ರಿ."

"ಹೊಡ್ರಿ ಅವನವ್ವನ, ನಮಗ ಮಾತಾಡತಾನ ರಂಡಿಮಗ." ನರಸು ಕೂಗಿದ.

ನರಸುವಿನ ಕೂಗಿನೊಂದಿಗೆ ಹೊಡೆದಾಟ ಪ್ರಾರಂಭವಾಯಿತು. ಕೆಳಗಿನ ಓಣಿ ಜನಾ ಭೀಮರಾವ್‌ಗೆ ಹೊಡಿತಾ ಇದ್ದಾರೆಂದು ತಿಳಿಯುತ್ತಿದ್ದ ಹಾಗೆ ದಿಬ್ಬದ ಜನ ಬಡಿಗೆಗಳನ್ನು ಹಿಡಿದುಕಂಡು ಬಂದರು. ಎರಡು ಗುಂಪಿನಲ್ಲಿ ಹೊಡೆದಾಟ

ಪ್ರಾರಂಭವಾಯಿತು. ಊಟಕ್ಕೆ ಕುಳಿತಿದ್ದ ಹೆಂಗಸರು ತಮ್ಮ ಮನೆಗಳಿಗೆ ಓಡಿ ಹೋದರು. ಹೊಡೆದಾಟದ ಸುದ್ದಿ ನೀಡಲು ಯಾರೊ ಒಬ್ಬರು ಪಾಟೀಲರ ಮನೆಯೆಡೆ ಓಡಿದರು. ಈ ಕಡೆ ಹೊಡೆದಾಟ ಜೋರಾಗಿ ಪ್ರಾರಂಭವಾಯಿತು. ಆ ಹೊಡೆದಾಟದಲ್ಲಿ ಹುಗ್ಗಿಯ ಪಾತ್ರೆ ಬಿತ್ತು, ಸಾರಿನ ಹಂಡೆ ಉರುಳಿತು. ಎಲ್ಲ ಗಟಾರಿನಲ್ಲಿ ಹುಗ್ಗಿ ಹಾಗೂ ಸಾರು ಹರಿಯಲು ಪ್ರಾರಂಭವಾಯಿತು.

"ನಿಲ್ಲಿಸರೊ ಹೊಡೆದಾಟ."–ರಸ್ತೆಯ ಮೇಲೆ ನಿಂತು ಪಾಟೀಲ ಗುಡುಗಿನ ಹಾಗೆ ಗುಡುಗಿದ.

ಪಾಟೀಲರ ಧ್ವನಿ ಕೇಳುತ್ತಿದ್ದ ಹಾಗೆ ಹೊಡೆದಾಟ ನಿಂತಿತು. ಪಾಟೀಲ್ ಮತ್ತೊಮ್ಮೆ ಕೂಗಿದ–"ಎಲ್ಲರೂ ನಿಮ್ಮ ನಿಮ್ಮ ಮನಿಯೊಳಗೆ ಹೋಗ್ರಿ, ಇಲ್ಲದಿದ್ರ ಒಬ್ಬಬ್ಬರಿಗೆ ಬೇಡಿ ಹಾಕಿಸಿ ಪೊಲೀಸರ ಮುಂದ ನಿಲ್ಲಿಸಿ ಬಿಡ್ತೇನಿ. ನಿಮ್ಮ ಅವ್ವನ್, ಹೊಲ್ಯಾರ ಜಾತಿ ಎಂದು ಸುಧಾರಸಾಂಗಿಲ್ಲ! ನಡಿರಿ ಅಂತ ಹೇಳಾತಿನಿ ಇಲ್ಲೊ, ಹಾಕಲೇನು ಮುಕಳಿ ಮ್ಯಾಲೆ ಒದಕಿ?"

ಎರಡು ಓಣಿಯ ಜನ ತಮ್ಮ-ತಮ್ಮ ಮನೆಯೆಡೆ ಹೊರಟು ಹೋದ್ರು. ಈಗ ಚಪ್ಪರದಲ್ಲಿ ಕಬೀರ್ ಹಾಗೂ ಭೀಮರಾವ್ ಇಬ್ಬರೇ ನಿಂತಿದ್ದರು. ಕಾಲಿನವರೆಗೂ ಹರಿದು ಬಂದಿದ್ದ ಹುಗ್ಗಿ ಬೆಳಕಿನಲ್ಲಿ ಹೊಳೆಯುತಿತ್ತು. ಹುಗ್ಗಿಯ ಕಣ–ಕಣದಲ್ಲೂ ಅವರಿಗೆ ಆಬಾನ ಮುಖ ಕಾಣಿಸಲು ಪ್ರಾರಂಭವಾಯಿತು. ಆಬಾ ಹೇಳಿದ–**'ಮಕ್ಕಳಾ ಮೊದಲು ನಿಮ್ಮ ಜಗಳದ್ದು, ನಿಮ್ಮ ನಿಮ್ಮ ಘಟಕಗಳ ಶ್ರಾದ್ಧ ಮಾಡ್ರಿ. ಆಮ್ಯಾಲೆ ನನ್ನ ಶ್ರಾದ್ಧ ಮಾಡ್ರಿ. ಇವು ಎರಡೂ ಮುಗಿಯದ ಯಾರಿಗೂ ಶಾಂತಿ ಸಿಗೂದಿಲ್ಲ. ನಿಮ್ಮ ಶತ್ರುತ್ವದ ಶ್ರಾದ್ಧ ಮಾಡ್ರಿ, ಅದಾಗದ ನನ್ನಆತ್ಮಕ್ಕ ಶಾಂತಿ ಸಿಗೂದಿಲ್ಲ...'**

ಆಬಾ ಮಾತಾಡಿದ ಹಾಗೇ ಬಾಸ ಆಗುತ್ತಿದ್ದ ಹಾಗೆ ಈ ಇಬ್ಬರೂ ಸಹೋದರರು ಪರಸ್ಪರ ಅಪ್ಪಿಕೊಂಡರು. ಇಬ್ಬರ ಕಣ್ಣುಗಳಲ್ಲಿ ಕಣ್ಣೀರು ಹರಿಯಲು ಪ್ರಾರಂಭವಾಯಿತು. ರಾಜಕೀಯದಿಂದ ಬೇರ್ಪಟ್ಟ ಎರಡು ಮನಸ್ಸುಗಳು ಈಗ ವಿಳಂಬದಿಂದಲೆ ಯಾಕಾಗಿರಲಿ ಒಂದಾಗಿದ್ದವು.

ವೀರಲೋಕದ ಪ್ರಕಟಣೆಗಳು

ವೀ✔ಲೋಕ | ಯಾವುದೇ ಕನ್ನಡ ಪುಸ್ತಕಕ್ಕಾಗಿ
ಒಂದು ಕರೆ ಅಥವಾ ಮೆಸೇಜ್ ಕಳಿಸಿ.
ನೀವಿದ್ದಲ್ಲಿಗೆ ಪುಸ್ತಕ ಕಳಿಸುತ್ತೇವೆ.

✆ +91 7022122121 / 8861212172